ராயரின் மகுடம்

க.மருது பாண்டியன்

பாகம் 1

ஏங்கி நிற்கும் உடைவாள்

ராயரின் மகுடம்	: கதை
ஆசிரியர்	: மருது பாண்டியன் © ஆசிரியருக்கு
முதல் பதிப்பு	: ஆகஸ்ட் 2024
அட்டை வடிவமைப்பு	: சுய வடிவமைப்பு©
வெளியீடு	: சுயவெளியீடு கோயம்புத்தூர் 641049 gmaruthupandian204@gmail.com
அச்சகம்	: மணிஆப்செட், சென்னை- 600 077
விலை	: ₹369/-
ISBN	: 978-93-340-8948-6

Rayarin Magudam	: Story
Author	: Maruthupandian © Author
First Edition	: August 2024
Wrapper Design	: Self Designing©
Published by	: Self Publishing, Saravanampatti, Coimbatore 641049,
Printed by	: Mani Offset, Chennai - 600077
Price	: ₹369/-
ISBN	: 978-93-340-8948-6

செண்டிவேலி
இமயம்
மீன் உறையூர்
சோழர் கப்பல் படை
பரந்திரன் கோட்டை
அடிச்சாரல் கிராமம்
பலிகர்கள் காடு
பனிக்காட்டான் அரண்மனை
வறண்ட மருபூமி
பனியாற்றான் கரையாறு
வௌவால் மனிதர்கள்

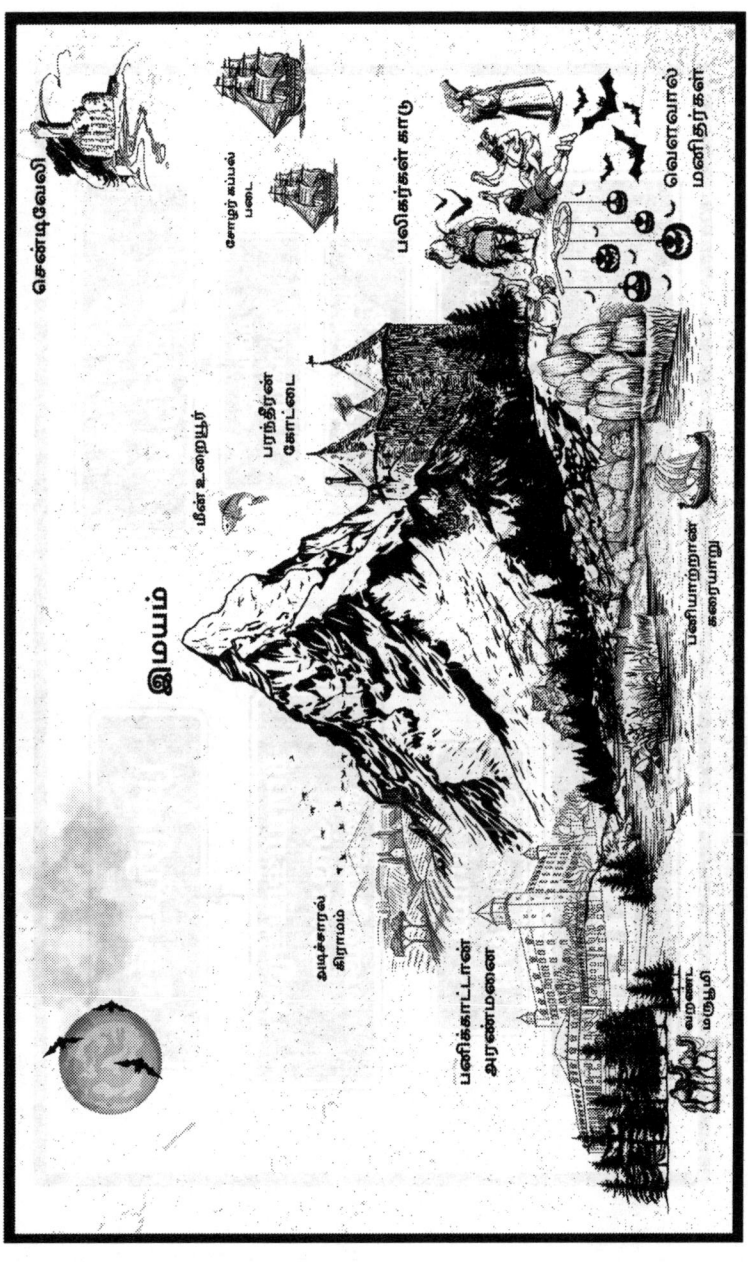

அரிஞ்சய சோழர்
சுந்தர சோழர்
ஆதித்த கரிகாலன்
ராஜராஜ சோழர்
ராஜேந்திர சோழர்
ராயர்
புலிக்குத்தி ராயர்
வள்ளியம்மை கணவர் : பலிகங்கராயர்
தேனீழினி

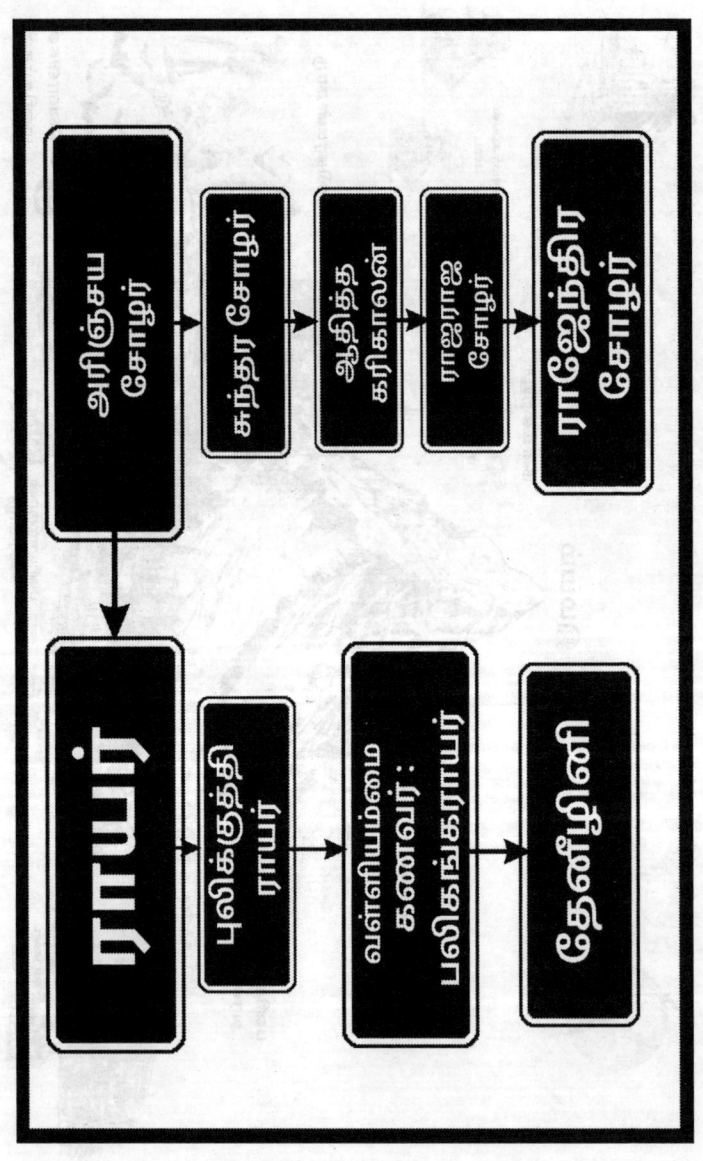

1.இமயத்தில் இரண்டு கால்தடம்

ஒரு சிறு மலையின் பாறையில், ஒரு பெரும் மலையில் ஏறுவதற்காக, ஒருவன் அமர்ந்து கொண்டிருந்தான். அவனைச் சுற்றிலும் சிறு சிறு மலைகள். அந்த மலைகளுக்கு நடுவே, மலையின் அரசனான இமய மலையும் இருந்தது. அந்த இமயத்தின் பனியை எடுத்துக் கொண்டு அந்த சிறு மலைகள், அதிக செடிகளையும், கொடிகளையும், மரங்களையும் வளர்த்துக் கொண்டிருந்தது.

அப்போது ஒரு சிறு பூச்செடியில் இருந்த, ஒரு சிறு பூ மொட்டு ஒன்று, அதன் கண்களை திறக்க தயாரானது. இன்று அது மலர்ந்தால், இதுவே அதன் கடைசி நாளாக கூட மாறலாம். ஆனால் அது மலர்வதற்காகவே, பல முயற்சிகளை செய்து கொண்டிருந்தது.

அப்போது வானத்திலிருந்து மழைத்துளி ஒன்று, கத்திக்கொண்டே கீழே வந்தது. "ஐயோ ஒரு உயிரை காப்பாற்ற, எனது உயிரை நான் கொடுக்க வேண்டுமா கடவுளே.....? ஏன் இந்த விளையாட்டு....?" என கத்திக் கொண்டே கீழே விழுந்தது.

அது விழுந்த அடுத்த நொடி, அந்த மழை நீரின் உயிரை எடுத்துக்கொண்டு, அந்தப் பூ மலர ஆரம்பித்தது. தன் கண்களை திறந்து பார்த்துவிட்டு, "ஆஹா உலகம் எத்தனை பெரிதாக உள்ளது. இந்த உலகத்தை முழுவதும் சுற்றி பார்க்க வேண்டும் என்றால், இந்த ஒரு வாழ்க்கை போதாது போலவே, என்று இந்த உலகத்தை ரசித்துக் கொண்டிருந்தது. அது ரசித்துக் கொண்டிருந்த நேரத்தில், ஒரு பெரிய வாய் அந்த பூவை விழுங்க தயாரானது.

வாயைத் திறந்த மான் நினைத்தது, "ஆஹா உனக்காக தான் இத்தனை நாட்கள் நான் காத்துக்

கொண்டிருந்தேன். என் அருமை மலரே" என, அந்த மலரை விழுங்கி விட்டது. தன் உயிரை விடும் தருணத்தில் அந்த மலர் நினைத்தது, "இப்படி ஒரு மரணத்தை கொடுப்பதற்கு, என்னை ஏன் கடவுளே படைத்தாய்?" என்று.

மான் அந்த மலரை உண்ட ருசியில் நின்று கொண்டிருக்கும்போது, அதனைச் சுற்றிலும் ஏதோ சத்தம் எழும்பியது. மான் பயத்திலும், பதற்றத்திலும் சுற்றிலும் பார்த்தது. அருகே இருந்த புதருக்குள், ஏதேதோ சத்தங்கள் கேட்க ஆரம்பித்தது. அப்போது மான் நினைத்தது, "ஐயோ ருசித்த உணவினால் பசியாறும் முன், ஏதோ ஆபத்து வந்து விட்டதே" என்று.

அப்போது புதருக்குள் இருந்த செடி, கொடிகள் வேகவேகமாக அசைந்தது. இத்தனை நாட்கள் செடி, கொடிகளை பார்த்தாலே சந்தோசப்படும் மான், இன்று அதை பார்த்து பயந்து நடுங்க ஆரம்பித்தது.

சிறிது நேரத்தில், செடிக்குள் பசியோடு காத்திருந்த புலி, தன் கோர பற்களினாலும், நகங்களினாலும் மானை பலமாக தாக்கியது. இப்போது மானின் உயிரும் போனது. புலியின் பசியும் தீர்ந்தது.

இது அனைத்தையும் மலையில் இருந்து பார்த்துக் கொண்டிருந்த இளைஞனுக்கு, ஐயோ இதுபோல் நம் வாழ்க்கையும் இருந்துவிடக் கூடாது. வாழ்க்கைக்கான அர்த்தமே தெரியாமல், இத்தனை உயிர்கள் இறந்து கொண்டிருக்கிறதே. ஆனால் இதுபோல் நான் இறந்து விடக்கூடாது. என்னை தனிமைப்படுத்திய அனைவருக்கும், நான் தனிமையின் தாய்மடியில் வளர்ந்த, தகுதியானவன் என்று நிரூபிக்க வேண்டும். என மனதில் நினைத்துக் கொண்டு, தனது இரண்டு கால்களையும் இமயத்தின் மேல் எடுத்து வைத்தான்.

8

அவன் மனசு தயாராக இருந்திருந்தாலும், அவன் உடல் இன்னும் இமயத்தில் ஏறுவதற்கு தயாராக இல்லை போலும். சிறிது நேரத்தில் பனியின் தாக்கம் தாங்க முடியாமல், உதடு நடுங்க ஆரம்பித்தது. கைகள் விறைத்துப் போக ஆரம்பித்தது.

ஆனால் அதையெல்லாம் தன் மன பலத்தை வைத்து தாங்கிக் கொண்டு, அவன் இன்னும் சில அடிகளை எடுத்து வைத்தான். அப்போது அவனை இன்னும் துன்பப்படுத்துவதற்காக, அங்கே ஒரு பெரும் பனிப்புயலே உருவானது.

அவன் தன் மனதிடம் கூறினான். “துறவா விட்டு விடாதே... இன்னும் சிறிது தூரம் தான் இருக்கிறது.....” என்று.

அவன் மனதும் அவனை இன்னும் சிறிது தூரம், புயலின் வேகத்தை தாக்குப்பிடித்து நடக்க வைத்தது. ஆனால் முழுவதுமாக அதனால் அவன் உடலை தாக்கு பிடிக்க முடியவில்லை. மலையிலிருந்து கீழே உருண்ட வாறே விழுந்தான். அதன் பின் கை, கால்களை அசைக்க முடியவில்லை.

கண்களையும், உதடுகளையும் பனி பிடித்துக் கொண்டிருந்தது. அசைவில்லாமல் அந்தப் பனிப்புயலின் நடுவே விழுந்து கிடந்தான்.

மறுநாள் காலையில் இரண்டு நபர்கள், துறவனை தூக்கிக்கொண்டு அடிச்சாரல் கிராமத்திற்கு ஓடி வந்தார்கள்.

இதை பார்த்ததும், வீட்டிற்குள் இருந்து ஒருவன் பதறியப்படியே வெளியே ஓடி வந்தான். “ஐயோ துறவனுக்கு என்ன ஆச்சு? டேய் துறவா.... ஏனடா இப்படி செய்கிறாய்?” என முகத்தில் தண்ணீரை தெளித்து எழுப்பினான்.

துறவன் கண்களைத் திறந்ததும், உதடு நடுங்கியபடியே, “டேய் கிச்சா....” என மெதுவாக கூறினான்.

"என் நண்பன் கண்விழித்து விட்டான். சீக்கிரம் அவனை நெருப்பின் அருகில் தூக்கிச் செல்லுங்கள்" என்றான். பின் மூன்று பேரும் சேர்ந்து, கிச்சானின் வீட்டிற்குள் அவனைத் தூக்கிச் சென்றார்கள்.

கிச்சான் கூறினான், "டேய் துருவா.... இல்லை, டேய் துறவா... உனக்கு எத்தனை முறை தாண்டா சொல்வது? அப்படி இந்த இமயமலையின் உச்சியில் என்ன இருக்கிறது? எப்போது பார்த்தாலும், ஏதாவது மலை உச்சியை நோக்கி ஏறிக் கொண்டே இருக்கிறாய்? உனக்கு என்னதான் வேண்டும்?" என கோபம் கலந்த வருத்தத்தில் கேட்டான்.

துறவன் வாய் நடுங்கியபடியே கூறினான். "எனக்கு சரியாக தெரியவில்லைடா கிச்சா, இந்த மலை உச்சியிலும், தனிமையிலும் தான், எனக்கு அதிக நிம்மதி கிடைக்கிறது. அதனால்தான்."

"எப்பா நீ இதுவரை போனதெல்லாம் போதும். இனிமேலாவது ஏதாவது வேலையை பார்த்துவிட்டு, இங்கேயே நிம்மதியாக இரு."

"எனக்கு மக்களுடன் இருக்கும்போது, நிம்மதி கிடைக்கவில்லை. தனிமையில் சென்றால் மட்டும் தான், அது கிடைக்கிறது."

"ஐயோ, உன்னை எல்லாம் திருத்தவே முடியாது" என கூறிவிட்டு, வீட்டை விட்டு வெளியே சென்றான்.

போன வேகத்தில் திரும்பவும் உள்ளே வந்து, "டேய் துறவா **வழியில்லாத இடத்தில், எத்தனை முறை வழி தேடி சென்றாலும், அதற்கு பயனில்லை.** நன்றாக இதை சிந்தித்துப் பார். நான் இன்று இரவு உணவுக்காக பழங்கள் வாங்கி வருகிறேன்" என கூறிவிட்டு, கிச்சான் வெளியே சென்றான்.

கிச்சான் வெளியே சென்றதும், துறவனின் மனதிற்குள் ஆயிரம் எண்ணங்கள் உதித்தன. அவன் கண்களை மூடிக்கொண்டு, தன் மனதிடம் சில கேள்விகளைக் கேட்டான்.

"இறைவா இந்த வாழ்க்கையை ஏன் எனக்கு கொடுத்தாய்? பூமியில் உயிர்களை படைத்ததனால் உனக்கு என்னதான் பயன்? சொர்க்கம் நரகம் என்கிறார்களே, இதையெல்லாம் வைத்து, எங்களை திருத்தி மட்டும் உனக்கு என்ன கிடைக்கப் போகிறது? இந்த பிரபஞ்சத்தில் ஏன் இத்தனை கிரகங்கள் இருக்கிறது? இதற்கெல்லாம் எப்போது பதில் கிடைக்கும்?" என தன் கேள்விகளை அடுக்கினான்.

துறவன் இவ்வாறு யோசித்துக் கொண்டிருந்த நேரத்தில், கிச்சான் சந்தையில் நடந்து கொண்டிருந்தான். அந்த சந்தையில் நின்று கொண்டிருந்த ஒரு ஆடை நெய்தல் கடைக்காரர், "டேய் கிச்சா இங்க வாடா" என கத்தினார்.

"என்ன கடைக்காரரே இன்று முகத்தில் சந்தோசம் பெருகி ஓடுகிறது?"

"ஆமா அப்படியே பெருகி ஓடிட்டாலும், ஏம்பா நீ வேற.

"சரி சரி விடுங்கள் கடைக்காரரே, என்ன விஷயம் என்று சொல்லுங்கள்."

அவர் அக்கம் பக்கம் பார்த்துவிட்டு, "நம்ம நாட்டு இளவரசிக்கு, யாரோடோ திருமணம் என்று பேசிக் கொள்கிறார்களே, இதெல்லாம் உண்மையா?"

"நீங்கள் வேற கடைக்காரரே, அதற்கெல்லாம் வாய்ப்பே இருக்காது. இளவரசியை திருமணம் செய்து கொள்ள வேண்டும் என்றால், ஒரு மிகப்பெரிய பல பரீட்சை ஒன்று இருக்கிறதாம். அதில் இதுவரை எவனும் வெற்றி பெற்றது கிடையாது. வெற்றி பெற போறதும் கிடையாது."

"ஓஹோ... இதெல்லாம் வேற நடக்குதா? சரி கொஞ்ச நாட்களுக்கு முன், நம் நாட்டு போர்வீரர்கள் அனைவரும் தெற்கு நோக்கி நடந்து சென்றார்களே, அதன் நிலைமை இப்போ என்ன?"

"கடைக்காரரே நான் என்ன போர் வீரனா? என்னிடம் கேட்கிறீர்கள். நானும் உங்களை போல் தான்,

இந்த அடிச்சாரல் மாலையில் சுற்றிக் கொண்டிருக்கிறேன்."

"சரி அதை விடு, மலைக்கு பின்னாலிருந்து கூட்டம் கூட்டமாக நம் ஊருக்கு சுற்றுலா வருகிறார்கள், உனக்கு தெரியுமா?"

"ஓஹோ அதான் கடைக்காரர் முகத்தில் இத்தனை சந்தோசமா? அப்போ இன்றைக்கு கோணிச் சாக்கு முழுவதும் நாணயங்கள் நிறைய போகிறது."

"அட இவன் வேற ஆசையை தூண்டுகிறான்" என தலையை சொரிந்த வாறே கடைக்காரர் யோசித்தார். அதன் பின் "சரிடா அதிகம் பேசாதே, வந்து இந்த மூட்டையை என் தலையில் தூக்கி வை" என்றார்.

கிச்சான் கீழே கிடந்த மூட்டையை கடைக்காரர் தலையில் வைத்து விட்டு,

"சரி சரி வியாபாரத்தை பாருங்கள், நான் வருகிறேன்." என்று சந்தையில் நடக்க ஆரம்பித்தான்.

பின் ஒரு கடை அருகே சென்று, "என்ன பழக் கடைக்காரரே, பழம் எல்லாம் உங்களைப் போலவே முற்றி போய் இருக்கிறதே" என்று பழங்களை கையில் எடுத்தான்.

அந்தக் கடைக்காரர் கிச்சானை முறைத்து பார்த்துவிட்டு, 30 வயதுக்கு மேலாகியும் கல்யாணம் செய்து கொள்ளாமல் ஊரை சுற்றுபவனுக்கு, அனைத்துமே முற்றி போனது போல் தான் தெரியும்" என்று கடைக்காரர் சிரித்தார்.

ஐயோ இவரிடம் தெரியாமல் வாய் விட்டு விட்டேனே என யோசித்துக் கொண்டிருக்கும் போது, அடிச்சாரல் கிராம மலைக்கு பின்னால் இருந்து ஏதேதோ அலறல் சத்தங்கள் கேட்டது.

அந்த சத்தத்தை கேட்டதும், கிச்சானுக்கு பதற்றம் தொற்றிக் கொண்டது. அவனை சுற்றிலும் பார்த்தான். அவரவர்கள் அவர்கள் வேலையை பார்த்துக் கொண்டிருந்தார்கள். ஆனால் கிச்சானுக்கு அந்த சத்தம் அதிகமாக கேட்க ஆரம்பித்தது.

திடீரென கிச்சானின் உடம்பில் இருந்து, வியர்வைத் துளிகள் அதிகமாக சிந்தியது. பதட்டத்தில் கையில் இருந்த பழங்களை கீழே போட்டான். பின் முட்டி போட்ட வாறே தரையில் விழுந்தான். அவன் காதுகளில் இன்னும் அந்த கொடூரமான சத்தம் நிற்கவில்லை, கேட்டுக்கொண்டே இருந்தது. காதுகளை முடிந்தவரை மூடினான். ஆனாலும் அந்த சத்தம் கேட்டது. அந்த சத்தத்தில் ஒரு சிறுமி "அண்ணா என்னை காப்பாற்று" என கத்தினாள்.

கிச்சான் தனது கண்களைத் திறந்தான். கண்களைத் திறந்ததும், கடைக்காரர் அவன் எதிரில் இருந்தார். அவன் தோளில் கை வைத்து, "எத்தனை நேரமாக கத்துகிறேன், ஏனடா இப்படி இருக்கிறாய்?" என்றார்.

கிச்சான் பதட்டத்தில் "என் தங்கை... என் தங்கை... அவள் சாகவில்லை, அவள் அங்கே தான் இருக்கிறாள். என்னை அழைக்கிறாள்" என்று பதறினான்.

"டேய் அதெல்லாம் ஒன்றும் இல்லை. நீ முதலில் பதற்ற படாதே" என்றார். ஆனால் கிச்சான் காதுகளில் அலறல் சத்தம் கேட்டுக் கொண்டே இருந்தது. வேகமாக அங்கிருந்து எழுந்து, மலை உச்சியை நோக்கி ஓட ஆரம்பித்தான்.

கடைக்காரர் "டேய் நில்லடா.... நில்லடா...." என கத்தினார். அதன்பின் வேகமாக கிச்சானின் வீட்டிற்கு சென்று, துறவனிடம் கூறினார். "டேய் துறவா நீ இங்கே சுகமாக படுத்துக் கொண்டிரு, அங்கே உன் நண்பன் பைத்தியம் பிடித்தது போல், மலை உச்சியை நோக்கி ஓடிக் கொண்டிருக்கிறான்."

"என்ன கடைக்காரரே சொல்கிறீர்கள், இப்போதுதான் மலை உச்சிக்கு போகக்கூடாது என எனக்கு அறிவுரை சொல்லிக் கொண்டிருந்தான்."

"டேய் நான் என்ன பொய்யா சொல்கிறேன்? அங்கே போய் பாருடா" என்றார்.

துறவன் வீட்டை விட்டு வெளியே வந்து பார்த்தபோது, கிச்சான் வேக வேகமாக மலையை நோக்கி ஓடிக் கொண்டிருந்தான்.

துறவனும் அவனை துரத்திக் கொண்டு அவன் பின்னே ஓடினான். "டேய் கிச்சா....... அவசரப்படாதே......." என கத்தியவாறே அவன் பின்னால் ஓடினான். ஆனால் கிச்சான் காதில் எதுவும் கேட்கவில்லை. அவன் தங்கையின் அலறல் சத்தம் மட்டுமே கேட்டது.

அந்த அலறல் சத்தம், அவனை மலை மீது வேக வேகமாக ஏற வைத்தது. துறவன் எவ்வளவு முயன்றும் அவனால் கிச்சானை பிடிக்க முடியவில்லை. இவர்கள் மலை மீது ஏற ஆரம்பித்து ஒரு இரவு கடந்திருந்தது.

இருவரும் ஒரு நாளைக்கு பின், மலை உச்சியில் அமர்ந்திருந்தார்கள்.

"டேய் கிச்சா குளிர் ரொம்ப அதிகமா இருக்கிறது. தயவு செய்து நெருப்பின் அருகே வந்து அமர்ந்து கொள்."

"துறவா என் தங்கையின் அலறல் சத்தம், என் காதில் இன்னும் கேட்டுக் கொண்டே இருக்கிறதடா."

"அதெல்லாம் ஒன்றும் இல்லை, உன் மனப்பிரம்மை தான் எல்லாமே... நீ முதலில் அருகே வா பார்த்துக் கொள்ளலாம்" என்றான். கிச்சானும் நெருப்பின் அருகே வந்து அமர்ந்து கொண்டான்.

கிச்சான் கோணி சாக்கில், சில பழங்கள் வாங்கி வைத்திருந்தான். அதில் அதிகம் தக்காளி பழங்கள் தான் இருந்தது.

"டேய் கிச்சா உனக்கு இந்த பழத்தை தவிர வேற பழமே தெரியாதாடா? எனக் கூறிவிட்டு, அந்த பழத்தை நெருப்பில் சுட்டு இருவரும் உண்ண ஆரம்பித்தார்கள்.

இருவரும் பழத்தை உண்டு கொண்டிருக்கும்போது, அவர்களை சுற்றி ஏதேதோ சத்தம் கேட்க ஆரம்பித்தது.

கிச்சான் சாப்பிடுவதை நிறுத்திவிட்டு, மறுபடியும் கூறினான். "டேய் துறவா எனக்கு அந்த சத்தம் மறுபடியும் கேட்குதடா" என்று.

துறவனுக்கும் பதட்டமானது. ஏனென்றால் அவன் காதுகளுக்கும் அந்த சத்தம் அதிகமாக கேட்டது. பின் கூறினான். பதட்டப்படாதே இப்போது உனக்கு மட்டும் இல்லை, எனக்கும் அந்த சத்தம் கேட்கிறது. என்னவென்று பார்க்கலாம்."

"என்னவென்று பார்ப்பதா? அது என்ன சத்தம் என்பது எனக்கு நன்றாக தெரியும். அது என் தங்கையின் சத்தம், என் அழகியுடைய குரல் சத்தம்." என கிச்சான் கண் கலங்கினான்.

"கிச்சா உன் தங்கையை என் கைகளால் தானடா தூக்கி வந்தேன். அவள் அன்றே நம்மை விட்டு பிரிந்து விட்டாள். நீ இழந்ததை நினைத்து, இருப்பதையும் ஏனடா இழக்கிறாய்?"

கிச்சான் மௌனமானான். ஆனால் அந்த சத்தம் மௌனமாக இல்லை. இன்னும் அதிகமாக கேட்க ஆரம்பித்தது. இருவரும் சுற்றிலும் பார்த்தார்கள். அந்த சத்தம் மலைக்குப் பின்னால் இருந்து தான் வந்தது. மெதுவாக மலையின் பின்பகுதிக்கு நடந்து சென்றார்கள். அது என்ன சத்தம் என்பது இவர்களுக்கு இப்போது நன்றாக புரிந்து விட்டது. சிலர் கைகளில் உடுக்கை வைத்துக்கொண்டு, அதை அடித்துக் கொண்டே மலை மீது ஏறி வந்தார்கள்.

அவர்கள் மேலே வர வர, இருவரின் மனதுக்குள்ளும் பயமும் பதட்டமும் அதிகமானது. காரணம் அவர்கள் அனைவரும், முகத்தில் சிவப்பு நிறத்தில் ஏதோ பூசி இருந்தார்கள். அனைவரும் ஒரே மாதிரியான கருப்பு நிற வேட்டி அணிந்திருந்தார்கள். மேல் ஆடைகள் போடவில்லை. வாயில் ஏதோ மந்திரங்களை கூறிக் கொண்டே வந்தார்கள்.

துறவனும் கிச்சானும் ஒரு பனிப்பாறைக்கு பின்னால் சென்று, ஒளிந்து கொண்டார்கள். கிச்சான்

வாய்கள் உளறிய வாரே கூறினான். "இவர்கள்தான்.... இவர்கள் தான்.... என்.... என்.... அழகியை தூக்கிச் சென்றது இவர்களே தான்...." என்று.

கிச்சானுடைய கண்ணில் கோபம் பெருக்கெடுத்தது. துறவன் கூறினான். "கிச்சா அவசரப்படாதே. அவர்கள் அதிகம் பேர் இருக்கிறார்கள். எதுவாக இருந்தாலும் பொறுமையாக பார்த்துக் கொள்ளலாம்."

கிச்சான் தனது கோபத்தை அடக்கிக் கொண்டு, நடப்பதை கவனித்தான். அவர்கள் மலையின் உச்சிக்கு வந்த பின், ஒருவன் மட்டும் அவர்களின் நடுவே நின்று கொண்டான். மற்றவர்கள் அவனை சுற்றிலும் நின்றார்கள். நடுவில் நின்றவன் உடுக்கை அடித்துக் கொண்டு நடனமாட ஆரம்பித்தான். அவனை சுற்றி இருந்தவர்கள், அவனை உற்சாகப்படுத்தி பாட்டு பாடினார்கள்.

இது பலிகர்களுடைய பூமி, இங்கு பலி கொடுப்பவனே நம் சாமி...

இது இமயமாக இருந்தாலும், அதை இருட்டாக்குவோம், பேரரசனே வந்தாலும் அவனை அடிமையாக்குவோம்...

இரத்தம் காணாத ஈமயத்தில், இரத்தத்தை விதைக்க பிறந்தவர் நாம்.....

நரபலிகர்கள் வாழ்க வாழ்க..... மனிதர்கள் கூட்டம் வீழ்க வீழ்க........

அரசர் வந்தாலும்........ அடிமையாக்குவோம்.

உலகே வந்தாலும் உண்மையை நிலை நாட்டுவோம்.....

இவர்கள் ஒவ்வொருவரின் கண்களிலும் கொலைவெறி காணப்பட்டது. அதன் பின் நடுவில் இருந்தவன் கூறினான். பலிகர்களே நம் தலைவர் கூறியது மனதில் இருக்கட்டும். துருவக் கைரேகை உள்ளவர்களை நாம் கொன்று விடக்கூடாது. அதேபோல் இந்த மலைகளில் அதிக துறவிகளும்,

சித்தர்களும் இருக்கிறார்களாம். உங்களால் அவர்களுக்கு எந்தத் தீங்கும் வந்து விடக்கூடாது.

"என்ன சொல்கிறீர்கள் கண்ணில் படுபவனை கொல்ல வேண்டாம் என்கிறீர்களா?"

"நாம் கொல்வதற்காக தான் விதைக்கப் பட்டுள்ளோம். ஆனால் சித்தர்களையும், துறவிகளையும் மட்டும் விட்டு வைத்து விடுங்கள். அவர்களால் நமக்கு எந்த தீங்கும் கிடையாது. மற்றவர்கள் யார் உங்கள் கண்ணில் பட்டாலும், அது சிறு குழந்தையாக இருந்தாலும் சரி, வயதான கிழவனாக இருந்தாலும் சரி.... தலையை வெட்டி நம் பூமிக்கு எடுத்து வாருங்கள்...."

இதைக் கேட்டதும் பலிகர்கள் அதிகமாக கூச்சலிட்டார்கள்.

இதைப் பார்த்துக் கொண்டிருந்த துறவனுக்கும், கிச்சானுக்கும் இத்தனை பனியிலும், சொட்டுச் சொட்டாக வியர்வைத் துளிகள் சிந்த ஆரம்பித்தது. கிச்சான் பதட்டமாக கூறினான். "துறவா நான் கூறினேன் அல்லவா, என்னுடைய அழகிக்கும் துருவ கைரேகை கிடையாது. இவர்கள்தான் அவளை கொன்று விட்டார்கள்."

இதுவரை கிச்சான் கூறியதை துறவனும் நம்பியது இல்லை. ஊர் மக்களும் நம்பியது இல்லை. ஆனால் துறவனுக்கு இப்போது எதையும் நம்பாமல் இருக்க முடியவில்லை. அனைத்தும் அவன் கண்முன்னே தெரிந்து விட்டது.

"டேய் கிச்சா உன் தங்கை போல், லட்சம் குழந்தைகளை இவர்கள் கொன்றிருக்கிறார்கள். இவர்களை பழிவாங்குவது நமக்கு இப்போது முக்கியமில்லை. இனிமேல் இவர்கள் யாரையும் கொல்லக்கூடாது, அதுதான் நமக்கு முக்கியம்."

"அதற்கு நாம் என்ன செய்வது?" என்று கண்கள் கலங்கிக் கொண்டே கேட்டான்.

"இந்த இமயத்தை ஆளும் சக்கரவர்த்தியிடம், இதை நாம் கூறியாக வேண்டும். நம்மால் முடியாததை அவர்கள் செய்து முடிப்பார்கள். "

"நீ சொல்வதெல்லாம் சரிதான். ஆனால் அதற்கு நாம் அரண்மனைக்குள் சென்றாக வேண்டுமே? பனிக்காட்டு மக்களை மட்டும் தான் அரண்மனைக்குள் அவர்கள் அனுமதிப்பார்கள்."

"அதை எல்லாம் யோசிக்க இப்போது நேரம் இல்லை கிச்சா, எப்படியாவது இந்த செய்தியை அவருக்கு சொல்லியே ஆக வேண்டும். இல்லை என்றால் இந்த உலகிற்கு ஆபத்து."

"சரி போகலாம்" என்றான் கிச்சான்.

"இல்லை நீ வேண்டாம். நம் ஊர் மக்களுக்கு முதலில் உண்மையை கூறி, அவர்களை எங்கும் போகாமல் பார்த்துக் கொள்."

"டேய் நான் சொன்னால் அவர்கள் எதையும் நம்ப மாட்டார்கள்."

"அவர்கள் நம்புகிறார்களோ நம்பவில்லையோ, நீ அவர்களை பத்திரமாக பார்த்துக் கொள். ஏதாவது சொல்லி அவர்களை பாதுகாப்பான இடத்திற்கு அழைத்துச் செல்" என்றான்.

"சரி என்று கிச்சானும் ஒப்புக்கொண்டான். இருவரும் வேக வேகமாக கீழே இறங்கினார்கள்."

கீழே இறங்கியதும், ஆடை நெய்தல் கடைக்காரர் துணியை சுமந்து கொண்டு, நடந்து வந்து கொண்டிருந்தார்.

கிச்சான் கூறினான். "யோவ் கடைக்காரரே, இப்படி தனியாக சுத்திக் கொண்டிருந்தால், உங்கள் தலையை எடுத்துக் கொண்டு போய் விடுவார்கள். இனிமேல் நம் ஊர் எல்லையைத் தாண்டி யாரும் வெளியே போகக்கூடாது."

"டேய் துறவா என்னடா இவன் உளறுகிறான்."

"கடைக்காரரே அவன் கூறுவது அனைத்துமே உண்மை. தயவு செய்து அவன் கூறுவதை நம்புங்கள்.

18

முதலில் வழி விடுங்கள்" என்று, இவன் வீட்டில் கட்டப்பட்டிருந்த குதிரையை விசில் அடித்து அழைத்தான்.

கருநிறக்குதிரை சீறிப்பாய்ந்து அங்கே வந்தது.. குதிரையைப் பார்த்து துறவன் கூறினான். "கருடா நாம் நீண்ட தூரம் பயணம் செய்ய வேண்டும். மனம் தளர்ந்து விடாதே" என அதன் மீது ஏறினான்.

குதிரை சீறிப்பாய்ந்து அங்கிருந்து கிளம்பியது.

கடைக்காரர் நடப்பதை பார்த்துவிட்டு கூறினார். "ம்ம்... எந்த வேலை வெட்டியும் இல்லாமல், மலை மலையாய் காடுகளாய் சுற்றிக் கொண்டிருந்தவனே, பொறுப்பாய் ஒரு வேலையை எடுத்துக் கொண்டு கிளம்புகிறான் என்றால், ஏதோ இருக்க தான் செய்கிறது. டேய் கிச்சா, நீ ஏதோ கூறிக் கொண்டிருந்தாயே அதை திரும்பவும் கூறு."

"யோவ் கடைக்காரரே நம் உயிருக்கே ஆபத்து, நம் ஊருக்கே ஆபத்து, நம் உலகிற்கே ஆபத்து...."

"ஆமாம் உங்களைப் போல் வேலை வெட்டி இல்லாதவர்கள் இருந்தால் ஆபத்து தான்."

"யோவ் நான் சொல்றதெல்லாம் நீங்கள் எப்போது நம்பி உள்ளீர்கள்? சாவுங்கள்" என கோபம் ஆனான்.

இருவரும் பேசிக் கொண்டிருக்கும்போது, ஒருவன் தூரத்தில் இருந்து வேகமாக ஓடி வந்தான். கடைக்காரர் கூறினார். "டேய் அங்கே பாருடா ஒருவன் எப்படி ஓடி வருகிறான் என்று."

இருவரும் அவனை கண்ணெடுக்காமல் பார்த்துக் கொண்டிருந்தார்கள்.

அவன் அருகில் வரவர தான், அவன் நம் நாட்டைச் சேர்ந்தவன் இல்லை என்பதே இருவருக்கும் தெரிந்தது. அருகில் வந்ததும் தொப்பென்று தரையில் விழுந்தான்.

அவன் உடல் முழுவதும் நகங்களால் வெட்டப்பட்டிருந்தது. உடலில் அனைத்து

இடங்களிலும் இரத்தம் சிந்திக் கொண்டிருந்தது. இதை பார்த்ததும் இருவருக்கும் தலை சுற்ற ஆரம்பித்துவிட்டது.

கடைக்காரர் மெதுவாக கூறினார். "டேய் கிச்சா நீ கூறியது அனைத்துமே உண்மைதான் போல.... நேற்று சுற்றுலா வந்தவர்களில் ஒருவன் தான் இவன். நீ சீக்கிரம் போய் மக்களை எச்சரிக்கை செய். நான் இவனை தூக்கிக் கொண்டு வருகிறேன்" என்றார்.

முதலில் ஊர் மக்கள், கிச்சான் கூறுவதை நம்பவில்லை. அதன்பின் வெளிநாட்டவன் கூறியதும் நம்பினார்கள்.

அவர்கள் பொருட்கள் அனைத்தையும் எடுத்துக்கொண்டு, மலையின் அடிவாரத்தில் இருக்கும் குகைக்குள் நடக்க ஆரம்பித்தார்கள்.

துறவனும், கருடனும் பனிக்காட்டு அரண்மனையை நோக்கி வேகமாக சென்று கொண்டிருந்தார்கள். பனிக்காட்டிற்கு செல்வது அவ்வளவு சுலபம் கிடையாது. மூன்று இரவுகளைக் கடந்தால் மட்டுமே அங்கு செல்ல முடியும். அதற்குள் நரபலிகர்கள் கண்ணில் சிக்கி விடக்கூடாது என யோசித்துக் கொண்டிருந்தான்.

முதல் நாள் இரவில், வழிப்போக்கர்களின் மண்டபத்தில் தங்கலாம் என குதிரையை நிறுத்தினான். மண்டபத்தைச் சுற்றிலும் காடுகள் தான். குதிரையை மண்டபத்தில் நிறுத்திவிட்டு, மண்டப உணவு விடுதியை தேடினான்.

மண்டபத்திற்கு பின்னால் இருந்து புகை வந்தது. அதை நோக்கி நடக்க ஆரம்பித்தான். அங்கே ருசியான உணவுகள் தயாராகிக் கொண்டிருந்தது. சிலர் அதை ருசித்து கொண்டும் இருந்தார்கள்.

துறவனைப் பார்த்ததும் வியாபாரி கூறினார். "வாருங்கள்... வாருங்கள்... தம்பி, நெடும் தூரத்தில் இருந்து வருகிறீர்கள் போலவே..."

"ஆம் கடைக்காரரே நான் அடிச்சாரல் கிராமத்தில் இருந்து வருகிறேன்."

"அடேங்கப்பா அடிச்சாரல் மக்கள் எல்லாம், என் கண்ணில் தட்டுப்படுவதே இல்லை. நீங்களாகவே அனைத்து கடைகளையும் வைத்து விட்டீர்கள், எங்கள் பொழப்பை கெடுத்து விட்டீர்கள்."

"ஐயோ அப்படியெல்லாம் இல்லை கடைக்காரரே.. அனைவரும் பிழைத்து தானே ஆக வேண்டும்."

"ம்ம்... அதுவும் சரிதான். சரி என்ன சாப்பிடுகிறீர்கள்?"

"உங்களிடம் என்ன இருக்கிறது?"

"ஆஹா நல்ல கேள்விதான். என்னிடம் உங்கள் ருசிக்கு ஏற்ற உணவும் இருக்கிறது. உங்கள் பசியை போக்கும் உணவும் இருக்கிறது. உங்களுக்கு எது வேண்டும்?"

"எனக்கு பசியை போக்கும் உணவு போதும் கடைக்காரரே."

"அப்போ இந்த மண் சட்டியை பிடிங்கள் என்று, ஒரு மண் சட்டியை கையில் கொடுத்தார். அதில் பழைய சோறு இருந்தது. அதோடு சில கருவாடுகளும் அதில் மிதந்தது.

அதை உண்ண ஆரம்பித்ததுமே, நரபலிகர்கள் பற்றி இவரிடம் கேட்டு பார்க்கலாமா என யோசித்தான். ஆனால் சுற்றிலும் இவ்வளவு பேர் இருக்கிறார்கள், எப்படி கேட்பது என தயங்கினான். பின் அனைவரையும் ஒரு முறை பார்த்து விட்டு, இவர்கள் அனைவருமே சாதாரண மனிதர்கள் தான். எந்த பிரச்சனையும் கிடையாது என்று கடைக்காரரிடம் கேட்டான்.

"கடைக்காரரே மக்கள் கூறிக் கொண்டிருக்கும் நரபலிகர்களை பற்றி உங்களுக்கு ஏதாவது தெரியுமா?"

நரபலிகர்கள் என்ற பெயரைக் கேட்டதும், அருகில் நின்று கொண்டிருந்தவன், கையில்

வைத்திருந்த மண் சட்டியை தொப்பென்று கீழே போட்டான்.

"ஐயோ உணவு தவறிவிட்டதே, பொறுங்கள்.. பொறுங்கள்.. நான் மற்றொரு மண்சட்டி தருகிறேன்" என்று, அவன் கைகளில் மறுபடியும் உணவை கொடுத்தார்.

"தம்பி ஏதோ கூறினீர்களே நரபலிகர்கள் என்று?"

"ஆம் கடைக்காரரே அவர்களைப் பற்றி உங்களுக்கு ஏதாவது தெரியுமா?"

"நன்றாக தெரியும். எனது அப்பா இங்கே கடை வைத்திருக்கும் போதே, அவர்கள் அட்டூழியம் செய்திருக்கிறார்கள். ஆனால் நம் அரசரும் தளபதியும் சேர்ந்து, அவர்களை கூண்டோடு அழித்து விட்டார்கள்."

"கடைக்காரரே அவர்கள் கூண்டோடு அழியவில்லை என்று, நான் நினைக்கிறேன். எதற்கும் நீங்கள் கொஞ்சம் ஜாக்கிரதையாக இருங்கள்."

அருகில் இருந்தவன் பாதி உணவை வைத்துவிட்டு, பதிலுக்கு ஒரு கோழியை கடைக்காரரிடம் கொடுத்துவிட்டு, அங்கிருந்து கிளம்பினான். துறவனும் மண்டபத்திற்குள் சென்றான். உள்ளே விளக்கு எரிந்து கொண்டிருந்தது. அந்த விளக்கின் வெளிச்சத்தில், அதிக வழிப் போக்கர்கள் தூங்கிக் கொண்டிருந்தார்கள். இவனும் அவர்களோடு படுத்துக் கொண்டான்.

துறவன் தூங்க ஆரம்பித்ததும், ஒருவன் மட்டும் மண்டபத்திற்கு வெளியே சென்று, அங்கும் இங்கும் பதட்டமாக நடந்து கொண்டிருந்தான். சிறிது நேரத்திற்குப் பின், மற்றொருவன் குதிரையில் அங்கே வந்து சேர்ந்தான்.

துறவன் தூங்குவது போலவே, அவர்கள் செய்வதை பார்த்துக் கொண்டிருந்தான். அவர்கள் இருவரும் துருவனைப் பார்த்த வாரே, ஏதோ பேசிக் கொண்டிருந்தார்கள்.

22

"டேய் கழட்டியப்பா, ஏனடா தூங்காமல் இப்படி பேய் போல் சுற்றிக் கொண்டிருக்கிறாய்?"

"ஆம் விட்டால் உள்ளே இருப்பவன் நம்மை கொன்று, பேயாக மாற்றி விடுவான்."

"ஏன் இப்படி கூறுகிறாய்?"

"ஆமாம் நாதா உள்ளே ஒருவன் தூங்கிக் கொண்டிருக்கிறானே, அவனுக்கு நம்முடைய திட்டம் அனைத்துமே தெரிந்திருக்கிறது. நம்முடைய கூட்டம் இன்னும் அழியவில்லை. அது இருக்க தான் செய்கிறது என்று கடைக்காரரிடம் சிறிது நேரத்திற்கு முன் கூறினான்."

"என்னடா சொல்கிறாய்? அதற்கெல்லாம் வாய்ப்பே இல்லை."

"நானும் அப்படி தான் நினைத்தேன் ஆனால் இவன் அடிச்சாரல் மலையில் இருந்து வந்திருக்கிறான். நேற்று அடிச்சாரலில், அதிக வெளிநாட்டவர்களை நம் பலிகர்கள் கடத்தி வந்திருந்தார்கள்."

"ஐயோ இவனுக்கு மட்டும் உண்மை தெரிந்திருந்து, அதை அரசரிடம் மட்டும் இவன் கூறிவிட்டால், நம் திட்டம் அனைத்தும் முடிந்துவிடும்."

"ஆமாம் நாதா சீக்கிரம் வா இவனை கொன்றுவிடலாம்."

"டேய் அவன் கைரேகையை நீ பார்த்தாயா? துருவ கைரேகை காரனை நாம் கொல்லக்கூடாது.

"இருளில் படுத்திருக்கிறான் எப்படி இவன் கைரேகையை பார்ப்பது?"

"முதலில் நீ கூறுவது உண்மையா என்பதை நான் தெரிந்து கொள்ள வேண்டும். அந்த கடைக்காரரை காட்டு."

"நாதா நான் சொல்வதை எல்லாம், நீ எப்போ நம்பி இருக்கிறாய்? சரி வா" என மண்டபத்திற்கு பின்னால் அவனை அழைத்துச் சென்றான்.

உணவு கடைக்காரர் ஆழ்ந்த உறக்கத்தில் இருந்தார்.

கழட்டியப்பன் மெதுவாக அவர் அருகே சென்று, “ஐயா கடைக்காரரே...” என அழைத்தான்.

வியாபாரி கண்களைத் திறந்து, “ஏய் என்னப்பா உனக்கு இரண்டு சட்டி தின்னும், இன்னும் பசி போகவில்லையா?” என்று கோபமாக கேட்டார்.

“கடைக்காரரே என்னை மன்னிக்க வேண்டும். எனக்கு பசி தீர்ந்துவிட்டது. ஆனால் என் நண்பன் இப்போது தான் வந்திருக்கிறான்.”

“சரி பசிக்கிறவர்களை காக்க வைக்க கூடாது. வா வா உணவு தருகிறேன்.” என்று, மண் சட்டியில் தயிரை ஊற்றி, கடைய ஆரம்பித்தார்.

நாதன் அதை வாங்கி சாப்பிட்டுக் கொண்டிருக்கும் போதே, மெதுவாக கழட்டியப்பனை பார்த்தான். கழட்டியப்பன் கடைக்காரரிடம் கேட்டான். “ஐயா என் நண்பன் ஏதோ உளறுகிறான். நரபலிகர்கள் அழியவில்லை அவர்கள் மீண்டும் வந்து விட்டார்ள்” என்று.

“என்ன இவனும் சொல்கிறானா? இன்று இரவு தான் அடிச்சாரல் கிராமத்தைச் சேர்ந்த ஒரு இளைஞன், என்னிடம் இதைப் பற்றி கூறினான். இவனும் அதை கூறுகிறானே? ஒரு வேளை நீங்கள் கூறுவதெல்லாம் உண்மையாக இருக்குமோ.”

கடைக்காரர் கூறியதும், நாதனும் கழட்டியப்பனும் ஒருவரை ஒருவர் பார்த்துக் கொண்டார்கள்.

“சரி நீங்கள் ஒன்றும் அச்சப்படாதீர்கள். நம் அரசர் இருக்கும் போது எந்த பலிகர்களும், எந்தப் பல்லிகளும் இங்கே ஒன்றும் செய்ய முடியாது.”

நாதன் கோபமாக கூறினான், “அதுவும் சரிதான் கடைக்காரரே” என்று.

இருவரும் அங்கிருந்து கிளம்பினார்கள் மண்சட்டி தரையில் விழுந்து உடைந்து இருந்தது. அதே நேரத்தில் கடைக்காரரின் கழுத்தும் அறுக்கப்பட்டிருந்தது.

“டேய் முட்டாப் பயலே கழட்டியப்பா... உண்மை தெரிந்தவர்களை உயிரோடு வைத்திருந்தால், நம் உண்மை அனைத்தும் உலகிற்கு தெரிந்து விடுமடா....”

“நாதா நானும் உன்னை போல் கொன்று விடலாம் என்று தான் நினைத்தேன். ஆனால் இவன் கைரேகை என்னவென்று எனக்கு தெரியவில்லையே?”

“கைரேகை தெரியவில்லை என்றால், எப்படியாவது பார்க்க முயல வேண்டும். இப்போது அந்த வியாபாரி கையை நான் பார்த்தபின் தான், அவன் கழுத்தை அறுத்தேன். அதேபோல் எப்படியாவது உள்ளே இருப்பவன் கையை பார்த்து, இந்நேரம் நீ கொன்றிருக்க வேண்டாமா?”

“ஆம் நான் அவனை கொன்று இருக்க வேண்டும். ஆனால் நீ கூறியதை எல்லாம் நான் மறந்துவிட்டேன்.”

“நீ எதைத் தாண்டா மறக்கவில்லை. சரி வா இப்போது அவனைக் கொன்று முடிக்கலாம்.”

இருவரும் மெதுவாக உள்ளே சென்றார்கள். விளக்கின் வெளிச்சத்தில் துறவனை தேடினார்கள். ஆனால் அவன் அங்கே இல்லை.

“டேய் கழட்டியப்பா... எங்கடா சென்றான் அவன்?”

கழட்டியப்பன் அங்கும் இங்கும் பரபரப்பாக தேடினான். அப்போது மண்டபத்திற்கு அருகே, குதிரை கனைக்கும் சத்தம் கேட்டது. இருவரும் வேகமாக வெளியே ஓடி வந்தார்கள்.

அங்கே கருடனும், துறவனும் புழுதியை கிளப்பிக்கொண்டு பாய்ந்து சென்று கொண்டிருந்தார்கள்.

இதைப் பார்த்த இருவரின் கண்களிலும் கோபம் பெருக்கெடுத்தது. “உன்னால் தான்டா கழட்டியப்பா இப்படி ஆச்சு” என்றான் நாதன்.

"நாதா நான் என்ன செய்வது? நான் வந்ததும் அவனைக் காட்டினேன். அப்போதே நீ அவனை கொன்று இருக்கலாம். அதையெல்லாம் விட்டுவிட்டு, நீ பெரிய இவன் போல், என்னை சோதனை செய்து கொண்டிருக்கிறாய்."

"சரி விடு விடு, நம்மிடமும் குதிரை இருக்கிறது. அவனை விரட்டி பிடித்து விடலாம்" என்று, இருவரும் அவன் பின்னால் செல்ல ஆரம்பித்தார்கள்.

2. இதயத்தில் பாய்ந்த கத்தி

துறவன் பனிக்காட்டு அரண்மனையின் அருகில் வந்து சேர்ந்தான். அவன் மனது அவனிடம் சில கேள்விகளை எழுப்பியது. "துறவா நீ என்ன செய்து கொண்டிருக்கிறாய்? கடவுளைத் தேடிப் போக வேண்டியவன். அரசனைத் தேடி வந்திருக்கிறாயே? நீ எப்போது இந்த வாழ்க்கைக்கான அர்த்தத்தை கண்டுபிடிக்க போகிறாய்?"

இந்தக் கேள்வியை தன் மனது கேட்டதும், அரண்மனை அருகே இருக்கும் குளத்தில் குதிரையை நிறுத்தினான். குளத்தில் இருந்த தண்ணீர் முழுவதும் உறைந்து காணப்பட்டது.

அதைப் பார்த்தவாறு அமர்ந்து கொண்டே, தன் கண்களை மூடினான்.

சிறிது நேரத்திற்கு பின், அவனால் தன் மனதிடம் பேச முடிந்தது. "நீ கூறுவது போல் நான் உண்மையாகவே துறவியா? இல்லை என்னை நானே துறவியாக ஏமாற்றிக் கொண்டிருக்கிறேனா? துறவியாக மாற வேண்டும் என்றால், அனைத்தையும் துறந்தாக வேண்டும். ஆனால் அழகான பெண்களை நான்

பார்க்கும் போது, எனக்கு காதல் ஆசை வருகிறது. உணவை பார்த்தால், அதை ருசிக்க வேண்டும் என்று ஆசை வருகிறது. இதோ இந்த அரண்மனையை பார்த்தால், இதே போல் ஒரு அரண்மனையைக் கட்டி, நானும் அரசனாக வேண்டும் என்று ஆசை வருகிறது. இப்போது நீ உண்மையை கூறு, நான் உண்மையாகவே ஒரு துறவியா என்று?"

அவனுக்கு தன் மனது பதில் கூறும் முன், அரண்மனைக்கு அருகே மக்கள் கூச்சலிட ஆரம்பித்தார்கள்.

தேனீழினி தேவி வாழ்க வாழ்க..... ராயர் குலத்தின் மகுடம் வாழ்க வாழ்க.... இரும்பை போல் இதயம் கொண்ட வீரமங்கை வாழ்க.... வாழ்க... என வாழ்த்து கோஷங்களை எழுப்பினார்கள்.

துறவனுக்கு இதை கேட்டதும், ஆர்வம் அதிகமானது. அருகே இருந்த மரத்தை பிடித்து, வேக வேகமாக மேலே ஏறினான். தேரின் மீது நின்று கொண்டவறே இளவரசி தேனீழினி அரண்மனைக்குள் சென்று கொண்டிருந்தார்கள்.

துறவனால் அவர்களின் முகத்தை பார்க்க முடியவில்லை. பூ மழைகள் அவர்களை நன்றாக மறைத்து இருந்தது. ஆனால் அவர்களின் முகத்தை பார்க்க வேண்டும் என்ற ஆர்வம், துறவனின் மனதில் ஆழமாக பதிந்து விட்டது.

மரத்திலிருந்து கீழே குதித்து, தன் குதிரையை அவிழ்த்தான். பின் அரண்மனை வாசலை நோக்கி வேகமாக கிளம்பினான். ஆனால் வாசலின் அருகே சென்றபின் தான், உள்ளே போவது அத்தனை எளிது கிடையாது என்பது, துறவனுக்கு நன்றாக புரிந்தது.

குதிரையை அங்கேயே நிறுத்திவிட்டு, அரண்மனை வாசலுக்கு நடந்து சென்றான். அரண்மனை அருகே சென்றதும், அரண்மனை உயரம் துறவனின் கண்களை அதிகமாக ஈர்த்தது.

அதை அன்னாந்து பார்த்துக் கொண்டிருந்தான். அப்போது அவன் தோளில் ஒரு கம்பை வைத்து, ஒருவன் அழைத்தான். "டேய் யாரடா நீ? இங்கே எதை பார்த்துக் கொண்டிருக்கிறாய்?"

"காவலாளிகளே நான் உள்ளே செல்ல வேண்டும். நம் அரண்மனைக்கும், நம் உலகத்திற்கும் ஒரு மிகப்பெரிய ஆபத்து வந்துவிட்டது."

இதைக் கேட்டதும் அங்கிருந்த காவலாளிகள் ஒருவரை ஒருவர் பார்த்துக் கொண்டார்கள். இவர்கள் சிந்திப்பதை பார்த்தால், நம்மை உள்ளே விட்டு விடுவார்களோ? என்று நினைத்தான்.

ஆனால் அப்படி ஏதும் நடக்கவில்லை. " ஏனடா சிரிப்பு மூட்டுகிறாய்? என்று அனைவரும் சிரித்தார்கள். பின் எதுவாக இருந்தாலும், நாங்கள் பார்த்துக் கொள்கிறோம். நீ உனது வேலையை பார்த்துக்கொண்டு வந்த வழியே செல்" என்றார்கள்.

"காவலாளிகளே இது மிகவும் முக்கியமான விஷயம் விளையாடாதீர்கள்" என்றான்.

"டேய் போகிறாயா இல்லையா?" என தனது வாளை வெளியே எடுத்தான்.

துறவன் எதுவும் பேசாமல், தன் குதிரைக்கு அருகே வந்தான்.

சிறிது நேரம் அங்கேயே நின்று விட்டு, பின் குளத்தை நோக்கியே திரும்பினான். குளத்திற்கு வந்த பின், இனிமேல் நான் என்ன செய்வது? என்னால் செய்ய முடிந்ததை நான் செய்து விட்டேன். மூன்று நாட்கள் கஷ்டப்பட்டு பயணித்து இங்கே வந்தால், இவர்கள் என்னை வெட்டி விடுவேன் என்கிறார்கள். இவர்களைக் காப்பாற்றுவதற்கு, நான் என் துறவி வாழ்க்கையை நன்றாக வாழலாம் என்று முணுமுணுத்தான்.

அப்போது குளக்கரையில் இருந்த, மண் துகள்கள் காற்றின் வேகத்தில் துறவனின் முகத்தில் அடித்தது.

கண்களைப் பிடித்துக் கொண்டே திரும்பினான். அப்போது அந்தக் குளத்தின் ஓரத்தில் இன்னொருவரும் அமர்ந்திருந்தார்.

சரி இங்கே வந்ததற்கு, இவரிடமாவது நடந்ததை கூறிவிட்டு போகலாம் என்று அவரின் அருகே சென்றான்.

அவரைச் சுற்றிலும் சங்குகள் கிடந்தது. மண் மீது அவர் அமர்ந்திருந்தார். அவர் அணிந்திருந்த உடையை பார்க்கும் போது, இவர் சாமியாரை போல் இருக்கிறாரே என யோசித்தான். ஆனால் இன்னொரு ஆச்சரியமான விஷயம் என்னவென்றால், அவரிடம் உடைவாள் இருந்தது.

அவர் கண்களைத் திறந்தார். "என்ன பெரியவரே, சங்கு வியாபாரம் ஏதும் செய்கிறீர்களா?" என்றான்.

அவர் சிரித்துக் கொண்டே, "உனக்கு என்ன வேண்டுமோ, அந்த வியாபாரத்தை செய்வது தானப்பா என் வேலை" என்றார்.

துறவன் குழப்பத்தில் யோசித்தான்.

"சரி அமர்ந்து கொள்" என்றார். அவரின் அருகே அமர்ந்ததும் துறவன் கேட்டான். "என்ன பெரியவரே தனியாக அமர்ந்து கொண்டிருக்கிறீர்கள்?"

"ஆம் தனியாக இருக்க வேண்டியவர்கள் தனியாக தானப்பா இருக்க வேண்டும். உன்னைப் போல் சுமைகளை சுமக்க வேண்டுமா?"

ஆஹா இவர் கண்டிப்பாக சாதாரண ஆள் கிடையாது. பேசும் பேச்சைப் பார்த்தால், சித்தரை போல் இருக்கிறதே என யோசித்தான்.

"பெரியவரே என்னை பார்த்ததும், நான் தன்னந்தனியாக அலைபவன் எனக் கூறி விட்டீர்களே, நீங்கள் யார்? உங்கள் பெயர் என்ன?"

"என்னைப் பற்றி தெரிந்த சிலர், சங்கு மணல் சித்தர் என அழைப்பார்கள். என்னை பற்றி தெரியாத சிலர் பிச்சைக்காரன் என்று அழைப்பார்கள்" என்றார்.

"ஓஹோ உங்களைப் பற்றி இப்போது எனக்கு நன்றாக தெரிந்து விட்டது. நானும் உங்களை சங்கு சித்தர் என்று அழைக்கிறேன்."

"அது உன்னுடைய விருப்பம்."

"பெரியவரே உங்களுக்கு விஷயமே தெரியாதா? இப்படி தன்னந்தனியாக அமர்ந்திருப்பவர்களை பார்த்து தான், அந்த நர பலிகர்கள் கொன்று கொண்டிருக்கிறார்கள்."

"ஆம் நானும் அதை பார்த்தேன்."

துறவன் அதிர்ச்சியோடு, "என்ன பார்த்தீர்களா? பார்த்தபின் எப்படி தனியாக சுற்றிக் கொண்டிருக்கிறீர்கள்?"

"நான் என்னப்பா செய்வது? சுற்றினால் தான் உன்னைப் போன்ற சிலரை குளக்கரையில் பார்க்க முடிகிறது."

துறவன் மறுபடியும் குழம்பினான். பின், "சரி அதெல்லாம் இருக்கட்டும் பெரியவரே, எனக்கு ஒரு உதவி செய்யுங்கள். இந்த நரபலிகர்களை பற்றி நான் யாரிடம் கூறினாலும், அவர்கள் நம்ப மறுக்கிறார்கள். தயவுசெய்து நீங்கள் அந்த உண்மையை அரண்மனைக்குள் கொண்டு செல்ல வேண்டும். இதை மட்டும் எனக்காக செய்யுங்கள்."

"நான் ஏன் உனக்காக செய்ய வேண்டும்?"

"ஏனென்றால் நானும் உங்களைப் போல், ஆக வேண்டியவன் தான். ஏதோ கட்டாயத்தினால் இங்கு வந்து விட்டேன். இன்னும் கொஞ்ச நாளில் பாருங்கள், உங்களைவிட மிகப்பெரிய சித்தர் ஆகவோ, துறவியாகவோ மாறி இருப்பேன்."

"தம்பி ஒன்றுமே இல்லாத உலகில், ஒவ்வொன்றும் ஒவ்வொரு பெயரை வைத்துக் கொண்டு அலைகிறது."

"என்ன ஒன்றுமே இல்லையா? அது எப்படி இல்லாமல் இருக்கும்? கடவுள்கள் இருக்கிறார்கள்.. சித்தர்கள் இருக்கிறார்கள்... துறவிகள் இருக்கிறார்கள்...

வானம் இருக்கிறது.. பூமி இருக்கிறது... மழை பெய்கிறது.. வெயில் அடிக்கிறது... இது எல்லாமே ஒன்றுமே இல்லையா?"எனக் கூறிவிட்டு மூச்சு வாங்கினான்.

"ஓஹோ கடவுள்கள் இருக்கிறார்களா?"

"ஆம் எக்கச்சக்கமான கடவுள்கள் இருக்கிறார்கள்."

"உன் எக்கச்சக்கமான கடவுள்களுக்கு என்னதான்பா வேலை?"

"கடவுள்களுக்கு என்ன வேலையா? இதை யோசித்து விட்டு, "நம்மையெல்லாம் படைத்து, நல்ல வாழ்க்கை வாழ வைப்பது தான் வேலை."

"அடடா எவ்வளவு அருமையான வேலை. சரி அதைச் செய்வதனால் அவர்களுக்கு என்ன லாபம்."

"எது என்ன லாபமா? நம்மையெல்லாம் ஒழுங்குப்படுத்தி நமக்கு வேறொரு வாழ்க்கையை கொடுக்கப் போகிறார்கள் போலும்."

"கொடுத்து மட்டும் அவர்களுக்கு என்னப்பா லாபம்?"

"பெரியவரே உங்களை நான் சித்தர் என்று நினைத்தேன். பல கடவுள்கள் பெயரை சொல்லி, ஏதாவது ஏழு மந்திரங்கள் சொல்லிக் கொடுப்பீர்கள் என்று நினைத்தேன். ஆனால் துறவி போல் பேசுகிறீர்களே?

"நான் நானாக மட்டும் தான் பேசுகிறேன். நீ தான் என்னை ஏதேதோ பெயர்கள் சொல்லிக் கூறினாய்."

"ஆமாம் நான் தான் கூறினேன். சரி இப்போது வாழ்க்கைக்கான அர்த்தத்தை சொல்கிறேன் கேட்டுக் கொள்ளுங்கள். வானத்திற்கு மேலே சொர்க்கம், நரகம் என்று இரண்டு இருக்கிறது. நல்லவர்கள் அனைவரும் சொர்கத்திற்கு போவோம். கெட்டவர்கள் அனைவரும் நரகத்திற்கு போவார்கள். அங்கே வைத்து தண்டனை கொடுக்கப்படும்."

"ஆஹா இப்படி தண்டனை கொடுப்பதற்காகவா கடவுள் இவர்களை படைத்தார். இதற்குப் பதில் இவர்களைப் படைக்காமல் இருந்திருக்கலாமே?"

"படைக்காமல் இருந்திருந்தால்?" என கூற வந்து, எதுவும் கூற முடியாமல் நிறுத்தினான்.

"படைக்காமல் இருந்திருந்தால் என்ன? படைத்திருந்தால் என்ன?"

"ஐயோ பெரியவரே நான் தெரியாமல் இங்கு வந்து விட்டேன். என்னை விட்டு விடுங்கள். நான் துறவியாகவே ஓடி விடுகிறேன்."

"தம்பி நீ ஓடுவதெல்லாம் இருக்கட்டும், நீ துறவி ஆவதெல்லாம் இருக்கட்டும். உன்னைச் சுற்றிலும் சில மகுடங்கள் சுற்றிக் கொண்டிருக்கிறது. உன்னைச் சுற்றி சுற்றி ஒருத்தி வந்து கொண்டிருக்கிறாள். உன்னால் இனிமேல், யாரிடம் இருந்தும் தப்பிக்க முடியாது."

என்ன என்னை ஒருத்தி சுற்றிக் கொண்டிருக்கிறாளா? ஒருவேளை இவர் கண்களுக்கு பேய்கள் தெரியுமோ? உண்மையாகவே என்னைச் சுற்றி, எந்த பெண்ணாவது இருக்கிறாளோ? என பயத்தில் நடுங்க ஆரம்பித்தான்.

அந்த நேரத்தில் பெரியவரின் கையில் இருந்த சங்கு, தொப்பென்று அவர் அருகில் விழுந்தது. அது விழுந்த சத்தத்தில், துறவன் பயத்தில் குளத்தில் குதித்தான். ஆனால் தண்ணீருக்குள் அவன் செல்லவில்லை.

அவர் இவனைப் பார்த்து சிரித்துக் கொண்டே, "ஒன்றுமே இல்லாததை, ஒவ்வொன்றாக எடுத்துக் கொண்டால். ஒன்றுமே இல்லாதது கூட, ஒவ்வொன்றாக ஒன்று சேர்ந்து, ஓராயிரமாக தெரியுமாம்."

துறவன் அவரை முறைத்து பார்த்தபடியே எழுந்து நின்றான்.

"பெரியவரே இந்த விளையாட்டு எல்லாம் எதற்கு? சரி அதையெல்லாம் விடுங்கள். உங்களிடம் ஏன் உடைவாள் இருக்கிறது?"

"ஏனப்பா இந்த ஊரில் அனைவருமே வைத்திருக்கிறார்கள். நான் வைத்திருக்கக் கூடாதா?"

"இல்லை காவித்துணி அணிந்து கொண்டு, பார்ப்பதற்கே சாமி போல் இருக்கிறீர்கள். உங்களிடம் உடைவாள் இருப்பது எனக்கு மிகவும் அதிர்ச்சியாக இருக்கிறது."

"சரி அதிர்ச்சி அடையாதே, என்னிடம் உடைவாள் இல்லை."

"என்ன உடைவாள் இல்லையா? அப்போ உங்கள் இடையில் தொங்கிக் கொண்டிருப்பது என்ன?"

"இது வெறும் வாளிர்க்கான உறை தான். இதில் வாள் இல்லை."

"என்ன வாள் இல்லையா? என்று அதிர்ச்சியோடு கரையில் மீண்டும் ஏறினான். பின் அந்த உறையில் பார்க்கும்போது, உண்மையாகவே அதில் வாளில்லை.

"என்ன பெரியவரே, இந்த வாளின் உறை எங்கேயாவது கீழே கிடந்ததா?"

"ஆம் சோழர் தேசத்தில் கிடந்தது."

"என்ன சோழர்கள் தேசமா? அங்கும் நீங்கள் சென்றுள்ளீர்களா?"

"ஆம் அனைத்து நாட்டுக்கும் நான் சென்றுள்ளேன்."

"ஓஹோ, எனக்கும் அங்கு போக வேண்டும் என்று ஆசை தான். ஆனால் என் தாய், தந்தை என்னை அங்கே போகவே கூடாது என சிறுவயதில் இருந்து சொல்லி இருக்கிறார்கள்."

"ஏன் அப்படி?"

"அது எனக்கும் தெரியவில்லை, நான் ஏன் என்றும் கேட்கவில்லை. சரி பெரியவரே அந்த வாளின்

33

உறையை என்னிடம் கொடுங்கள். நானே அதை வைத்துக் கொள்கிறேன்."

"இதை அப்படி எல்லாம் தர முடியாது. இதற்கான வாளை வேண்டுமென்றால், நீ எடுத்து வா.. அதன் பின் வாளையும் உரையையும் சேர்த்து உடைவாளாக தருகிறேன்.

"அட போங்க பெரியவரே, என்னால் அதை எல்லாம் செய்ய முடியாது. அதைவிட எனக்கு முக்கியமான ஒரு வேலை இருக்கிறது. நான் உடனடியாக அரண்மனைக்குள் சென்று, அரசரிடம் நரபலிகர்களை பற்றி கூறியாக வேண்டும்."

"அப்படியா அப்போ உன்னை சுற்றி வரும் இந்த பெண்ணுடைய நிலைமை?" என்று அவன் பின்னே பார்த்தார்.

மறுபடியும் துறவன் பயத்தில் வேகமாக குளத்தில் இறங்கினான்.

பின் பெரியவரை முறைத்து பார்த்துவிட்டு, இவரிடம் பேசி எந்த பிரயோஜனமும் இல்லை. நாம் கிளம்பலாம் என நினைத்தான்.

"தம்பி நீ அரண்மனைக்குள் செல்ல தானே விரும்புகிறாய், அப்படியே இந்த குளக்கரையைப் பிடித்தவரே நேராகச் செல். அங்கே உனக்கு வழி கிடைக்கும்."

துருவன் அவர் சொன்ன பாதையை சிறிது நேரம் பார்த்து விட்டு, இவர் சொல்வதை நம்பலாமா வேண்டாமா? என யோசித்தான். பின் சரி போய் தான் பார்க்கலாமே என்று, அவரை முறைத்து பார்த்துவிட்டு நடக்க ஆரம்பித்தான்.

சிறிது தூரம் மேற்கே வந்தபின், அரண்மனை சுவரின் அருகே நான்கு காவலர்கள் சேர்ந்து, ஒரு வாலிபனை அடித்துக் கொண்டிருந்தார்கள். அவனை நன்றாக உற்றுப் பார்த்தபோது, இவன் நமக்குத் தெரிந்தவனை போல இருக்கிறானே என யோசித்தான்.

34

அதன் பின் அவனை அரண்மனையின் முன் வாசலுக்கு இழுத்துச் சென்றார்கள். இப்போது அவன் முகம் நன்றாக தெரிந்தது.

ஐயோ இது எனது உயிர் நண்பன் கிச்சான். ஏன் இங்கே வந்தான்? இப்போது நான் என்ன செய்வது? என அதிர்ச்சி அடைந்தான்.

அந்தக் காவலர்கள் அவனை “டேய் வாடா திருட்டு பயலே” என அரண்மனைக்குள் இழுத்துச் சென்று விட்டார்கள்.

வந்த வழியாகவே திரும்பிப் போய்விடலாம் என்று நினைத்தவனுக்கு இப்போது வேறு வழியே இல்லை. அரண்மனைக்குள் போயே ஆக வேண்டும் என்ற நிலைமை வந்துவிட்டது. சரி அரண்மனைக்குள் செல்ல ஏதாவது வழிகள் இருக்கிறதா என்று பார்ப்போம் என, அங்கும் இங்கும் நடந்தான். அரண்மனை தடுப்புச் சுவருக்கு மேலும், தடுப்பூச்சுவருக்கு கீழும் காவலர்கள் குவிந்து கிடந்தார்கள். இவர்களை மீறி சுவரைத் தாண்டி செல்வது சாத்தியம் இல்லை.

குளக்கரையை ஒட்டியவறே மேற்கு திசையில் துறவன் நடக்க ஆரம்பித்தான். அப்போது குளத்தில் ஓரிடத்தில் மட்டும் தண்ணீர் உறையாமல் இருந்தது. நாவின் பசியை கொஞ்சம் தீர்த்துக் கொள்ளலாம் என, அந்த தண்ணீரின் அருகே சென்றான். ஆனால் அவனுக்கு அதிலும் அதிர்ச்சி. அந்த தண்ணீரில் இருந்து, சிறு சிறு தண்ணீர் முட்டைகள் வெளிவர ஆரம்பித்தது. என்ன இது? ஒரு வேலை உள்ளே பெரிய பெரிய மீன்கள் இருக்குமோ என்று நினைத்தான். இவன் யோசித்துக் கொண்டிருக்கும் போதே, அங்கிருந்த தண்ணீர் வேகமாக உள்ளே இழுக்கப்பட்டது.

என்ன இது ஆச்சரியமாக இருக்கிறது என, அதனை எட்டிப் பார்த்தான். வேகமாக போய்க்கொண்டிருந்த தண்ணீர் சட்டென நின்று விட்டது. இந்த இடத்தில் ஏதோ சுழல் இருக்கிறது என

யோசித்துக் கொண்டிருந்தான். ஆனால் அதற்கு மாறாக குளத்தின் மறு கரையில், இருவர் தண்ணீருக்குள் இருந்து வெளியே வந்தார்கள்.

அட இவர்கள் எங்கே இருந்து வந்தார்கள்? என ஆச்சரியமாக அவர்களைப் பார்த்தான். இன்னும் ஆச்சரியப்படும் விதமாக, அவர்கள் இருவரும் குளத்தின் கரையில் ஏறியதும், பத்திற்கும் மேற்பட்டவர்கள் அங்கே கூடினார்கள். ஐயோ இவர்கள் நரபலிகர்களே... இவர்கள் ஏன் ராஜ உடையில் இருப்பவரிடம் பேசுகிறார்கள்? ஒருவேளை அவரை பலி கொடுக்கப் போகிறார்களோ? என நினைத்தான்.

ஆனால் அப்படி ஏதும் நடக்கவில்லை. ராஜ உடையில் இருந்தவர், இரண்டு கோணி சாக்குகளை நாதனிடமும், கழட்டியப்பனிமும் கொடுத்தார். அதிலிருந்த உடையை மாற்றிக் கொண்டு, அரண்மனை காவலர்களைப் போல் இருவரும் மாறினார்கள்.

இந்த இரண்டு பேரில் ஒருவனை நான் மண்டபத்தில் வைத்து பார்த்திருக்கிறேனே, ஐயோ நான் நரபலிகர்களை பற்றி கூறிய போது, இவன் அங்கே தான் இருந்தானே. ஒரு வேளை என்னை தேடி தான் இவர்கள் இங்கே வந்திருக்கிறார்களோ? என சந்தேகம் அடைந்தான்.

அந்த ராஜ உடையில் இருந்தவர், தன் கைகளை உயர்த்தி நரபலிகர்களிடம் ஏதோ கூறினார். அவர்களும் பதிலுக்கு சத்தமாக கூச்சிலிட்டார்கள். பின் நாதனையும் கழட்டியப்பனையும் அழைத்துக் கொண்டு, தண்ணீருக்குள் ராஜ உடையில் இருந்தவர் மூழ்கினார். நாதனும் கழட்டியப்பனும் அவரோடு மூழ்கினார்கள்.

இங்கே நடப்பது எல்லாம் பார்க்கும்போது, மிகவும் வித்தியாசமாக இருக்கிறது. அவர்கள் உள்ளே போனதும், துறவன் நிற்கும் இடத்தில், மறுபடியும் தண்ணீர் உள்ளே சென்றது. திரும்பவும் மேலே வந்தது.

இப்போது துறவனுக்கு இங்கே நடப்பது புரிந்தது. இது ரகசிய வழியாக இருக்கும். இந்த அரண்மனைக்குள் செல்வதற்கு பல ரகசிய வழி இருக்கிறது என்று, என் ஊர் மக்கள் கூறி நான் கேள்வி பட்டுள்ளேன்.

சரி உள்ளே தான் போய் பார்க்கலாமே என, தண்ணீருக்குள் மூழ்கி உள்ளே சென்றான். அங்கே ஒரு பெரும் பாறையில் ஒரு இரும்பு கதவு போடப்பட்டிருந்தது. தன் பலத்தை பயன்படுத்தி, முதல் முயற்சியில் தோற்று விட்டான். இரண்டாவது முயற்சியில் நேராக கதவின் அருகே சென்று, அதை பலமாக தள்ளினான். ஆனால் கதவு திறக்கவில்லை. மூச்சுத்திணறி மறுபடியும் மேலே வந்தான்.

என்ன இது? இத்தனை கடினமாக இருக்கிறது. ஆனால் இவர்கள் மட்டும் சுலபமாக செல்கிறார்களே என சிந்தித்தான். பின் மறுபடியும் நீருக்குள் மூழ்கி சென்று, அந்தப் பாறையை ஒரு முறை சுற்றி பார்த்தான். இந்த கதவு ஏன் இத்தனை பலமாக இருக்கிறது? என, அவன் கையை மெதுவாக அந்த இரும்பு கதவில் வைத்தான். கதவு சட்டென திறந்தது. வெளியே இருந்த தண்ணீர் வேகமாக கதவுக்குள் போக ஆரம்பித்தது. பதற்றத்தில் உள்ளே வந்து, கதவை மூடினான். ஆனால் கதவை அடைக்க முடியவில்லை.

அரண்மனையின் உள்ளே இருக்கும் அழகிய குட்டையின் நீர்மட்டம் உயர ஆரம்பித்தது. அதன் அருகே இருந்த இருவரில் ஒருவன், "அங்கே பார் யாரோ சுரங்கம் வழியாக வெளிவருகிறார்கள்" என்றான்.

"இந்த வழியை பயன்படுத்துவது ஒரே ஒருவர்தான். நம் சிங்கராயர் தான்."

"நீ கூறுவதெல்லாம் சரிதான். ஆனால் அவர் வரும்போது நீர்மட்டம் இவ்வளவு உயராதே."

"ஆம் நீ கூறுவதும் சரிதான். சரி எதற்கும் ஈட்டியை தயாராக வைத்துக் கொள்" என்று, இருவரும்

ஈட்டிகளை குளத்தை நோக்கி தயாராக வைத்திருந்தார்கள்.

குளத்தின் உள்ளே கதவை அடைப்பதற்கு துறவன் பாடாய்பட்டுக் கொண்டிருந்தான். நீண்ட நேரத்திற்கு பின், அவனுக்கு ஒரு யோசனை வந்தது. ஒருவேளை இப்படி இருக்குமோ என்று, ஒரு விரலை வைத்து மெதுவாக கதவைத் தள்ளினான். கதவு பலமாக அடைத்துக் கொண்டது. அதன் பின் ஒரு பெரும் மூச்சு விட்டு விட்டு, உங்கள் ராஜதந்திரத்தை இதிலுமா காட்ட வேண்டும் என முணுமுணுத்துவிட்டு, சுரங்கம் வழியாக நடக்க ஆரம்பித்தான். உள்ளே வந்ததும் கதையை அடைத்திருந்தால், இடுப்பு அளவுக்கு தான் தண்ணீர் இருந்திருக்கும். ஆனால் இப்போது கழுத்து அளவுக்கு தண்ணீர் இருந்தது. உள்ளே நடப்பது கொஞ்சம் கடினமாக இருந்தது. வெளவால்கள் சத்தமும் இருள் நிறைந்த குகையும், துறவனை அதிகமாக பயமுறுத்தியது.

சிறிது தூரம் நடந்த பின், துறவன் குகையின் மற்றொரு கதவுக்கு வந்து சேர்ந்தான். இந்த முறை முதல் முயற்சியிலேயே கதவை சுலபமாக திறந்து விட்டான். தண்ணீர் முட்டைகள் மேலே செல்ல ஆரம்பித்தது. மேலே இருந்த காவலாளி கேட்டான். "ஈட்டியை எரிந்து விடலாமா என்று?"

"பொறுமையாக இருடா, வருவது யார் என்று முதலில் பார்ப்போம்."

இவர்கள் இருவரும் பேசிக் கொண்டிருக்கும்போது, துறவன் சட்டென மேலே வந்தான்.

காவலர்கள் ஒருவரை ஒருவர் பார்த்துக் கொண்டு, "அடேய் யாரடா நீ? ஏன் சுரங்கம் வழியாக வருகிறாய்?" என்றான்.

"காவலர்களே நான் உண்மையை சொல்கிறேன். என்னை நீங்கள் எதுவும் செய்ய மாட்டீர்கள் தானே?"

மறுபடியும் அவர்கள் ஒருவரை ஒருவர்

பார்த்துக் கொண்டு, "என்னடா நம்மைப் பார்த்து, இப்படி பயப்படுகிறான்" என மெதுவாக பேசினார்கள். "சரி சரி சொல் நாங்கள் உன்னை எதுவும் செய்து விட மாட்டோம்."

"நல்லது காவலர்களே. அரண்மனைக்குள் உங்களைப் போன்ற, சில நல்ல காவலர்களும் இருக்கத்தான் செய்கிறார்கள் போலும்."

இதைக் கேட்டதும் அவர்கள் இருவரின் முகத்திலும், சிறு வெட்கம் கலந்த புன்னகை தோன்றியது.

"சரி சரி மேலே சொல்" என்றார்கள்.

"காவலர்களே இன்று காலையில் நான் முன்வாசல் வழியாக அரண்மனைக்குள் வர நினைத்தேன். ஆனால் சில முட்டாள் காவலர்கள் என்னை உள்ளே அனுமதிக்கவில்லை. அதனால் தான் இந்த சுரங்கத்தை பயன்படுத்தி வருகிறேன்."

"ஓஹோ, ஆமாம் அந்த வாசலுக்கு நீ சொல்வதைப் போல், முட்டாள் காவலர்கள் தான் இருக்கிறார்கள். சரி நீ எதற்காக வந்தாய்?"

"நான் அரசரிடம் முக்கியமான ஒன்றை கூற வந்தேன்."

"ஓஹோ அதற்காகவா..."

"மற்றொரு காவலன் கூறினான். "அடேய் காவலா, இவன் யாருக்கும் தெரியாமல் நம் அரண்மனைக்குள் வந்திருக்கிறான். அவனிடம் பேச்சுவார்த்தை நடத்திக் கொண்டிருக்கிறாய்."

"ஆமாம் அதுவும் சரிதான்." "டேய் நீ உள்ளே வந்ததே தவறு, கைகளை பின்புறமாக கட்டு, முட்டி போட்டு அமர்ந்து கொள்" என கோபமாக கூறினான்.

"காவலர்களே நீங்களுமா இப்படி? உங்களை தான் சற்று நேரத்துக்கு முன், நல்லவர்கள் என்று நினைத்தேன். ஆனால் நீங்களும் மற்ற காவலர்கள் போல் நடந்து கொள்கிறீர்களே..." என வருத்தமாக கூறினார்.

அந்தக் காவலன் மற்றொரு காவலனை பார்த்து, “உண்மையாகவே இவன் வருத்தப்படுகிறான்டா, என்ன செய்யலாம்?”

“அடேய் முட்டாள் காவலனே. அவன் நம்மை ஏமாற்றிக் கொண்டிருக்கிறான்.”

“ஆமாம் அதுவும் சரிதான். டேய் நீ இங்கே வா” என துறவனை பிடித்து மேலே இழுத்தார்கள்.

அப்போது அரண்மனையின் வாசலில் கிச்சானை இழுத்துக் கொண்டு, அந்த காவலர்கள் உள்ளே நுழைந்தார்கள்.

கோட்டைச் சுவரின் அருகே, சேனாதிபதி ஒரு படையுடன் பேசிக் கொண்டிருந்தார். அவர்கள் நேராக சேனாதிபதியிடம் சென்று, “சேனாதிபதியாரே இவன் நம் அரண்மனைக்குள் வர, பல முயற்சிகளை விதவிதமாக செய்து கொண்டிருந்தான். இவன் ஒற்றனாக இருப்பானோ என்ற சந்தேகம் இருக்கிறது.

சேனாதிபதி முறைத்தபடியே கிச்சானின் எதிரே வந்தார். கிச்சானுக்கு பயத்தில் கண்விழி பிதுங்க ஆரம்பித்தது.

அவன் முகத்தை நன்றாக பார்த்துவிட்டு, “இவன் ஒற்றன் எல்லாம் கிடையாது. பார்த்தால் அப்பாவி போல் இருக்கிறான்” என்றார்.

கிச்சான் வாய் நடுங்கியபடியே, “ஆம் சேனாதிபதியாரே, நான் மிகவும் அப்பாவி. என்னை தவறாக இவர்கள் பிடித்து வந்து விட்டார்கள்.”என்றான்.

சேனாதிபதி மறுபடியும் சிறிது நேரம் யோசித்து விட்டு, “இவன் கொஞ்சம் விவரமாக தான் பேசுகிறான். எதற்கும் இவனை சிறையில் அடைத்து வையுங்கள். பண்டாரம் வேலை பார்க்க இவன் சரியாக இருப்பான்.”

“சேனாதிபதியாரே என்னை விட்டு விடுங்கள், நான் உண்மையாகவே அப்பாவி” என கத்தினான். அதை காதில் வாங்காமல் சேனாதிபதி அரண்மனைக்குள் நடக்க ஆரம்பித்து விட்டார்.

பின் கிச்சான் அந்தக் காவலர்களிடம் கேட்டான். "காவலர்களே பண்டாரம் வேலை என்றால் என்ன?" என்று.

"அதை கொஞ்ச நாளில் நீயே தெரிந்து கொள்வாய்" என்று அவனை சிறைக்கு இழுத்துச் சென்றார்கள்.

"தூரத்திலிருந்து பார்த்துக் கொண்டிருந்த அந்த இரண்டு காவலர்கள் துறவனை பார்த்து, "பார்த்தாயா எங்கள் சேனாதிபதியின் மூளையை, இப்போது உன்னையும் நான் அவரிடம் அழைத்துச் சென்றால், உனக்கும் பண்டாரம் வேலை தான். வா" என அவன் கையைப் பிடித்தார்கள்.

அவர்கள் துருவனின் கையை கட்டிக் கொண்டிருக்கும்போதே, ஒரு காவலனின் முகத்தில், மூன்று முறை தன் கைகளினால் துறவன் குத்தினான். அவ்வளவுதான் அந்தக் காவலன் மயக்கம் போட்டு கீழே விழுந்து விட்டான்.

அங்கே இருந்த மற்றொரு காவலன் பதறியப்படியே துறவனை பார்த்தான். துறவன் அவன் அருகே சென்று, "உனது நண்பன் கொஞ்சம் அதிகமாக வாய் பேசுகிறான். சரிதானே?"

"ஆம் தோழரே இவன் எப்போதுமே இப்படித்தான், வாயைக் கொடுத்து வாங்கி கட்டிக்குவான்."

"நீங்கள் என்ன செய்யலாம் என்று இருக்கிறீர்கள்?" என்று தனது கைகளை தொட்டுப் பார்த்தபடியே துறவன் கேட்டான்.

"தோழரே என்னால் உங்களிடம் அடி வாங்க முடியாது. வேண்டுமென்றால் நான் இவனோடு படுத்து கொள்கிறேன். நாளை காலையில் தான் நான் எழுந்திருப்பேன்."

"நல்ல முடிவு. சரி உங்கள் அரசரின் அறைக்கு எப்படி போவது?"

"இதோ இந்த நேர் வழியில் நேராக போனால், இளவரசியின் தேர் நிறுத்தப்பட்டிருக்கும். அப்படியே இடது புறமாக நீங்கள் திரும்பினால், அரசரின் அறை தான்."

"நன்றி காவலரே உங்கள் உதவிக்கு மிகவும் நன்றி."

"நமக்குள் நன்றி எல்லாம் எதற்கு தோழரே, என்று பொத்தென்று கீழே விழுந்து, மயங்கிய வாறே படுத்துக்கொண்டான்."

துறவன் அந்த நேர்வழியில் செடிகளுக்குள்ளும், சுவருக்கு பின்னாலும், பதுங்கியவரே சென்றான். இளவரசியின் தேரின் அருகே, சில இளம் பெண்கள் ஒன்றாக அமர்ந்து கொண்டு, அரட்டை அடித்துக் கொண்டிருந்தார்கள். அவர்கள் அருகே இருக்கும் விளக்கின் வெளிச்சத்தில், அவர்கள் முகம் அவ்வளவு பிரகாசமாக தெரிந்தது.

அந்த பெண்களைப் பார்க்கும்போது, காதல் ஆசை துறவனுக்குள் தோன்றியது. ஆனால் தான் ஒரு துறவியாக போகிறவன். இதை எல்லாம் துறந்து தான் நான் துறவியாக வேண்டும் என, அந்த இடத்தை கடந்து சென்றான்.

அங்கே இருந்த பூக்களின் வாசனையில், அரண்மனையே மலர்ந்து கொண்டிருந்தது. அந்த காவலன் சொன்ன இடத்திற்கு வந்தபின், அறையின் மேல் மச்சியில் துறவன் ஏறிக்கொண்டான். இதுதான் அரசரின் அறை. உள்ளே யாரும் இருப்பதாக தெரியவில்லை. உள்ளே செல்லலாம் என அறையின் மறுபக்கத்தில் இறங்கி, அறையின் கதவை திறந்து உள்ளே சென்றான்.

அடடா ராஜ வாழ்க்கை என்றால் இதுதான் போலும். எங்கே பார்த்தாலும் கண்ணை கவரும் ஓவியங்கள். அறை முழுவதும் சந்தனத்தின் வாசமும், பூக்களின் வாசமும் நிறைந்திருந்தது. தன்னை மறந்து

அறை முழுவதையும் துறவன் சுற்றி பார்த்துக் கொண்டிருந்தான்.

இவன் உள்ளே இருக்கும்போது சிறிது நேரத்தில், மக்கள் சத்தம் அதிகமாக கேட்டது. என்ன என்று ஜன்னல் வழியாக எட்டிப் பார்த்தான். அப்போது மக்களும், சிற்றரசர்களும், சேனாதிபதியும் வாழ்த்து கோஷங்களை எழுப்ப ஆரம்பித்தார்கள்.

"ராயர் பேரரசின் இமயம் வாழ்க வாழ்க..... இமயம் வென்ற இமயம் வாழ்க வாழ்க.... சாளுக்கியர்களின் தலை வென்ற சக்கரவர்த்தி வாழ்க வாழ்க.... பனிக்காட்டின் வேங்கை வாழ்க வாழ்க.... என அனைவரின் சத்தமும், பெரும் கடல் போல் கொந்தளித்தது.

அந்த சத்தத்தின் நடுவே பூக்களின் மழையில், ஒருவர் சிங்க நடை போட்டு நடந்து வந்தார். ராயர் பேரரசின் சக்கரவர்த்தி பலிகங்க ராயர்.

ஒரு மான் தன்னந்தனியாக சிங்கத்தை பார்க்க வந்தால், அந்த மானின் இதயம் எப்படி இருக்குமோ, அது போல் தான் துறவனுக்கும் இப்போது இருந்தது. நாம் யாருக்கும் தெரியாமல் இங்கே வந்தோம் என்பது மட்டும் அரசருக்கு தெரிந்தால், என் நிலைமை என்ன ஆகுமோ என்ற பயத்தில், அந்த அறையில் இருந்த படுக்கைக்கு கீழ் ஒளிந்து கொண்டான்.

சற்று நேரத்தில் துறவனின் உடல் முழுவதும் வியர்வையால் நனைந்தது. எப்படி அரசரிடம் பேசுவது? இப்படி நான் ஒளிந்திருப்பது அவருக்கு மட்டும் தெரிந்தால், அவர் என்னை என்ன செய்வார்? என்ற யோசனையில் படுத்துக் கொண்டிருந்தான். ஆனால் நேரம் செல்லச் செல்ல அந்த பயம் நீங்கியது. ஏனென்றால் அரசர் இன்னும் வரவில்லை. ஆனால் சிறிது நேரத்திற்கு பின் மக்கள் மறுபடியும் ஆரவாரம் செய்தார்கள். கொட்டுச் சத்தம் காதுகளை அதிரசெய்தது.

43

அப்படி யார் வருவது, என ஜன்னல் வழியாக துறவன் வெளியே பார்த்தான். பார்த்ததும் துறவன் தான் யார் என்பதை மறந்து விட்டான். ஏனென்றால் வருவது ராயர் பேரரசின் வருங்கால மகுடம், இளவரசி தேனீழினி.

அவர்களின் முகத்தைப் பார்த்ததும், துறவன் தான் யார் என்பதை முற்றிலுமாக மறந்து விட்டான். இளவரசியின் முகத்தை கண்ணெடுக்காமல் பார்க்க ஆரம்பித்தான். ஒரு பூ மலரில் இருக்கும் பூ இலை போல், அவர்களின் முகம் இருந்தது. அவர்களின் கால் தரையில் படும்போது, அதில் உள்ள சிறு சிறு மண் துகள்கள், அவர்கள் காலை குத்தியது. அதைக் கூட துறவனால் பொறுத்துக் கொள்ள முடியவில்லை. அவன் நினைத்தான், எனக்கு மட்டும் ஒரு வாய்ப்பு கிடைத்தால், அவர்கள் கால் தரையில் படாமல், என் இதயத்தில் தாங்கிக் கொள்வேன் என்று.

அவர்களின் உதடு சர்க்கரை பழம் போல் சிவந்திருந்தது. அந்த உதடுகளை என யோசிக்கும்போது, சட்டென துறவன் இருக்கும் அறையின் கதவுகள் திறந்தன. வேகவேகமாக மறுபடியும் கட்டில் அடியில் ஒளிந்து கொண்டான்.

கதவைத் திறந்து வைத்துவிட்டு, பணி பெண்கள் அறையின் வெளியே நின்றார்கள். அரசர் தான் உள்ளே வரப்போகிறார் என நினைத்தவனுக்கு, பெரும் அதிர்ச்சியும், பெரும் சந்தோசமும் காத்திருந்தது. ஏனென்றால் அறைக்குள் வந்தது இளவரசி தேனீழினி அவர்கள்.

துறவனின் இதயம் வேகவேகமாக துடிக்க ஆரம்பித்தது. இப்போது என்ன செய்யலாம்? அரசர் வருவார் என்று நினைத்தால், இளவரசி வந்திருக்கிறார்களே? என பதட்டத்துடன் யோசித்துக் கொண்டிருந்தான். அந்த நேரத்தில் இளவரசி நேராக, கட்டிலின் மேல் வந்து அமர்ந்தார்கள்.

அவர்களுடைய பாதத்தை பார்த்தபோது, இவர்களின் பாதம் எனக்கு மட்டும்தான் பிடித்தது என்று நினைத்தேன். ஆனால் எனக்கு முன்பாகவே, இந்த மருதாணி இலைகளுக்கும் அவர்கள் பாதத்தை மிகவும் பிடித்திருக்கிறது.

துறவன் தன்னைச் சுற்றி இருந்த அனைத்தையும் மறந்து விட்டு, இளவரசியின் பாதத்தை தொட தயாராகினான். ஆனால் அந்த நேரத்தில் ஒரு சத்தம், துறவனை காப்பாற்றுவதாய் நினைத்துக் கொண்டு, விக்... விக்... என துறவனின் தொண்டையில் இருந்து வந்தது.

அவ்வளவுதான் துறவன் பலமாக தன் கைகளை வைத்து வாயை மூடினான். ஆனால் சத்தம் இன்னும் நிற்கவில்லை. இளவரசி பணி பெண்களைப் பார்த்து, "தண்ணீரை எடுத்து குடியுங்கள்" என்றார்கள்.

"அம்மா எங்களுக்கு விக்கல் எடுக்கவில்லையே, சத்தம் உள்ளே இருந்து தான் வருகிறது."

"என்ன உள்ளிருந்து வருகிறதா? என அதிர்ச்சியில் எழுந்து நின்றார்கள்.

துறவன் தன் கழுத்தை இறுக்கிப்பிடித்துக் கொண்டு, ஏய் சப்தமே என் உயிரை எடுத்து விடாதே, தயவு செய்து நின்று விடு, என அழாத குறையாக கூறினான்.

ஒரு வழியாக சத்தம் நின்று விட்டது. அப்பா என பெருமூச்சு விடும் முன், இளவரசி துறவனை பார்த்து விட்டார்கள்.

"ஓ அந்த சத்தியத்திற்கு சொந்தக்காரன் நீதானா? இங்கே என்ன செய்து கொண்டிருக்கிறாய்?" என சிறு பதட்டம் கூட இல்லாமல் கேட்டார்கள்.

துறவன் எழுந்து நின்று, "முதலில் பனிக்காட்டியின் இளவரசிக்கு எனது மரியாதை மிக்க வணக்கங்கள். நான் ஒரு முக்கியமான செய்தியை அரசிடம் சொல்ல வந்தேன். தெரியாமல் உங்கள்

அறைக்கு வந்து விட்டேன். அவ்வளவுதான் என்னை விட்டு விடுங்கள்" என்றான்..

"ஓஹோ படுக்கைக்கு கீழ் அப்படி என்ன முக்கியமான செய்தியை சொல்ல வந்தீர்கள்?"

"இளவரசி நான் இப்படி செய்ததற்கு என்னை மன்னித்து விடுங்கள். உள்ளே வருவதற்கு எனக்கு வேறு வழி ஏதும் கிடைக்கவில்லை. அதனால் தான் இப்படி செய்தேன் எனக் கூறிவிட்டு, தன் இடையில் செருகி இருந்த ஓலையை எடுக்க முயன்றான். ஆனால் இளவரசி, அவன் ஆயுதத்தை எடுக்கிறான் என நினைத்துக் கொண்டார்கள். துறவன் ஓலையை எடுப்பதற்குள், இளவரசி வில்லையும் அம்பையும் கையில் எடுத்து விட்டார்கள். அடுத்த நொடி சராசரவென்று அம்புகள் துறவனை நோக்கி பாய்ந்தது. துறவன் மறுபடியும் கட்டிலின் கீழ் சென்று ஒளிந்தான். ஆனால் அம்புகள் அவனை விடவில்லை. சரமாரியாக அம்புகள் அவனை நோக்கி பாய்ந்தது. ஆனால் அங்கும் மிங்கும் தாவி, எப்படியோ அதிலிருந்து தப்பித்து விட்டான்.

இளவரசி இதுவரை குறி வைத்த எதுவுமே தப்பியது இல்லை. ஆனால் முதல் முறையாக தனது அம்பில் இருந்து ஒருவன் தப்பிக்கிறான். இதை நினைத்து அவர்களுக்கு மிக அதிகமான கோபம் உருவானது. அவர்கள் யோசித்துக் கொண்டிருக்கும் போதே, துறவன் வேகமாக வெளிவந்து, அறைக்கு வெளியே ஓட முயன்றான். ஆனால் வெளியே இருந்த பணிப்பெண்கள், சட்டென கதவை அடைத்து விட்டார்கள்.

கதவில் முட்டிவிட்டு "அட ராட்சசிகளா" என வாய்க்குள் அவர்களை திட்டிவிட்டு, இளவரசியை பார்த்து திரும்பினான். "இளவரசி நான் சொல்வதை சற்று பொறுமையாக கேளுங்கள், நான் ஒரு அப்பாவி."

ஆனால் இளவரசி எதையும் கேட்பதாக இல்லை. சுவரில் மாட்டப்பட்டிருந்த இரண்டு

வாள்களை எடுத்து, துறவனின் கையில் இரண்டையும் வீசினார்கள். பின் தன் கையில் ஒரு வாளை எடுத்துக்கொண்டு, முடிந்தால் என்னை சண்டையில் வெற்றி பெற்று விடு, நீ கூறும் அனைத்தையும் நான் பொறுமையாக கேட்கிறேன் என்று கோபப் புன்னகை செய்தார்கள்.

“ஐயோ இளவரசி நான் இந்த வாளை, இதற்கு முன் பிடித்தது இல்லை எனக் கூறும் முன், இளவரசியின் கையில் இருந்த வாள், துறவனைத் தாக்க தயாரானது. துறவன் தன்னை காப்பாற்றிக் கொள்வதற்காக வாளை வைத்து தடுத்துக் கொண்டும், அங்கும் இங்கும் தாவினான்.

இளவரசி நீண்ட நேரம் துறவனை வீழ்த்த முயன்றும், அவர்களால் முடியவில்லை. வெளியே இருந்த பணிப் பெண்களும் ஜன்னல் வழியாக, இதை பார்த்து அதிர்ச்சி அடைந்தார்கள். காரணம் இதுவரை எந்த ஆண் மகனும் இளவரசிக்கு எதிராக இத்தனை நேரம் இருக்கவில்லை. தன்னை எந்த ஆண்மகன் வாள் சண்டையில் வெற்றி பெறுகிறானோ, அவனை தான் நான் திருமணம் செய்து கொள்வேன் என, இளவரசி சத்தியம் செய்து கொண்டு இருக்கிறார்கள்.

ஒருவேளை இவன் இளவரசியை இன்று வீழ்த்தி விடுவானோ? என்ற பயமும் பணிப்பெண்களுக்கு அதிகமானது.

கடைசியில் அதற்கான நேரமும் வந்தது. இளவரசி தன் முழு பலத்தையும் பயன்படுத்தி, வாளை துறவன் மீது வீசினார்கள். துறவன் சரியான நேரத்தில் விலகினான். வாள் சுவரில் இருந்த மரப்பலகையில் சிக்கியது. இளவரசி முதல் முறையாக பதட்டமானார்கள். அந்த நேரத்தில் அறையின் கதவுகள் வேகமாக திறந்தது. அதை பார்த்ததும், துறவன் அதிர்ச்சி அடைந்தான். ஏனென்றால் வந்திருப்பது, நாதனும் கழட்டியப்பனும். அவர்களை துருவன் திரும்பிப் பார்த்த நேரத்தில், இளவரசி தன் இடையில்

இருந்த கத்தியை அவன் மார்பில் குத்தினார்கள். துறவன் வலி தாங்க முடியாமல் இரண்டு அடி பின்னே சென்றான்.

அதன் பின் நாதனும், கழட்டியப்பனும் கீழே கிடந்த வாளை எடுத்து, இளவரசியை தாக்க முயன்றார்கள். இளவரசியின் கைகளில் எந்த ஆயுதமும் இல்லை. இதைப் பார்த்துக் கொண்டிருந்த பணிப்பெண்கள், அதிர்ச்சியில் கத்தி கூச்சலிட ஆரம்பித்தார்கள். அருகில் இருந்த காவலர்கள் அறைய நோக்கி வேகமாக ஓடி வந்தார்கள்.

இளவரசியின் கையில் நாதனின் கத்தி அறுத்தது. இளவரசி கைகள் நடுங்கிய வாறே பின்னே சென்றார்கள். நாதனும், கழட்டியப்பனும் வாளை சுழற்றி, ஒருவரை ஒருவர் பார்த்துக் கொண்டு, "எதையோ தேடி வந்தால், ராயர் குலத்தின் மகுடமே கிடைத்துவிட்டது" என்று இளவரசியை பார்த்து சிரித்துக்கொண்டே நெருங்கி வந்தார்கள்.

இப்போது முதல்முறையாக ஒரு ஆண் மகனின் கை இளவரசியின் கையை பிடித்தது. அதிர்ச்சியில் இளவரசி பின்னே திரும்பினார்கள். தன்னுடைய இரத்த கையினால் துறவன் இளவரசியின் கையை பிடித்திருந்தான்.

துறவன் மார்பில் செருகியிருந்த கத்தியை, மற்றொரு கையினால் பிடுங்கி எடுத்தான். நாதனும், கழட்டியப்பனும் "இவன் என்னடா செய்கிறான்?" என அதிர்ச்சியடைந்தார்கள். அந்தக் கத்தியை இளவரசியின் கைகளில் கொடுத்தான். இளவரசி தன்னைச் சுற்றி இருந்த அனைத்தையும் மறந்து விட்டு, துறவனின் கண்களை பார்த்துக் கொண்டிருந்தார்கள்.

அப்போது நாதன் சத்தமாக கத்திக்கொண்டே இளவரசியை தாக்க ஓடி வந்தான். இளவரசி சுதாரித்துக் கொண்டு, தன் கையில் இருந்த கத்தியால், நாதனின் உடம்பில் பல இடங்களில் குத்தினார்கள்.

இதைப் பார்த்ததும் கழட்டியப்பன் பயத்தில், நாதனை கழட்டி விட்டு ஓட ஆரம்பித்தான். நாதன் வலியோடு கூறினான். "பேய் கழட்டியப்பா உன் வேலையை மறுபடியும் காட்டி விட்டாயே" என்று.

ஆனால் இளவரசி கழட்டியப்பனின் காலுக்கு குறி வைத்து, அந்த கத்தியை வீசினார்கள். கத்தி நேராக கழட்டியப்பனின் காலில் பாய்ந்தது. வலியில் கத்திக்கொண்டு சுவரில் முட்டி, பின்னே விழுந்தான்.

காவலர்கள் அறையை நெருங்கினார்கள். இளவரசி துறவனை ஒரு நொடி பார்த்துவிட்டு, அவனை வேகமாக உள் அறைக்கு அழைத்துச் சென்றார்கள். துறவனிடம், "நீங்கள் இங்கேயே இருங்கள். நான் என்ன நடந்தாலும் பார்த்துக் கொள்கிறேன் எனக் கூறிவிட்டு, உள் அறையை மூடிவிட்டு வெளியே வந்தார்கள்.

உள்ளே வந்த காவலர்கள், "தாயே எங்களை மன்னிக்க வேண்டும். இவர்கள் எப்படி இங்கே வந்தார்கள் என்று எங்களுக்கு தெரியவில்லை."

"உங்களுக்கு தெரியவில்லை என்பது எனக்கு நன்றாக தெரிந்து விட்டது. உடனடியாக சிற்றரசர்களை வரச் சொல்லுங்கள்" என்றார்கள்.

ஒரு காவலாளி வேகமாக ஓடிச் சென்று, நான்கு சிற்றரசர்களை அழைத்து வந்தான். அவர்கள் உள்ளே வந்ததும், இளவரசிக்கு மரியாதை செலுத்தினார்கள்.

"சிற்றரசர்களே உங்கள் காவலாளிகளின் திறமையை பாருங்கள், எத்தனை அற்புதமாக இருக்கிறது என்று."

"தாயே எங்களை மன்னிக்க வேண்டும். இனிமேல் இதுபோல் நடக்காமல் நாங்கள் பார்த்துக் கொள்கிறோம்" என மன்னிப்பு தெரிவித்தார்கள்.

"உடனடியாக திறமை வாய்ந்த வீரர்களை, அரண்மனைக் காவலுக்கு போடுங்கள். இன்று அரண்மனையில் காவல் செய்த அனைவருக்கும், பெரிய தண்டனை கொடுங்கள்" என்றார்கள்

"அப்படியே ஆகட்டும்" என்று, அவர்களும் விடை பெற்றார்கள். காவலர்கள் நாதனையும், கழட்டியப்பனையும் அங்கிருந்து தூக்கிச் சென்றார்கள். அதன்பின் அந்த இரண்டு பணிப் பெண்களிடம் இளவரசி கூறினார்கள். "உடனடியாக இரண்டு வைத்தியர்களை நான் வரச் சொன்னேன் என்று அழைத்து வாருங்கள். அதோடு காயத்திற்கு தேவையான மருந்துகளையும் எடுத்து வரச் சொல்லுங்கள்" என்றார்.

"ஆகட்டும் தாயே" என்று பணிப்பெண்களும் விடை பெற்றார்கள்.

அதன்பின் இளவரசி பதற்றத்தோடும், பயத்தோடும் இதுவரை இல்லாத இளவரசியாக, இன்று உள் அறைக்குள் சென்றார்கள். அங்கே துறவன் மயங்கி கிடந்தான். அவன் கையில் இருந்த ஓலையை இளவரசி எடுத்தார்கள். ஐயோ இவர் இந்த ஓலையை தான் எடுக்க முயன்றார் போலும். நாம் தான் தவறாக புரிந்து கொண்டோம் என்று, அந்த ஓலையை பிரித்துப் பார்த்தார்கள். அதில்,

"இமயம் வென்ற ராயர் குளத்தின் சக்கரவர்த்திக்கு வணக்கங்கள். நான் துறவன், அடிச்சாரல் கிராமத்தைச் சேர்ந்தவன். நம்முடைய இமயத்தை அழிக்க, நரபலிகர்களின் கூட்டம் மீண்டும் வந்திருக்கிறது. அவர்கள் இப்போது மக்களோடு மக்களாக கலந்து இருக்கிறார்கள். உங்கள் அரண்மனையிலும் அவர்கள் இருக்கலாம். ஜாக்கிரதையாக இருங்கள்...

இதைப் பார்த்ததும் இளவரசியின் கை, கால்கள் நடுங்க ஆரம்பித்தது. ஒரு மலையின் உச்சியில், இளவரசி குழந்தையாக நிற்பது ஞாபகத்திற்கு வந்தது. இளவரசியின் காதுகளில் அழுகை சத்தங்கள் கேட்க ஆரம்பித்தது. சட்டென அறையின் கதவுகளை திறந்து, பணிப்பெண்கள் உள்ளே ஓடி வந்தார்கள்.

இளவரசி பழைய நிலைக்கு திரும்பினார்கள். ஆனால் அரண்மனையின் அருகே இருக்கும் மலையின் உச்சியில், சங்குகளை ஊதும் சத்தம் பலமாக கேட்டது.

இளவரசி பயத்தோடு அதை பார்த்தார்கள்.

3.பசியை தீர்க்கும் பலிகர்கள்

இமயத்தின் ஒரு பகுதியில் இருக்கும் ஒரு மலையில், பனி வேகவேகமாக உருகிக் கொண்டிருந்தது. அந்த மலைக்கு உள்ளே இத்தனை காலமாக அடைப்பட்டிருந்த தீ குழம்பு, இப்போது ஆக்ரோஷமாக கொதித்துக் கொண்டிருந்தது.

அங்கே ஒரு பெரும் சத்தத்தின் நடுவே, ஆக்ரோஷமாக ஒருவன் வெளிவந்தான். அவனை சுற்றி இருந்த நரபலிகர்கள் பெரும் கோபக் குரலில் பாட ஆரம்பித்தார்கள்.

இந்த நிலம் காக்க.... இந்த நிலத்தில் வாழும் உயிர்காக்க... உயிர்கள் வாழும் உலகம் காக்க... உண்மை வழியில் உயிரையும் கொடுக்க..... பிறந்த வீரன் இவன்... எங்கள் பரந்தீரன்... இவன்...

பரந்தீரன் கோபக்கனலில் நடந்து வரும் போது, ஒருவன் வேகமாக அவன் எதிரே வந்து, நரபலிகர்களை பார்த்து “மனிதம் இல்லா மனிதர்களை....... மண்ணோடு அழிக்கப் பிறந்தவன் எவன்....?” என்று கத்தினான் .

பரந்தீரன்..... பரந்தீரன்..... பரந்தீரன்..... என நரம்பலிகர்கள் கூச்சிலிட்டார்கள்.

பரந்தீரனுடைய கண்களில் வெட்டு காயம் இருந்தது. கைகளில் மண்டை ஓடு பதித்த வாளை

வைத்திருந்தான். தலையில் கொம்பு போல் ஒரு சிறு மகுடத்தை அணிந்திருந்தான்.

ஒரு நிமிடம் அனைவரையும் பார்த்துவிட்டு, தனது கையை ஏந்தி, இறை....? என்றான். அப்போது அவனை சுற்றிலும் சில பட்டாம்பூச்சிகளும் பறந்து கொண்டிருந்தது.

சிலர் வேகமாக ஓடிச் சென்று, சங்கிலியால் கட்டப்பட்டிருந்த, வெள்ளையர்களை தரதரவென இழுத்து வந்தார்கள். அவர்கள் இழுத்து வந்தவர்கள், ஒவ்வொருவரின் முகத்தையும் பார்த்தான்.

பரந்தீரனுக்கு கண்கள் கலங்கி, கண்ணீர் வந்தது. பின் அந்தக் கூட்டத்தைப் பார்த்து, வருத்தம் நிறைந்த குரலில் கூறினான். "நான் என்ன செய்வது? நீங்கள் வாழும் வாழ்க்கை சரி இல்லை. உங்களுக்கு நல்ல வாழ்க்கை நான் கொடுத்து தான் ஆக வேண்டும். அதோ அந்த எரிமலைக்குள் நீங்களாகவே குதித்து விடுங்கள் என வருத்தமாக கூறினான்.

கூட்டத்தில் இருந்த ஒருவன், அழுதவாறே, "ஐயா நாங்கள் எந்த தவறும் செய்யாத அப்பாவிகள். எங்களை ஏன் கொல்கிறீர்கள்?" எனக் கேட்டான்.

பரந்தீரன் கோபக் குரலில், "நீங்கள்...நீங்கள் அப்பாவிகளா....? சரி சரி உன்னுடைய தொழில் என்ன...?"

"ஐயா நான் ஒரு சாதாரண வியாபாரி."

"ஓஹோ அப்படி என்ன சாதாரணமான ஒன்றை நீ வியாபாரம் செய்கிறாய்?"

"ஐயா நான் பசியோடு வருபவர்களுக்கு, உணவு தருவேன். இதுதான் என்னுடைய தொழில்."

"ஓஹோ பசியை போக்கும் நல்லவனா நீ? சரி உணவை நீ சும்மா தருகிறாயா?"

"இல்லை ஏதாவது வாங்கிக் கொண்டுதான், பதிலுக்கு உணவை கொடுப்பேன்."

"பார்த்தீர்களா நரபலிகர்களே இந்த பசி தீர்க்கும் நல்லவனை. இவனையெல்லாம் என்ன செய்யலாம்......?

"இவன் தலையை வெட்டி எறிய வேண்டும்" என பலிகர்கள் கத்தினார்கள்.

அந்த வியாபாரி பயத்தோடு, "ஐயா இதில் என்ன தவறு இருக்கிறது?" என்றார்.

பரந்தீரன் குகை அதிரும்படி, "தப்புதான்... தப்புதான்... நீங்கள் செய்யும் அனைத்துமே தப்புதான். இந்த உலகில் உள்ள அனைத்து உயிர்களுக்கும், உணவு தண்ணீர் இலவசமாக கிடைக்கிறது. ஆனால் இந்த மனிதனுக்கு மட்டும் அது இலவசமாக கிடைப்பதில்லை. ஒருவன் சுகமாக வாழ்வதற்கு ஆயிரம் சட்டங்களை உருவாக்கி வைத்திருக்கிறான். இதெல்லாம் உண்மையா இல்லையா?"

"உண்மைதான்" என்று பதறியபடியே அனைவரும் கூறினார்கள்.

"ம்ம்.. உங்களையெல்லாம் இப்படியே விட்டால், இந்த உலகையே அழித்து விடுவீர்கள். நான் வாழ, என் பலிகர்கள் வாழ... இந்த உலகில் உள்ள அனைத்து உயிர்களும் சமமாக வாழ... தண்ணீரும், உணவும் எங்களுக்கு சுதந்திரமாக, இலவசமாக வேண்டும். ஆனால் உங்களைப் போன்ற மனிதர்கள், அதையும் வியாபாரமாக மாற்றி விட்டீர்கள். உங்களை எல்லாம் இறைவனுக்கு இறையாக்கினால் தான், இந்த உலகில் உள்ள மற்ற உயிர்களுக்கு ஒரு நிம்மதியான வாழ்க்கையே கிடைக்கும்." எனக் கூறிவிட்டு, தன் வாளினால் அந்த வியாபாரியின் கழுத்தை வெட்டி வீசினான்.

மற்ற அனைவரையும் சங்கிலியோடு இழுத்து, அங்கே கொதித்து கொண்டிருந்த நெருப்புக் குழம்பிற்குள் தள்ளினார்கள். அந்த மக்களின் கூச்சல் சத்தம் நின்ற பின், பரந்தீரன் வானத்தைப் பார்த்து கூறினான். "இறைவா எங்கள் இறையை மனதார எடுத்துக் கொள்" என்று.

பரந்தீரன் செய்வது கொடூரமான செயல் என்று, உலகில் உள்ள மனிதர்கள் நினைத்தாலும். அவனுக்கும்,

அவனைச் சுற்றியுள்ளவர்களுக்கும் அது நியாயமான ஒன்றாகவே தெரிந்தது.

பரந்தீரன் வானத்தைப் பார்த்து வணங்கி விட்டு, பின் கீழே குனிந்தான். "பலிகர்களே நாம் நாய்களைக் கொல்வதை விட, அதற்கு உணவு அளிப்பவனை கொன்று விட்டால், நாய்கள் தானாகவே உயிரைவிடும். நீங்கள் அடுத்து செய்ய வேண்டியது, பனிக்காட்டின் ராயர் குல சக்கரவர்த்தியை. வேரோடு பிடுங்கி எடுப்பது தான்."

இதைக் கேட்டதும் நரபலிகர்கள் ஆக்ரோஷமாக கத்தினார்கள்.

பரந்தீரன் தனது கைகளை உயர்த்தி, "இன்னொன்றையும் மனதில் வைத்துக் கொள்ளுங்கள், துருவ நட்சத்திரக்காரர்கள் உங்கள் கண்ணில் பட்டால், நம்மோடு சேர்த்துக் கொள்ள, அனைத்து முயற்சிகளையும் செய்து பாருங்கள். மற்றபடி குழந்தையாக இருந்தாலும், கிழவனாக இருந்தாலும், அவனுக்கு மரணத்தை பரிசாக கொடுங்கள்" என்றான்.

"ஆகட்டும்..... ஆகட்டும்.... என பலிகர்கள்" கத்தினார்கள்.

4.நெருப்பில் அடிக்கப்பட்ட சத்தியம்

காலையிலிருந்து சுறுசுறுப்பாக இயங்கிக் கொண்டிருந்த அரண்மனை, மாலை வந்ததும் இரவு எனும் போர்வையை எடுத்து, தன்னை போர்த்திக் கொண்டது. பெண்கள் அந்த இருளிலும் அரண்மனையை அழகாக்க, விளக்குகளை ஏற்றிக் கொண்டிருந்தார்கள். மாலை நேரம் வந்துவிட்டாலே, அரண்மனை மக்களுக்கு குதூகலம் தான். ஏனென்றால் அரண்மனையின் கதவுகள் பனிக்காட்டு மக்களுக்காக திறக்கப்படும். அவர்கள் காலையில் இருந்து சேகரித்த

பொருட்களை கொடுத்து, தங்களுக்கு தேவையான பொருட்களை வாங்கி செல்வார்கள். இத்தனை மகிழ்ச்சியாக மாலை பொழுது போய்க் கொண்டிருந்தாலும், மூவர் மிகவும் கஷ்டப்பட்டு கொண்டு இருந்தார்கள்.

அதில் ஒருவன் கூறினான், “டேய் கழட்டியப்பா எப்படியாவது இந்த கைவிளங்கை கழட்டி விடுடா...” என்று.

“நாதா நான் எப்படிப்பட்ட பூட்டாக இருந்தாலும், அதை சுலபமாக கழட்டி விடுவேன். ஆனால் இவர்கள் பயன்படுத்தும் பூட்டு, மிகவும் வித்தியாசமாக இருக்கிறது.”

“ஐயோ நாம் எப்படியாவது பொழுது விடுவதற்குள், இங்கிருந்து தப்பித்தாக வேண்டுமே. இல்லை என்றால், நம்மை நமக்கே பலி கொடுத்து விடுவார்கள்.”

“நாதா அங்கே பார், ஒருவன் நீண்ட நேரமாக தூங்கிக் கொண்டிருக்கிறான். அவனை எழுப்பு” என்று, ஒரு ஓரத்தில் படுத்து கொண்டிருந்த ஒருவனை பார்த்து கூறினான்.

நாதன் தன் கால்களினால் மண்ணை வாரி, கிச்சானின் மீது வீசினான்.

கிச்சான் சட்டென கண்களைத் திறந்தான். ஆனால் அறை முழுவதும், மண்புழுதியாக இருந்தது. கிச்சான் யாரு இது? என சுற்றிலும் பார்த்தான். ஆனால் நாதனும் கழட்டியப்பனும் கிச்சானின் முன் வரவில்லை. அதற்கு பதிலாக, ஒரு கம்பீரமான உருவம் புழுதியின் உள்ளே இருந்து வெளிவந்தது. அதைப் பார்த்ததும், கிச்சான் குழப்பம் அடைந்தான். ஆனால் நாதனும் கழட்டியப்பனும் மிகவும் மகிழ்ச்சி அடைந்தார்கள். அதன்பின் இருவரும், “சிங்கராயர் வாழ்க வாழ்க.... வருங்கால ராயர் பேரரசின் மகுடமே வாழ்க வாழ்க....” என சந்தோஷத்தில் கத்தினார்கள்.

சிங்கராயர் அவர்கள் அருகில் வந்து, "அமைதியாக இருங்கள். வெளியே காவலர்கள் நிற்கிறார்கள்" என்றார்.

"சிங்கராய அரசே உங்களை பார்த்ததும், தானாகவே வாழ்த்து கோஷம் வருகிறது. எங்களை மன்னிக்க வேண்டும்" என்றார்கள்.

"சரி உன் உடம்பில் ஏன் இத்தனை வெட்டு காயங்கள் இருக்கிறது?" என்று சிங்கராயர் நாதனை பார்த்தார்.

"அதற்குக் காரணம் உங்கள் அண்ணன் மகள் தான்."

"அவளிடம் எப்படி சிக்கினீர்கள்?"

"நாங்கள் அவர்களைக் கொல்வதற்காக அனைத்து திட்டங்களையும் சிறப்பாக வைத்திருந்தோம். சரியான நேரத்திலும் உள்ளே சென்றோம். ஆனால் நாங்கள் எதிர்பாராத விதமாக, ஒருவன் அந்த அறைக்குள் இருந்தான். அவன் மட்டும் இல்லையென்றால், இப்போது இளவரசியின் உயிர் அவர்கள் உடலில் இருந்திருக்காது."

"என்ன இளவரசியின் அறையில் ஆண் மகனா? வாய்ப்பே இல்லையே, யார் அவன்? என்று கோபமடைந்தார்.

"அவனை நாங்கள் சுரங்கப்பாதையின் அருகே இருக்கும் மண்டபத்திலிருந்து பின் தொடர்ந்தோம். அரண்மனையின் அருகே வந்ததும், அவன் காணாமல் போய்விட்டான். ஆனால் அவனுக்கு நரபலிகர்களைப் பற்றி, நன்றாகத் தெரிந்து விட்டது."

"ஐயோ அப்போ இளவரசிக்கு?"

"இந்நேரம் அவர்களுக்கும் கண்டிப்பாக தெரிந்திருக்கும்."

இதைக் கேட்டதும் சிங்கராயருக்கு கோபம் பெருக்கெடுத்தது. தலையைப் பிடித்துக் கொண்டு, அங்குமிங்கும் நடக்க ஆரம்பித்தார். அதன்பின் கூறினார். "உங்களையெல்லாம் நம்பி எதையும் செய்ய

முடியாது. நானே அவர்களைப் பார்த்துக் கொள்கிறேன். நீங்கள் இவனையாவது கொன்று முடியுங்கள். இவனுக்கும் உண்மை தெரிந்து தான் இங்கே வந்திருக்கிறானோ என்ற சந்தேகம், எனக்கு இருக்கிறது.”

“சரி அரசே நீங்கள் செல்லுங்கள். இவனை நாங்கள் கொன்று விடுகிறோம் என நாதன் கூறினான். சிங்கராயர் அங்கிருந்து கிளம்பினார்.

சிங்கராயர் சென்றதும் கழட்டியப்பன் கூறினான். “நாதா இவனை எப்படி கொல்லலாம்? நம்மிடம் ஆயுதமேதும் இல்லையே?”

“ஆயுதம் இல்லையென்றால் என்ன? இதோ இந்த கை விலங்கினால், அவன் கழுத்தை நெறித்து கொன்று விடலாம்.”

“நாதா கழுத்தை நெறிக்கும் போது, அவன் எழுந்துவிட்டால் என்ன செய்வது?”

“எழுந்தால் என்ன?”

“நாதா உன் உடம்பிலும் காயங்கள் இருக்கிறது. என் உடம்பிலும் காயங்கள் இருக்கிறது. ஆனால் அவனைப் பார், எதையோ பலமாக தின்றுவிட்டு, திடமாக தூங்கிக் கொண்டிருக்கிறான்.”

“ஆமாம் நீ கூறுவதும் சரிதான்டா கழட்டியப்பா. முதலில் அவன் கை கால்களை எப்படியாவது கட்டிவிடலாம். அதன் பின் அவனை கொல்லலாம்” என, கீச்சானின் அருகில் தவழ்ந்தவாறே இருவரும் சென்றார்கள்.

கிச்சான் இதை அனைத்தையும் கேட்டுக் கொண்டுதான் இருந்தான். இருவரும் அருகில் வந்து, கிச்சானின் கைகளை பிடித்தார்கள். பிடித்ததும் கழட்டியப்பன் மூக்கில், கிச்சான் ஒரு குத்து விட்டான். “தாயே......” எனக் கத்திக் கொண்டே கழட்டியப்பன் கீழே விழுந்தான்.

நாதன் வேகமாக கிச்சானின் கழுத்தில் சங்கிலியை போட்டான். கிச்சானுக்கு மூச்சு முட்ட

ஆரம்பித்தது. ஆனால் நாதன் தன் முழு பலத்தை பயன்படுத்தும் போது, அவனுடைய உடம்பிலிருந்து இரத்தம் வெளிவர ஆரம்பித்தது.

அதை கிச்சான் பார்த்து விட்டான். உடனடியாக இரத்தம் வந்த இடத்தில், தன் விரல்களை வைத்து ஒரு அழுத்தம் கொடுத்தான். அவ்வளவுதான் நாதனுக்கு உயிர் போகும் அளவுக்கு வலி வந்தது. நாதன் வலியினால் கத்திக்கொண்டே கீழே விழுந்தான். அதன்பின் கீழே கிடந்த சங்கிலியை எடுத்து, நாதனின் தலையில் பல முறை கிச்சான் அடித்தான். இப்போது நாதனும், கழட்டியப்பனும் மயங்கி விட்டார்கள்.

அதன்பின் கிச்சான் யோசித்தான். நான் இங்கிருந்து எப்படியாவது சீக்கிரம் தப்பித்தாக வேண்டும். அரண்மனைக்கு ஆபத்து, என் நண்பனுக்கு ஆபத்து, இந்த உலகத்துக்கே ஆபத்து என்று, சிறையைச் சுற்றிலும் பார்த்தான். அதன்பின் ஒரு யோசனை தோன்றியது. வேகமாக சிறை கதவின் அருகே சென்று, "காவலர்களே..." என கத்தினான்.

வெளியே இருந்த காவலர்களில் ஒருவன், "ஏதோ சத்தம் கேட்கிறதுடா" என்று மற்றவர்களிடம் கூறினான்.

மற்ற காவலர்கள், "அவர்கள் பசியில் கத்திக் கொண்டிருப்பார்கள். நன்றாக கத்தட்டும் விடுங்கள்" என்றார்கள்.

கிச்சான் மறுபடியும் கதவைத் தட்டிக் கொண்டே கத்தினான்.

"டேய் அந்த பைத்தியத்திற்கு என்ன வேண்டும் என்று கேட்டுத் தொலை" என்றான்.

வேகமாக கதவின் அருகே ஒரு காவலன் வந்து, "டேய் ஏனடா இப்படி கத்திக்கொண்டே இருக்கிறாய்? உனக்கு பைத்தியம் பிடித்து விட்டதா?" என்றான்.

"ஐயா எனக்கு பைத்தியம் பிடிக்கவில்லை. உள்ளே இருக்கும் அந்தப் பலிகர்களுக்கு பைத்தியம் பிடித்து விட்டது. உள்ளே இருவரும் பலமாக சண்டை

போட்டுக் கொண்டிருக்கிறார்கள். நீங்கள் வராவிட்டால், கண்டிப்பாக ஒரு உயிர் போய்விடும்."

"என்ன சண்டை போடுகிறார்களா?" என கேட்டுவிட்டு, அங்கிருந்த காவலர்கள் வேகமாக கதவை திறந்து, உள்ளே வந்தார்கள்.

வந்த வேகத்தில் உள்ளே ஓடினார்கள். அவர்கள் உள்ளே சென்றதும், கிச்சான் மெதுவாக வெளியே வந்தான். வெளியே வந்ததோடு மட்டுமில்லாமல், சிறை கதவையும் நன்றாக பூட்டினான்.

உள்ளே சென்ற காவலர்கள். "ஆமாம் அவன் கூறியது உண்மைதான். இருவர் முகத்திலும் இரத்த காயங்களை பாருங்கள்" என பேசிக் கொண்டிருந்தார்கள். சிறிது நேரத்திற்குப் பின் தான் தெரிந்தது. கிச்சான் அங்கே இல்லை என்று.

"ஐயோ அவனை காணவில்லை என்று திரும்பவும் வேகமாக கதவின் அருகே வந்தார்கள். இப்போது கதவை இவர்களால் திறக்க முடியவில்லை. கதவை பலமாக தட்டியவாறு, "டேய் கதவை திறடா..." என்று கத்தினார்கள்.

கிச்சான் கூறினான். "நீங்கள் எல்லாம் பைத்தியமா.... கதவைத் திறந்தால், என்னை பிடித்து விட மாட்டீர்கள்? நான் தப்பித்துச் செல்லும் வரை, உள்ளேயே இருங்கள்" என கூறிவிட்டு, அங்கிருந்து கிளம்பினான்.

அரண்மனையின் தெற்கு புறத்தில் மக்கள் நடமாட்டம் குறைவாக இருந்தது. கிச்சான் அங்கிருந்த சந்தைக்குள் புகுந்தான்.

அதே நேரத்தில் சிங்கராயர் இளவரசியின் அறையை நோக்கி, கோபமாக நடந்து கொண்டிருந்தார். இளவரசி தன் இரண்டு பணிப்பெண்களுடன், துறவனின் காயத்திற்கு மருந்து போட்டுக் கொண்டிருந்தார்கள்.

அனைத்து கண்களும் காயத்தை பார்க்க, துறவனின் கண்கள் மட்டும் இளவரசியின் கண்களை

ரசித்துக்கொண்டிருந்தது. அப்போது இளவரசி கேட்டார்கள். "துறவா என்னை நீங்கள் மன்னிக்க வேண்டும். உண்மையை முழுமையாக கேட்காமல், உங்களை நான் தவறாக புரிந்து கொண்டேன்."

"பரவாயில்லை இளவரசி சில கெட்டதிலும், சில நன்மைகள் இருக்க தான் செய்கிறது."

"என்ன நன்மை?"

"எல்லாமே நன்மை தானே இளவரசி..."

"என்னமோ சொல்கிறீர்கள்" என்று, இளவரசி ஒரு சிறு புன்னகை செய்தார்கள். அப்போது வெளியே இருந்து, ஒரு சத்தம் கேட்டது.

"யார் என்று பாருங்கள்" என்று இளவரசி கூறினார்கள்.

பணிப்பெண்கள் வேகமாக ஓடிச் சென்று, கதவை திறந்தார்கள். வெளியே இருந்த பணிப்பெண்கள் வேகமாக இளவரசியிடம் வந்து, "அம்மா அங்கே சிங்கராயர் மிக மிக கோபமாக வந்து கொண்டிருக்கிறார். அதுவும் உங்கள் அறையை நோக்கி தான் வந்து கொண்டிருக்கிறார்" என்றார்கள்.

"வரட்டும், அவரிடம் பேச வேண்டியது அதிகம் உள்ளது. "

துறவன் கூறினான். "இளவரசி என்னால் உங்களுக்கு எந்த பிரச்சினையும் வரக்கூடாது. நான் இப்போதே இங்கிருந்து வெளியேறி விடுகிறேன்."

"நீங்கள் எங்கள் உயிரை காப்பாற்ற வந்தவர். உங்களை அப்படி எல்லாம் நாங்கள் அனுப்ப முடியாது. உங்களால் எங்களுக்கு எந்த பிரச்சினை வந்தாலும், நாங்கள் தாங்கிக் கொள்வோம்."

துறவன் தயங்கியவாறே நின்றான்.

இளவரசி அந்தப் பணிப்பெண்களை பார்த்து, "இவரை உள்ளே அழைத்துச் செல்லுங்கள்" என்றார்.

துறவன் உள்ளே சென்றதும், சிங்கராயர் தன் இரண்டு கைகளால் கதவை தள்ள முயன்றார். ஆனால் கதவு உள்ளே அடைக்கப்பட்டிருந்தது.

இளவரசி ஒரு பணிப்பெண்ணை பார்த்து, "அவரை உள்ள வரச் சொல்லுங்கள்" என்றார். அந்தப் பெண் வேகமாக ஓடிச் சென்று கதவை திறந்தாள்.

சிங்கராயர் பெரும் கோபத்தோடு உள்ளே வந்தார்.உள்ளே வந்ததும் இளவரசியின் அறையை சற்று நேரம் பார்த்து விட்டு, "இளவரசிக்கு என் வணக்கங்கள்" என்றார்.

"இளைய தந்தையே, என்ன இது? உங்கள் மகளுக்கு ஏன் நீங்கள் மரியாதை செலுத்துகிறீர்கள்?"

சிங்கராயர் கோபப் புன்னகையோடு, "மகளுக்கு இல்லையென்றாலும் நீங்கள் இருக்கும் இடத்திற்கு, நான் மரியாதை கொடுத்து தானே ஆக வேண்டும்." எனக் கூறிவிட்டு, அறையை சுற்றிலும் நோட்டமிட்டார்.

இவ்வாறு சிங்கராயர் செய்வது இளவரசிக்கு கோபத்தை ஏற்படுத்தியது. "என்ன இளைய தந்தையே, இதுவரை இளவரசியின் அறையை நீங்கள் பார்த்ததே இல்லையோ? என்றார்.

இதைக் கேட்டதும் சிங்கராயருக்கு கோபம் அதிகமானது. ஆனால் கோபத்தை எல்லாம் அடக்கிக்கொண்டு, "இல்லை, என்றைக்கும் இல்லாமல் இன்று இளவரசியின் அறைக்கதவு பூட்டப்பட்டிருக்கிறது. அதான் ஏதாவது மிருகங்கள் உள்ளே வந்து விட்டதோ என்று நினைத்தேன்."

"ஆம் இளைய தந்தையே, கதவை சரியாக பூட்டா விட்டால், தெருவில் உள்ள நாய்கள் எல்லாம் உள்ளே வந்து, திருதிருவென்று முழிக்கிறது. அதனால் தான்."

இதை கேட்டதும் சிங்கராயரால் கோபத்தை அடக்க முடியவில்லை. சட்டென தன் வாளை வெளியே எடுத்து விட்டார். இதைப் பார்த்த பணிப்பெண்கள் அதிர்ச்சி அடைந்தார்கள். "இளவரசியின் முன் வாளை எடுத்தது மட்டும் அரசருக்கு தெரிந்தால், சிங்கராயரின்

நிலைமை என்னாகும்?" என அவர்களுக்குள் பேசிக் கொண்டார்கள்.

இதை உணர்ந்த சிங்கராயர். தன் வாளை சட்டென தரையில் வீசினார். அது தரையில் இருந்த மரப்பலகையில் குத்தி நின்றது.

"இந்த ராயர் குல இளவரசிக்கு, எந்த நாயினாலும் எந்த பிரச்சனையும் வராது. அப்படியே வந்தால், என் வாளினால் அதன் தலையை வெட்டி விடுவேன்." என கூறிவிட்டு, கதவை நோக்கி வெளியே நடக்க ஆரம்பித்தார்.

ஆனால் இளவரசி தன் வாளை எடுத்து, சிங்கராயரை நோக்கி வீசினார். வாள் நேராக வாசல் கதவில் பாய்ந்தது. சிங்கராயர் அதிர்ச்சியோடு வாளை பார்த்தார்.

இளவரசி கூறினார்கள். "தங்களின் வாள் கூர்மை இழந்து இருக்கிறது. உங்களால் முடிந்தால், என் வாளை வைத்து முயற்சி செய்து பாருங்கள்."

சிங்கராயர் இதைக் கேட்டும், கேளாமலும், இளவரசியை திரும்பி பார்க்காமல், வேகமாக அறையை விட்டு வெளியேறினார். ஆனால் அவர் மனதில், தான் ஒரு இளம் பெண்ணிடம் அவமானப்பட்டு விட்டோம். என்ற கோபமும் வேதனையும் அதிகமானது. பின் அவர் அறையில் உள்ள அரியணையில் வந்து அமர்ந்து, என்ன திமிர் இருந்தால், இவள் என்னையே மரியாதை இல்லாமல் பேசுவாள். இவள் அப்பனை போலவே இவளும் திமிர் பிடித்தவள் என கத்தினார். அதன்பின் அவர் எதிரே இருந்த, இவருடைய பிரம்மாண்டமான வரைபடத்தை பார்த்துவிட்டு, அதில் தன் வாளை வீசினார். பின் கோபத்தை அடக்க முடியாமல், அங்கு இருந்த நாற்காலிகளையும் பொருட்களையும் எட்டி உதைத்து உடைத்தார். அங்கே எரிந்து கொண்டிருந்த நெருப்பை பார்த்து, "என்னை அவமானப்படுத்திய இந்த இளவரசியின் உயிர், என் கையினால் போகும். இவளை

பெற்றவனின் உயிரும், என் கையினால் போகும். அதன்பின் இந்த ராயர் பேரரசை நானே ஆள்வேன்" என்று, அந்த நெருப்பில் அடித்து சத்தியம் செய்தார்.

5.துருவனுள் துறவன்

துறவனை தனிமையில் விட்டுவிட்டு, இளவரசி மக்களை சந்திக்க சென்று விட்டார்கள். நாம் தனிமையில் இருக்கும் போது தானே, நம் உண்மை முகம் நமக்கே தெரியும்? அப்படி தனிமையில் விடப்பட்ட சில நிமிடங்களில், துறவனுக்கு பழைய நினைவுகள் திரும்பியது. சிந்தித்தான் தன்னைப்பற்றி அதிகமாக சிந்தித்தான்.

அவன் பிறந்த நாளிலிருந்து, சில வருடங்கள் வரை, அவனைச் சுற்றி சந்தோசங்களும். அன்பும். பாசமும் குவிந்து கிடந்தது. ஆனால் அவன் வளர வளர அந்த பாசமும், அன்பும் அவனை விட்டு பிரிய ஆரம்பித்தது."

ஒரு நாள் அடிச்சாரல் கிராமத்தில், தன்னுடைய வீட்டின் எதிரே துறவன் நின்று கொண்டிருந்தான். அவன் தாய் உணவை தயார் செய்து விட்டு, வெளியே வந்தாள். துறவனின் அண்ணன் பனிக்கட்டியை வைத்து, தூரத்தில் விளையாடிக் கொண்டிருந்தான். துறவனின் தாய் துறவனை முறைத்து பார்த்துவிட்டு, அவன் அண்ணனை நோக்கி நடந்து சென்றாள். சிறிது நேரத்திற்கு பின், அவனை அழைத்து வந்து உணவு கொடுத்தாள். ஆனால் துறவனை உணவு உண்ணச் சொல்லி ஒரு வார்த்தை கூட சொல்லவில்லை.

இப்படி நாளுக்கு நாள், துறவனின் மனதில் வேதனைகள் அதிகமாகிக் கொண்டே போனது.

தன்னை சுற்றி இருக்கும் பிள்ளைகளை, அவர்கள் தந்தை, தாய்கள் எப்படி வளர்க்கிறார்கள் என பார்த்தான். அதைப் பார்க்கும் போதெல்லாம், ஏதாவது தனிமையான காட்டிலும் மலை உச்சியிலும் ஏறி அமர்ந்து கொண்டான்.

அப்படி ஒரு நாள், துறவனின் தந்தை எடுத்து வந்த தேனை, யாரிடமும் கேட்காமல் துறவன் குடித்து விட்டான். இது தெரிந்ததும், தாயும் தந்தையும் அவனை மிகவும் மோசமாக அடித்து விட்டார்கள். பின் மனதில் இருந்த வேதனையோடு, அவன் கிராமத்தின் அருகே இருந்த, ஒரு காட்டுக்குள் நடக்க ஆரம்பித்தான்.

இந்த உலகத்தில் யார் இவனை நேசித்தாலும், யார் இவனை வெறுத்தாலும், ஒன்று மட்டும் இவனை எப்போதும் நேசித்துக் கொண்டிருந்தது. அது தனிமை.

இவன் ஒவ்வொரு நாளும் கண்ணீரோடு இங்கே வரும்போது, அரவணைத்துக் கொள்ளும் அந்தத் தனிமை தாய்' இன்று அவனை அரவணைக்க மறுத்தாள். காரணம், அந்த ஆலமரத்தின் கீழ் ஒருவர் அமர்ந்து கொண்டிருந்தார்.

அவருடைய உடை ராஜாக்களின் உடையைப் போல் இருந்தது. அவருடைய முகத்திலும், கைகளிலும் புலியின் உடலைப் போல், வண்ணங்கள் பூசி இருந்தார்.

என்ன இது தன்னந்தனியாக, அதுவும் வித்தியாசமாக இந்த காட்டில் அமர்ந்திருக்கிறாரே? சரி என்னவென்று கேட்போம் என்று அவரின் அருகே சென்றான்.

அவர் தன் தலையை நிமிர்த்தி, துறவனின் முகத்தை பார்த்தார். "என்ன வேஷக்காரரே, இந்த காட்டில் இப்படி ஒரு வேஷம் போட்டு அமர்ந்திருக்கிறீர்கள்?"

அவர் இவன் முகத்தை சற்று நேரம் பார்த்துவிட்டு," தம்பி இந்த காட்டிற்குள் அதிக

மிருகங்கள் இருக்கிறது. இந்த புலி வேஷத்தை பார்த்தால், அதெல்லாம் பயத்தில் ஓடிவிடும் அதனால் தான்."

"ஏன் இவ்வாறு பொய் கூறுகிறீர்கள்? இந்த காட்டில் ஆபத்தான மிருகமே கிடையாது."

"தம்பி உண்மையாகவே கிடையாதா? கொஞ்சம் நன்றாக சிந்தித்துப் பாரேன்."

அவன் தலையை குனிந்து சற்று யோசித்து விட்டு, "ஆமா இங்க மிருகமே கிடையாது" என்றான்.

"ஓஹோ கிடையாதா, அப்போ நான் தான் தவறாக புரிந்து கொண்டேன். சரி அதை விடு" என்றார்.

"சரி உங்களுடைய பெயர் என்ன?"

"ராகவேந்திரன்...உன்னுடைய பெயர்?"

"துருவன்..."

"ஆஹா அருமையான பெயர்."

"அதெல்லாம் இருக்கட்டும் வேஷக்காரரே, நீங்கள் ஏன் இப்படி தன்னந்தனியாக இருக்கிறீர்கள்?"

அவர் பெரு மூச்சு விட்டு விட்டு, "தம்பி நான் சோழமண்டலத்தில் இருந்து வருகிறேன்."

"சோழமண்டலமா அப்படி என்றால் என்ன?"

"தம்பி அது ஒரு மிகப்பெரிய ராஜ்ஜியம். சேரர், சோழர், பாண்டியர் என மூவேந்தர்கள், தெற்கு தேசத்தில் ஆட்சி செய்து கொண்டிருக்கிறார்கள்.

"ஓஹோ அவ்ளோ பெரிய ராஜ்ஜியமா?"

"ஆம் அது பெரிய ராஜ்ஜியம் தான். அந்தப் பெரிய ராஜ்ஜியத்தில் ஒரு சிறு ஆள் தான் நான்."

"ஓஹோ நல்லது, நான் ராயர் ராஜ்ஜியத்தை சேர்ந்தவன். சரி மேலே சொல்லுங்கள்."

"தம்பி எங்கள் நாட்டில், நான் ஒரு பிரபலமான நாடக கலைஞர். நான் மேடையில் ஏறி நடக்க ஆரம்பித்தால், மக்கள் கூட்டம் அலைமோதும். என்னை பார்ப்பதற்காகவே கூட்டம் கூட்டமாக என் வீட்டிற்கு வந்து சேர்வார்கள்."

"ஆஹா இத்தனை அருமையான வாழ்க்கையா?"

"ஆம் பார்ப்பதற்கு என்னமோ அருமையான வாழ்க்கை தான். ஆனால் அந்த வாழ்க்கை என்னை மற்றவர்கள் போல் வாழ விடவில்லை. எத்தனை தங்கம் கிடைத்தாலும், ரசிகர்கள் கிடைத்தாலும், தனிமை என்னை இங்கே வர வைத்தது."

"இந்த இமயத்திற்கு வந்து, தனிமையில் அமர்ந்தால் மட்டும், உங்களுக்கு என்ன நிம்மதி கிடைத்துவிடும்?"

"அது கிடைத்தவர்களுக்கு மட்டுமே தெரியும் தம்பி, என்று சிரித்தார். சரி இதெல்லாம் இருக்கட்டும், நான் என்னைப் பற்றி மட்டுமே பேசிக் கொண்டிருக்கிறேன். இந்த சிறு வயதில், நீ ஏன் இப்படி தன்னந்தனியாக சுற்றிக் கொண்டிருக்கிறாய்?"

"தெரியவில்லை வேஷக்காரரே, தனிமை தான் எனக்கு பிடித்திருக்கிறது. தனிமையை தவிர மற்ற அனைவரும் என்னை வெறுக்கிறார்கள்" என்று அவனுக்கு நடந்த அனைத்தையும் கூறினான்.

வேஷக்காரர் இதை அனைத்தையும் கேட்டுவிட்டு, சிறிது நேரம் அமைதியாக இருந்தார். அவர் கண்களில் நீர் ததும்பி இருந்தது, நன்றாக தெரிந்தது.

"வேஷக்காரரே என்ன ஆயிற்று?"

"ஒன்றும் ஆகவில்லை தம்பி, ஒன்றும் ஆகவில்லை. இந்த உலகம் உன்னை இப்போதே தனிமைப்படுத்தி இருக்கிறது என்றால், அதற்கு முக்கியமான காரணம் இருக்கும். நீ யார் பேச்சையும் இனிமேல் கேட்காதே, உன்னுடைய தனிமை என்ன சொல்கிறதோ அதை மட்டும் கேள்."

"சரி வேஷக்காரரே கேட்கிறேன். ஆனால் எனக்கு மற்றொரு சந்தேகம் இருக்கிறது."

"அது என்ன சந்தேகம்?"

"நீங்களும் தனிமையின் பேச்சைக் கேட்டு தான் அனைத்தையும் செய்கிறீர்களா?"

"இல்லை நான் எனது தாயின் பேச்சைக் கேட்டு அனைத்தையும் செய்து விட்டேன்" என கண்கலங்கினார்.

"வேஷக்காரரே நீங்கள் ஏதோ பொடி வைத்துப் பேசுவது போல், எனக்கு தோன்றுகிறது.

"ஆம்.... ஐயோ இல்லை இல்லை. நான் பாதி தான் தனிமை சொல்வதை கேட்கிறேன்."

"எதனால் வேஷக்காரரே?"

"எனக்கென்று ஒரு குடும்பம் இருக்கிறது. இரண்டு பெண் பிள்ளைகள், ஒரு ஆண் பிள்ளை. இப்போது நான் அனைத்தையும் துறந்து ஒரு துறவியானால், நான் ஒரு பாவத்தை சேர்த்த துறவியாக தான் இருப்பேன்.

"நீங்கள் கூறுவது சரிதான். துறவியாக இருக்கலாம் ஆனால் பாவத்தை சேர்த்த துறவியாக இருக்கக் கூடாது."

"மிகவும் அருமையாக கூறினாய். உனக்கு எப்படி துறவிகளை பற்றி தெரிந்தது?"

"நான் தினமும் தனியாக சுற்றுவதை பார்த்துவிட்டு, என் ஊர் மக்கள் அனைவரும், என்னை துறவி போல் அலைகிறான் என்றார்கள். அந்த வார்த்தைக்கான அர்த்தத்தை நான் தேடி அலைந்து தெரிந்து கொண்டேன்."

"சரி நல்லது துறவா, நான் என் நாட்டிற்கு திரும்பி போக வேண்டும்" என்றார்.

துருவன் மனதில் யோசித்தான். என்ன இவர் நம்மை துறவன் என்கிறாரே என்று, சரி என்னமோ சொல்கிறார். "சரி வேஷக்காரரே பார்த்துப் போங்கள். நானும் என்றாவது ஒரு நாள் உங்கள் சோழ மண்டலத்திற்கு வந்து சேர்வேன்."

இதைக் கேட்டதும் அவர் அதிர்ச்சி அடைந்தார். "இல்லை நீ சோழமண்டலத்திற்கு வரக்கூடாது. அங்கே உனக்கு ஆபத்து இருக்கிறது" என்றார்.

"என்ன வேஷக்காரரே உளறுகிறீர்கள்?"

"ஐயோ நான் வேறு ஏதோ நினைத்து, வேறு ஏதோ பேசி விட்டேன்."

"சரி பரவாயில்லை விடுங்கள். நீங்கள் உங்கள் நாட்டிற்குப் போனபின், உங்கள் மகனிடம் என்னைப் பற்றி சொல்லுங்கள்" என்று புன்னகை செய்தான்.

"அது முடியாது தம்பி."

"ஏன் முடியாது?"

"அவன் எங்கோ தொலைந்து போய்விட்டான். என் கண்ணுக்கு தெரிந்தும், அவனை நான் தொலைத்து ஏங்கிக் கொண்டிருக்கிறேன்."

"ஐயோ... என்ன சொல்கிறீர்கள் வேஷக்காரரே. அவனை கண்டுபிடிக்க நீங்கள் முயற்சி ஏதும் செய்யவில்லையா?"

"அவனை என்னால் கண்டுபிடிக்க முடியும். ஆனால் நான் என் வேஷத்தை கலைக்க வேண்டும்."

"வேஷக்காரரே நீங்கள் பேசுவது எனக்கு சரியாக புரியவில்லை. கவலைப்படாதீர்கள் உங்கள் மகன் உங்களோடு வந்து சேருவான்."

அவர் தலையை குனிந்து அமைதியாக இருந்தார்.

"வேஷக்காரரே எனக்கு மற்றொரு சந்தேகம் இருக்கிறது. அதை நான் உங்களிடம் கேட்கலாமா?"

"தாராளமாக கேட்கலாம்."

"இப்போது எங்கள் நாட்டில் பலிகங்கராயர் எனும் அரசர் இருக்கிறார். உங்கள் நாட்டில் அது போல் யாராவது இருக்கிறார்களா?"

"ஏன் இல்லை நான் அப்போதே சொன்னேனே, சேரர், சோழர், பாண்டியர், என மூன்று பேரரசுகள் இருக்கிறது என்று. அதில் ராஜ ராஜ சோழன் ஒரு ராஜ்ஜியத்தை வைத்து இருக்கிறார். அவருடைய அரண்மனையில் தான், நான் நாடகக் கலைஞனாக உள்ளேன்."

"அப்போ ஒன்றும் பிரச்சனை இல்லை. நான் நேராக அங்கேயே வந்து விடுகிறேன்."

"ஐயோ நீ இவ்வளவு நேரம், அங்கே வருவதற்காகவா பேசிக் கொண்டிருக்கிறாய்? சரி நான் பேசியதெல்லாம் போதும், நான் வருகிறேன்" என எழுந்து நின்றார்.

"சரி வேஷக்காரரே பார்த்து ஜாக்கிரதையாக போங்கள். உங்களை புலி என்று நினைத்து, தாக்கி விடப் போகிறார்கள்" என சிரித்தான்.

வேஷக்காரர் முட்டி போட்டு தரையில் அமர்ந்து, துறவனை கட்டி அனைத்து, "நீ நிம்மதியாக, சந்தோஷமாக, உன் மனதிற்கு பிடித்தபடி வாழ வேண்டும்." எனக் கூறிவிட்டு அங்கிருந்து கிளம்பினார்.

அவர் அங்கிருந்து சென்றதும், அந்த ஆலமரத்தின் நிழலில் இவன் படுத்துக்கொண்டான். வேஷக்காரர் இவனை துறவன் என்று அழைத்தது, இவனுக்கு மிகவும் பிடித்திருந்தது. ஊர் மக்களும் நம்மை துறவி என்று தான் திட்டினார்கள். ஆனால் இவர் துறவன் என்று என்னை பெருமைப்படுத்தி விட்டார். நாம ஏன் நம்முடைய பெயரை துறவன் என்று மாற்றிக் கொள்ளக் கூடாது என சிந்தித்தான்.

சிறிது நேர யோசனைக்கு பின், தன்னைச் சுற்றி இருப்பவர்களை பார்த்து துறவன் கூறினான்.

"என்னுடைய பெயர் இனிமேல் துறவன் மரத்தாயே. இனிமேல் என்னுடைய பெயர் துறவன், என் மலை தந்தையே. என் தலை கோதிவிடும் என் மழை சொந்தங்களே, இனிமேல் என்னுடைய பெயர் துறவன்" என்று, சத்தமாக காடு அதிரும் படி கத்தினான்.

பறவைகள் துறவனின் சத்தத்தை கேட்டு, காட்டை விட்டு பறக்க ஆரம்பித்தது. அதன் பின் இவன் அமைதியானான்.

அதன்பின் கண்களை மூடிக்கொண்டு, இனிமேல் நாம் என்ன செய்யலாம். இந்த உலகத்திலேயே மிக உயரமான மலை, என் கிராமத்தில் தான் இருக்கிறது. அதன் உச்சியில் ஏறி, நான் யார்

என்பதை இந்த உலகத்திற்கு காட்டலாமா? என யோசித்தான்.

துறவன் கண்களை மூடி யோசித்துக் கொண்டிருக்கும் போது, அவன் தலைக்கு பின்னால் இருக்கும் மரத்தில், ஏதோ ஒரு சத்தம் கேட்டது. என்ன சத்தம் இது? மரத்தை யாரோ ஓட்டை போடுகிறார்களே, ஆனால் கண்களுக்கு யாரும் தெரியவில்லையே என யோசித்தான்.

நேரம் செல்லச் செல்ல, அந்த சத்தம் அதிகமானது. காட்டிலும் இருள் சூழ ஆரம்பித்தது. உடம்பெல்லாம் வியர்வை துளியில் நனைந்தது.

திடீரென மரத்திலிருந்து மெதுவாக ஒரு கை வெளியில் வந்தது. அதை பார்த்ததும், துறவன் கை கால்கள் நடுங்கி போனது. இங்கு இருந்து ஓடி விடலாமா என்று நினைத்தான். ஆனால் ஓட முடியவில்லை. சிறிது நேரத்தில், அந்த மரத்தில் திடீரென கதவுகள் உருவானது. அதற்குள் இருந்து, ஒரு உருவம் வெளியே வந்தது. அதைப் பார்த்த பயத்தில், துருவன் கத்திக் கொண்டே எழுந்து, அருகில் இருந்த கத்தியை கையில் எடுத்தான்.

"ஐயோ ராட்சசி... ரத்த காட்டேரி... பிசாசு...." என கத்தினான்.

"துறவா என்ன இது? இந்த நாட்டிலேயே அழகான பெண் நான்தான் என்று, அனைவரும் கூறுகிறார்கள். நீங்கள் என்னவென்றால், என்னை இத்தனை பெயர்கள் சொல்லி திட்டுகிறீர்கள்?"

இப்போதுதான் துறவனுக்கு நினைவு வந்தது. ஐயோ நான் கனவில் இருந்திருக்கிறேனே என்று.

"இளவரசி என்னை நீங்கள் மன்னிக்க வேண்டும். ஏதோ சத்தம் கேட்கிறது என பயந்துவிட்டேன்."

"ம்ம் இப்படி தனிமையிலேயே இருந்தால், இப்படித்தான் நடக்கும். இந்த தனிமை ஒரு கொடூரமான ஒன்று. அது நம் உண்மை முகத்தை

மறைத்து, அதற்கு ஏற்றது போல், நம்மை வடிவமைத்து விடும். சரி நீங்கள் ஓய்வெடுங்கள், நாளை நாம் ஒரு அழகிய இடத்திற்கு போகலாம்" என்றார்.

துறவன் உள் அறையை பூட்டிக்கொண்டு யோசித்தான். "என்ன இது? இளவரசி அவர்கள் தனிமையை பற்றி இவ்வளவு குறை கூறுகிறார்கள். அவர்களுக்கு தனிமையை பற்றி எடுத்துச் சொல்ல யாரும் இல்லை போலும்."

6. நெருப்பில் முத்தமழை

இளவரசியும் துறவனும் அரண்மனையின் அருகே இருக்கும் பனியாற்றான் கரையில், படகு பயணம் செய்து கொண்டிருந்தார்கள். அந்த ஆறு இமயத்தின் அடிவாரத்தில் இருப்பதால், தண்ணீர் அத்தனை குளிர்ச்சியாக இருந்தது.

ஆனால் தண்ணீர் நிற்காமல் ஓடிக் கொண்டே இருந்ததால், குளிர்ச்சியால் ஆற்றின் தண்ணீரை சிறை பிடிக்க முடியவில்லை. அந்த ஆற்றின் இரு புறத்திலும் மரங்கள் வளர்ந்து, படர்ந்து இருந்தது.

இத்தனை அழகு தன் கண்முன்னே இருந்தாலும், இளவரசியின் முகத்தை பார்த்தபோது, ஆற்றின் அழகும் தோற்றுப் போனது. காட்டின் அழகும் தோற்றுப் போனது. ஏன் இந்த இமயத்தின் அழகு கூட, அவர்கள் முன் தோற்று தான் போனது.

துறவன் அவர்களை கண் எடுக்காமல் பார்ப்பதை இளவரசி பார்த்து விட்டார்கள். "என்ன துறவா? என்னில் என்ன தேடிக் கொண்டிருக்கிறீர்கள்?"

"ஒன்றுமில்லை இளவரசி" என தலையை குனிந்து கொண்டான்.

இளவரசி புன்னகை செய்துவிட்டு, "நான் உங்களிடம் ஒரு முக்கியமான விஷயத்தை சொல்லியாக வேண்டும்" என்றார்கள்.

"தாராளமாக சொல்லுங்கள் இளவரசி."

"நீங்கள் இனிமேல் என்னை இளவரசி என்று அழைக்க வேண்டாம். தேனீழினி என்றே அழைக்கலாம்."

"ஐயோ இளவரசியை பெயரைச் சொல்லி அழைப்பதா? இது மட்டும் யாருக்காவது தெரிந்தால், என் நிலைமை அவ்வளவு தான்."

"உங்களுக்கு அந்த அதிகாரத்தை கொடுத்ததே இந்த இளவரசி தான். ஆகையால் நீங்கள் எதற்கும் பயம் கொள்ள தேவையில்லை."

"இல்லை இளவரசி எனக்கு அந்த உரிமை இல்லை. உங்கள் வருங்கால கணவர், இந்த ராயர் பேரரசின் வருங்கால அரசருக்கே, அதற்கான உரிமை இருக்கிறது."

"என்னுடைய வருங்கால கணவரை நான் கண்டு பிடித்து விட்டேன்."

"அப்படியா யார் அந்த அதிர்ஷ்டசாலி."

"இளவரசி சற்று நேரம் துறவனை பார்த்துவிட்டு, நீங்கள் தான்" என்றார்கள்.

துறவன் பெரும் அதிர்ச்சி அடைந்து, படகில் இருந்து எழுந்து நின்றான்.

அவன் மனதிற்குள் ஓடியதெல்லாம், இத்தனை வருடங்கள் இந்த உலகிடம் நான் என்ன கேட்டாலும், அது கண்டிப்பாக கொடுக்காது. இன்று நான் அனைத்தையும் துறந்து துறவனான பின், இந்த நாட்டில் யாருக்கும் கிடைக்காத ஒன்று, எனக்கு கிடைக்கிறதே. இந்த உலகம் இதை எல்லாம் முன்பே செய்திருந்தால், இன்று நான் துறவியாக முயற்சி செய்திருக்கவே மாட்டேனே என யோசித்தான்.

"என்ன பெரும் யோசனையில் இருக்கிறீர்கள்?"

"இளவரசி உண்மையாகவே ஊர்மக்கள்

சொல்வது போல், உங்களுக்கு மிகவும் பெரிய மனசுதான். என்னை போன்ற ஒரு ஏழை மகனை இந்த நாட்டிற்கு அரசனாக மாற்ற பார்க்கிறீர்கள். உங்கள் மனசு யாருக்கும் வராது. ஆனால் நான் ஒரு துறவியாக போகிறவன். என்னால் உங்களை திருமணம் செய்ய முடியாது. இவ்வாறு கூறியதற்கு என்னை மன்னித்து விடுங்கள்."

துறவன் என்று பெயரை வைத்திருந்தால், நீங்கள் துறவியா? உங்களுக்கு அந்தப் பெயரும், அந்த வார்த்தையும் எப்போதும் பொருந்தாது. உங்களுக்கு நான் இப்போதே வேறு பெயர் வைக்கிறேன்" என்று" துருவன்" என்று அழைத்தார்கள்.

துறவனுக்கு மிகவும் குழப்பமாக இருந்தது. என்ன இது? என் பெயரை வைத்து அனைவரும் இப்படி விளையாடுகிறார்களே? என்று யோசித்தான்.

"என்ன யோசிக்கிறீர்கள்?"

"இல்லை இளவரசி, நான் பெண்களை கண்ணெடுத்து கூட பார்க்க மாட்டேன்."

"ஆம் அதையும் நான் தினமும் கவனிக்கிறேன். நீங்கள் என்னை கூட கண் எடுத்துப் பார்ப்பதில்லை தான்."

இதைக் கேட்டதும் துறவனுக்கு விக்கல் வர ஆரம்பித்தது. அனைத்தையும் இவர்கள் தெரிந்து வைத்திருக்கிறார்களே என்று, தலையை குனிந்து கொண்டான்.

பின் இளவரசி துறவனின் அருகே வந்தார்கள். இளவரசியின் கண்களை மிக அருகில் பார்க்கும் போது, துறவன் அனைத்தையும் மறந்து விட்டான். முக்கியமாக தான் ஒரு துறவன் என்பதை.

இளவரசியின் தலைமுடி துறவனின் முகத்தில் பட்டது. தன் கைகளினால் இளவரசியின் முகத்தை தொட முயன்றான். ஆனால் அப்போது வானம் திடீரென அதிக வெளிச்சமாக மாறியது. என்ன இது? என இளவரசியும் துறவனும் வானத்தை பார்த்தார்கள்.

வானத்தில் ஆயிரக்கணக்கான தீ அம்புகள் இருவரை நோக்கியும் வந்தது. இளவரசி அதை பார்த்ததும் அதிர்ச்சி அடைந்தார்கள். துறவன் எதுவும் செய்யாமல் அமைதியாக நின்றான். அவனால் இளவரசி கொடுத்த அதிர்ச்சியிலிருந்து இன்னும் மீள முடியவில்லை. இளவரசி துறவனின் கையை பிடித்து, "துருவா நர பலிகர்கள் நம்மை சூழ்ந்து விட்டார்கள்." என கத்தினார்கள். துறவன் அங்குமிங்கும் பார்த்தான். பின் சட்டென அவன் கைகளைப் பிடித்துக் கொண்டு, தண்ணீரில் இளவரசி குதித்தார்கள்.

சிறிது நேரத்தில் ஆற்றில் சராசரவென தீ அம்புகள் பாய்ந்தன. இளவரசியை சுற்றிலும், துறவனை சுற்றிலும், ஆயிரம் நட்சத்திரங்கள் மின்னுவது போல் இருந்தது. இளவரசி துறவனின் கையைப் பிடித்துக் கொண்டு, கரையை நோக்கி போக முயற்சி செய்தார்கள். ஆனால் துறவன் அதற்கு வாய்ப்பு கொடுக்கவில்லை. அவன் முழு துருவனாக மாறி இருந்தான். இளவரசியின் கையைப் பிடித்து தனது அருகே இழுத்தான். அவர்கள் அதிர்ச்சியோடு இவன் முகத்திற்கு நேரே வந்து, இவனைப் பார்த்தார்கள். பின் இளவரசியின் முகத்தில் கையை வைத்து, அவர்களை கட்டி அனைத்து, தீ அம்புகளின் நடுவே, முத்த மழையில் நனைய வைத்தான்.

இளவரசி அதிர்ச்சி அடைந்தார்கள். பின் இருவருக்கும் நடுவே, ஒரு அம்பு சீறிப்பாய்ந்தது. பின் ஆபத்தை உணர்ந்து கொண்ட இருவரும், வேக வேகமாக கரையை நோக்கி நீச்சல் அடித்து சென்றார்கள். இருவரையும் ஏற்றி வந்த படகு, தீ பற்றி எரிந்து கொண்டிருந்தது. அதை கரையிலிருந்து இளவரசியும் துறவனும், அதிர்ச்சியோடு பார்த்துக் கொண்டிருந்தார்கள். அப்போது காட்டிற்குள் இருந்து ஒரு சத்தம். "நரபலிகர்களே... என் செல்ல புதல்வியை

நானே என் கைகளால் கொல்ல வேண்டும். அவளை எரித்து விடாதீர்கள்" என்று சிங்கராயர் கத்தினார்.

தீ அம்புகளை எரிவதை நிறுத்திவிட்டு, இருவரையும் நரபலிகர்கள் துரத்த ஆரம்பித்தார்கள். அதன்பின் கையில் இருந்த சங்கை எடுத்து, வானத்தைப் பார்த்து அனைவரும் ஒரே மாதிரியாக ஊதினார்கள். திடீரென அந்த இடத்தில் ஆயிரக்கணக்கான நரபலிகர்கள் ஒன்று சேர்ந்து விட்டார்கள். இவர்கள் எங்கு இருந்தார்கள்? எங்கிருந்து வந்தார்கள்? என்று எதுவுமே தெரியவில்லை. திடீரென அந்த சங்கு சத்தத்தை கேட்டு கூடிவிட்டார்கள்.

நரபலிகர்கள் ஊதிய சங்கு சத்தம், அரண்மனையில் அமர்ந்திருந்த ராயர் குல சக்கரவர்த்தியின் காதுக்குச் சென்றது.

அந்த சத்தத்தை கேட்டதும், பலிகங்க ராயரின் கண்கள் சிவந்து போனது. சிற்றரசர்கள் பேசுவது எதுவுமே அரசரின் காதில் விழவில்லை. அந்த சத்தத்தை கேட்டதும், அதிக பதட்டத்தோடும், ஏதோ சிந்தித்துக் கொண்டும் இருந்தார். பின் சேனாதிபதியை பார்த்து, "சேனாதிபதியாரே உடனடியாக தளபதியை இங்கே வரச் சொல்லுங்கள்" என்றார்.

சேனாதிபதி கூறினார். "அரசே அவர் நம் படைகளை திரட்டி கொண்டு, மத்திய தேசத்திற்கு சென்று கொண்டிருக்கிறார். தாங்கள்தான் சில நாட்களுக்கு முன்பு அவரை அங்கே போக சொன்னீர்கள். தெற்கு தேசத்தில் வலுப்பெற்று இருக்கும் சோழ அரசு, பெரும்படையோடு வடக்கே வந்து வந்து கொண்டிருக்கிறார்கள். நாம் இப்போது தடுக்காவிட்டால், நாம் மிகப்பெரிய போரை சந்திக்க நேரிடும்" என்று.

"போரை நாம் எப்போது வேண்டுமென்றாலும் சந்தித்துக் கொள்ளலாம். ஆனால் இந்த நரபலிகர்கள் ஒரு விஷம். அவர்கள் நம் நாட்டிற்குள் வந்துவிட்டார்கள் என்பதே, நம் நாட்டிற்கு ஒரு

சாபம்தான். இனிமேல் எதைப் பற்றியும் யோசிக்க நேரமில்லை. உடனடியாக நம் முப்படையை தயார் செய்யுங்கள். தளபதியை உடனடியாக வரச் சொல்லி, செய்தி அனுப்புங்கள்" என்றார்.

செய்தி ஓலையை எடுத்துக்கொண்டு, தூதர்கள் மூவர் மூன்று குதிரையில் கிளம்பினார்கள்.

அரசர்கள் முன் சிற்றரசர்களும், முக்கிய பொறுப்பாளர்களும் அமர்ந்திருந்தார்கள். அரசர் எழுந்து நின்று நீண்ட நேரமாக எதையோ யோசித்தார். பின் அனைவரும் செல்லுங்கள் எனக் கூறிவிட்டு, அரசர் தன் அறையை நோக்கி நடக்க ஆரம்பித்தார்.

சிற்றரசர்கள் குழம்பி போனார்கள். நம் அரசர் திடீரென்று ஏன் இப்படி நடந்து கொள்கிறார்? எந்தப் படையையும் பார்த்து, பயம் கொள்ளாத பேரரசர், நரபலிகர்களைப் பார்த்து பயப்படுகிறாரே என யோசித்தார்கள்.

அரசர் நேராக தன் அறைக்கு சென்று, அறையின் பின் கதவை திறந்தார். திறந்ததும் அவர் கண்ணில் ஒரு மிகப்பெரிய கோவில் தெரிந்தது. அங்கே சிற்பிகள், கோவில் சிலைகளை செதுக்கி கொண்டிருந்தார்கள்.

அரசரைப் பார்த்ததும், கைகளை கூப்பி மரியாதை செலுத்தினார்கள். அரசர் கோயிலுக்குள் சென்றார். அங்கே பல சிலைகள் செதுக்கப்பட்டிருந்தது. அதில் முருகப்பெருமானும் ஒருவர். அவரை வணங்கி விட்டு, சிலைக்கு எதிரே இருந்த திருநீற்றை கையில் எடுத்து, நெற்றியில் பூசினார். பின் அதன் அருகில் ஒரு கம்பீரமான சிலை இருந்தது. அதன் எதிரே கண்களை மூடி சிறிது நேரம் அமர்ந்தார்.

அரசரின் கண்களில் திடீரென கண்ணீர் வர ஆரம்பித்தது. பின் சிற்பிகள் உள்ளே வருவதை பார்த்துவிட்டு, கண்களைத் துடைத்துக் கொண்டு எழுந்து நின்றார்.

"அரசே சிலைகள் எப்படி வந்திருக்கிறது?" என புன்னகையோடு சிற்பிகள் கேட்டார்கள்.

"சிலைகள் மிக மிக அற்புதமாக வந்திருக்கிறது. எதற்கும் வேலை இன்னும் கொஞ்சம் வேகமாக நடக்கட்டும். ஏதோ ஒன்று சரி இல்லாதது போல் எனக்கு தோன்றுகிறது" எனக் கூறிவிட்டு, கோயிலுக்கு வெளியே நடக்க ஆரம்பித்தார்.

சிற்பிகளும் இதை பார்த்து குழம்பினார்கள். "என்ன இது? அரசர் பழைய மாதிரி இல்லையே? ஏதோ மன வேதனையில் இருப்பது போல் தெரிகிறதே?" என அவர்களுக்குள் பேசிக் கொண்டார்கள்.

அதே நேரத்தில் பனியாற்றான் கரையோரத்தில், நரபலிகர்களின் கூட்டம் ஈ மொய்ப்பது போல் ஒன்று சேர்ந்தார்கள். எங்கே திரும்பினாலும் நரபலிகர்கள் தான். இப்போது துறவனுக்கும் இளவரசிக்கும் ஓடுவதற்கு இடமில்லை.

தன் பல்லை நரவென கடித்துக்கொண்டு, நரபலிகர்கள் துறவனையும் இளவரசியும் கூட்டமாக நெருங்கினார்கள்.

அனைத்தையும் துறந்த ஒருவனின் கையில், கடைசி கடமை இருக்கும்போது, தன் உயிரை கொடுத்தாவது அந்த கடமையை அவன் நிறைவேற்றுவான்.

இளவரசி தன் வாளை கையில் எடுத்தார்கள். துறவன் கீழே கிடந்த ஊசியான ஒரு கட்டையை எடுத்தான். அதை பார்த்து சிரித்துக் கொண்டு, நரநரவென பற்களைக் கடித்துக் கொண்டு பலிகர்கள் முன்னே வந்தார்கள்.

துறவன் அந்தக் கம்பை ஒரு சுற்று சுற்றி, சட்டென பலிகர்கள் மீது வீசினான். நரபலிகர்கள் எதிர்பாராத நேரத்தில் கம்பு பத்து பேரின் உடம்பை துளைத்து கொண்டு, கம்பு தரையில் குத்தியது.

இளவரசியும் இதை பார்த்து அதிர்ந்து போனார்கள். நரபலிகர்களும் அதிர்ந்து போனார்கள். இவர்களைவிட துறவன் அதிக அதிர்ச்சி அடைந்தான். நான் எரிந்த கம்பா, இத்தனை பேரை துளைத்தது? என அவன் கையை தொட்டுப் பார்த்தான். அதன்பின் கண்களில் வெறியோடு, கத்திக்கொண்டே இருவரையும் பலிகர்கள் நெருங்கினார்கள். இளவரசியின் வாள் பல பலிகர்களின் தலையை கொய்தது. துறவன் அடிக்கும் ஒவ்வொரு அடியிலும் மண்டை ஓடு, கை, கால் எலும்புகள் உடையும் சத்தம் காடு முழுவதும் எதிரொலித்தது.

"என்ன இது? இவர்கள் நிற்காமல் வந்து கொண்டே இருக்கிறார்களே?" என்றான்.

இளவரசி சிறு புன்னகை செய்துவிட்டு, "வருவது அவர்கள் வேலை துருவா, கொல்வது நமது கடமை" என்று, தன் வாளை ஒருவனின் நெற்றியில் இறக்கினார்கள்.

ஒருவன் கத்திக்கொண்டே துறவனின் கழுத்தை பிடித்து நெருக்க ஆரம்பித்தான். அவ்வளவுதான் அவன் கத்துவதற்கு வாயே இல்லை. அடித்த அடியில் வாயெல்லாம் சிதறி போனது.

நரபலிகர்கள் கூட்டம் கூட்டமாக கொல்லப்பட்டுக் கொண்டிருப்பதை, தூரத்திலிருந்து இருவர் பார்த்தார்கள். கிழக்கு திசையில் ஒருவர் இருந்தார். மேற்கு திசையில் ஒருவர் இருந்தார். கிழக்கு திசையில் இருப்பவர், ஈட்டி வீச்சில் பெயர் போனவர். ஆனால் அவருக்கு முன்பாகவே, மேற்கிலிருந்த பரந்தீரன் துறவனை நோக்கி கத்தியை எறிந்தான்.

கத்தியை சட்டென தன் வாளினால் இளவரசி தட்டி விட்டார்கள். பின் இளவரசியும் துறவனும் பரந்தீரனை பார்த்தார்கள்.

ஆனால் கிழக்கிலிருந்த சிங்கராயர், தன் கையில் இருந்த கத்தியை துறவனுக்கு குறி வைத்தார். கத்தி துறவனின் உயிரை எடுக்க சீறி வந்தது. துறவன்

திடீரென இளவரசியின் காலின் அருகே விழுந்தான். கத்தி அவன் தோள்பட்டையில் பாய்ந்திருந்தது. இளவரசி அதிர்ச்சி அடைந்தார்கள். துறவனின் மூச்சுக்காற்றில் மண் தூசிகள் பறந்தன.

அதிர்ச்சியில் நின்று கொண்டிருந்த இளவரசியின் அருகே சென்று, வாளை சிங்கராயர் பிடுங்கினார். இளவரசி சிங்கராயரைப் பார்த்தபோது, இளவரசியின் கண்களில் கோபக் கனல் பறந்தது.

"என் அன்பு புதல்வியே, நான் முன்பே சொன்னேன் அல்லவா? எந்த நாயாவது உன்னை நெருங்கினால், அதை என் வாளினால் வெட்டிக் கொல்வேன் என்று, ஆனால் நீ அன்று கூறினாய். என்னுடைய வாளை விட, உன்னுடைய வாள் கூர்மையானது என்று. இப்போது ஒன்று செய்யலாம், இரண்டு வாள்களினாலும் இவன் தலையை நாம் வெட்டி பார்ப்போம். எந்த வாளுக்கு கூர்மை அதிகம் இருக்கிறதோ, அவர்களே இந்த ராயர் பேரரசை ஆளட்டும்."

இளவரசி கூறினார்கள். "உனக்கு வேண்டியது எல்லாம் இந்த நாட்டின் அரசர் பட்டம் தானே, அதை நீயே வைத்துக்கொள்"

சிங்க ராயர் பெரும் சிரிப்பு சிரித்து விட்டு, "நீ பிச்சை போடும் சிம்மாசனம் எனக்கு தேவையில்லை இளவரசி. நான் உன் அப்பனையும், உன்னையும், இதோ உன் அன்பு காதலனையும் கொன்றுவிட்டு, அதன் பின் என் சிம்மாசனத்தை நானே எடுத்துக்கொள்கிறேன். இப்போது உங்கள் இருவரையும் பலியிட வேண்டிய நேரம் வந்துவிட்டது" என பரந்தீரனை பார்த்து " பரந்தீரா நான் கூறுவது சரிதானே?" என்றார்.

"மிகவும் சரிதான் சிங்கராயரே" என்று, பரந்தீரன் நடந்து வந்தான்.

"நல்லது...நல்லது" என்று, தன் வாளை வெளியில் எடுத்தார். இளவரசி, "வேண்டாம்.... வேண்டாம்..." என கத்திக்கொண்டே அருகில் ஓடி

வந்தார்கள். நர பலிகர்கள் அவர்களை கீழே தள்ளினார்கள். அருகில் வராமல் சுற்றி நின்று கொண்டார்கள்.

சிங்கராயர் தன் வாளை மேலே தூக்கினார். துறவன் தன் மரணத்தை ஏற்றுக் கொண்டது போல் சிரித்தான். ஆனால் திடீரென்று,

"சிங்கராயரே சற்று பொறுங்கள்" என்று, பரந்தீரன் கத்தினான்.

"என்ன ஆனது பரந்தீரா?" என்று சிங்கராயர் அதிர்ச்சியோடு கேட்டார்.

"சற்று பொறுங்கள்" என்று, துறவனின் அருகே பரந்தீரன் வந்து, "உனக்கு மரணத்தைப் பார்த்து பயம் இல்லையா, ஏன் சிரிக்கிறாய்? என்றான்.

"பயம்....." என்று எச்சியை கீழே துப்பினான் துறவன். பின் கூறினான். " பரந்தீரா நீ நல்லவனாக வாழ்ந்தாலும், தீயவனாக வாழ்ந்தாலும், ஏன் தியாகியாக கூட வாழ்ந்தாலும், மரணம் வந்தே தீரும். என் மரணத்தை நான் மனதார ஏற்றுக்கொள்கிறேன். என் உயிரை நீ எடுத்துக் கொள்ளலாம்."

"இதோ கொல்கிறேன்" என்று, சிங்க ராயர் தன் வாளை மறுபடியும் தூக்கினார். "பரந்தீரன் சிங்கராயரின் மார்பில் கையை வைத்து, "இவன் பிச்சை போடும் உயிர் மட்டும் உங்களுக்கு வேண்டுமா?" என்றான்.

பரந்தீரன் தன் நெஞ்சில் கை வைத்ததும், சிங்கராயருக்கு கோபம் தலைக்கேறியது. ஆனால் அதை வெளிப்படுத்தாமல் அவர் நின்று கொண்டிருந்தார்.

பரந்தீரன் துறவனின் அருகே சென்று, நீ கூறியது உண்மையா? உன் மரணத்தை நீ ஏற்றுக் கொள்கிறாயா?" என்றான்.

துறவன் பரந்தீரனை பார்த்து, "ஆம்" என்று தலையை அசைத்தான்.

பரந்தீரன் நிமிர்ந்து நரபலிகர்களை பார்த்து, எத்தனையோ உயிர்களை நாம் எடுத்து இருப்போம். ஆனால் இதுவரை எந்த உயிரும் இப்படி கூறியதில்லை. இவன் மட்டும் எப்படி இவ்வாறு கூறுகிறான்? என்று துறவனின் கண்களைப் பார்த்தான். ஆனால் அவன் கண்களில் சிறிதளவு கூட பயம் தெரியவில்லை. கோபமாக அவனுடைய கைகளைப் பிடித்து, அவன் கை ரேகைகளை பார்த்தான். பார்த்ததும் அதிர்ச்சியடைந்து, இரண்டு அடிபின்னே சென்றான்.

நரபலிகர்களும், சிங்கராயரும், இளவரசியும், என்ன நடக்கிறது என்று தெரியாமல், குழப்பத்தில் நின்றார்கள்.

அதன் பின் சிங்கராயர், "பரந்தீரா ஏன் இப்படி அதிர்ச்சி அடைகிறாய்? அப்படி என்ன இருக்கிறது அவனுடைய கையில்?" என்றார்.

"துருவ நட்சத்திரம்……" என்று மெதுவாகக் கூறினான். வானத்தில் திடீரென இடிச்சத்தங்கள் உருவானது. காற்று பலமாக வீச ஆரம்பித்தது. கரு மேகங்கள் காட்டை சூழ்ந்து கொண்டது.

சிங்கராயர் கூறினார். "எதுவாக இருந்தால் என்ன? இவன் நம்முடைய துரோகி, இவனைக் கொன்றே ஆக வேண்டும்."

"இவனைக் கொல்வது மிகவும் பாவம். அந்தப் பாவத்தை நான் செய்ய மாட்டேன். என் பலிகர்களும் செய்ய மாட்டார்கள்."

"என்ன பரந்தீரா உளறுகிறாய், இவனைக் கொல்லா விட்டால் இவன் நம்மை அழித்து விடுவான்."

"இல்லை…." என்று காடே அதிரும்படி பரந்தீரன் கத்தினான். அதன்பின் கூறினான், "இவன் துறவியாகவோ, சித்தராகவோ ஆகப்போகிறவன். துருவ நட்சத்திரம் கோடியில் ஒருவருக்கு மட்டுமே கிடைக்கும். இவனுக்கு இந்தப் பிறவியில் அந்த நட்சத்திரம் கிடைத்திருக்கிறது என்றால், இவனுக்கு ஏதோ பிறவி கடன் இருக்கிறது. அதை

அடையப்போகும் இவனை, நாம் தடுத்து நிறுத்தினால், அந்த பாவம் நம்மை சும்மா விடாது."

"சரி நீ இவனை கொல்ல வேண்டாம். நான் பார்த்துக் கொள்கிறேன். அனைவரும் இங்கிருந்து கிளம்பங்கள்" என்று சிங்கராயர் கோபமாக கூறினார். அனைவரும் அமைதியாக நின்றார்கள். பின் தன் வாளை எடுத்து, துறவனை வெட்ட முயன்றார்.

ஆனால் சிங்க ராயரின் கழுத்தை, சட்டென பரந்தீரன் பிடித்தான். தரதரவென்று அவரை பின்னே தள்ளி, மரத்தோடு சாய்த்தான்.

சிங்கராயர் அதிர்ந்து போனார். அதன்பின் "என் மீதே கையை வைக்கிறாயா? வருங்கால ராயர் பேரரசின் மகுடத்தின் மீது கையை வைக்கிறாயா? உன் கையை வெட்டி எறிந்து விடுகிறேன்." என்று, பதிலுக்கு பரந்தீரனின் கழுத்தை சிங்கராயர் பிடித்தார்.

பரந்தீரன் கூறினான். "சிங்க ராயா நான் சொல்வதைக் கேள். இது தவறு.... நமக்கு ஆபத்து..."

"எது சரி, எது தவறு, என்று நீ எனக்கு சொல்லித் தரவேண்டிய அவசியமில்லை. அவனை கொல்ல விடு, எனக்கு வரும் பாவத்தை நானே பார்த்துக் கொள்கிறேன்." என கத்தினார்.

"என் உயிர் இருக்கும் வரை, என் கண் முன்னால் அவனை கொல்ல விடமாட்டேன்" என்றான் பரந்தீரன்.

"அப்போ உன் உயிரைக் கொடுத்து விடு," என்று பரந்தீரனை சிங்கராயர் எட்டி உதைத்தார்.

பரந்தீரன் கீழே விழுந்தான். சிங்கராயர் வேகமாக துறவனை நோக்கி ஓடினார். பரந்தீரன் சுதாரித்துக் கொண்டு, சிங்கராயரின் வயிற்றில் முட்டி அவரை தூக்கினான்.

சுற்றி இருந்த நரபலிகர்கள் என்ன செய்வதென்றே தெரியாமல், அதிர்ச்சியோடு இவர்கள் சண்டை போடுவதை பார்த்துக் கொண்டிருந்தார்கள். ஆனால் இருவர் மட்டும், சண்டையை பார்க்காமல், ஒருவரை ஒருவர் பார்த்துக் கொண்டிருந்தார்கள்.

இளவரசியின் கண்களில் கண்ணீர் தத்தளித்துக் கொண்டிருந்தது.

நீண்ட நேர சண்டைக்கு பின், பரந்தீரன் கூறினான். "சரி நாம் சண்டையிட்டு, அதற்கு எந்த பலனும் இல்லை. துறவனை நாங்கள் பார்த்துக் கொள்கிறோம். நீங்கள் இளவரசியை கொன்று முடியுங்கள்" என்றான்.

சிங்கராயரின் கோபம் சற்று தணிந்தது. இருவரும் எழுந்து, துறவனையும் இளவரசியும் பார்த்தார்கள். ஆனால் அவர்கள் அங்கு இல்லை. அதிர்ச்சியில் "எங்கே அவர்கள்? எங்கே? என சிங்கராயர் கத்தினார். பின் "பரந்தீரா உன் முட்டாள் மூளையினால், உன் மூடநம்பிக்கையினால், இப்படி கைக்கு எட்டியதை விட்டு விட்டாயே... இனிமேல் நான் அரண்மனைக்குள் கால் எடுத்து வைக்க முடியாது. இந்த நாட்டில் இருக்கும் ஒவ்வொரு நொடியும் எனது உயிருக்கு ஆபத்து" என கத்தினார்.

"சிங்கராயரே அந்த இளவரசியை கொல்வது, என் கடமை. என் உயிரை கொடுத்தாவது, அவளின் உயிரை எடுப்பேன். இது சத்தியம்" என்று, வேகமாக காட்டை நோக்கி ஓடினான். பலிகர்களும் அவன் பின்னே ஓட ஆரம்பித்தார்கள்.

காட்டிலுள்ள பறவைகள் சடசடவென்று வானத்தில் பறக்க ஆரம்பித்தது.

இளவரசியும், துறவனும் அரண்மனையின் அருகே இருந்த குகைக்கு வந்து சேர்ந்தார்கள். இளவரசியின் கண்களில் கண்ணீர் கசிந்து கொண்டிருந்தது.

ஒரு நாளைக்கு பின், ரகசிய சுரங்கம் வழியாக துறவனை அழைத்துக் கொண்டு, இளவரசி தன் அறைக்குச் சென்றார்கள். சில நாட்களில் காயமும் சரியாக ஆரம்பித்தது. இளவரசியின் மனதிலும், துறவனின் உடம்பிலும்.

துறவன் மயக்கத்தில் இருந்து எழுந்தான். ஆனால் இத்தனை நாட்கள் அவன் கண்மூடி இருந்ததில், தான் துறவனாக மட்டுமே ஆக வேண்டும். மனிதர்களை விட்டு விலக வேண்டும். இது ஆழமாக அவன் மனதில் பதிந்திருந்தது.

கண்களை திறந்ததும், இளவரசி தன் கைகளை பிடித்திருப்பதை பார்த்து, கைகளை உதறிவிட்டான்.

"துருவா என்ன ஆயிற்று?" என குழப்பத்தில் இளவரசி கேட்டார்கள்.

"இளவரசி என்னை தொடாதீர்கள். நான் ஒரு துறவியாக போகிறவன். என்னை தொட்டு பேசாதீர்கள்" என்றான்.

இளவரசி அமைதியாக இருந்தார்கள். பின் "உங்களை நான் மிகவும் நம்பினேன். நீங்கள் இவ்வாறு கூறுவீர்கள் என்று நான் நினைக்கவில்லை" என்றார்கள்.

"இளவரசி என்னை மன்னித்து விடுங்கள். நான் இங்கே வந்திருக்கவே கூடாது. அந்த பரந்தீரன் கூறியது போல், நான் சித்தராகவோ துறவியாகவோ ஆக வேண்டியவன். ஒரு திருமண வாழ்க்கை எனக்கு சரிபடாது" என்றான்.

"அது உங்கள் விருப்பம். நான் சிறுவயதில் இருந்தே, துரோகத்தையும் வலியையும் தாங்கி வளர்ந்தவள். இந்த வலியும் கொஞ்ச வருடத்தில் என்னை விட்டுப் போய்விடும். உங்கள் வாழ்க்கையின் வழியில் நான் நிற்க மாட்டேன். உங்கள் விருப்பம்" என்று, கண் கலங்கியவறே கூறினார்கள்.

ஆனால் இளவரசியின் கண்ணீரை பார்க்கும் ஒவ்வொரு நிமிடமும், துறவன் துருவனாக மாறிக்கொண்டிருந்தான்.

அவன் மனதுக்குள் ஒரு மிகப்பெரிய போரே நடந்து கொண்டிருந்தது. தான் துறவியாக வேண்டுமா? அல்லது இந்த அழகு மங்கையை காதலிக்க வேண்டுமா? என்று.

கடைசியில் அந்த அழகு மங்கையின் கண்ணீர் துளிகள், துறவனின் கைகளை வைத்தே, அந்த கண்ணீரை துடைக்க வைத்தது.

கண்ணீர் துளியை துறவன் பார்த்த வாறே, பெண்ணின் கண்ணீர் துளிர்க்கு இத்தனை சக்தி இருக்குமா? என யோசித்தான்.

7. பரந்தீரன் எங்கே?

இளவரசியிடம் தான் தன் ஊர் மக்களை பார்க்க போவதாக கூறிவிட்டு, இமயத்தின் உச்சியை பார்த்த வாறே, ஒரு சிறு மலையின் உச்சியில் துறவன் அமர்ந்து கொண்டிருந்தான்.

தன்னுடைய உயிர் ஒருவனின் கையில் இருந்தும், அவன் அதை எடுத்துக் கொள்ளவில்லையே? ஏன் அவன் அதை எடுத்துக் கொள்ளவில்லை?

இந்த உலகமே பார்த்து பயப்படும் அந்த பரந்தீரன், இப்போது எங்கே இருக்கிறான்? என்ற கேள்வியோடு மலையிலிருந்து கீழே இறங்கி, ஒரு ஒத்தையடி பாதையில் நடக்க ஆரம்பித்தான்.

முன்பெல்லாம் ஆங்காங்கே ஊர் மக்கள் நடந்து கொண்டிருப்பார்கள். ஆனால் இப்போது ஒருவர் கூட கண்ணில் படவில்லை. அதேபோல் மண்டபங்கள் அடித்து நொறுக்கப்பட்டிருந்தன. அந்த இடத்தில் மரங்கள் நடப்பட்டிருந்தன. வியாபாரிகளை எந்த இடத்திலும் பார்க்க முடியவில்லை.

சிறிது தூரம் சென்றபின், துறவனுக்கு தண்ணீர் தாகம் அதிகமாக வந்தது. முன்பெல்லாம் வழிப்போக்கர்களின் தாகத்தை போக்க மண் பானைகளும், தண்ணீர் குடுவைகளும் வைக்கப்பட்டிருக்கும். ஆனால் இப்போது அவை அனைத்தும் உடைக்கப்பட்டு இருந்தது.

85

இப்போது நான் தண்ணீருக்கு என்ன செய்வது? என சுற்றிலும் பார்த்தான். அவன் கண்ணுக்கு காடு மட்டும்தான் தெரிந்தது. இந்த காட்டிற்குள் ஒரு குளம் இருக்கிறது. ஆனால் அந்த குளத்தில் தான் எப்போதுமே தண்ணீர் இருக்காதே, என யோசித்தான்.

சரி வேறு வழி இல்லை. போய் தான் பார்க்கலாமே என குளத்தை நோக்கி நடக்க ஆரம்பித்தான். குளத்தின் அருகே சென்றதும், துறவனுக்கு ஒரு பெரிய ஆச்சரியம். பல வருடமாக தண்ணீரே இல்லாமல் இருந்த குளம், இன்று தண்ணீரால் நிரம்பி வழிந்தது. அதில் விலங்குகளும், பறவைகளும் மகிழ்ச்சியாக குளித்துக் கொண்டிருந்தன.

தண்ணீரை குடிப்பதற்கு குடுவை ஏதும் இல்லையே... என யோசித்தான். அங்கே ஒரு மான் தண்ணீரைக் குடிப்பதை பார்த்துவிட்டு, அதேபோல் தன் உதட்டை, தண்ணீரில் வைத்து தண்ணீரை உறிஞ்சி குடித்தான். ஒரு உண்மையை சொல்ல வேண்டும் என்றால், இதுவரை எத்தனையோ முறை தண்ணீரை குடித்திருந்தும், இப்படி தண்ணீரை குடிப்பது துறவனுக்கு மிக ருசியாக இருந்தது.

அப்போது பறவைகள் சடசடவென வானத்தில் பறந்தன. பறவைகளைப் பார்த்ததும், துறவனுக்கு ஒரு ஞாபகம் வந்தது. இப்போது குளத்தில் திடீரென தண்ணீர் இருக்கிறது. முன்பெல்லாம் தண்ணீரே இருக்காதே, இந்த பறவைகள் என்ன செய்யும்? இந்த விலங்குகள் என்ன செய்யும்? மனிதர்களின் தேவைக்கு ஏற்ப, தண்ணீரை வீட்டில் சேகரித்து வைத்து விட்டார்கள். ஆனால் காடே வீடாக இருக்கும் இந்த பறவைகளும், விலங்குகளும் தண்ணீருக்கு என்ன செய்யும்? இதை ஏன் மனிதர்கள் யோசிக்கவில்லை என இவன் யோசித்தான்.

சரி இனிமேல் அனைத்து உயிர்களுக்கும் தேவையான தண்ணீரை, நம் உயிருக்கு மட்டும்

பயன்படுத்தக் கூடாது. என முடிவு செய்துவிட்டு, அங்கிருந்து நடக்க ஆரம்பித்தான். இமயத்தின் அருகே செல்லச் செல்ல, பனிக்காற்று அதிகமாக வீசியது. பரந்தீரனுடைய கோட்டை, இமயத்தின் பின்புறத்தில் அமைந்திருக்க வாய்ப்புள்ளதாக, இளவரசி ஒரு முறை கூறினார்கள். ஆனால் இமயத்தின் பின்புறத்திற்கு செல்வதற்கு மூன்று நாட்களாவது தேவைப்படும். மனதில் தைரியத்தை வரவைத்து கொண்டு, சில கிழங்குகளை கோணி சாக்கில் முடிந்து கொண்டு, இமயத்தில் தனது இரண்டு கால்களையும் எடுத்து வைத்தான்.

மேலே ஏற ஆரம்பித்த கொஞ்ச நேரத்தில், ஓரிடத்தில் உறைந்த நிலையில், ஒரு சித்தர் அமர்ந்திருந்தார். ஆனால் அவர் அமர்ந்திருக்கும் இடத்தில் மட்டும், மண் சூழப்பட்டிருந்தது. என்ன இது? இமயத்தில் இந்த இடத்தில் மட்டும் மண் இருக்கிறது? என அதிர்ச்சியோடு அவரைப் பார்த்துக் கொண்டிருந்தான். சரி இமயத்தில் தான் சித்தர்களும், துறவிகளும் அதிகமாக இருக்கிறார்களே. அதில் ஒருவராக இருப்பார் போலும். இவரிடம் ஏதாவது பேசி, ஏதாவது வரம் கிடைக்கிறதா என்று பார்ப்போம் என, தனது கோணிச் சாக்கை கீழே வைத்துவிட்டு திரும்பினான். ஆனால் இப்போது அந்த மணல் சித்தர் அங்கு இல்லை.

என்ன இது? இவர் எங்கே சென்றார்? என அதிர்ச்சியடைந்தான். உண்மையாகவே நான் இவரை பார்த்தேனா? அல்லது நான் பார்த்ததெல்லாம் பிரம்மையா? என யோசித்தான்.

ஆம் பிரம்மைதான், இருக்கிற பனிக்கு, என் மூளை சுருங்கி விட்டது போலும். அதுதான் இப்படி எல்லாம் எனக்கு தோன்றுகிறது என்று, தன்னைத்தானே தவறு சொல்லிவிட்டு, அங்கிருந்து கிளம்ப முயன்றான். ஆனால் அங்கிருந்த மண்துகள்கள் பனிக்காற்றில் இவன் மேலே வந்து விழுந்தது.

ஆனால் இவன் அதை பெரிதாக எடுத்துக் கொள்ளாமல், மீண்டும் மேலே ஏற ஆரம்பித்தான். மேலே செல்ல செல்ல ஓரிரு இடங்களில் தீ பந்தங்கள் ஏற்றப்பட்டிருந்தது. அது துறவனின் குளிருக்கு மிகவும் இதமாக இருந்தது. ஆனால் கண்டிப்பாக இமயத்தின் உச்சிக்கு, துறவனால் ஏற முடியாது என்பது அவனுக்கும் தெரியும். அதனால் அங்கிருந்து இடது புறமாக திரும்பி, மலையின் பின்பகுதிக்கு நடக்க ஆரம்பித்தான்.

மலையின் பின்புறத்திற்கு வந்து சேர்ந்ததும், நரபலிகர்கள் இருப்பதற்கான அறிகுறிகள் தெரிந்தது. அவர்கள் வழக்கம்போல் பாட்டுகள் பாடியும், பரந்தீரனை வாழ்த்தியும் கூச்சலிட்டு கொண்டு இருந்தார்கள்.

உயிரை எடுக்கும் நரபலிகர்களின் கோட்டை, கண்டிப்பாக நரகமாக தான் இருக்கும் என்று நினைத்தான்.

கோட்டையின் வாசலில் மிகப்பெரிய தீப்பந்தங்கள் எரிந்து கொண்டிருந்தது. அதற்கு கீழே இரண்டு நரபலிகர்கள் நின்று கொண்டிருந்தார்கள். துறவனை பார்த்ததும், அவர்கள் அதிர்ச்சி அடைந்தார்கள். எதுவும் பேசாமல் அவனை முறைத்தவாறு நின்றார்கள். துறவனும் அவர்களை பார்த்தும், பார்க்காததுபோலும், கோட்டைக்குள் நடக்க ஆரம்பித்தான்.

உள்ளே சென்றதும், இதுவரை இவன் சுவாசித்திடாத சுத்தமான காற்று, குகையின் உள்ளே இருந்து வெளிவந்தது. அதில் பூக்களின் மனமும், செடிகளின் மனமும் கலந்து இருந்தது.

என்ன இது? உயிரை எடுக்கும் நரபலிகர்களின் கோட்டையில் இருந்து, இத்தனை அருமையான வாசனை வருகிறதே? என யோசித்தவறே உள்ளே சென்றான்.

உள்ளே சென்றதும், நரபலிகர்கள் ஆங்காங்கே கூடி இருந்தார்கள். விதைகளையும், செடிகளையும்

பிள்ளை போல் அவர்கள் வளர்ப்பது, துறவனுக்கு அதிர்ச்சியை ஏற்படுத்தியது.

மலையை குடைந்து தான் இந்த கோட்டை அமைக்கப்பட்டிருந்தது. இந்த குகையைச் சுற்றிலும், செடிகளும் கொடிகளும் படர்ந்து, காய்களும் கனிகளும் கொத்துக்கொத்தாக காய்த்திருந்தது.

ஒருவன் அந்த காய்கறிகளை பறிப்பதற்கு முன்பாக, அந்தச் செடியை வணங்கி விட்டு, அதனிடம் அனுமதி கேட்டு விட்டு தான் அதை பறித்தான்.

இது எல்லாம் பார்த்துக் கொண்டு உள்ளே வரும்போது, இருவர் துறவனை தடுத்து நிறுத்தினார்கள். அவர்கள் முகத்தைப் பார்த்ததும் துறவன் கூறினான். "ஓ நீங்களா? நீங்களே அரண்மனையின் காவலில் இருந்து தப்பித்து இருக்கிறார்கள் என்றால், என் நண்பனும் கண்டிப்பாக தப்பித்து இருப்பான். அவனை நினைத்துதான் நான் தவித்துக் கொண்டிருந்தேன்."

நாதனும் கழட்டியப்பனும் ஒருவரை ஒருவர் பார்த்துக் கொண்டு, "ஆம் உன் நண்பன் தப்பித்து விட்டான். ஆனால் அவன் அரண்மனைக்கு வெளியே எங்கிருந்தாலும், அவனைத் தேடிப் பிடித்துக் கொள்ளாமல் விடமாட்டோம்" என்றார்கள்.

"அட முட்டாள்களே அவன் அரண்மனைக்கு வெளியே வரவே இல்லை. இன்னும் அரண்மனை மக்களோடு மக்களாக தான் வாழ்ந்து கொண்டிருக்கிறான்."

இதைக் கேட்டதும் நாதனும் கழட்டியப்பனும் அவர்களுக்குள் மெதுவாக பேசினார்கள். "டேய் கழட்டியப்பா, என்னடா இவன் இப்படி சொல்கிறான். நீ தானடா அவன் சுவரையெல்லாம் தாண்டி குதித்து, பறந்து சென்றான் என்று கூறினாய்."

"ஆமா நாதா, நான் அப்படி பார்த்ததாக தான் ஞாபகம்."

"எது ஞாபகமா? இருடா உன்னை நான் அப்புறம் பார்த்துக்கொள்கிறேன்" என்று, துறவனின் முகத்தை நாதன் பார்த்தான்.

"என்ன இருவரும் ரகசியமாக பேசிக்கொள்கிறீர்கள்?"

"நாங்கள் பேசிக் கொள்வதெல்லாம் இருக்கட்டும். நீ ஏனப்பா சாவைத் தேடி வந்திருக்கிறாய்?"

"நான் சாகா வரம் பெற்று இருப்பதால், சாவை தேடி வந்திருக்கிறேன்" என சிரித்தான்.

"டேய் கழட்டியப்பா இவன் கூறுவது உண்மையா?" என மெதுவாக கேட்டான்.

"ஆமாம் இவன் நம் பரந்தீரர் கையில் கிடைத்தும், இவனை கொல்லாமல் விட்டிருக்கிறார். இவனுக்கு துருவ நட்சத்திர ரேகை இருக்கிறதாம்."

"ஓஹோ அப்ப இவனிடம் கொஞ்சம் ஜாக்கிரதையாக தான் இருக்க வேண்டும். "

பின் நாதன் துறவனை பார்த்து, "ஏய் உனக்கு துருவ நட்சத்திரம் இருப்பது எங்களுக்கு நன்றாகவே தெரியும். எல்லாத்துக்கும் ஒரு எல்லை இருக்கிறது என்பதை நீ மறவாதே" என்றார்கள்.

"ஓஹோ அந்த எல்லையை தான் நானும் பார்க்க வந்திருக்கிறேன். வாருங்கள் உள்ளே போகலாம்" என உள்ளே நடக்க ஆரம்பித்தான். நாதனும் கழட்டியப்பனும் என்ன செய்வதென்றே தெரியாமல், அவன் பின்னே நடக்க ஆரம்பித்தார்கள்.

கோட்டையை சுற்றி பார்த்த வாறே, துறவன் பரந்தீரனுடைய அறை வாசலுக்கு வந்து சேர்ந்தான். அவனுடைய வாசலுக்கு எதிரே ஒரு மிகப்பெரிய குழி ஒன்று இருந்தது.

அதன் அருகே இருக்கும் மற்றொரு அறையில் இருந்து, பெண்கள் கத்துவது போலும், கதறுவது போலும், சத்தம் கேட்டது.

"ஏய் பலிகர்களே உள்ளே யாரைப் பிடித்து வைத்திருக்கிறீர்கள்?" என கோபமாக கேட்டான்.

அவர்கள் ஒருவரை ஒருவர் பார்த்து சிரித்துக்கொண்டார்கள். பின் வேகமாக அந்த அறையின் உள்ளே நுழைய பார்த்தான். இதைப் பார்த்த மற்ற பலிகர்கள் வேகமாக ஓடிவந்து, துறவனை பிடித்தார்கள். ஆனால் துறவன் அவர்களை மீறி உள்ளே சென்றுவிட்டான். உள்ளே சென்றதும், சுவர்களில் இரத்தம் தெறித்து இருந்தது. ஆண்களும் பெண்களும், குழந்தைகளும், கிழவர்களும் கிழவிகளும், சங்கிலியால் கட்டப்பட்டு, சாட்டையால் அடிக்கப்பட்டுக் கொண்டிருந்தார்கள்.

இதை பார்த்த கோபத்தில், திரும்பி நரபலிகர்களை பார்த்து, "நீங்கள் எல்லாம் நல்லா இருப்பீர்களா?" என கத்திக் கொண்டிருக்கும்போதே, அங்கிருந்த அனைத்து தீப்பந்தங்களும் சடசடவென்று அணைந்தன.

கண்ணுக்கு எதுவும் தெரியவில்லை. அருகில் இருந்த சுவற்றில் தன் கையை வைத்தான். ஆனால் கையில் தென்பட்டது, ஒரு மண்டை ஓடுதான். அதை தொட்டதும் இவன் கை, கால்கள் நடுங்க ஆரம்பித்தது. முதல் முறையாக மரணத்தை பார்த்து, துறவன் பயந்தான். பின் அந்த அறையை விட்டு, மெதுமெதுவாக வெளியே வந்தான். வெளியே வந்ததும், மீண்டும் தீ பந்தங்கள் சட சடவென்று எரிந்தன. கண்களைத் திறந்து திரும்பி பார்க்கும்போது, தன் எதிரே பரந்தீரன் குனிந்தவாறு, நின்று கொண்டிருந்தான். அவனைப் பார்த்ததும், துறவன் இரண்டு அடி பின்னே வந்தான்.

"சாவே நெருங்காத ஒருவன். சாவை பார்த்து பயம் கொள்கிறான்" என பரந்தீரன் சிரித்தான்.

துறவன் எதுவும் பேசாமல் அமைதியாக நின்றான்.

"என்ன துறவா, இந்த பரந்தீரனை பார்த்து, நீ பயம் கொள்ள மாட்டாயா? சாவை பார்த்து மட்டும் தான், பயம் கொள்வாயா?" என்றான்.

"நான் ஏன் உன்னை பார்த்து பயம் கொள்ள வேண்டும்? என் உயிரை காப்பாற்றியவன் நீ. உன்னை பார்த்து எனக்கு பயம் வராது" என்றான்.

"ம்ம்... அதுவும் சரிதான். சரி என்னிடமிருந்து உனக்கு என்ன வேண்டும்? ஏன் என்னை தேடி இவ்வளவு தூரம் வந்திருக்கிறாய்?"

"என் உயிர் உன் கையில் இருந்தும், ஏன் அதை நீ எடுத்துக் கொள்ளவில்லை. இதை கேட்க தான் நான் வந்தேன்."

"பரந்தீரன் சத்தமாக சிரித்து விட்டு, தனிமையின் தாய் மடியில் உறங்குபவனால், என் நாட்டிற்கும் என் உலகிற்கும், எந்த பிரச்சனையும் கிடையாது. பின்பு ஏன் நான் அவனை கொல்ல வேண்டும்?

"பரந்தீரா நான் மட்டுமல்லை. அனைத்து மனிதர்களும் என்னை போல் தான், அவர்களை அறியாமல் சில விஷயங்களை செய்கிறார்கள்."

"அறியாமை... அறியாமை... அறியாமை..... ம்ம்.... வேறு என்ன சொல்லப் போகிறாய்? இவர்கள் அறியாமையால் எதுவும் செய்யவில்லை. ஆசை.... பேராசை.... இதனால் மட்டுமே அனைத்தையும் செய்கிறார்கள்."

"சரி அவர்களுக்கு ஆசையாகவே இருக்கட்டும். அவர்களை கொல்வதற்கு நீ யார்? நீ என்ன கடவுளா?" என்றான்.

"நான் கடவுள் இல்லை தான். ஆனால் அந்தக் கடவுள் படைத்த காவலன்."

"ஒரு முட்டாளை போலவே பேசுகிறாய் பரந்தீரா.... அவர்கள் செய்யும் தவறை அவர்களுக்கு புரிய வைத்தால், திரும்ப அந்த தவறை அவர்கள் செய்யமாட்டார்கள். அவர்களுக்கும் அறிவு இருக்கிறது.

ஒரு வாய்ப்பு கூட கொடுக்காமல், ஈவு இரக்கமே இல்லாமல் கொல்வது தவறு."

"வாய்ப்பா...? நானும் எனது வாய் நிறைய, அவர்களுக்கு வாய்ப்பாய் கொடுத்து விட்டேன். ஆனால் அவர்கள் திருந்தவே இல்லை. இப்போது உன் கண் முன்னே அவர்களுக்கு வேண்டுமென்றால், ஒரு வாய்ப்பு தருகிறேன். அவர்கள் திருந்தினால், அவர்களை உயிரோடு விட்டு விடலாம். இல்லையென்றால் உன் கண்ணெதிரே, அனைவரையும் நான் பலி கொடுப்பேன். அதை நீ பார்த்து தான் ஆக வேண்டும் சரியா?"

"என்ன வாய்ப்பு கொடுக்கப் போகிறாய்?"

"நான் இவர்களை சில நாட்கள், இந்த குகையில் அடைத்து வைப்பேன். இவர்கள் உயிரோடு இருந்தால், இவர்களை நானே விடுதலை செய்கிறேன்."

துறவன் இதைப் பற்றி யோசித்து விட்டு, சில நாட்கள் மனிதர்களால் எதையும் சாப்பிடாமல் உயிர் வாழ முடியுமா? எனயோசித்து விட்டு, சில நாட்கள் எல்லாம் வேண்டாம். மூன்று நாட்கள் போதும் என்றான்.

"சரி உன் ஆசைப்படியே நான் மூன்று நாட்கள், இவர்களுக்கு கொடுக்கிறேன். அந்த மூன்று இரவு முடிந்து இவர்கள் உயிரோடு இருந்தால், இவர்களை நாம் விடுதலை செய்யலாம் சரிதானே" என்றான்.

"சரி" என்று துறவனும் குழப்பமாக கூறினான்.

முதல் நாள் அன்று அந்த மனிதர்களோடு சேர்த்து, கோழிகளும் ஆடுகளும் விடப்பட்டிருந்தன. பகல் முழுவதும் அனைவரும் அமைதியாக இருந்தார்கள். ஆனால் இரவு வந்ததும். அந்தக் கோழிகளையும், ஆடுகளையும் ஈவு இரக்கமில்லாமல் கடித்தே கொன்று தின்றார்கள்.

மறுநாள் காலையில் அனைவரும் நல்லவர்கள் போல் அழுதுகொண்டு, ஒவ்வொரு மூலையில் அமர்ந்திருந்தார்கள்.

பரந்தீரன் துறவனை பார்த்து கேட்டான். "என்ன துறவா அந்த ஆட்டுக்கு வயிற்றில் பிள்ளை வளர்கிறது. அதை சேர்த்து இவர்கள் கொன்று தின்று விட்டார்களே, இவர்கள் செய்தது பாவமில்லையோ?"

"பசியில் விடப்பட்டால் வேறு வழி என்ன ?"

"முன்று நாட்கள் பசியில் இருந்தால், இவர்கள் ஒன்றும் சாகப்போவதில்லை. சரி என்னமோ சொல்கிறாய், இன்னும் இரண்டு நாட்கள் தான் இருக்கிறது பார்ப்போம்."

துறவன் கண்ணில் தூக்கம் இல்லாததால், அவன் கண்கள் எரிய ஆரம்பித்தது." துறவா உனக்காக, ஒரு மாளிகை போன்ற அறையை நான் உருவாக்கி வைத்திருக்கிறேன். அதில் சென்று ஓய்வெடு" என்றான்.

"நீ கொடுக்கும் எதுவும் எனக்கு தேவையில்லை பரந்தீரா."

"அப்போ உன் உயிர் மட்டும் உனக்கு வேண்டுமா?" அதுவும் நான் தானே கொடுத்தேன்." என சிறு புன்னகையோடு கேட்டான்.

சரி என்று வேறு வழியில்லாமல், அந்த அறைக்குள் துறவன் சென்றான். ஒரு உண்மையைச் சொல்ல வேண்டும் என்றால், சொர்க்கத்தில் ஒரு அறை இருந்தால், அது எப்படி இருக்குமோ? அதைவிட அழகாக இந்த அறை இருந்தது.

அறையைச் சுற்றிலும் பார்த்த வாறே, துறவன் அமர்ந்தான். அவன் எதிரே சுவையான உணவுகள் இருந்தது. அதைப் பார்த்துக் கொண்டிருக்கும் போதே, பரந்தீரன் உள்ளே வந்தான்.

"என்ன துறவரே, உங்களுக்கு பிடித்தது போல் அனைத்தும் இருக்கிறதா?"

"இல்லை எனக்கு பிடித்தது போல் இல்லை."

"என்ன பிடிக்கவில்லை?"

"உணவுகள் அனைத்தும், காய்கறிகளாக இருக்கிறது. எனக்கு பிடித்ததெல்லாம், மானும் மீனும் தான்."

இதைக் கேட்டதும் பரந்ீரனுக்கு கோபம் உண்டானது. “நீ கேட்டது கிடைக்கும்” என்று கோபமாக கூறிவிட்டு, அறையை விட்டு வெளியே சென்றான். பின் மானும், மீனும் துறவனுக்கு கொடுக்கப்பட்டது.

இரண்டாவது நாள், பசியை அனைவரும் அடக்கிக் கொண்டு, தண்ணீரை மட்டும் குடித்துவிட்டு உறங்கினார்கள். அவர்கள் உறங்கிக் கொண்டிருக்கும் போது, ஒரு கோழி உள்ளே விடப்பட்டது.

அனைவரும் ஒருவரை ஒருவர் பார்த்துக் கொண்டு, அந்தக் கோழியையும் பார்த்தார்கள். பின் வேகமாக ஒருவர் ஓடிச்சென்று, அந்த கோழியை பிடித்தார். ஆனால் பின்னால் இருந்த ஒருவன் அவரை பலமாக தாக்கி விட்டு, அந்த கோழியை அவன் பிடித்தான். அங்கிருந்த ஒவ்வொருவரும் மாறி மாறி அடித்துக் கொண்டு, பாதி பேர் இறந்து போனார்கள்.

மூன்றாவது நாள், அவர்களுக்கு தண்ணீர் கூட கொடுக்கப்படவில்லை. பசியின் உச்சத்தில் அவர்கள் இருந்தார்கள். அந்த நேரத்தில் ஒரு மான், சமைத்து உள்ளே வைக்கப்பட்டது. அவ்வளவுதான், சண்டை தீவிரம் அடைந்தது. ஒருவரை ஒருவர் அடித்துக் கொண்டு, அனைவரும் இறந்து போனார்கள்.

அவர்கள் அனைவரையும் பார்த்துவிட்டு பரந்தீரன் கேட்டான். “என்ன துறவா இது? நான் மிருகத்தை அனுப்பவே இல்லை. ஆனால் மனிதனுக்குள் ஒளிந்திருக்கும் மிருகம், வெளியே வந்து விட்டது. இது என்னுடைய தவறா?” என்றான்.

“தவறுதான் பரந்தீரா.. நம்முடைய அடிப்படைத் தேவையே உணவுதான். அது இல்லாமல், ஒரு உயிர் இயங்காது. நீ அதை வைத்து, அவர்கள் உயிரோடு விளையாடுகிறாய். முடிந்தால் உன் நரபலிகர்களோடு, நீ இதே அறையில் ஆறு நாட்கள் இருக்க முடியுமா? அப்படி இருந்தால், உன் நரபலிகர்கள்

உன்னை உயிரோடு விடுவார்களா?" என்று சிறு சிரிப்பு சிரித்தான்.

பரந்தீரன் இதைக் கேட்டு சத்தமாக சிரித்து விட்டு, "இப்படி தான் இமயத்தின் மேற்கே இருக்கக்கூடிய ஒரு அரசன், உன்னை போலவே கேட்டான். அவனுக்கு நாங்கள் பத்து இரவுகள் பசியோடு இருந்து காட்டினோம். ஒருவர் கூட பசியில் சாகவும் இல்லை. பசியில் யாரையும் கொல்லவும் இல்லை.

பின் அவன் மகுடத்தை என் கையில் கொடுத்து விட்டு. அவன் கழுத்தை அறுத்து அவனே இறந்து விட்டான்.

"பரந்தீரா நீ செய்வதெல்லாம் நல்லது என, உன்னை நீயே ஏமாற்றி வைத்திருக்கிறாய்."

"துறவா நன்றாக யோசித்துப் பார். நான் ஆடுகளையும் உள்ளே விட்டேன். கோழிகளையும் உள்ளே விட்டேன். ஆனால் அந்தக் கோழிகளும், ஆடுகளும் இவர்களை கொல்லவில்லை. ஆனால் இவர்கள்தான் முதலில் அதை கொன்றார்கள். இப்போது இதில் மோசமான மிருகம் எது?" என்றான்.

துறவனால் இதற்கு பதில் கூற முடியவில்லை. அமைதியாக நின்றான்.

"ஒத்துக்கொள் துறவா, மனிதர்கள் ஒரு கொடிய மிருகம் என்பதை ஒத்துக்கொள். அவர்களுடைய சுயநலத்திற்காக எதையும் செய்வார்கள், யாரையும் கொள்வார்கள். மற்ற உயிர்களைப் பற்றி யோசிக்காதவன் மனிதன். அவனை கொல்வதில் எந்த தவறும் இல்லை. அவனைக் கொல்வது இந்த பூமிக்கு செய்யும் புண்ணியம்."

"இல்லை பரந்தீரா, அவர்களை நீதான் அடைத்து வைத்து, இப்படி மிருகமாய் மாற்றுகிறாய்."

பரந்தீரனுக்கு கோபம் அதிகமானது. சட்டென துறவனின் கழுத்தை பிடித்து, சுவரோடு அடித்தான். நான் கூறுவது உனக்குப் புரியவில்லையா? இந்த

உலகத்தில் நாம் அடைக்க தான் பட்டிருக்கிறோம். இவர்கள் தங்கள் தேவைக்காக உயிர்களைக் கொன்று கொண்டுதான் இருக்கிறார்கள். ஒரு நாள் இந்த உலகில் உள்ள அனைத்து உயிர்களையும் இவர்கள் கொன்று முடிப்பார்கள். இல்லையென்றால் தண்ணீரை இவர்கள் தங்கள் தேவைக்காக, வீட்டிற்குள் வைத்துக் கொள்வார்கள். பின் மிருகங்கள் அதுவாகவே அழிந்து விடும். அப்படி அனைத்து உயிர்களும் அழிந்த பின், இங்கே இப்போது என்ன நடந்ததோ, அதுதான் இந்த உலகத்திலும் நடக்கும். மனிதர்கள் மனிதர்களையே கொன்று தின்ன ஆரம்பிப்பார்கள்.

பரந்தீரன் செய்வது ஈவு இரக்கமற்ற செயல் என்றாலும், அவன் கூறுவதில் நியாயம் இருப்பதாக தெரிந்தது. துறவன் எதுவும் பேசாமல் நின்றான்.

"துறவா இனிமேல் என் கண்ணெதிரே நீ வராதே, நாங்கள் செல்ல வேண்டிய தூரம் அதிகம் இருக்கிறது. உன்னுடைய பிறவி நோக்கம் கடவுள் நிலையை அடைவது மட்டும் தான். ஆனால் நீ இளவரசியின் பின்னால் சுற்றி நேரத்தை வீணாக்குகிறாய். முடிந்தால் நான்கு பேருக்கு நன்மை செய்யாதே, நான்கு மரங்களை நட்டு வை.... இப்போது நீ கிளம்பலாம்" என்றான்.

துறவன் எதுவும் பேசாமல் பரந்தீரனின் கோட்டையை விட்டு வெளியேறினான். அவன் வெளியே சென்றாலும், அவன் செவிகளில் பரந்தீரன் கூறியது கேட்டுக் கொண்டுதான் இருந்தது.

8. ஏங்கி நிற்கும் உடைவாள்

சக்கரவர்த்தி பலிகங்க ராயர் அனுப்பிய ஓலை, மத்திய பிரதேசத்துக்கு வந்து சேர்ந்தது. முப்படைகளை ஒரே இடத்தில் பார்ப்பது, மிகவும் அரிதான ஒன்று. மத்திய பிரதேசத்தின் மத்தியில், யானைப் படைகளும், சேனைப் படைகளும் குவிந்து கிடந்தார்கள்.

யானைகளின் பிளிரல் சத்தத்தின் நடுவே, யானை மேல் ஒருவர் அமர்ந்திருந்தார். அவருடைய மீசை பாதி நரைத்திருந்தது. அவருக்கு நீளமான தலைமுடி இருந்தது. கையில் பவள மோதிரங்களை அணிந்திருந்தார்.

ஓலையை எடுத்து வந்தவர்கள், பயத்துடன் அவரை நெருங்கினார்கள். அருகில் சென்றதும், "தளபதி செங்காந்தரே வணக்கம்" என மரியாதை செலுத்தினார்கள்.

செங்காந்தர் தன் மீசையை வருடி விட்டு, அவர்கள் இருவரையும் பார்த்து, "கூறுங்கள்" என்றார்.

"தளபதியாரே நாங்கள் அரண்மனையில் இருந்து வருகிறோம். நம் ராயர் குலத்திற்கு பெரும் ஆபத்து வந்துள்ளது."

"ஆபத்தா? அந்த ஆபத்து வராமல் இருக்க தானே, நான் இங்கே இருக்கிறேன்" என்றார்.

"தளபதியாரே இது அரசர்களால் வரப்போகின்ற ஆபத்து இல்லை. நம் நாட்டிற்குள் நரபலிகர்கள் ஊடுருவி விட்டார்கள்."

நரபலிகர்கள் என்ற பெயரைக் கேட்டதும், செங்காந்தருக்கு கோபம் தலைக்கேறியது. அந்தக் கோபக்கனலில் கொதித்து கொண்டே, கண்ணீர் துளிகள் தரையில் விழுந்தன. அதன்பின் வானத்தைப்

பார்த்து சத்தமாக கத்தினார். அங்கிருந்த முப்படை இதை பார்த்து மிரண்டு போனார்கள்.

அதன் பின் அவர் யானையை விட்டு கீழே இறங்கினார். ஆனால் தெற்கு திசையில் இருந்து, பெரும் சத்தம் கேட்க ஆரம்பித்தது. அனைவரும் தெற்கே பார்க்க ஆரம்பித்தார்கள். வானத்தில் வெடிகள் வெடித்தன, அந்த வெடி வெளிச்சத்தில் புலிக்கொடிகள் தெரிந்தன.

செங்காந்தரும் இதை எதிர்பார்த்து தான் காத்துக் கொண்டிருந்தார். அதன் பின் அவர் தன் கைகளை உயர்த்தினார். தரையில் இருந்து சத்தம் எழுப்பிக் கொண்டே, வானத்தில் வெடிகள் வெடித்தன. அந்த வெளிச்சத்தில், ராயரின் சங்கு கொடி நன்றாகத் தெரிந்தது.

சோழர் படை இதை பார்த்ததும் அங்கேயே நிறுத்தப்பட்டது. குதிரை மேல் அமர்ந்திருந்த சோழர் படையின் தளபதி கூறினார். "கேசவா என்ன இது? மத்திய பிரதேசத்தை ஆள்வதற்கு அரசர்கள் இல்லை என்றீர்கள். நம் கண் எதிரே நிற்கும் முப்படை யாருடையது?"

படைத்தலைவன் கேசவன் தயக்கத்தோடு கூறினான். "பல்லவரையரே, இதை நாங்களும் எதிர்பார்க்கவில்லை. இப்படை ராயர் பேரரசை சேர்ந்தது."

"ம்ம்... இதைப் பற்றி நம் அரசருக்கு தெரியுமா?"

"இல்லை தளபதியாரே தெரிந்திருக்க வாய்ப்பு இல்லை. அதேபோல் நம் அரசருக்கு, ராயர் அரசர் மேல் அதிக மரியாதை இருக்கிறது."

"ஏன் அப்படி?"

"ராயர் பேரரசு பல வருடங்களுக்கு முன், நம்மிலிருந்து பிரிந்து போனவர்கள் தான். அவர்கள் இப்போது வட தேசத்தை ஆள்வது, நமக்கும் பெருமை என்று நாம் அரசர் கூறுவார்."

"ஓஹோ நம் அரசருக்கு பெரிய மனசுதான். சரி ராயர் பேரரசின் தளபதியுடன், நாளை எனக்கு சந்திப்பு வேண்டும். நான் பேச்சு வார்த்தைக்கு அழைத்தேன் என்ற செய்தியை அவர்களிடம் கூறுங்கள்."

"ஏற்பாடு செய்கிறேன் தளபதியாரே" எனக் கூறிவிட்டு இருவரை கேசவன் அழைத்தான்.

அவர்களிடம் ஓலையை கொடுத்து, நாளை காலையில் அதை எடுத்துச் செல்லுமாறு கட்டளையிட்டான்.

இரண்டு பக்கத்தில் இருந்த படைகளும், ஆங்காங்கே கொட்டாய்களைப் போட்டு, ஓய்வெடுக்க ஆரம்பித்தார்கள். அதோடு அருகில் இருந்த கிராமங்களுக்கு சென்று, அரிசிகளையும் காய்கனிகளையும் வாங்கிக் கொண்டார்கள்.

இருள் சூழ்ந்த கொட்டாயில், ஒரு சிறு விளக்கின் வெளிச்சத்தில், தளபதி செங்காந்த ராயர் ஓய்வெடுத்துக் கொண்டிருந்தார். அப்போது தளபதியாரின் காதுகளை ஒரு சத்தம் தொந்தரவு செய்தது. கண்களை விழித்துக் கொட்டாயை சுற்றிலும் பார்த்தார். வெளியில் நீண்ட நேரமாக, யாரோ அங்கும் இங்கும் நடப்பது போல் தெரிந்தது. ஒருவேளை இது சோழர் படையினரின் திட்டமாக இருக்குமோ என்று, அந்த நிழலை ஊற்று கவனித்தார். அந்த உருவம் ஒவ்வொரு கொட்டாயாக சென்று, திரும்பி வந்தது. இது கண்டிப்பாக இந்தச் சோழனுடைய வேலை தான் என்று, தன்னுடைய உடைவாளை எடுத்துக்கொண்டு, அந்த உருவத்தை நோக்கி மெதுவாக நடந்து சென்றார். அந்த உருவம் இப்போது தளபதியின் கொட்டாய்க்கு வெளியே நின்றது. சட்டென அதன் கையை பிடித்து, யாரது?" என வாளை உயர்த்தினார்.

அந்த உருவத்தின் முகத்தை பார்த்ததும், அதிர்ச்சியானார். கையில் இருந்த வாளை கீழே போட்டு விட்டு, "அரசே நீங்கள் எப்படி இங்கே வந்தீர்கள்?

முகத்தில் எப்படி காயம் ஏற்பட்டது?" என்று அதிர்ச்சி அடைந்தார்.

சிங்கராயர் மூச்சு இறைத்தவாறே கூறினார். "சோழர் படையினரால் நான் சிறைபிடிக்க பட்டேன். அவர்களுக்கு தெரியாமல் இப்போது தப்பித்து விட்டேன்."

"என்ன சொல்கிறீர்கள் எனக்கு ஒன்றும் புரியவில்லையே, முகத்தில் அதிக காயங்கள் இருக்கிறது, எப்படி?" என்று பதறியவாறே தளபதி கேட்டார்.

"காயத்திற்கு காரணம் சோழர் படையின் தளபதி தான். என்னை சிறை பிடித்து, கொடுமைப்படுத்தினார்கள்."

இதைக் கேட்டதும் செங்காந்தருக்கு கோபம் தலைக்கேறியது. "சக்கரவர்த்தியின் தம்பியை தொடும் அளவிற்கு, இந்த தளபதிக்கு தைரியம் வந்து விட்டதா?"

"அரசே நீங்கள் கவலைப்படாதீர்கள். இந்த வாளினால் அவர்களுக்கு பதில் சொல்வோம்." என்று கர்ஜித்தார்.

சிறிது நேரத்தில் தளபதியின் கொட்டாய்க்கு, ஐம்பதுக்கும் மேற்பட்ட வைத்தியர்கள் ஓடி வந்தார்கள். தளபதி படைவீரர்களை ஒன்று திரட்டினார்.

"வீரர்களே ஒன்றை மனதில் வைத்துக் கொள்ளுங்கள். சோழர் படையின் தளபதி, நம்மை பேச்சுவார்த்தைக்கு அழைத்திருக்கிறார். ஆனால் இது வெறும் பேச்சு வார்த்தையாக மட்டுமே இருக்காது. இங்கே சிறிது நேரத்தில் போரே நடக்கலாம், அனைத்திற்கும் தயாராக இருங்கள்" என்றார். வீரர்களும் போருக்கு தயாராவது போல், தங்களது ஆயுதங்களை தயார் செய்தார்கள்.

காலையில் நடப்பதை பார்க்க, சூரியன் வேகவேகமாக வானத்தின் மேல் வந்தான்.

இரண்டு பக்கத்தில் இருந்தும், இரண்டு தளபதியும். அவர்களோடு சில முக்கிய வீரர்களும் நடந்து வந்தார்கள். பல்லவரையர் ராயர் படையை பார்த்து, பிரமிப்பு அடைந்தார். காரணம் ஆயிரக்கணக்கான யானைகளை அவர்கள் வைத்திருந்தார்கள். இருவரும் நேருக்கு நேர் வந்ததும், ஒரு நிமிடம் கண்களை பார்த்துக் கொண்டே நின்றார்கள். பின் ஒருவருக்கு ஒருவர் மரியாதை செலுத்தினார்கள்.

அதன்பின் செங்காந்தர் கூறினார். சோழர் படையின் தளபதிக்கு, தென் தேசம் போதவில்லையோ? மத்திய பிரதேசத்துக்கு வந்து உள்ளீர்கள்?"

பல்லவரையர் சிரித்துக் கொண்டே, "படை குறைவாக வைத்திருக்கும் உங்களுக்கே, மத்திய பிரதேசம் வரை தேவைப்படும்போது, உங்களை விட இரண்டு மடங்கு படை வைத்திருக்கும் எங்களுக்கு, தென் தேசம் போதாது தானே" என்றார்.

"எப்போதும் எண்ணிக்கை முக்கியமில்லை தளபதியாரே, நீங்கள் படை அதிகமாக வைத்திருந்தும், இப்போதுதான் மத்திய பிரதேசத்துக்கு வந்து உள்ளீர்கள். ஆனால் நாங்கள் தென் தேசத்திலிருந்து, உங்கள் கனவான இமயத்தை, எப்போதோ பிடித்து விட்டோம்."

"உண்மைதான், உங்கள் வீரத்தின் மேல் சந்தேகமில்லை. ஆனால் எங்களால் இந்த மத்திய பிரதேசத்தை பிடிக்க முடியாது என்று மட்டும், நீங்கள் நினைக்காதீர்கள்."

"சரி நாங்கள் நினைக்கவில்லை. நீங்கள் என்ன காரணத்திற்காக இப்போது வடக்கே வந்து கொண்டிருக்கிறீர்கள்?"

"எங்கள் அரசர் வடக்கே இருக்கும் கங்கையை, தெற்கே அள்ளி வரச் சொல்லி இருக்கிறார். அதற்காக மட்டும் தான் நாங்கள் இங்கே வந்திருக்கிறோம்.

மத்தபடி ஒன்றுமில்லை” என்று, புன்னகையோடு பல்லவரையர் கூறினார்.

“ஒன்றுமில்லை என்று கூறிவிட்டு, கங்கையைப் பிடிக்காமல், நீங்கள் ஒரு சிங்கத்தை பிடித்து விட்டீர்கள்.”

“நீங்கள் கூறுவது புரிபடவில்லையே.”

“புரியாதது போல் நடித்தால், எதுவும் புரியாது பல்லவரையரே. நீங்கள் தவறு செய்து விட்டீர்கள். நீங்கள் அதற்கு மன்னிப்பு கேட்காவிட்டால், உங்களை நாங்கள் சோழமண்டலத்திற்கு திருப்பி அனுப்ப மாட்டோம்.”

பல்லவரையர் சிரித்தார். பின் கூறினார், ராயர் குளத்தின் தளபதியாரே. நீங்கள் பேசிக் கொண்டிருப்பது சோழர் படையிடம், உங்களோடு போர் செய்ய, எங்கள் அரசர் விரும்பவில்லை. ஏற்கனவே பல போர்களை கடந்து தான் இங்கே வந்திருக்கிறோம்.

“ம்ம் அரசருக்கு போரில் விருப்பமில்லை என்றாலும், தளபதிக்கு அதிகம் விருப்பம் இருப்பதாக தெரிகிறது.”

“தளபதியாரே நீங்கள் வயதில் மூத்தவர். ஆனால் உங்கள் வார்த்தை அப்படி இல்லை. எங்களை அது வம்புக்கு இழுக்கிறது.”

“நன்றாக இழுக்கட்டும் பல்லவரையா, நீ செய்த குற்றத்திற்கு, நீயும் உன் அரசரும் எங்களிடம் மன்னிப்பு கேட்க வேண்டும். இல்லை என்றால், ராயர் படை தென்திசை நோக்கி, விருந்து உண்ண விரைந்து வரும்.”

பல்லவரையர் இதை கேட்டதும் கோபமடைந்தார். பின் கூறினார், “தென்திசை வரை நீங்கள் வர வேண்டிய அவசியம் இல்லை தளபதியாரே, இப்போதே இங்கேயே நாம் போர் செய்யலாம். வெற்றி பெற்றால், நாங்களே உங்களை விருந்திற்க்கு அழைத்துச் செல்கிறோம். தோல்வி அடைந்தால் , உங்கள் உடலை மேலே பறக்கும் கழுகுக்கு, நாங்கள்

விருந்து கொடுப்போம். உங்கள் படைகளை தயார் செய்யுங்கள்" என்று கோபமாக கூறினார்.

"அதற்கு எந்த ஒரு அவசியமும் இல்லை பல்லவரையா, யாருடைய படை தயாராக வேண்டும் என்று கொஞ்சம் சுற்றிப் பார்" என்று, சிறு சிரிப்பு சிரித்தார்.

பல்லவரையர் ராயர் படையையும், சோழர் படையையும் பார்த்தார். சோழர் படையினர் பேச்சுவார்த்தை தானே என்று சாதாரணமாக இருந்தார்கள். ஆனால் ராயர் படையினர், அடுத்த நொடி போர் வந்தாலும், அனைத்திற்கும் தயார் என்பது போல் நின்று கொண்டிருந்தார்கள்.

"ம்ம் நாங்கள் உங்களிடம் போருக்கு வரவில்லை. ஆனால் நீங்கள் போருக்கு தயாராகிக் கொண்டுதான் இவ்வாறு பேசி இருக்கிறீர்கள். சரி களத்தில் சந்திப்போம் என்று, செங்காந்தர்க்கு மரியாதை செலுத்தி விட்டு, அங்கிருந்து பல்லவரையர் கிளம்பினார். செங்காந்தரும் சோழர் படையினரை முறைத்து பார்த்துவிட்டு திரும்பினார்.

ஆனால் செங்காந்தராயர் திரும்பி நடக்க ஆரம்பிக்கும் போது, அவர் மனதில் ஆயிரம் குழப்பங்கள் ஏற்பட்டது. தான் இத்தனை பேசியும், இந்த பல்லவரையன் நமக்கு மரியாதை செலுத்துகிறானே? இவன் எப்படி இப்படி ஒரு துரோகத்தை செய்தான்? என்று யோசித்தார். பின் எதற்கும் அவனிடம் நேரடியாக கேட்டு விடலாமா என திரும்பினார். ஆனால் பல்லவரையர் வேகமாக நடந்து சென்று விட்டார்.

இரண்டு பக்கத்திலும் போர்வீரர்கள் ஆர்வமாக பதிலை எதிர்பார்த்து காத்துக் கொண்டிருந்தார்கள்.

சிங்கராயர் கொட்டாயிலிருந்து வேகமாக வெளிவந்து, தளபதியிடம் ஆர்வமாக கேட்டார். "தளபதியாரே பேச்சுவார்த்தை என்ன ஆனது?" என்று.

"அரசே உங்கள் மீது கை வைத்தவர்களை நாம் சும்மாவிட்டால், நம் குலத்திற்கு அது அசிங்கம். நாளை முதல் போர் தொடங்குகிறது. உங்கள் மீது கைவத்தவனின் தலையை உங்கள் காலடியில் நான் போடுவேன்" என்று தளபதி கர்ஜித்தார்.

இதைக் கேட்டதும் சிங்கராயரின் மனதிற்குள், பேரானந்தம் உருவானது. இந்தப் போரோடு ராயர் படை அழிந்துவிடும். பின் நரபலிகர்களை எனது போர் படையாக உருவாக்கி, இந்தச் சோழர் படையும் அழிப்பேன். இந்த நாட்டையும், இந்த உலகையும் நானே ஆள்வேன். என மனதிற்குள் பெரிதாக கனவு கோட்டைகளை கட்டினார்.

மத்திய பிரதேசத்தில் இவ்வாறு நடந்து கொண்டிருக்கும்போது, பனிக்காட்டு அரண்மனையில் காற்றின் வேகம் சற்று அதிகமாக வீசிக் கொண்டிருந்தது. மரத்தில் உள்ள மலர்கள் அதன் வாழ்வை முடித்துக் கொண்டு, மற்றொரு பிறப்புக்கு தரையை வந்து சேர்ந்தது.

அதன் அருகில் இருக்கும் பிரம்மாண்ட அரண்மனையில், இரண்டு உள்ளங்கள் இரண்டு காரணத்திற்காக ஏங்கிக் கொண்டிருந்தது. ஒருவர் ராயர் குல சக்கரவர்த்தி, மற்றொருவர் ராயர்குலத்தின் இளவரசி.

அரசர் அரண்மனையின் மேல் பகுதியில் நின்று கொண்டு, அரண்மனையை சுற்றியுள்ள காடுகளையும், கிராமங்களையும் பார்த்துக் கொண்டிருந்தார். அவருக்கு நன்றாகவே தெரிந்து விட்டது. நரபலிகர்கள் தங்கள் அரண்மனையைச் சுற்றியுள்ள காடுகளில் தான், பதுங்கி இருக்கிறார்கள் என்று.

இப்போது அரண்மனையில் படை குறைவாக தான் இருக்கிறது. இதை வைத்து இத்தனை ஆயிரம் நரபலிக்கர்களை சமாளிக்க முடியாது. முப்படை எவ்வளவு சீக்கிரம் வருகிறதோ, அவ்வளவு நல்லது என யோசித்தார். அப்போது காட்டிலிருந்து மீண்டும் அதே

105

சங்கு சத்தம் பலமாக கேட்டது. அரசரின் உடம்பு அதைக் கேட்டதும், சிலிர்த்து போனது. பின் அவர் தன்னையே மறந்து, கை கால்கள் நடுங்கியபடி கூறினார். "முப்பாட்டா நான் செய்தது தவறுதான். உண்மை தெரிந்தும், அமைதியாக இருந்தது தவறுதான். அதற்காக என் மனைவியை எடுத்துக் கொண்டது போல், என் மகளையும் எடுத்துக் கொள்ளாதே, என் உயிரை வேண்டுமென்றால் எடுத்துக் கொள்" என பதறினார்.

பின் சத்தம் நின்றதும், அரசர் சுவரை பிடித்துக் கொண்டு நிதானமானார். பின் யாரும் பார்க்கிறார்களா என பார்த்துவிட்டு, வேகமாக தன்னுடைய அறைக்குச் சென்றார்.

கிழக்குப் பக்க அறையில் இளவரசி தேனீழினி, துறவனை நினைத்து வாடி இருந்தார்கள். அதே நேரத்தில் சிங்கராயர் செய்த செயலை, தன் தந்தையிடம் கூறினால், அவர் மிகவும் மன உளைச்சலுக்கு ஆளாவார். ஆகையால் தானே அந்த சிங்கராயரை, அரண்மனையில் இருந்து விரட்ட வேண்டும் என திட்டம் போட்டுக் கொண்டிருந்தார். பின் அறையில் இருந்து எழுந்து, அரசருடைய அறையை நோக்கி, நடக்க ஆரம்பித்தார்கள். அரசர் நாற்காலியில் அமர்ந்துகொண்டு, எதிரே உள்ள பலகையில் மகுடத்தை வைத்துவிட்டு, அதை பார்த்தவாறே நீண்ட நேரமாக அமர்ந்திருந்தார்.

இளவரசி உள்ளே வருவதை தெரிந்து கொண்ட அரசர். நிதானம் ஆவது போல், மகுடத்தை எடுத்து பெட்டியில் வைத்தார். பின் இளவரசியை பார்த்து, "மகளே ஏன் சோர்வாக இருக்கிறாய்?" என்று நடந்து வந்தார்.

"தந்தையே நான் சோர்வாக இருப்பதெல்லாம் இருக்கட்டும். நீங்கள் கொஞ்ச நாட்களாக வித்தியாசமாக நடந்து கொள்கிறீர்கள் என்று,

என்னுடைய பணிப்பெண்கள் கூறுகிறார்கள். உங்களுக்கு என்ன ஆனது?"

"வித்தியாசமாகவா? அப்படி ஏதும் இல்லையே, நான் எதையும் மறைக்கவில்லையே" என்றார்.

"தந்தையே நம்மைச் சுற்றி பிரச்சனை மேல் பிரச்சனை, வந்து கொண்டே இருக்கிறது. நாம் என்ன செய்யப் போகிறோம் என்று தெரியவில்லை" என்றார்கள்.

"மகளே நீ அந்த நரபலிகர்களை பற்றி கவலைப்படுகிறாயா?"

"ஆம் தந்தையே, கூண்டில் அடைபட்ட பறவை போல், நாம் இந்த அரண்மனையில் இருக்கிறோம். அது என்னை மிகவும் வேதனைப்படுத்துகிறது."

"மகளே இதை நினைத்தெல்லாம் நீ கவலைப்படாதே, அவர்களால் நம்மை எதுவும் செய்ய முடியாது."

"தந்தையே நம்மிடம் படை குறைவாக இருக்கிறதே" என்றார்கள்.

"குறைவாக இருந்தால் என்ன? இந்த ராயர் பேரரசை உருவாக்கியவர். ஒரு ஆளாக இமயத்திற்கு வந்து தான், இவ்வளவு பெரிய சாம்ராஜ்ஜியத்தை உருவாக்கியிருக்கிறார்." என்று மேலே சொல்ல வந்து பின் நிறுத்தினார்.

"தந்தையே ஒவ்வொரு முறை, நம் முப்பாட்டரின் கதையை சொல்ல வரும்போது எல்லாம், பாதியில் நிறுத்தி விடுகிறீர்கள். அங்கே என்ன நடந்தது என்பதை நீங்கள் என்னிடம் சொல்வதில்லை."

"மகளே இப்போது என்னால் அதை விளக்கி கூற முடியாது. நான் இன்னொரு நாள் சொல்கிறேன்" என்றார்.

"போங்க தந்தையே உங்களை நம்பி நம்பி, நான் ஏமாந்து விட்டேன்."

"மகளே நான் கேட்டதை நீ செய்யவில்லை அல்லவா? அதைச் செய்தால், நான் அனைத்து

கதைகளையும் அப்போதே உன்னிடம் சொல்லி விடுகிறேன்."

இளவரசி திரும்பி நின்று, "என்ன செய்ய வேண்டும்?"என்றார்கள்.

"மகளே எதுவும் தெரியாதது போல் பேசாதே, உன் திருமணத்தை பற்றி தான் சொல்கிறேன்."

"தந்தையே, நான் என்ன செய்வது? என்னை திருமணம் செய்யும் அளவிற்கு, எந்த ஆண் மகனுக்கும் தகுதி இல்லை."

"மகளே நீ இப்படியே சொல்லிக் கொண்டிரு, ஏதோ ஒரு கிராமத்து இளைஞனை பிடித்து, உனக்கு கட்டி வைத்து விடுகிறேன்" என்று சிரித்தார்.

இதை கேட்டதும் இளவரசிக்கு பெரும் சந்தோசம் உண்டானது. இப்பவே தன் தந்தையிடம், துருவனைப் பற்றி சொல்லி விடலாமா என்று யோசித்தார்கள். ஆனால் அவரே, என்னை இன்னும் காதலிக்கிறாரா, இல்லையா என்பதே தெரியவில்லை. இப்போது எங்கே சென்றார் என்பதும் தெரியவில்லை. பின்பு எப்படி சொல்வது என்று அமைதியானார்கள்.

பின் அரசர் கூறினார். "நம் அரண்மனைக்குள் இருக்கும் வீரர்கள் அனைவரும், சோர்ந்து போயிருக்கிறார்கள். அவர்களுக்கு ஒரு பெரிய பல பரிட்சை நாம் விரைவில் நடத்த வேண்டும் மகளே, நான் அதற்கான வேலையை பார்க்கிறேன்" என்று, அறையை விட்டு வெளியே சென்றார். இளவரசியும் தன்னுடைய அறைக்கு வந்து சேர்ந்தார்கள்.

துறவன் பரந்தீரனைப் பார்த்துவிட்டு, இமயத்திலிருந்து அரண்மனைக்கு வந்து சேர்ந்தான். குளத்தின் ரகசிய வழி வழியாக, அரண்மனைக்குள் புகுந்தான். அந்த இரண்டு காவலர்கள் துறவனைப் பார்த்ததும், மரியாதை செலுத்தினார்கள். காரணம் துறவன் இளவரசியின் ரகசிய காவலன் என்று சொல்லி இருப்பதால்.

மெதுவாக அரண்மனைக்குள் துருவன் நடக்க ஆரம்பித்தான். இது இரவு நேரம் என்பதால், அரண்மனையில் உள்ள அனைத்து கண்களும், தன் எஜமானனை தூங்க வைத்துக் கொண்டிருந்தது. ஆனால் அங்கு ஒருவன் மட்டும் தன் கண்கள் பேச்சை கேட்காமல், அங்கும் மிங்கும் நடந்து கொண்டிருந்தான்.

அவனைப் பார்த்ததும் துறவனுக்கு சந்தேகம் எழுந்தது. ஒருவேளை இவன் நரபலிகர்களாக இருப்பானோ? அப்படி இருந்தால், இவனை இங்கேயே தீர்த்து கட்டிவிடலாம் என்று, துறவனும் அவன் பின்னால் சென்றான்.

துறவனால் அவனை பிடிக்க முடியவில்லை. காரணம் அவன் சுவருக்கு சுவர் வேகமாக ஏறினான். வேகமாக தாவினான். என்ன இவன், போன ஜென்மத்தில் குரங்காக பிறந்திருப்பானோ? என்று திட்டிக்கொண்டே அவனை பின்தொடர்ந்தான்.

கடைசியாக அவன் ஒரு புதரின் பின்னால் சென்று, ஓய்வெடுப்பதற்காக தயாரானான். இதுதான் சரியான நேரம் என்று, சுவரில் மாட்டிருந்த கோணியை, துறவன் கையில் எடுத்துக் கொண்டான். மெதுவாக அவன் அருகே சென்று, கோழியை சாக்கில் அமுக்குவது போல், ஒரே அமுக்காக அவனை அமுக்கினான். அவன் "ஐயோ என்னை விட்டு விடுங்கள். நான் செய்தி சொல்ல தான் அரண்மனைக்குள் வந்தேன்." என அலறினான்.

செய்தி சொல்ல வந்தானா? அப்ப இவன் நரபலிகன் இல்லை. "டேய் உன்னை விட்டு விடுகிறேன். என்ன செய்தி என்று கூறு."

"ஐயா சாக்கை முதலில் எடுங்கள். எனக்கு மூச்சு முட்டுகிறது" என அலறினான்.

சரி விட்டுப் பார்க்கலாம் என்று சாக்கை எடுத்தான். சாக்கை எடுத்ததும், துறவன் அவன் முகத்தைப் பார்த்து, கத்தினான். அவனும் பதிலுக்கு துறவனை பார்த்து கத்தினான்.

109

அருகே இருந்த காவலர்கள், "யார் அங்கே....? என்ன சத்தம் அது....?" என்று அவர்களும் கத்தினார்கள். இருவரும் வேகமாக அந்த புதிர்களுக்குள் ஒளிந்து கொண்டார்கள். அந்தக் காவலர்கள் வேகமாக ஓடிவந்து, சுற்றிலும் பார்த்துவிட்டு, எங்கிருந்து சத்தம் வந்தது என அங்குமிங்கும் பார்த்தார்கள். பின் ஏதாவது பூனையாக இருக்கும் என்று, அங்கிருந்து கிளம்பி விட்டார்கள்.

அவர்கள் போன பின், துறவன் "டேய் கிச்சா, நீ என்னடா குரங்கை விட மோசமாக தாவுகிறாய்?" என்றான்.

"உன்னோடு சேர்ந்தால் இப்படி குரங்கு மாதிரி தாண்டா இருக்க முடியும்."

"அப்படி என்ன ஆனது?"

"என்ன ஆனதா, டேய் உன்னை தேடி அரண்மனைக்கு வந்தேன். வந்ததிலிருந்து இந்த அரண்மனையை விட்டு வெளியேற முடியவில்லை. பகலில் பண்டாரமாக வேலை செய்கிறேன். இரவில் நீ கூறியது போல், குரங்கை விட மோசமாக தாவிக் கொண்டிருக்கிறேன்."

"அடப்பாவமே நானும் இத்தனை நாட்கள் அரண்மனையில் தான் இருந்தேன்."

"அதையும் நான் நன்றாக பார்த்தேனே, துறவா... துறவா... என அன்று நீண்ட நேரமாக நான் கத்தினேன். ஆனால் இளவரசியின் தாலாட்டில் நீ நன்றாக தூங்கிக் கொண்டிருந்தாய்."

"ஐயோ அப்படியெல்லாம் இல்லைடா" என்று தன் தலையை குனிந்து கொண்டான்.

"டேய் அப்படி இல்லை என்று மட்டும் சொல்லாதே. அனைத்தையும் செய்து விட்டு, நொள்ளேடா என்று வேற சொல்கிறாய். இங்கே பார், நான் ஒன்று மட்டும் சொல்கிறேன். நீ துறவனாக இரு, இல்லையென்றால் துருவனாக இரு, முதலில் என்னை

காப்பாற்றி இந்த அரண்மனையை விட்டு அனுப்பி விடுடா....." என அழாத குறையாக கூறினான்.

"டேய் கிச்சா நாம் வெளியே போவது மிகவும் ஆபத்து. நம் நாட்டில் எங்கே பார்த்தாலும், நரபலிகர்கள் தான் இருக்கிறார்கள்."

"அப்போ இங்கேயே இப்படியே என்னை குரங்கு போல் இருக்க சொல்லுகிறாயா?"

"இருக்கலாம் தான் ஆனால் குரங்கை போல் இல்லை. என்னிடம் ஒரு யோசனை இருக்கிறது."

"என்ன யோசனை?"

"நீ பண்டாரமாக வேலை செய்கிறாயே, அப்படி என்றால் என்னடா?"

"ஐயோ அதை ஏனடா கேட்கிறாய். நம் அரசர், அரசருடைய அப்பா, அவருடைய தாத்தா, அனைவரும் போரில் வெற்றி பெற்று எடுத்து வந்த முத்துகளை, ஒரு மாலையில் கோர்க்க வேண்டும். இதற்காகவே பண்டாரம் என்ற அமைப்பு, மிக மிக சுறுசுறுப்பாக வேலை செய்து கொண்டிருக்கிறது."

"ஓஹோ இதுதான் பண்டாரமா? அப்போ இந்த வேலை வேண்டாம்."

"ஓஹோ வேலையை நீ தேர்ந்தெடுக்கிறாயா? சரி நான் வேண்டுமென்றால், இளவரசியின் கணவர் வேலையை வாங்கி தரவா?"

"டேய் முறை தெரியாமல் பேசாதே, என்னிடம் மற்றொரு யோசனை இருக்கிறது."

"அதை சீக்கிரம் சொல்லுடா...." என கிச்சான் கோபமானான்.

"சொல்கிறேன். அதோ அந்தக் காவலனை பார்." என்று ஒரு காவலனை நோக்கி கையை காட்டினான்..

கிச்சான் அவனைப் பார்த்துவிட்டு, "அவனுக்கு என்ன?" என்றான்.

"இல்லடா அவனைப் போல் நாமும் ஒரு போர் வீரனாக மாறிவிட்டால், இங்கேயே நாம் பாதுகாப்பாக இருக்கலாம்."

"இது கொஞ்சம் நல்ல யோசனை தான். ஆனால் காவல் உடைக்கு நாம் எங்கு போவது?"

"எல்லாத்தையும் குளத்தின் அருகில் இருப்பவர்கள் பார்த்துக் கொள்வார்கள்" என்று துறவன் சிரித்தான்.

"அடேய், அனைவரும் மேலே இருப்பவன் பார்த்துக் கொள்வான் என்று தான் கூறுவார்கள். நீ என்னடா குளம், குட்டை" என்கிறாய்?"

"டேய் எதுவும் பேசாமல், என்னை பின தொடர்ந்து வா" என்று துறவன் முன்னே நடக்க ஆரம்பித்தான். சிறிது நேரத்தில் இருவரும் குளத்தின் அருகே வந்து சேர்ந்தார்கள்.

அங்கே அந்த இரண்டு காவலர்கள், ஏதோ தீவிரமாக பேசிக் கொண்டிருந்தார்கள். "தோழா இந்த குட்டையை, நாம் எத்தனை நாட்கள் தான் பாதுகாக்க போகிறோம்? இப்படியே நம் வாழ்க்கை போய்விடுமோ என எனக்கு அச்சமாக உள்ளது."

"தோழா குட்டை தான் குளம் ஆகும். குளம் தான் கடலாகும். அச்சப்படாதே, அச்சம் தவிர்" என்றான் மற்றொரு காவலன்.

"அடேய் நீ என்னடா இந்த நேரத்தில் இப்படி எல்லாம் பேசுகிறாய்? கொஞ்ச நேரம் வாயை மூடு."

இருவரும் பேசிக் கொண்டிருக்கும் போதே, கிச்சானும் துறவனும், அவர்கள் எதிரே வந்து நின்றார்கள்.

அதன்பின் அந்தக் காவலர்கள் துறவனைப் பார்த்து, "ரகசிய காவலரே இப்படி கேட்கிறோம் என்று தவறாக நினைக்காதீர்கள். உங்களோடு வந்திருக்கும் இவர் யார்?"

"இருவரும் ரகசிய காவலர்கள் தான். நான் இளவரசியின் ரகசிய காவலன். இவன் அரண்மனையின் ரகசிய காவலன்."

"ஓஹோ நீங்கள் சொன்னால் சரியாக தான் இருக்கும். சரி ரகசிய வேலையாக வெளியே எங்கும்

போகிறீர்களா?"

"இல்லை எங்கள் ரகசியத்தை கலைக்க வேண்டிய நேரம் இப்போது வந்துவிட்டது. எங்கள் இருவருக்கும் இப்போது இரண்டு காவல் உடைகள் வேண்டும்."

"காவல் உடைகள் பாதாள அறையில் தான் இருக்கும். அங்கே சென்று நீங்கள் எடுத்துக் கொள்ளுங்கள்."

"எங்களுக்கு அங்கே எல்லாம் செல்ல வழி தெரியாது. உங்களால் உதவி செய்ய முடியுமா?"

"தாராளமாக செய்கிறோம். டேய் காவலா நீ இங்கேயே இருந்து, வெளி ஆட்கள் உள்ளே வராமல் பார்த்துக் கொள். அப்படியே உன்னை மீறி அவர்கள் உள்ளே வந்தால், உன் ஈட்டியினால் அவர்களிடம் பேசு" என. அந்த காவலனுக்கு இவன் தைரியம் கூறிவிட்டு, முன்னே நடக்க ஆரம்பித்தான்.

போகும் வழியில் மற்ற காவலர்கள், துறவனையும் கிச்சானையும் பார்த்தார்கள். "யார் இது?" என்று அந்தக் காவலர்கள் கேட்டார்கள்.

"இவர் இருவரும் புதிய காவலர்கள். காவல் உடை எடுத்து தரதான் நான் போய்க் கொண்டிருக்கிறேன்." என அனைவரிடமும் அறிமுகப்படுத்திக் கொண்டே நடந்து சென்றான்.

அந்தக் காவலன் இவ்வாறு செய்யும்போது, கிச்சானுக்கும் துறவனுக்கும் இதயம் பதற்றமானது. துறவன் கூறினான். "ஏம்பா காவலா... தயவு செய்து யாரிடமும் எங்களை அறிமுகம் செய்யாதே, எங்கள் இருவருக்கும் புகழ்ச்சி பிடிக்காது."

"சரி சரி வாருங்கள்" என்று, வேகமாக பாதாளா அறை நோக்கி நடக்க ஆரம்பித்தான். சிறிது நேரத்தில் பாதாள அறையும் வந்தது. "ரகசிய காவலர்களே உள்ளே கும்மிருட்டாக இருக்கும். அதோ அந்த தீப்பந்தத்தை கையில் எடுத்துக் கொள்ளுங்கள்."

"சரி என்று இருவரும் சுவரில் மாட்டி இருந்த தீப்பந்தங்களை, கையில் எடுத்துக் கொண்டார்கள்.

ஒரு பலமான முயற்சிக்குப் பின், பாதாள கதவுகள் திறக்கப்பட்டது. உள்ளே கும்மிருட்டாக தான் இருந்தது. துறவன் கேட்டான். "காவலரே இந்த அறை மிகவும் வித்தியாசமாக இருக்கிறது. இங்கே என்னவெல்லாம் இருக்கிறது?"

"அது ஒரு மிகப்பெரிய ரகசியம். நீங்களும் ரகசிய காவலர்கள் என்பதால், உங்களிடம் அந்த ரகசியத்தை நான் கூறுகிறேன்."

"சரி கூறுங்கள்."

"இங்கே போருக்கு தேவையான அனைத்து ஆயுதங்களும் இருக்கிறது. அதேபோல் நாம் மற்ற நாட்டிடம் வெற்றி பெற்று, அங்கிருந்து எடுத்து வந்த பொக்கிஷங்களும் அதிகம் நிறைந்திருக்கிறது. அதேபோல் நாம் இங்கிருந்து யாருடைய அறைக்கு வேண்டுமென்றாலும் சென்றுவிடலாம். அப்படி ஒரு ரகசிய வழி இங்கே அமைந்திருக்கிறது."

"ஏன் இப்படி ரகசிய வழியை வைத்திருக்கிறார்கள்?"

"நம் அரண்மனைக்கு ஏதாவது ஆபத்து வந்தால், அரண்மனைக்குள் இருந்து நேரடியாக இங்கே வந்துவிடலாம். இங்கிருந்து பனிக்காட்டை தாண்டி, நாம் வெளியே சென்று விடலாம். அதற்காகத்தான் இந்த ரகசிய வழியை அமைத்திருக்கிறார்கள்."

"மிகவும் நல்லது காவலரே, எங்களை இப்போது அந்த வழியில் அழைத்துப் போக முடியுமா?"

"ஐயோ ரகசிய வழியில் செல்வதற்கு, எனக்கு அனுமதி கிடையாது. நீங்கள் இளவரசியிடமோ, சிங்கராயரிமோ, இல்லை தளபதியிடமோ, அனுமதி வாங்கிவிட்டு வாருங்கள். நாம் கண்டிப்பாக போகலாம்."

கிச்சான் மெதுவாக கூறினான். "என்ன ரகசிய காதலரே, உங்களுக்குத்தான் இளவரசி இருக்கிறார்கள். அனுமதி வாங்கி விட வேண்டியதுதானே."

"டேய் கிச்சா வாயை மூடுடா."

"ரகசிய காவலர்களே உங்களுக்குள் ஏதாவது பிரச்சனையா?"

"எங்களுக்குள் எந்த பிரச்சனையும் இல்லை. எங்களுக்கு காவல் உடைகளை எடுத்து தாருங்கள்."

சரி என ஒரு அறையின் கதவை, காவலன் திறந்தான். அதற்குள் போருக்குத் தேவையான அனைத்து ஆயுதங்களும் இருந்தன. வேகமாக நடந்து சென்று, ஒரு கேடயத்தை எடுத்து முதுகில் அவன் மாட்டினான்.

"என்ன காவலா கேடயத்தை எல்லாம் எடுக்கிறீர்கள்?"

"ஆம் ரகசிய காவலரே, நாளைக்கு போர் பயிற்சி இருக்கிறது. அதில் மட்டும் நாம் தோற்றுவிட்டோம் என்றால், நம்மை தூக்கி அரண்மனைக்கு வெளியே போட்டு விடுவார்கள். நாம் மட்டும் வெற்றி பெற்றுவிட்டால், அரண்மனைக்குள் பாதுகாப்பாய் இருக்கலாம். பாதுகாப்பு கொடுப்பதற்காக."

"போர் பயிற்சியா? அப்படி என்றால் என்ன?"

"நீங்கள் ரகசிய காவலர் என்பதால், உங்களிடமும் அனைத்து ரகசியங்களும் ஒளிக்கப்பட்டு இருக்கிறது.

"ஆம் காவலரே மிகச் சரியாக சொன்னீர்கள்."

"சரி பரவாயில்லை, நானே கூறுகிறேன். நம் நாட்டிற்குள் நரபலிகர்கள் வந்து விட்டார்கள் அல்லவா. அவர்கள் எப்போது வேண்டுமென்றாலும், அரண்மனையை தாக்கலாம். ஆகையால் நாளை அரசரின் முன்னிலையில், போர்ப்பயிற்சி நடக்கப் போகிறது. போருக்கு ஆகாத வீரர்கள் அரண்மனைக்குள் சேர்க்கப்பட மாட்டார்கள். வெற்றி பெறக்கூடிய வீரர்கள், அரண்மனையில் நிரந்தரக்

காவலர்களாக மாறுவார்கள். இதனால்தான் நாளை போர்ப்பயிற்சி நடக்கிறது."

"ஓஹோ" என்று கிச்சானும், துறவனும் ஒருவரை ஒருவர் பார்த்துக் கொண்டார்கள். பின் அவர்களும் அங்கிருந்த இரண்டு கேடயங்களை, முதுகில் மாட்டிக் கொண்டு, "நாங்களும் தயாராக தான் இருக்கிறோம்" என்றார்கள்.

"அருமை" என்று மற்றொரு அறையின் கதவை திறந்து, காவல் உடைகளை எடுத்துக் கொடுத்தான். அதை வாங்கிப் போட்டுவிட்டு, "சரி காவலரே மிகவும் நன்றி. இப்போது நீங்கள் கிளம்பலாம். எங்களுக்கு மற்றொரு ரகசிய வேலை இருக்கிறது."

"அருமை அருமை ரகசிய காவலராக இருந்தால் நல்ல வாழ்க்கை தான். முடிந்தால் எனக்கும் இந்த பதவியை வாங்கித் தர முடியுமா என்று பாருங்கள்."

கிச்சான் கூறினான், "காவலரே இந்த பதவி எல்லாம், ஒருவருக்கு மட்டும் தான் கிடைக்கும். போங்க, உங்கள் குட்டைக்கு முதலில் போய் சேருங்கள்.

"சரி" என்று அந்தக் காவலர், பாதாள அறையை மூடிவிட்டு, குட்டையை நோக்கி நடக்க ஆரம்பித்துவிட்டான்.

"டேய் துறவா என்னடா இவன். போர் பயிற்சி என்கிறான். தோற்றுப் போகிறவர்களை அரண்மனைக்கு வெளியே போடுவார்கள் என்கிறான். நமக்கு இதெல்லாம் தேவைதானா? வா இப்போதே அரண்மனைக்கு வெளியே ஓடிவிடலாம்."

"கிச்சா கொஞ்சம் பொறுமையாக இரு. ஏதோ சத்தம் கேட்கிறது."

"ஐயோ ஆமாம் யாரோ வருவது போல் சத்தம் கேட்கிறது" என்று, கிச்சான் பதறினான்.

"பதட்டப்படாதே, வா ஒளிந்து கொள்ளலாம்" என்று, ஒரு சுவரின் பின்னால் சென்று, இருவரும் ஒளிந்து கொண்டார்கள்.

அப்போது ராயர் பேரரசின் சேனாதிபதி, ஒரு முழு ஆட்டு உடலை குதிரையில் ஏற்றிக்கொண்டு, அங்கே வந்தார். இரு காவலர்களை அழைத்து, அந்த ஆட்டை தூக்கிக்கொண்டு தன் பின்னே வரச்சொன்னார்.

"கிச்சா நீ இங்கேயே இரு, நான் என்னவென்று பார்த்துவிட்டு வருகிறேன்."

"இனிமேல் எல்லாம் உன்னை விட்டு பிரிய முடியாது. என்னையும் உன்னோடு அழைத்துச் செல்" என்றான்.

"சரி" என்று சேனாதிபதியை இருவரும் பின் தொடர்ந்தார்கள். சேனாதிபதி நேராக ஒரு பாழடைந்த அறைக்குள் சென்றார்.

உள்ளே இருந்து ஒரு மிகப்பெரிய குறட்டை சத்தம் கேட்டது. கிச்சான் பயத்தோடு கூறினான். "டேய் துறவா இது மனிதனின் குறட்டை சத்தம் போல் தெரியவில்லை. உள்ளே ஏதோ பயங்கரமான மிருகம் இருக்கிறது."

இருவரும் பயத்தோடு அங்கு நடப்பதை பார்த்தார்கள். சிறிது நேரத்தில் ஆட்டின் இரத்தம் அறைக்கு வெளியே தெறித்தது. சேனாதிபதி வெளியே வந்து, அந்த காவலர்களிடம், "பார்த்தீர்களா நாளை எவனெல்லாம் சிக்குகிறானோ, அவன் கதை முடிந்தது. ஓடிச்சென்று மற்ற காவலர்களிடம் இதைப் பற்றி கூறுங்கள். அனைவரும் போர் பயிற்சிக்கு தயாராகட்டும்" என்று சிரித்தார்.

அந்த காவலர்களின் முகத்தில் மரண பயம் தெரிந்தது. வேகமாக அங்கிருந்து கிளம்பி விட்டார்கள்.

அதன்பின் சேனாதிபதி தன் அறையை நோக்கி சென்று விட்டார்.

துறவனும் கிச்சானும், போர்வீரர்கள் தங்கி இருந்த கொட்டாய்க்கு வந்து சேர்ந்தார்கள். அதில் யாரும் இல்லாத ஒரு கொட்டாயை கண்டுபிடித்து, அதற்குள் படுத்துக் கொண்டார்கள். கிச்சான்

மறுபடியும் கூறினான். "துறவா ஏன் நமக்கு இந்த வாழ்க்கை? நீ பேசாமல் துறவனாக மாறிவிடு, நான் உன் நண்பனாக வாழ்ந்து விடுகிறேன். நமது வாழ்க்கை இப்படியே முடியட்டும். நாம் ஏன் இந்த அரண்மனைக்காக போரில் சாக வேண்டும்? ஏதேதோ மிருகத்தை எல்லாம் இவர்கள் வளர்த்துக் கொண்டிருக்கிறார்கள். நம் உயிருக்கே இது ஆபத்தாகிவிடும்."

"கிச்சா இந்த நிலைமையில் நாம் அரண்மனை விட்டுப் போவது, நமக்கும் நல்லது கிடையாது. அரண்மனைக்கும் நல்லது கிடையாது."

"நீ சொல்வதெல்லாம் சரிதான். நம் உயிர் போனால் என்ன செய்வது?"

"என் உயிர் இருக்கும் வரை, உன் உயிருக்கு எந்த ஆபத்தும் வராது. இது என் மீது சத்தியம்" என்றான்.

"என்னென்னமோ கூறுகிறாய். நீ அரண்மனைக்கு வந்ததிலிருந்து துறவனாக இல்லை, துருவனாக மாறிவிட்டாய்." எனக் கூறிவிட்டு கிச்சான் தூங்க ஆரம்பித்தான்.

ஆனால் துறவனுக்கு தூக்கம் வரவில்லை. கிச்சான் சொல்வது போல், நான் துருவனாக தான் மாறிவிட்டேனோ என வருந்தினான். கடவுள் நிலையை அடைந்து, மனித வாழ்வே வேண்டாம் என நினைத்தவன். இன்று அரண்மனைக்காகவும் இளவரசிக்காகவும் போரே செய்யப் போகிறான். இது ஒரு துறவிக்கு நல்லது இல்லை. சீக்கிரம் இந்த அரண்மனையையும் ஊர் மக்களையும் காப்பாற்றி விட்டு, மனிதர்களே இல்லாத ஒரு இடத்திற்கு சென்று விட வேண்டும். அங்கே சென்று, தனது துறவு வாழ்க்கையை வாழ வேண்டும் என தன் கண்களை மூடினான்.

காலை விடியல் போர் முழக்கங்களுடன் ஆரம்பமானது. கிச்சான் அந்த சத்தத்தை கேட்டு பதட்டமாக எழுந்து, போர் தான் வந்துவிட்டதோ என,

பதட்டத்தில் அங்கும் இங்கும் பார்த்தான். அதன் பின் கொட்டாயின் அருகே, ஒருவன் கத்தியவாறே நடந்து வந்தான். "அரண்மனைக் காவலர்களுக்கு ஒரு நற்செய்தி, இன்று நடக்கப் போகும் பலப் பரிட்சையில், வெற்றி பெறுபவர்கள் போருக்கு இரண்டாவது அடுக்கில் நிறுத்தப்படுவீர்கள். போட்டியில் தோற்பவர்கள் போரின் முதல் அடுக்கில் நிறுத்தப்படுவீர்கள்.... இது அரசருடைய உத்தரவு......" என கொட்டுகளை அடித்துக் கொண்டு, செய்தியை சொல்லிவிட்டு நடந்து சென்றான்.

ஆயிரக்கணக்கான வீரர்கள் மைதானத்திற்கு வந்து சேர்ந்தார்கள். மேளங்களின் சத்தத்திலும், மலர்களின் வரவேற்பிலும், சக்கரவர்த்தியும் இளவரசியும் களத்தின் மேடையில் வந்து அமர்ந்தார்கள்.

துறவன் இளவரசியை பார்த்ததும், சுற்றி இருக்கும் அனைத்தையும் மறந்து விட்டு, இளவரசியை பார்த்துக் கொண்டிருந்தான். அவன் பின்னாலிருந்து "டேய் துறவா... என்னடா இப்படியே நிக்கிறாய்?" என்று கிச்சான் பதறியப்படியே கேட்டான்.

துறவன் காதுக்கு எதுவும் கேட்கவில்லை. கிச்சான், "அடேய்....." என சத்தமாக கத்தினான்.

துறவன் இளவரசியின் கண்களை பார்த்த வாறே, "என்னடா?" என்று கிச்சானை பார்த்து திரும்பினான்.

கிச்சான் தலையை சொரிந்து கொண்டே, "தயவு செய்து உன் பெயரையாவது மாற்றடா, என்னால் இதை எல்லாம் தாங்க முடியவில்லை."

"அட போடா" என்று சொல்லிவிட்டு, திரும்பவும் இளவரசியை ரசிக்க ஆரம்பித்து விட்டான்.

சேனாதிபதி போர் வீரர்களின் முன்னே வந்து, "அனைவரும் வரிசையில் நில்லுங்கள்" என்றார்.

அவரின் சத்தத்தை கேட்டதும், அனைவரும் வேகமாக வரிசையாக நிற்க ஆரம்பித்தார்கள். துறவனைத் தவிர,

சேனாதிபதியின் கண்கள் போர்வீரர்களை பார்த்துவிட்டு, இளவரசியையும் பார்த்தது. அந்தப் பார்வையில், இளவரசி மேல், கோபம், எரிச்சல், ஆசை, என அனைத்தும் கலந்திருந்தது.

அனைவரும் வரிசையில் நின்றபின் துறவன் மட்டும் தனியாக தெரிந்தான். ஒரு நொடி அனைவரின் கண்களும் துறவனின் மீது விழுந்தது. கிச்சான் மெதுவாக துறவனை அழைத்தான். "டேய் துறவா... உஷ்.... அடேய்..."என்று.

ஆனால் துறவன் எதையும் கண்டு கொள்ளவில்லை. ஆனால் தனியாக நிற்கும் துறவனை மேடையில் அமர்ந்திருக்கும், அரசரும் இளவரசியும் கண்டு கொண்டார்கள்.

இளவரசி துறவனைப் பார்த்ததும், அத்தனை மகிழ்ச்சி அடைந்தார்கள். அவன் போனதிலிருந்து இளவரசிக்கு தூக்கமே இல்லை. ஜாக்கிரதையாக வந்து விடுவானா? என ஒவ்வொரு நொடியும் ஏங்கி கொண்டிருந்தார்கள். இப்போது அவனை பார்த்ததும், அந்த ஏக்கம் எல்லாம் சந்தோஷமாக மாறியது.

அதன் பின் தங்கள் இருவரை சுற்றி இருக்கும், அனைவரும் தங்களை தான் பார்க்கிறார்கள் என்பதை உணர்ந்த இளவரசி, தன் கை அசைவினால் துறவனை பின்னே செல் என்றார்கள்.

இளவரசி சைகையால் பேசுவதை பலிகங்கராய சக்கரவர்த்தி பார்த்துக் கொண்டிருந்தார். தன் மகள் இந்த ஜென்மத்தில் யாரையும் திருமணம் செய்து கொள்ள மாட்டாள் என்று தான், பலிகங்கராயர் நினைத்தார். ஆனால் அவள் மனதையும் வென்ற ஒருவன் இருக்கிறான் என்ற ஆச்சரியத்தில், அரசர் இதை கண்டு கொள்ளாமல் அமைதியாக இருந்தார்.

120

ஆனால் இதையெல்லாம் மைதானத்தில் இருந்து பார்த்துக் கொண்டிருந்த சேனாதிபதிக்கு, மூக்குக்கு மேல் கோபம் வந்தது. சட்டென அவரின் உடைவாளை கையில் எடுத்தார். துறவனை நோக்கி வேகமாக நடந்து வர ஆரம்பித்தார்.

ஆனால் இளவரசி கையேசித்த பின், அங்கு நிற்க முடியுமா? துறவன் இளவரசியை பார்த்து, சிறு புன்னகை செய்து கொண்டே, பின்னே வந்து வரிசையில் நின்றான்.

சேனாதிபதி துறவனையும், இளவரசியும் பார்த்துக் கொண்டே, தன் உடைவாளை சொருகினார். பின் அரசர் அருகில் அமர்ந்திருந்த சிற்றரசர்களிடம், "நாம் அனுப்பிய ஓலை என்ன ஆனது? தளபதி வந்து கொண்டிருக்கிறாரா?" என கேட்டார்.

"அரசே தளபதியிடமிருந்து எந்த தகவலும் வரவில்லை. நாம் அனுப்பிய செய்தி அவர்களிடம் சேர்ந்து இருந்தால், நாளை பொழுது அவர்கள் இங்கே இருப்பார்கள்."

"சரி" என அரசர் வருத்தம் அடைந்தார்.

சேனாதிபதி வீரர்களை பார்த்து கோபமாக கூறினார். "வீரர்களே போர் பயிற்சிக்கு தயாரா?" என்று.

"தயார்.... என பாதி வீரர்கள் உற்சாகமாக கூறினார்கள். ஆனால் மீதி வீரர்கள் வருத்தத்தில் கூறினார்கள். இங்கே போர் பயிற்சி நடக்கும் நேரத்தில், மத்திய பிரதேசத்தில் மற்றொரு போருக்கு வீரர்கள் தயாராகிக் கொண்டிருந்தார்கள்.

ராயர் பேரரசின் படையும், சோழர் பேரரசின் படையும், எதிரெதிரே நின்றது. ராயர் பேரரசின் தளபதி செங்காந்தராயர், வீரர்களை பார்த்து கூறினார். "வீரர்களே இதுவரை நீங்கள் வாழ்ந்த நாட்கள், உங்களுக்கு திரும்ப வேண்டும் என்றால், இந்த போரில் நாம் வென்றே ஆக வேண்டும். நம் ராயர் படை இதுவரை எந்த போரிலும் தோற்றது கிடையாது

என்பது, உங்களுக்கு நன்றாக தெரியும். ஆனால் அதே நேரத்தில், நாம் சோழர் படையை வென்றது கிடையாது. சோழர்களும் யாருடனும் தோற்றது கிடையாது. இந்தப் போரில் மட்டும் நாம் சோழர்களை வென்று விட்டால், அது சரித்திரமாக மாறும். உங்கள் ஒவ்வொருவரின் பெயரும், அருகே உள்ள கிராமத்தில் கோவில் கட்டி, அதில் பொறிக்கப்படும். எனக்கு சோழர்களை வென்ற பெருமை, கண்டிப்பாக வேண்டும். அதை நீங்கள் தான் எனக்கு பெற்றுத் தர வேண்டும். தயாராக இருக்கிறீர்களா...." என்று தன் வாளை உயர்த்தி கேட்டார்.

வீரர்கள் அனைவரும் உற்சாகத்தில் கத்தினார்கள். அவர்கள் இவ்வளவு உற்சாகமாக இருக்க காரணம், தளபதி முன்னிலையில் போர் நடக்கும் போது, போரில் வெல்வது மட்டும் அவர் குறிக்கோளாக இருக்காது. படையை காப்பாற்றுவதும், அவருடைய குறிக்கோளாக இருக்கும்.

"சோழர்களை வென்று சரித்திரம் படைப்போம்" என வீரர்கள் கூச்சலிட்டார்கள். இதையெல்லாம் பார்த்துக் கொண்டிருந்த சிங்கராயருக்கு பயம் உண்டானது. அவர் மனதிற்குள் நினைத்தார், தளபதி பேசும் பேச்சை பார்த்தால், போர் அத்தனை சுலபமாக முடியாது போலவே, ஒருவேளை இவர்கள் மட்டும் சோழர் படையை வென்று விட்டால், நம்முடைய நிலைமை என்ன ஆகும்? ஐயோ அதை நினைத்தாலே என் கை கால் எல்லாம் நடுங்குகிறது.

சிங்கராயர் யோசித்துக் கொண்டிருக்கும் போதே, சோழர் படையினர் எதிர் திசையில் இருந்து ஆக்ரோஷமாக கத்தினார்கள். சோழர் படையின் தளபதி பல்லவரையர், கூறினார். "இது நமக்கு புதிதல்ல, எப்போதும் இதே போல் ஒரு படை, நம்மை எதிர்த்து வரும். நாமும் அதை எதிர்பார்த்து காத்துக் கொண்டுதான் இருப்போம். நம் சோழர் படையின் வீரத்தை ராயர் படை குறைவாக எண்ணிவிட்டார்கள்.

நாம் யார் என்பதை இவர்களுக்கு கற்றுத் தரவேண்டிய நேரம் இது. போரில் உங்களுக்கு பயம் ஏற்பட்டால், ஒருவரின் பெயரை மனதில் நினைத்துக் கொள்ளுங்கள். அவருடைய பெயர்..... ராஜேந்திர சோழர்........" இதை தளபதி சொல்லி முடித்ததும், கூட்டத்தின் சத்தம், பெரும் கடலின் புயல் சத்தம் போல் கேட்டது. தளபதி கூறினார். "வாழ்க ராஜேந்திர சோழர்" என்று. வீரர்களும் வாழ்க... வாழ்க... ராஜேந்திர சோழர்....என ஆக்ரோஷமாக கத்தினார்கள்.

சிங்கராயருக்கு இப்போதுதான் மன நிம்மதி கிடைத்தது. ராயர் படைக்கு ஏற்ற படை, இவர்கள் மட்டும் தான். என நினைத்து மன நிம்மதி அடைந்தார்.

செங்காந்தராயர் வீரர்களின் கண்களைப் பார்த்து தலையை அசைத்தார். குதிரை படை, புலியை போல் சீறிப்பாய்ந்து, சோழர் படையை நோக்கி ஓடியது. அதற்கு பின்னால் யானை படையும் கிளம்பியது. ஒரு திசையில் வில் அம்புகளை எய்தவாறு, ஒரு படை நின்றது. மற்றொரு படை வேல் கம்புகளோடு சோழர் படையை நோக்கி ஓடியது.

சோழர் படையிலும், ராயர் படைக்கு சமமாக அனைத்து படைகளும் இருந்தது. அவர்களும் ராயர் படையை நோக்கி ஓடி வந்தார்கள்.

இரண்டு திசையில் இருந்தும் யானைகளும், குதிரைகளும், வீரர்களும் ஓடிவரும் போது, அருகில் இருந்த கிராம மக்கள் பதறிப் போனார்கள். நிலநடுக்கம் தான் வந்து விட்டதோ, என தங்கள் வீட்டிற்குள் இருந்து வெளியே ஓடி வந்தார்கள்.

இரு பக்கத்திலிருந்தும் அம்புகள் மழை போல் பாய்ந்தது. இரண்டு பக்கத்தில் இருக்கும் கேடயங்களும், அம்புகளை தடுத்து நிறுத்தியது. ஆனால் போரில் கேடயத்தை சரியாக பயன்படுத்தினாலும். அரண்மனைக்குள் இருக்கும் வீரர்கள் கேடயத்தை சரியாக பயன்படுத்தவில்லை.

மூன்று பேரை ஒன்றாக்கியது போல், ஒரு பெரிய உருவம் கொண்ட மனிதன், மைதானத்தின் நடுவே வந்து நின்றான்.

"டேய் துறவா நேற்று ஆடு யாருக்கு போகிறது என்று நினைத்தோமே... இவன் ஒருவனுக்குத் தான், அந்த ஆடு போயிருக்கிறது. எப்படிடா இவன் இவ்ளோ பெரிதாக வளர்ந்தான்?" என அந்த பெரிய மனிதனை அண்ணாந்து பார்த்த வாறே கிச்சான் கேட்டான்.

"நானும் இதை கதையாக மட்டும்தான் கேள்வி படித்திருக்கிறேன். ஆனால் உண்மையிலேயே அரசர்களிடம் இது போல் மனிதர்கள் இருக்கத்தான் செய்வார்கள் போலும்."

"ஆமா துறவா, நானும் கேள்வி பட்டுள்ளேன். சோழமண்டலத்தில் ராஜராஜ சோழன் என்ற ஒருவர் இருந்தாராம். அவர் ஒரு பிரம்மாண்டமான கோவிலை கட்டி இருக்கிறாராம். அந்தக் கோவிலை கட்டுவதற்கும், இதுபோல் மிகப்பெரிய மனிதர்களை தான் பயன்படுத்தினாராம்.

இவர்கள் பேசிக் கொண்டிருக்கும் போதே, அந்தப் பெரிய தடியன், தன் கையில் இருக்கும் கதாயுதத்தை தலைக்கு மேலே ஒரு சுழற்று சுழற்றி, தரையில் அடித்தான்.

சில நொடிகள் அரண்மனையே குலுங்கியது.

ஒரு பக்கத்தில் வீரர்களை தேர்ந்தெடுப்பது முக்கியம் என்றாலும், அந்தக் கூட்டத்தில் துறவன் இருப்பதை பார்த்து, இளவரசி பதட்டத்தில் இருந்தார்கள்.

அரசர் இளவரசியை பார்த்துக் கூறினார். "மகளே இந்த பயிற்சியின் பெயர் கேடய களையெடுப்பு. இந்த பயிற்சியில் தோற்றுப் போகிறவர்களை இப்போதே அரண்மனைக்கு வெளியே அனுப்பி விடுவோம். அவர்கள் உள்ளே இருந்து, எந்த பிரயோஜனமும் கிடையாது."

"தந்தையே நம்மிடம் வீரர்கள் குறைவாகத் தான் இருக்கிறார்கள். இப்படி செய்தால், வீரர்களின் எண்ணிக்கை பாதியாக குறையுமே?"

"குறைந்தால் குறையட்டும் மகளே, இந்த பயிச்சியில் தோற்றுப் போகிறவர்களை நாம் போருக்கு பயன்படுத்தினால், எதிரிகளின் கையினால் இவர்கள் சுலபமாக இறந்து போவார்கள். இவர்களின் இரத்தம் எதிரிமேல் தெறிக்கும் போது, அவர்களுடைய மன உறுதி இன்னும் பலமாகும். அதற்கு நாம் வாய்ப்பு கொடுக்கக் கூடாது."

"தந்தையே ஆனால் இது..." என இளவரசி தயக்கம் அடைந்தார்கள்.

"மகளே நீ ஒன்றும் அச்சப்படாதே, நம்முடைய முப்பாட்டனை கொஞ்சம் நினைத்துப் பார்."

"ஐயோ தந்தையே, அவர் தனியாக வந்து, இந்த பேரரசை உருவாக்கினார் என்பது எனக்கே நன்றாக தெரியும்."

அரசர் இளவரசி பேச்சை கண்டு கொள்ளாதது போல், "சேனாதிபதியாரே என்ன இத்தனை நேரமாக அவன் நின்று கொண்டே இருக்கிறான். அவனை சீக்கிரம், களையை பிடுங்க சொல்லுங்கள்" என்றார்.

பின் சேனாதிபதி போர்வீரர்களை பார்த்து சிரித்து விட்டு, அந்த தடியினை பார்த்து தலையசைத்தார்.

அவர் தலை அசைத்ததும், வெறியோடு கத்தியவரே, போர் வீரர்களின் அருகே ஓடினான். அதன்பின் அவனுடைய கதாயுதத்தை தன் தலைக்கு மேல், ஒரு சுற்று சுற்றி, வீரர்களை நோக்கி அடித்தான். கேடயத்தை சரியாக பயன்படுத்தியவர்கள், இரண்டு அடி பின்னே விழுந்து, எந்த ஒரு அடியும் உடலில் இல்லாமல் தப்பித்துக் கொண்டார்கள். ஆனால் கேடயத்தை சரியாக பயன்படுத்த தெரியாதவர்களுக்கு, பலமான காயங்கள் ஏற்பட்டது.

காயம் ஏற்பட்டவர்களை உடனடியாக அரண்மனைக்கு வெளியே தூக்கிச் சென்றார்கள்.

இப்படி ஒவ்வொரு வீரர்களாக, அடித்து தூக்கி எறிந்தான். இதைப் பார்த்துக் கொண்டிருந்த கிச்சானுக்கு பயம் அதிகமானது. அந்த பயத்தோடு கூறினான். "டேய் துறவா... இதெல்லாம் நமக்குத் தேவைதானா? போர் வீரர்களுக்கே கேடயத்தை சரியாக பயன்படுத்த தெரியவில்லை. நாமெல்லாம் எம்மாத்திரம்?"

"கிச்சா இப்போது நம்மால் வெளியேற முடியாது. நாம் போர்வீரர்கள் இல்லை என்று தெரிந்தால், நம்மை கண்டிப்பாக கொன்று விடுவார்கள்."

"அது எனக்கும் தெரியும். அதோ உன்னுடைய இளவரசி இருக்கிறார்களே, அவர்களிடம் ஏதாவது உதவி கேட்டு பார்."

"கிச்சா அது மட்டும் என்னால் முடியாது. என்னை ஒரு மிகப்பெரிய வீரனாக.... அவர்களுக்கு ஏற்ற ஓரே ஆண்மகனாக, என்னை நினைத்துக் கொண்டிருக்கிறார்கள். இந்த நேரத்தில் சென்று, எனக்கு பயமாக இருக்கிறது. என்னை காப்பாற்றுங்கள் என்று நான் கூறினால், என்னைப் பற்றி என்ன நினைப்பார்கள்? என் மேல் இருக்கும் காதல் அவர்களுக்கு குறைந்துவிடும் அல்லவா?"

"அட நாசமா போறவனே, என் நிலையை கொஞ்சமாவது யோசித்துப் பாருடா, உன் நிலைமையை பற்றி மட்டுமே யோசித்துக் கொண்டிருக்கிறாயே."

துறவன் கிச்சானை மேலும் கீழும் பார்த்தான். கிச்சானுடைய கை கால்கள் நடுங்கிக் கொண்டிருந்தது. "டேய் கிச்சா, நமக்கு வேறு வழி இல்லை. இதோ பார், நான் பிடிப்பது போல் கேடயத்தை இப்படி பிடித்துக் கொள்" என, கேடயத்தை எப்படி பிடிப்பது என்று சொல்லித் தர ஆரம்பித்தான்.

அந்தத் தடியன் தன்னுடைய கதாயுதத்தை வைத்து, இன்னும் அதிக வீரர்களை காயப்படுத்திக் கொண்டிருந்தான். சில வீரர்கள் அதில் இறந்தே போனார்கள்.

இப்போது துறவனின் அருகே இருக்கும் கூட்டத்திற்கு, அந்த தடியன் வந்து சேர்ந்தான். சில வீரர்கள் ஒன்றாக சேர்ந்து, அவனை தாக்கவும் முயன்றார்கள். ஆனால் தன் கையினாலும், கால்களினாலும் அவர்களை அடித்து வீசினான்.

துறவனின் அருகே அந்தத் தடியன் வந்ததும், இளவரசிக்கு சற்று பயம் உருவானது. துறவன் நல்ல வீரனாக இருந்தாலும், அவனுக்கு கேடயத்தை பயன்படுத்த தெரியுமா? என்ற கேள்வி இளவரசிக்கு அதிகமானது.

இளவரசியின் பதட்டத்தைப் பார்த்து, அரசர் நினைத்தார். ஐயோ இந்த வீரனுக்கு கேடயத்தை பயன்படுத்த தெரியுமா? அவனுக்கு ஏதாவது ஆகிவிட்டால், என் மகளின் நிலைமை என்ன ஆகும்? வேண்டுமென்றால் பயிற்சியை நிறுத்தி விடலாமா? என யோசித்து, அரியணையில் இருந்து எழுந்தார். அருகில் இருந்த சிற்றரசர்கள், "அரசே பயிற்சியை நிறுத்தி விடாதீர்கள். உண்மையான ஆண் மகன்கள், இப்போது தான் கண்ணுக்குத் தெரிகிறார்கள்" என்று சந்தோஷப்பட்டார்கள்.

பின் அரசர் நிதானமாக அமர்ந்தார். சரி தன் மகளின் மனதை இவன் வென்றிருக்கிறான் என்றால், இவன் வீரனாக தான் இருக்க வேண்டும். என்ன நடக்கிறது என்று பார்ப்போம் என்று, எதுவும் சொல்லாமல் அமைதியானார்.

கிச்சானின் அருகில் இருந்த கூட்டம், தடியனுடைய அடியால், சிதறி விழுந்தார்கள். கிச்சான் அந்த தடியனை பார்த்து, கை கால்கள் நடுங்கிக் கொண்டே நின்றான். "டேய் கிச்சா என்னடா பண்ற, கேடயத்தை சரியாக பிடி" என்று, அருகில் இருந்த

துறவன் கூறினான். ஆனால் கிச்சானுடைய பயம், அதிகமானது. கைகள் நடுங்கி, கேடயம் கீழேயே விழுந்து விட்டது.

அந்த தடியன் கூறினான். "அடேய் கேடயத்தை சரியாக பிடி. இல்லை என்றால், உன் உயிரே ஒரு நொடியில் போய்விடும்."

ஆனால் கிர்சான் பயத்தில், தன் நிலையை மறந்து ஏதோ உளறிக் கொண்டிருந்தான்.

அந்த தடியன் சற்று யோசித்தான். ஆனால் சேனாதிபதி "டேய் அங்கே என்ன பேச்சுவார்த்தை நடத்திக் கொண்டிருக்கிறாய்? இதற்காகத் தான் உன்னை இத்தனை பெரிதாக வளர்த்து வைத்திருக்கிறோமா?" என்று கத்தினார்.

அவரைப் பார்த்து பயந்த தடியன், தன்னுடைய தலைக்கு கதாயுதத்தை மேலே தூக்கி, கிச்சானை அடிக்க முயன்றான். அரசரும் இளவரசியும் அதிர்ச்சியில் அரியணையில் இருந்து எழுந்து நின்றார்கள். கதாயுதம் கிச்சானின் உயிரை எடுப்பதற்காக பாய்ந்து வந்தது. அவன் உடலின் அருகே கதாயுதம் வந்தபோது, அந்த இடமே அதிரும்படி ஒரு சத்தம் கேட்டது. கீழே இருந்த மண், புழுதியாக களத்தில் படர்ந்தது. என்ன நடந்தது என்றே தெரியவில்லையே என மக்களும், அரசரும், இளவரசியும், சேனாதிபதியும் குழம்பினார்கள். புழுதி நீங்கியதும் துறவனின் கண்கள் சிவந்து இருப்பதை அனைவரும் பார்த்தார்கள். அந்த பெரிய மனிதன், அதிர்ச்சியோடு நின்று கொண்டிருந்தான். சுற்றி இருந்த மற்ற வீரர்கள் சந்தோஷத்தில் கூச்சலிட ஆரம்பித்தார்கள்.

சேனாதிபதி இது சாத்தியமே இல்லை. எப்படி இவனால் இதை தடுக்க முடிந்தது? என அதிர்ச்சியோடு நின்றார். பின் சேனாதிபதி கூறினார். "அவனைத் தவிர மற்ற அனைவரும் பின்னே செல்லுங்கள்...."

அனைவரும் பின்னே சென்றார்கள். கிச்சானையும் "பின்னே செல்" என துறவன் கூறினான். இப்போது கிச்சான் அந்த தடியனை பார்த்து பயந்ததை விட, துறவனை பார்த்து தான் அதிகமாக பயந்தான்.

அனைவரும் பின்னே சென்றபின் சேனாதிபதி கூறினார். "அடேய் உன்னை இத்தனை பெரிதாக வளர்த்து வைத்திருந்தும், ஒருவன் உன்னை தடுத்து விட்டானே, இவனை நீ வெற்றி பெறாவிட்டால், உன்னுடைய கடைசி நாளாக இது மாறிவிடும்." என தடியனை எச்சரித்தார்.

தடியன் சேனாதிபதியின் பேச்சைக் கேட்டு பயந்தான். பின் இவனால்தான் எனக்கு இப்படி ஒரு அவமானம் ஏற்பட்டு விட்டது. இவனை சும்மா விட கூடாது என, துறவனை பார்த்து கோபமாக நடந்து வந்தான்.

இளவரசியும் அரசரும் என்ன செய்வது என்றே தெரியாமல், அதிர்ச்சியில் இருந்தார்கள். அரசர் இளவரசியை பார்த்துவிட்டு, சிற்றரசர்களிடம் கூறினார்." சிற்றரசர்களே இந்த பயிற்சியில் இதெல்லாம் தேவைதானா? இதை நிறுத்தி விடலாமே" என்று.

"அரசே நாம் இத்தனை வருடமாக ஒருவனை வளர்த்து வைத்திருக்கிறோம். அவனை ஒரே ஆளாக ஒருவன் தடுத்து நிறுத்தி விட்டான். இது வெளியே தெரிந்தால், நமக்கு எவ்வளவு அவமானம். இந்த பயிற்சியை நடத்தினால் தான், நம் ராயர் குலத்திற்கு நல்லது" என்று அறிவுறுத்தினார்கள்.

"வேறு வழி இல்லாமல் அரசரும் ஒப்புக்கொண்டார்."

தடியன் வெறியோடு, அவனுடைய கதாயுதத்தை சுற்றி துறவனை அடித்தான். ஆனால் துறவன் அங்கும் இங்கும் பாய்ந்து, அடியில் இருந்து தப்பித்தான். பின் தன்னுடைய கேடயத்தால், அவனுடைய முகத்தில் பலமுறை அடித்தான். தடியன் தடுமாறி கீழே விழுந்தான்.

மீண்டும் எழுந்து தன்னுடைய, முழு பலத்தையும் பயன்படுத்தி, துறவனை தன் தலையால் முட்டி தூக்கி, சுவரில் அடித்தான். சுவர் உடைந்து இருவரும் கீழே விழுந்தார்கள். துறவனுக்கு முதுகில் பலமான அடி ஏற்பட்டது. ஆனாலும் துறவன் எழுந்து நின்று, கீழே கிடந்த கயிற்றால் அவன் கழுத்தை நெருக்கி, தடியனை கீழே தள்ளினான். பின் தனது கைகளால் வயிற்றிலும், முகத்திலும் பல முறை குத்தினான். தடியன் கதி கலங்கிப் போனான்.

இவன் பார்ப்பதற்கும், இவன் வீரத்திற்கும் சம்பந்தமே இல்லையே, ஒவ்வொரு அடியும் இடியாக விழுகிறதே, என யோசித்துக் கொண்டிருந்தான் தடியன். அவன் யோசித்துக் கொண்டிருக்கும் போதே, தன்னுடைய கேடயத்தை ஒரு சுற்று சுற்றி, தடியினுடைய கழுத்தை நோக்கி வீசினான். கேடயம் தடியினுடைய கழுத்தில் அடித்து, கேடயம் சுவரில் மாட்டிக்கொண்டது.

தடியன் தலைசுற்றி கீழே விழுந்தான். சிறிது நேரத்திற்கு பின் எழுந்து நின்று, துருவனின் கையில் கேடயம் இல்லாததை பார்த்து சிரித்தான். வேகமாக தன் கதாயுதத்தை துறவனின் மீது வீசினான். கதாயுதம் துறவனின் முகத்துக்கு நேரா வரும்போது, துறவன் ஒரு வில் போல் பின்னே வளைந்தான். கதாயுதம் சரியாக துருவனின் தலைக்கு மேலே, பின்னே போய்க்கொண்டிருந்தது. சட்டென அந்த கதாயத்தை பிடித்து, அது வந்த திசையிலேயே எறிந்தான். அதைப் பார்த்ததும், தடியனின் கண்கள் விரிவடைந்தது. அவனுடைய கதாயுதம் அவன் வயிற்றில் முட்டி, அவனை கீழே தள்ளியது.

சுற்றி இருந்த மக்களும், வீரர்களும் இதைக் கண்டு பெருமை அடைந்து, கூச்சலிட ஆரம்பித்தார்கள். இளவரசிக்கும் அரசுக்கும் கூட, இது ஒரு பெரிய மகிழ்ச்சியாக இருந்தது. இந்த வீரனிடம் மட்டும் நம்

ராஜ்ஜியத்தை ஒப்படைத்தால், அது என்றும் அழியாது என்று அரசர் நினைத்தார்.

கூச்சல் சத்தம் நின்ற பின், சேனாதிபதி அந்த தடியனின் அருகே சென்றார்.

அவன் மயக்கத்தில் கீழே கிடந்தான். அவன் முடியை பிடித்து மேலே தூக்கி, "இப்படி தோற்றுப் போவதற்கு தான், நீ இத்தனை ஆடுகளையும் முழுங்கினாயா? என்று அவன் கன்னத்தில் இரண்டு அடி அடித்தார். பின் துறவனின் அருகே வந்தார்.

"ம்ம்... நீ பெரிய வீரன் தான். நீ போரில் கலந்து கொள்ள, உனக்கு அத்தனை தகுதியும் இருக்கிறது. ஆனால் உன் வீரத்தையும், உன்னையும் இதற்கு முன், நான் பார்த்ததே இல்லையே" என்றார்.

"சேனாதிபதி அவர்களே, நான் புதிதாக படையில் சேர்ந்திருக்கிறேன்."

"ஓஹோ புதிதாக சேர்ந்து இருக்கிறாய். ஆனால் புதிதாக சேர்ந்திருப்பவர்களை, நாங்கள் அரண்மனைக்குள் சேர்ப்பதே இல்லையே..... நீ எப்படி உடனடியாக உள்ளே வந்தாய்?"

துறவன் பதில் கூற முடியாமல் நின்றான்.

"சரி பதில் இல்லை என்றால் பரவாயில்லை. நீ ராயர் படை என்பதற்கு, உன் மார்பில் குத்தப்பட்டிருக்கும், ராயர் முத்திரையை கொஞ்சம் காட்டு" என்றார்.

துறவன் தயங்கியவரே, "சேனாதிபதி அவர்களே நான் இப்போதுதான் படையில் சேர்ந்திருக்கிறேன்" என்றான்.

சேனாதிபதி ஒரு பெரும் சிரிப்பு சிரித்து விட்டு, "பார்த்தீர்களா அரசே..... பார்த்தீர்களா இளவரசி..... புதிதாக இவன் சேர்ந்திருக்கிறானாம். சரி எப்போது என்று கேட்டால், இப்போதுதான் சேர்ந்திருக்கிறேன் என்கிறான். நம்முடைய துரோகியாக இருக்கலாம் என்று நான் சந்தேகிக்கிறேன்" என்றார்.

அரசரும் இதைக் கேட்டு சிறு குழப்பம் அடைந்தார். தன் மகளின் மனதை வென்றிருந்தாலும், இவன் பலிகன் இல்லை என்பதை, எப்படி நம்புவது? என யோசித்தார்.

சேனாதிபதி மறுபடியும் கூறினார். "அரசே இவன் ராயர் படை இல்லை. இரத்தத்தை எடுக்கும் நரபலிகர்கள் படை. நம்மை அழிப்பதற்காக தான் உள்ளே வந்துள்ளான்."

இதைக் கேட்டதும் அனைவருமே அதிர்ச்சி அடைந்தார்கள். "இல்லை நான் அவர்கள் இல்லை" என, பதட்டத்தில் கத்தினான் துறவன்.

"எத்தனை முறை கத்தினாலும் உண்மை மாறாது" என, துறவனின் கழுத்தை பிடித்து, சேனாதிபதி பின்னே தள்ளினார்.

"அரசர் நிறுத்தச் சொல்லலாம் என கையை உயர்த்தும் போது, இளவரசி தேனீழினி "நிறுத்துங்கள்....." என்று சேனாதிபதியை பார்த்து கத்தினார்கள். அருகில் இருந்த அனைவரும் ஒரு நிமிடம் நடுங்கிப் போனார்கள். காரணம், இதுவரை இளவரசி இவ்வாறு கோபப்பட்டதே இல்லை. பின் தன் தந்தையை பார்த்து, "தந்தையே நான்தான் அவரை வரச் சொன்னேன். அவர் என்னை ஒருமுறை பலிகர்கள் கூட்டத்திடமிருந்து காப்பாற்றினார். அதனால்தான் அவரை நான் படையில் சேர்த்தேன். அவர் ராயர் குலத்தைச் சேர்ந்தவர் இல்லை தான். ஆனால் அவர் பலிகர்கள் கூட்டம் கிடையாது."

அரசர் எதுவும் கூறாமல் அமைதியாக இருந்தார். பின் சேனாதிபதியை பார்த்து, "சேனாதிபதி அவர் மேல் கை வைக்காதீர்கள். எதுவாக இருந்தாலும் பேசிக் கொள்ளலாம்" என்றார்.

அரசர் இவ்வாறு கூறியதும், சேனாதிபதி அதிர்ச்சி அடைந்தார். காரணம் ராயர் குல பதவியில் இருக்கும் யாரையும், அரசர் இதுவரை திட்டியதே கிடையாது. அவர்கள் நினைத்தது போல்,

அனைத்தையும் செய்யலாம். ஆனால் இன்று மக்கள் முன்னிலையில், தன்னை அரசர் இவ்வாறு பேசியது, சேனாதிபதிக்கு பெரும் கோபத்தை ஏற்படுத்தியது.

இளவரசி மேலே இருந்து, சேனாதிபதியை பார்த்து கோபப் புன்னகை செய்தவாறே கீழே வந்தார்கள். அருகில் வந்ததும், சேனாதிபதி கூறினார். "இளவரசி தேனீழினி அவர்களே, உங்களுக்கு இவனைப் பற்றி ஒன்றும் தெரியாது. இவன் நரபலிகர்கள் கூட்டத்தை சேர்ந்தவன் தான்" என்று, மறுபடியும் துறவனின் கழுத்தைப் பிடித்து, அவரின் அருகே இழுத்தார்.

இளவரசிக்கு கோபம் அதிகமானது. "சேனாதிபதி, அவர் மீது இருந்து கையை எடுங்கள். இது என் கட்டளை" என்றார்.

"சேனாதிபதிக்கும் கோபம் அதிகமானது. அவருக்கு, இவர்கள் இருவரும் காதலிக்கிறார்கள் என்பது, நன்றாக தெரிந்து விட்டது. ஆனால் அதிக வருடங்களாக இளவரசியின் மீது, சேனாதிபதிக்கு காதல் இருந்தது. இளவரசியிடம் சண்டை போட்டு வெற்றி பெற்றால் தான், அவர்களை திருமணம் செய்து கொள்ளலாம் என, அவர்களிடம் சண்டையும் போட்டார். அந்த சண்டையில் முகத்தில் வெட்டு காயமும் உருவானது.

காயத்தை ஒரு முறை தொட்டு பார்த்துவிட்டு, இவன் மீது இருந்து கையை எடுத்துவிட்டு, உங்கள் மீது வைக்கச் சொல்கிறிர்களா இளவரசி?" என்று ஆத்திரத்தில் கூறினார்.

இதைக் கேட்டதும், இளவரசியின் கைகள் தன்னுடைய கத்தியை எடுத்தது. ஆனால் அதற்கு முன்பாகவே சேனாதிபதியின் கால்கள், தரையில் இருந்து மேலே பறக்க ஆரம்பித்தது. தன் ஒரு கையினால், சேனாதிபதியை தன் தலைக்கு மேலே தூக்கி விட்டான் துறவன்.

சேனாதிபதி துறவனின் கையைப் பிடித்தவாரே மூச்சு திணறினார். பின் அவரை கீழே விட்டுவிட்டு, இளவரசியின் கையில் இருந்த கத்தியை பிடுங்கி, சேனாதிபதியின் நாக்கை அறுத்து எறிந்தான். இதைக் கண்டு இளவரசியும் அதிர்ச்சி அடைந்தார்கள். மக்களும் அதிர்ச்சி அடைந்தார்கள். பின் சேனாதிபதி தன் வாயைப் பிடித்துக் கொண்டு, கதற ஆரம்பித்தார்.

பின் மேலே இருந்து அரசரும், சிற்றரசர்களும் பதறியவாறே கீழே ஓடி வந்தார்கள்.

துறவன் கூறினான். "இவனை எல்லாம் உயிரோடு விடக்கூடாது இளவரசி. இவன் தலையை வெட்டி எறியுங்கள்" என்று, இளவரசி அடுத்த நொடியே, தன் வாளை கையில் எடுத்தார்கள்.

ஆனால் அதற்குள் அரசர், "நிறுத்துங்கள்....." என சத்தமாக கத்தினார்.

அரசர் அருகில் வந்ததும், அனைவரும் அமைதியானார்கள். ஆனால் சேனாதிபதி மட்டும், தன் வாயைப் பிடித்துக் கொண்டு, அங்கும் இங்கும் நடந்த வாறே, கத்தி கதறிக் கொண்டிருந்தார்.

துறவன் கத்தியை கீழே போட்டான். அரசர், "தேனீழினி என்ன காரியம் செய்து கொண்டிருக்கிறீர்கள்? இவர் நம் நாட்டின் சேனாதிபதி. பல வருடங்கள் நம் அரண்மனைக்காக உழைத்திருக்கிறார்."

"தந்தையே இவன் பேசும் பேச்சை நீங்கள் கேட்டிருந்தால், இவன் தலையை வெட்டி வீசி இருப்பீர்கள்."

அரசர் சேனாதிபதியை பார்த்தார். இரத்தம் வாயிலிருந்து வடிந்து கொண்டிருந்தது. அரசர் கூறினார், "உடனடியாக வைத்தியர்களை வரச் சொல்லுங்கள். இவரை அரண்மனைக்குள் அழைத்துச் செல்லுங்கள்" என்று.

நான்கு பேர் சேனாதிபதியை தூக்கிக்கொண்டு, அங்கிருந்து நடக்க ஆரம்பித்தார்கள். சேனாதிபதி அடிபட்ட பாம்பை போல், இளவரசியும் துறவணையும் வெறியோடு பார்த்தார்.

பின் அரசர் இளவரசியிடம் கூறினார். மகளே நாம் இருக்கும் சூழ்நிலையில், இதெல்லாம் தேவைதானா?

"தந்தையே தவறு செய்தது அவர்தான்."

"அது எனக்கு தெரியும். இப்போது பிரச்சனை வந்தது இவனால்தானே. இவன் யார்?" என்று கோபமாக கேட்டார்.

"தந்தையே நான் ஆபத்தில் இருக்கும்போது, இவர் தான் என்னை காப்பாற்றினார். அதனால்தான் இவரை நம் படையில் சேர்த்தேன்."

"அதெல்லாம் இருக்கட்டும். இப்போது சேனாதிபதியின் நாக்கை இவன் அறுத்து விட்டான். இனிமேல் நம் படைக்கு சேனாதிபதி எங்கே இருக்கிறார்? யார் வழி நடத்துவார்கள்?" என்றார்.

இளவரசி அமைதியாக நின்றார்கள். பின் அரசர், "சரி சிங்கராயன் படையை வழி நடத்தட்டும், அவரை சீக்கிரம் வரச் சொல்லுங்கள்..." என வீரர்களை பார்த்து கூறினார்.

"தந்தையே நீங்கள் நினைப்பது போல், சிங்கராயர் படையை திரட்டி வர போகவில்லை. அவர் நரபலிகர்களோடு சேர்ந்து விட்டார். அவர்தான் என் உயிரை எடுக்க நினைத்தார். அப்போதுதான் இவர் என் உயிரை காப்பாற்றினார்."

இதைக் கேட்டதும் அரசருக்கு அதிர்ச்சி ஏற்பட்டது. பின் தங்களைச் சுற்றி சிற்றரசர்களும், மக்களும் இதைக் கேட்டுக் கொண்டிருக்கிறார்கள் என்பதை உணர்ந்த அரசர். இளவரசியிடம் மெதுவாகக் கூறினார். "தேனீழினி நிறுத்து. அவன் ராயர்குலத்தின் ராஜ்ஜியத்திற்காக தன் இரத்தத்தை ஒவ்வொரு போரிலும் சிந்தி இருக்கிறான். அவன் போயும் போயும்

நரபலிகர்களுடன் சேர்ந்திருக்கிறான் என்று கூறுகிறாயே, அதற்கு வாய்ப்பே இல்லை.”

“தந்தையே நான் என்ன பொய்யா கூறுகிறேன்” என பேச முயலும் போது. “போதும் தேனீழினி அதை எல்லாம் நானே பார்த்துக்கொள்கிறேன்” என்று கூறினார். அவர் கூறி முடித்ததும், இளவரசியின் கண்களில் கண்ணீர் ததும்பியது.

“ஐயோ என்னை மன்னித்துவிடு மகளே. இந்த வீரன் பலிகன் இல்லை என்பதற்கு என்ன உத்தரவாதம் இருக்கிறது? அதனால் தான் சேனாதிபதியும் கோபப்பட்டார். நானும் கோபப்பட்டேன்.”

“தந்தையே, இவர் நரபலிகர்கள் கூட்டத்தைச் சேர்ந்தவர் இல்லை என்பதற்கு, என்னிடம் காரணம் இருக்கிறது.”

“அப்படி என்ன காரணம்?”

“இவருக்கு துருவ நட்சத்திரம் இருக்கிறது.”

“இந்த வார்த்தையை இளவரசி சொன்னதும், வானத்தில் ஒரு பலமான இடிச்சத்தம் கேட்டது. அனைவரும் வானத்தைப் பார்த்தார்கள்.அரசரின் முகத்திலும், சிற்றரசர்கள் முகத்திலும் பேர் அதிர்ச்சி காணப்பட்டது. பின் அரசர் கேட்டார். “தேனீழினி என்ன சொல்கிறாய், துருவ நட்சத்திரம் இவருக்கு இருக்கிறதா?”

“ஆம் தந்தையே, இங்கே பாருங்கள்” என்று, துறவனின் கையை பிடித்து துருவ நட்சத்திரத்தை இளவரசி காட்டினார்கள்.

அரசரின் பின்னால் இருந்த சிற்றரசர்கள் அனைவரும், ஒரு நிமிடம் பதட்டம் அடைந்தார்கள். அரசர் துருவனின் கையை, கண் எடுக்காமல் நீண்ட நேரமாக பார்த்துக் கொண்டிருந்தார்.

“தந்தையே என்ன ஆயிற்று?”

அரசர் பதில் ஏதும் கூறாமல், துறவனின் கண்களை ஒரு நிமிடம் பார்த்தார். பின் இளவரசியை பார்த்து, “ஒன்றுமில்லை மகளே. நீங்கள் இருவரும்

என்னோடு வாருங்கள். உங்களிடம் ஒரு முக்கியமான விஷயம் பேச வேண்டி உள்ளது.”

இளவரசியும், துறவனும் ஒருவரை ஒருவர் பார்த்துக் கொண்டு, அரசரைப் பார்த்தார்கள்.

“வாருங்கள்..” என்று அரசர் நடக்க ஆரம்பித்தார்.

இளவரசியம் குழப்பத்தோடு, தந்தை ஏன் இவரின் கையை பார்த்ததும், இத்தனை அதிர்ச்சி அடைகிறார். இதில் எதுவும் பிரச்சனை இருக்குமோ? என்று யோசித்தார்கள்.

இது அனைத்தையும், தூரத்தில் இருந்து கிச்சான் பார்த்துக் கொண்டிருந்தான். அவன் அருகில் இருந்தவனிடம்,

“அவ்வளவுதான் இனிமேல் இவன் இந்த பக்கமே வரமாட்டான். நான் போய் எனது பண்டார வேலையை பார்க்கிறேன்”என்றான்.

அவன் அருகில் இருந்த போர் வீரன், “ஏய் கேடயத்தை பிடிக்கத் தெரியாத கேனையா, நீ எல்லாம் முத்துகளை கோர்க்கப் போகிறாயா? போ அங்கே சென்று, குதிரை சாணியை அள்ளு.”

“ஓஹோ என்னையே சாணி அல்ல சொல்கிறாயா?. அங்கே இளவரசியுடன் போகிறான் பார், அவன் என் நண்பன். நான் இப்போது அவனிடம் நீ கூறியதை சொன்னால், உன்னை அரண்மனையை விட்டே, வெளியே அனுப்பிவிடுவான்.”

“ஐயோ அப்படி ஏதும் செய்து விடாதீர்கள். நீங்கள் ஒரு மிகப்பெரிய பண்டாரம் தான்.”

“ம்ம்... பிழைக்கத் தெரிந்தவன்.. சரி வா... நம் கொட்டாய்க்கு போலாம்” என்று, அவனை அழைத்துக்கொண்டு கிச்சான் கிளம்பினான்.”

அரசர் அவர் அறைக்கு வந்ததும், நாற்காலியில் அமர்ந்தார். எதிரில் இளவரசி அமர்ந்தார்கள். ஆனால் துறவன் அமர மறுத்தான்.

இளவரசி துறவனை அமரச் சொல்லி வற்புறுத்தினார்கள்.

"அரசே உங்கள் முன் அமர்வதற்கு, எனக்கு என்ன தகுதி இருக்கிறது? என்னால் முடியாது" என்றான்.

"ம்ம்.. என்ன தகுதி இருக்கிறது என்று தெரியாமல் தான், என் மகளிடம் நீ பழகினாயா?"

இதைக் கேட்டதும் துருவனுக்கு என்ன சொல்வதென்றே தெரியவில்லை. "சரி அரசே, நான் அமர்ந்து கொள்கிறேன்" என்று, மிகவும் பவ்வியமாக நாற்காலியில் அமர்ந்தான்.

"நல்லது, சரி இருவரும் உண்மையைச் சொல்லுங்கள். உங்கள் இருவருக்குள்ளும் ஏதாவது உறவு இருக்கிறதா?"

துறவனும், இளவரசியும் ஒருவரை ஒருவர் பார்த்துவிட்டு, தலையை குனிந்தார்கள்.

"ம்ம்... உங்கள் தலை குனிவிலேயே பதில் தெரிந்து விட்டது. சரி நான் மற்றொன்றையும் உங்களிடம் சொல்கிறேன். உன்னைப்போல் துருவ நட்சத்திரக்காரர்கள், ராயர் குலத்தோடு சேர்ந்தால், அது ராயர் குலத்திற்கு பெரும் ஆபத்தாக அமையும். இது ஓலைச்சுவடிகளில் எழுதப்பட்டுள்ளது.

இளவரசி அதிர்ச்சியோடு, "தந்தையே ஓலைச்சுவடி. யார் அதை எழுதியது?" என்றார்கள்.

"நம் முப்பாட்டர் ராயர்தான் எழுதி வைத்திருக்கிறார்."

"அப்போ இவர் ராயர் குலத்தோடு சேரக்கூடாது என்கிறீர்களா?"

நான் அப்படிச் சொல்லவில்லை. இவர் ராயர் குலத்தோடு சேர்ந்ததற்குப்பின், எந்த காரணத்தைக் கொண்டும், தெற்கு தேசத்திற்கு சென்று விடக்கூடாது. அப்படி போகவில்லை என்றால், ராயர் குலத்திற்கு எந்த பிரச்சினையும் இல்லை."

"அரசே இதெல்லாம் மூடநம்பிக்கையாக தெரிகிறது" என்றான் துறவன்.

"மூடநம்பிக்கை இல்லை. இது என் முப்பாட்டன் நம்பிக்கை" என அரசர் கோபமானார்.

பின் இளவரசி, "தந்தையே எனக்கு இப்போதே நம் முப்பாட்டர் ராயரைப் பற்றி, அனைத்தும் தெரிந்தாக வேண்டும். என் சிறுவயதிலிருந்தே, தெற்கு திசைக்கு எந்த காரணத்தைக் கொண்டும் போகக்கூடாது என்று தான் சொல்லி வந்தீர்கள். இப்போது என்னைச் சேர்ந்தவர்களையும் அப்படி தான் சொல்கிறீர்கள். இதில் ஏதோ ஒன்று ஒளிந்து இருக்கிறது."

"அரசர் ஒரு பெரு மூச்சு விட்டு, சரி அதையும் நான் சொல்லுகிறேன்..." என்று கூற ஆரம்பித்தார்.

ஆயிரம் வருடங்களுக்கு முன், தெற்கில் பாண்டிய பேரரசு ஒன்று, பெரிதாக வளர ஆரம்பித்தது. அதன்பின் அதே தெற்கில் சோழர்களும், சேரர்களும் உருவானார்கள்.

இவர்கள் மூவரும், ஒருவருக்கொருவர் சண்டை போட்டே, மூவரும் பலமாகினார்கள். ஒரு கட்டத்திற்கு மேல் பாண்டிய பேரரசும், சேரர் பேரரசும் தென் தேசத்தில் அடிமையானார்கள். அப்போது சோழ பேரரசு பெரிதாக வளர்ந்தது.

பின் சேரர்களாலும், பாண்டியர்களாலும், சோழர்களை வீழ்த்த முடியவில்லை. அதற்கு முக்கிய காரணமாக இருந்தது, நம் முப்பாட்டர் ராயர் தான்.

பேரரசர் அரிஞ்சய சோழர் தான் அப்போது சோழ தேசத்தை ஆட்சி செய்து கொண்டிருந்தார். இவர் சுந்தரச் சோழருடைய தந்தை. அதேபோல் இவருடைய ஆட்சி காலத்தில் பெரும் சவாலாக இருந்தது, ராஷ்டிரகூடர்கள் தான். தன் சகோதரன் கண்டராதித்தர், சிவ வழிபாட்டில் அதிக அளவு ஆர்வம் காட்டியதால், ராஷ்டிரகூடர்களின் ஆதிக்கம் தென் தேசத்தில் அதிகமாக இருந்தது.

ஒரு நாள் சூரியன் மறையும் நேரத்தில், பொன்னை ஆற்று கரையின் எதிரே, அரிஞ்சய சோழர் தனியாக நின்று கொண்டிருந்தார்.

அப்போது ராயர் குதிரையில் அங்கு வந்து சேர்ந்தார். குதிரையிலிருந்து இறங்கி, அரசரின் அருகே சென்றார்.

"அரசே இந்த நேரத்தில் தனியாக இங்கு என்ன செய்கிறீர்கள்? என்று கேட்டார்.

"தெரியவில்லை ராயரே, இந்த வழியாக வந்து கொண்டிருக்கும்போது, இந்த பொன்னை யாறு என்னை கவர்ந்து இழுத்துக் கொண்டது. இங்கிருந்து செல்லலாம் என்று, நானும் நீண்ட நேரமாக யோசித்துக் கொண்டிருக்கிறேன். ஆனால் இந்த ஆறு என்னை செல்ல விடவில்லை."

"அரசே உங்களுக்கு இந்த இடம் இவ்வளவு பிடித்திருந்தால், நாம் இங்கே ஒரு கோவில் கட்டலாமே என்றார்.

அதை பின்பு பார்க்கலாம் ராயரே, அதற்கு முன், நம் ஆட்சியைப் பற்றி மக்கள் என்ன பேசிக் கொண்டிருக்கிறார்கள் என்பதை கூறுங்கள்.

அரசே, உங்கள் பெரிய சகோதரர் கண்டராதித்தர், அதிகமாக சிவ வழிபாட்டில் ஈடுபட்டதால், இன்று சோழ தேசத்திற்கு மிகப்பெரிய ஆபத்து வந்துவிட்டதாக, மக்கள் பேசிக்கொள்கிறார்கள். தாங்கள் தான் சோழ தேசத்தை காப்பாற்ற போவதாகவும் பேசுகிறார்கள்."

இதைக் கேட்டதும் சிறிது நேரம் அரசர் அமைதியாக இருந்தார். பின் "சரி குதிரையை எடுங்கள், நாம் அரண்மனைக்கு போய் சேரலாம்" என்றார். பயணத்திற்குப் பின் இருவரும் உறையூருக்கு வந்து சேர்ந்தார்கள்.

உள்ளே கல்யாணி தேவியும், செம்பியன் மாதேவியும் ஒன்றாக அமர்ந்திருந்தார்கள். அரசர்

உள்ளே வருவதைப் பார்த்து, இருவரும் எழுந்து நின்றார்கள்.

அரசர் நேராக தன் மகனான, சுந்தரர் அறைக்குச் சென்றார்.

சுந்தர சோழர், ஜன்னல் வழியாக, அரண்மனையை சுற்றி பார்த்துக் கொண்டிருந்தார். "சுந்தரா" என்று அவரை அழைத்ததும்," கூறுங்கள் தந்தையே" என்று திரும்பினார்.

"இங்கே வா" என்று அவரை நாற்காலியில் அமர வைத்துவிட்டு, அரசரும் அமர்ந்தார்.

"உன்னிடம் உன் தந்தை ஒன்று கேட்கலாமா?"

"தாராளமாக கேட்கலாம் தந்தையே?"

அரசர் சிறிது நேரம் அமைதியாக இருந்துவிட்டு, "சுந்தரா என் தந்தை இந்த சோழ மகுடத்தை, எனது சகோதரனுக்கு தரும் போது, அதில் பல எதிரிகளின் இரத்தம் சிந்தி இருந்தது. அதனால் பல வருடங்களாக எங்களுக்கு எந்த பிரச்சனையும் எதிரிகளால் வரவில்லை. ஆனால் இப்போது இருக்கும் சூழ்நிலை அப்படி இல்லை.

இந்த மகுடத்திற்காக உன்னிடம் பலர் வரப்போகிறார்கள். நீ பல போர்களை சந்திக்கப் போகிறாய். இந்தச் சோழ மகுடம் நிலைத்திருக்க வேண்டும் என்றால், அது உன் கையில் மட்டும் தான் இருக்கிறது. இதை எப்போதும் மனதில் வைத்துக் கொள்" என்றார்.

"தந்தையே ஏன் இப்படி எல்லாம் பேசுகிறீர்கள். நமக்கு ஒன்றும் ஆகாது."

அரசர் புன்னகை செய்துவிட்டு, "நானும் அப்படித்தான் நினைத்தேன் சுந்தரா, ஆனால் ஏதோ சரியாக படவில்லை" என்று முடித்தார்.

பின் அரசர் அறையை விட்டு சென்றதும், ஏன் தந்தை இவ்வாறு சொல்கிறார் என சுந்தரன் அதிகமாக யோசித்துக் கொண்டிருந்தார்.

பின் அரசர் தளபதியை அழைத்து, "தளபதியாரே சேர தேசம் எப்போது கிளம்புகிறீர்கள்?" என்றார்.

"அரசே நீங்கள் அனுமதி கொடுத்தால், நாங்கள் இப்போது கூட போக தயார். ஆனால் முன்பு போல் சேரர்கள் இல்லை. இப்போது புது அரசர் வந்ததிலிருந்து, சோழர்களையும் பாண்டியர்களையும் சேர மண்டலத்திற்குள் அனுமதிப்பதே இல்லையாம்."

"அவர் என்ன அனுமதிப்பது? அந்த சுரங்கம் என் தாய்க்கு சொந்தமானது. நீங்கள் நாளை காலையிலேயே அங்கே கிளம்புங்கள்" என்று அரசர் கூறினார்.

பத்து மாட்டு வண்டிகளை தயார் செய்து கொண்டு, அடுத்த நாள், அனைவரும் மாட்டு வண்டிக்காரன் போல் கிளம்பினார்கள்.

புதிதாக அதில் வரும் ஒருவன், ராயரிடம் கேட்டான்.

"தளபதியரே நான் இப்போதுதான் முதல்முறையாக சேர மண்டலம் வருகிறேன். நாம் எதற்காக அங்கே, ஆறு மதத்திற்கு ஒரு முறை செல்ல வேண்டும்?"

"நம் அரசருக்கும் சேரர் குலத்தின் அரசுக்கும், நல்ல நட்பு இருந்தது. அதேபோல் நம் அரசரின் தாய்க்கு சொந்தமான இடம்தான் அந்த சுரங்கம். அங்கே தோண்டப்படும் தங்கம், நமக்கும் சொந்தம். ஆனால் இது அந்நாட்டு மக்களுக்கும், அந்நாட்டு வீரர்களுக்கும் தெரியாது. அதனால்தான் நாம் மாட்டு வண்டிக்காரன் போல் அந்த தங்கத்தை எடுத்து வர, ஆறு மாதத்திற்கு ஒருமுறை போகிறோம்."

மாட்டு வண்டி ஒரு இரவுக்கு பின், சேர மண்டலத்திற்கு வந்து சேர்ந்தது. ராயர் அந்த புது மாட்டு வண்டிக்காரனிடம் கூறினார். "தோழா இங்கே தமிழி

கலந்த மலையாள மொழியில் தான் பேசுவார்கள். எதையாவது பேசி மாட்டிகொள்ளாதே"

"சரி தளபதியாரே" எனக் கூறிவிட்டு, தலையில் அனைவரும் அழுக்குத் துணியை தலைப்பாகை போல் கட்டி கொண்டார்கள்.

உள்ளே செல்லும்போதே, சேர குலத்தின் காவலாளிகள் இவர்களை தடுத்து நிறுத்தினார்கள். ஒருவன் இவர்களைப் பார்த்து, "எந்த தேசத்திலிருந்து வருகிறீர்கள்?" என்றான்.

ராயர் தன் குரலை மாற்றிக்கொண்டு, அவனிடம் கூறினார். "ஐயா எங்களுக்கு தேசமும் இல்லை, ஊரும் இல்லை. நாங்கள் இந்த மலை கிராமத்தைச் சேர்ந்தவர்கள். உங்கள் இடத்தில் உணவு தேடி வந்திருக்கிறோம்."

அவன் ராயரை மேலும் கீழும் பார்த்துவிட்டு, "சற்று நேரம் இங்கேயே நில்லுங்கள்" எனக் கூறிவிட்டு, உள்ளே சென்றான். பின் சிறிது நேரம் கழித்து வெளியே வந்து, "சரி உள்ளே சென்று, அரிசி காய்கறிகளை வாங்கிக் கொள்ளுங்கள்" என அனுமதி கொடுத்தான்.

பின் மாட்டு வண்டிகள் கிராமத்திற்குள் சென்றது. இந்த சேரமண்டலத்தை பார்க்கும்போது, ராயருக்கு சற்று பொறாமையாக இருந்தது. காரணம், சோழமண்டலத்தின் இயற்கையை விட, இங்கு அதிக பசுமையாக இருந்தது. நம் நாட்டையும் இதே போல் மாற்ற வேண்டும் என ராயர் நினைத்தார்.

இப்போது பாதி மாட்டு வண்டி காரர்கள், உணவுகளை மாட்டு வண்டியில் ஏற்ற ஆரம்பித்தார்கள். ஆனால் ராயரும் இன்னும் சிலரும் அங்கிருந்து கிளம்பி, காட்டு வழியாக மற்றொரு இடத்திற்கு சென்றார்கள். அங்கே பாறையை உடைப்பது போல், கணார்..கணார்... என ஒலிகள் கேட்டுக் கொண்டிருந்தது. ராயர் அந்த சுரங்கத்தின் வாசலுக்கு சென்றதும், சுரங்க பொறுப்பாளனை அழைத்தார். அவன் வேகமாக ஓடி வந்து, இவருக்கு மரியாதை செலுத்திவிட்டு,

"வாருங்கள் தளபதியாரே" என்றான். தளபதியும் உள்ளே நடக்க ஆரம்பித்தார். ராயருக்கு தங்கத்தை எடுத்துச் செல்லப் போகிறோம் என்பதை விட, தன் தங்கமான காதலியை பார்க்க போகிறோம் என்ற ஆர்வம் தான் அதிகமாக இருந்தது.

ராயக்கு 31 வயது ஆகியிருந்தாலும், அவர் இதுவரை திருமணம் செய்து கொள்ளவில்லை. சோழ தேசத்திற்காக மட்டுமே தான் வாழ வேண்டும் என அவர் நினைத்தார். ஆனால் இங்கு வந்து செல்லும் ஆறு மதத்திற்கு ஒரு முறை, ஒரு பெண்ணை பார்த்து அவர் காதலில் விழுந்துவிட்டார். இது யாருக்கும் தெரியாத ரகசியமாகவே இருந்தது.

மற்றவரிடம் தங்கத்தை ஏற்ற சொல்லிவிட்டு, தளபதியார் இன்னும் அதிக தூரம் உள்ளே நடந்தார். அங்கே வேலை ஆட்கள் சுரங்கத்தை தோண்டிக் கொண்டிருந்தார்கள். அதில் ஒரு பெண்ணின் பின்னால் நின்று கொண்டு "காயா..." என்று அழைத்தார். அந்தக் குரலை கேட்டதும், அந்த மலையாள பெண் ஆனந்தக் கண்ணீரில் திரும்பினாள்.

இவரைப் பார்த்ததும், அவளுக்கு பேச்சு வரவில்லை. பின் ராயர் பேசினார். "காயா நலமாக இருக்கிறாயா?"

"என் கைகளைப் பார்த்தால், உங்களுக்கு தெரியவில்லையா? நான் எவ்வளவு நலமாக இருக்கிறேன்" என்று, என தனது கைகளை காட்டினார்கள். சுரங்க வேலை பார்த்து, கைகளில் புண்ணாக இருந்தது. அதைப் பார்த்ததும், ராயர் அதிர்ச்சி அடைந்தார். தான் ஒரு நாட்டுக்கே தளபதியாக இருந்தாலும், தன்னுடைய காதலியை நன்றாகப் பார்த்துக் கொள்ள முடியவில்லை என்ற ஏக்கம் ராயருக்கு அதிகமானது.

"நானும் உங்களுக்காக அதிக வருடங்கள் காத்திருந்து விட்டேன். ஆனால் என் உயிர் இனி காத்திருக்குமா என்று எனக்கு தெரியவில்லை. என்

உடலில் ஏதேதோ பிரச்சனைகள் வருகிறது" என காயா கூறினார்கள்.

"காயா நீ ஒன்றும் கவலைப்படாதே, நான் இன்னும் சில நாட்களில் இங்கே திரும்பி வருகிறேன். அப்படி வரும்போது உன்னோடு தான் திரும்பி போவேன். இது சத்தியம்" என அவருடைய கைகளில் சத்தியத்தை செய்தார். இதுவரை ராயர் செய்த சத்தியத்தை, அவர் காப்பாற்றாமல் இருந்தது கிடையாது. இந்த சத்தியத்தையும் ராயர் காப்பாற்றுவார் என, காயா மிகவும் நம்பினார்கள்.

"சரி நான் அரசரிடம் சென்று, இதைப்பற்றி கூறி, உன்னை அழைத்துச் செல்ல மீண்டும் வருகிறேன். இப்போது நான் விடைபெறுகிறேன்" என காயா விடம் கூறிவிட்டு, சுரங்கத்திற்கு வெளியே வந்தார்.

அங்கே மாட்டு வண்டியில் தங்கம் ஏற்றப்பட்டு இருந்தது. "பொறுப்பாளரே சுரங்கத்தை கொஞ்சம் பொறுப்பாக கவனியுங்கள். நான் அடுத்த முறை வரும்போது, யாருடைய கையிலாவது காயம் இருந்தால், உங்கள் கைகள் இல்லாமல் கூட போய்விடும்." என பொறுப்பாளரை மிரட்டினார்.

பொறுப்பாளரும் "சரி சரி" என தலையே அசைத்துக் கொண்டே நின்றார். ராயரும் மற்றவர்களும் அங்கிருந்து கிளம்பினார்கள். பத்து வண்டிகள் வரிசையாக போய்க்கொண்டிருந்தது. முதல் சில வண்டிகளில், காய்களும் பழங்களும் இருந்தன. பின்னால் இருக்கும் வண்டிகளில், நெல் மூட்டைகள் இருந்தன. நடுவில் இருக்கும் வண்டியில் தங்கம் இருந்தது. அந்த தங்கத்திற்கு மேல், சில நெல் மூட்டைகள் போடப்பட்டிருந்தது. இதனால் சேர வீரர்களால் எதையும் கண்டுபிடிக்க முடியவில்லை. சுலபமாக எப்போதும் போல் அங்கிருந்து கிளம்பி விட்டார்கள்.

ராயர் மனதில் இருந்ததெல்லாம், சீக்கிரமாக அரசரை சந்தித்து, தான் திருமணம் செய்யப் போவதை கூற வேண்டும் என்பது மட்டும்தான்.

சில நாட்கள் பயணத்திற்கு பின், அனைவரும் தஞ்சைக்கு வந்து சேர்ந்தார்கள். ராயரை திரும்பி பார்த்ததும், வீரர்களும் மக்களும் உற்சாகம் அடைந்தார்கள். சோழர் குல தளபதி ராயர் வாழ்க வாழ்க... என வீரர்களும், மக்களும் கூச்சலிட்டார்கள். சத்தத்தை கேட்ட போது, அரிஞ்சய சோழருக்கு ராயர் வந்துவிட்டார் என்பது புரிந்தது. அவரும் அரண்மனைக்குள் இருந்து ஆர்வமாக வெளியே வந்தார்.

அரசரைப் பார்த்ததும், ராயரும் மாட்டு வண்டியில் இருந்து கீழே இறங்கி, வேகமாக அரசரின் அருகே சென்றார். அரசர் ராயரின் தொளில் கைவைத்து, "தளபதியாரே போன காரியம் என்ன ஆனது?" என்று ஆர்வமாக கேட்டார்.

"எப்போதும் போல் நல்லதாகவே அமைந்தது அரசே" என்றார்.

இதைக் கேட்டதும் அரசர் மிக்க மகிழ்ச்சி அடைந்து, ராயரை கட்டி அணைத்துக் கொண்டார். இதுதான் சரியான நேரம், அரசர் மிகவும் சந்தோசமாக இருக்கிறார் என்று, "அரசே தங்களிடம் நான் ஒரு முக்கியமான விஷயம் பேச வேண்டும்" என்றார்.

"அதற்கென்ன வாருங்கள் பேசலாம்" என அரண்மனைக்குள் இருவரும் சென்றார்கள்.

"கூறுங்கள் தளபதியாரே என சிரித்தவாறு, அரிஞ்சய சோழர் கூறினார். "அரசே நான் உங்களிடம், இதுவரை ஒன்றைத் தவிர, வேறு எதையும் மறைத்ததில்லை" என்றார்.

"ஒன்றைத் தவிர வா? நீங்கள் எதையுமே என்னிடத்தில் மறைத்ததில்லையே, அது என்ன ஒன்றை தவிர?"

“அரசே நான் உங்களிடத்தில், ஒன்றை மறைத்துதான் வைத்திருந்தேன்.”

அரசர் குழப்பம் அடைந்தார். “என்ன அது?” என ஆர்வமாக கேட்டார்.

“நான் சேரர் குலத்து பெண்ணை காதலிக்கிறேன். இத்தனை வருடங்கள் நான் போர்க்களத்தில் இருந்ததால், திருமணத்தைப் பற்றி யோசிக்கவும் இல்லை. உங்களிடத்தில் சொல்லவும் இல்லை. ஆனால் இப்போது சொல்லியாக வேண்டிய சூழ்நிலை வந்துவிட்டது” என்று, தலையை குனிந்து கொண்டார்.

“ராயா உனக்குள்ளும் ஒரு காதல் இருக்கும் என்று நான் ஒருபோதும் நினைக்கவில்லை. உனக்கு திருமணம் செய்து பார்க்க வேண்டும் என்பது, என்னுடைய பல நாள் கனவு. ஆனால் சேரர் குலத்து பெண்ணை தான், நீ திருமணம் செய்து கொள்ள வேண்டுமா? நம்முடைய சோழர் குலத்திலேயே எத்தனை அழகான பெண்கள் இருக்கிறார்கள். வேணுமென்றால் சொல், உனக்கு நம்முடைய நாட்டின் இளவரசிகளையே திருமணம் செய்து வைக்கிறேன்.”

“அரசே நான் அந்த பெண்மணியை காதலிக்கிறேன். என்னால் வேறு பெண்ணை திருமணம் செய்து கொள்ள முடியாது.”

அரசர் சிறிது நேரம் அமைதியாக இருந்துவிட்டு, “ராயா நீ வேறு குல பெண்ணை திருமணம் செய்தால், நம் சோழர் குலத்திற்கு அது ஆபத்து. கொஞ்சம் இதைப் பற்றி நன்றாக சிந்தித்து பார்” என்றார்.

“அரசே என்னை மன்னிக்க வேண்டும். அந்தப் பெண் இல்லாமல் என்னால் வாழ முடியாது.”

அரசருக்கு என்ன செய்வது என்று தெரியவில்லை. சற்று நேரம் யோசித்து விட்டு, “ராயா உன்னுடைய நட்சத்திரம், துருவ நட்சத்திரம். நீ எந்த குலத்தில் இருக்கிறாயோ, அது பெரிதாக வளரும். இப்போது நீ சேரர் குளத்திற்கு சென்றால், இத்தனை

நாட்கள் இங்கு வளர்ந்தது. அழிந்து விடுமோ என்ற பயம் எனக்குள் எழுகிறது. நான் நம்முடைய நன்மைக்காக தான் கூறுகிறேன். அந்தப் பெண்ணை நீ திருமணம் செய்து கொள்ளக்கூடாது. வேண்டுமென்றால் இப்போது காதலிப்பது போலவே, காதலித்துக் கொள். ஆனால் நீ சோழர் குல பெண்ணை மட்டும் தான், திருமணம் செய்ய வேண்டும். உனக்கு அதற்கு மட்டும் தான் அனுமதி உண்டு" என்று, கட்டளையோடு கூறிவிட்டார்.

"அரசே நான் வேண்டுமென்றால், இந்த தளபதி பதவியை கொடுத்து விடுகிறேன்" என்று கூறிக் கொண்டிருக்கும் போதே, "ராயா என்னுடைய பேச்சை நீ மீறி கொண்டிருக்கிறாய். நான் சொல்வதை மட்டும் நீ செய்தால் போதும்" என, அரசர் கோபமாக கூறினார்.

பின் ராயர் அந்த இடத்திலிருந்து, "சரி அரசே" என கூறிவிட்டு வெளிவந்தார்.

சில நாட்கள் போனது, காயா சுரங்கத்தில் வேலை பார்த்துக் கொண்டே, ராயர் இப்போது வந்துவிடுவார் என ஒவ்வொரு நொடியும், எதிர்பார்த்து கொண்டே இருந்தார்கள். ஆனால் அவர்களுடைய எதிர்பார்ப்பு, ஏமாற்றமாக மாறியது. ஒரு மாதம் ஆகியும், ராயர் அங்கு வரவில்லை. தான் ஒரு ஆண் மகனை நம்பி ஏமாந்து விட்டேன் என, காயா ஏங்க ஆரம்பித்து விட்டார்கள்.

ராயர் அரண்மனைக்குள் நடக்கும், எந்த நிகழ்விலும் பங்கெடுக்கவில்லை. போர் பயிற்சிகளிலும் ஈடுபடவில்லை. அவருடைய செயலை ஒவ்வொரு நாளும் அரசர் பார்த்துக் கொண்டுதான் இருந்தார். இது இப்படியே சென்றால், நம் சோழர் குலத்திற்கு ஆபத்து என்று, ராயரை மீண்டும் பேச அழைத்தார்.

ராயர் உள்ளே வந்ததும், அவரின் முகத்தை அரசர் பார்க்கவில்லை. ஜன்னல் வழியாக வெளியே பார்த்துக்கொண்டு, ராயரிடம் கூறினார். "ராயா

ஈழத்தில் ஒரு பலமான ராஜ்ஜியம் உருவாகிக் கொண்டிருக்கிறது. அது இன்னும் கொஞ்சம் வளர்ந்தால், நம் ராஜ்ஜியத்திற்கு ஆபத்து. நீங்கள் உடனடியாக நம் படையை அழைத்துக் கொண்டு, ஈழத்திற்கு செல்ல வேண்டும்."

"சரி அரசே" என கூறிவிட்டு, ராயர் கிளம்ப முயன்றார்.

"ஒரு நிமிடம் இருங்கள், ஈழத்தின் போர் அவ்வளவு சுலபமாக முடியாது. 5 வருடங்களாவது எடுக்கும். அதற்கு முன் நீங்கள் திருமணம் செய்துகொண்டு இங்கிருந்து கிளம்புங்கள். நம் சோழர் குல பெண்ணை நாளை உங்களுக்கு திருமணம் செய்து வைக்கிறோம்" என அரசர் கூறினார்.

இதைக் கேட்டதும் ராயர் பெரும் அதிர்ச்சி அடைந்தார். பின் அரசரிடம் எதைக் கூறினாலும், அதற்கு பலன் இல்லை என நினைத்துக் கொண்டு,

"உங்கள் விருப்பம் அரசே" எனக் கூறிவிட்டு. அங்கிருந்து வெளிவந்தார். தன்னுடைய அறையில் படுத்து கொண்டிருக்கும்போது, நாளை காலை எனக்கு திருமணம். ஆனால், காயாவின் நிலை என்ன ஆகும்? என்னை நம்பி மட்டுமே, இத்தனை வருடம் இருந்த பெண்ணை, நான் சோழர் குலத்திற்காக ஏமாற்றினால், அந்தப் பாவம் இந்த குலத்தையும் தானே சேரும். நான் இந்த தவறை செய்யக்கூடாது என நினைத்துக் கொண்டு, அறையில் இருந்து வெளி வந்தார்.

அங்கே போர் குதிரைகள் தயாராக நின்று கொண்டிருந்தது. அதில் ஒரு வெள்ளை நிற குதிரையை எடுத்துக்கொண்டு, அரண்மனையை விட்டு தளபதி வெளியே சென்றார்.

மறுநாள் காலையில், தளபதிக்கு திருமணம் என ஊர் மக்கள் அனைவரும், அரண்மனையில் கூடினார்கள். சிறிது நேரத்திற்குப் பின் தான், தளபதி அரண்மனைக்குள் இல்லை என்பதே அனைவருக்கும் தெரிந்தது. இந்தச் செய்தியை வேகமாக அரசரிடம்

கூறினார்கள். முதலில் அரசர் இதை நம்பவில்லை. பின் "ஒரு பெண்ணிற்காக என்னை விட்டுவிட்டு ராயன் சென்று விட்டானே" என வருந்தினார். அந்த வருத்தம் சிறிது நேரத்தில் கோபமாக மாறியது.

பின் மக்களிடத்தில் இதைப் பற்றி ககூறிதான் ஆக வேண்டும் என்று, மக்கள் முன்னே சென்று "ராயன் எங்கும் போகவில்லை. அவன் எனக்காக தான், ஒரு அவசர வேலையாக சென்று இருக்கிறான். இன்னும் சில நாட்களில் வந்து விடுவான்" என, மக்களிடத்தில் கூறிவிட்டு, திரும்பவும் அரண்மனைக்குள் சென்றார்.

அரசர் அரண்மனைக்குள் செல்ல ஆரம்பித்ததும், அரண்மனைக்கு வெளியே பெரிய சலசலப்பு உருவானது. அங்கு கருநிற குதிரையில் ராயர் காயாவை அழைத்துக் கொண்டு, அரண்மனை வாசலுக்கு வந்து கொண்டிருந்தார்.

காயா பயத்தோடு கேட்டார்கள், "ராயரே, நீங்கள் சொல்வது போல், உண்மையாகவே அரசர் நம்மை ஏற்றுக் கொள்வார்களா? அல்லது வேறு ஏதும் பிரச்சனை வந்துவிடுமா?" என்று.

அரசரைப் பற்றி எனக்கு நன்றாகவே தெரியும். அவர் கண்டிப்பாக நம்மை ஏற்றுக் கொள்வார். நீ கவலைப்படாதே"

குதிரை வாசலில் வந்து நின்றது. முதலில் கரு வேட்டைய சிற்றரசர் தான், அவர்களைப் பார்த்தார். வாசலில் அவர்களைப் பார்த்ததும், "அரசே..." என்று சத்தமாக கத்தினார்.

அரசர் என்னவென்று திரும்பிப் பார்த்ததும், ராயரைப் பார்த்து பெரும் அதிர்ச்சி அடைந்தார்.

பின் மக்கள் அனைவரும் குழப்பத்தில், "என்ன இது? ராயர் ஈழத்திற்கு சென்றிருக்கிறார் என்று, அரசர் இப்போதுதான் கூறினார். ஆனால் ராயர் ஒரு பெண்ணோடு இங்கே வருகிறாரே? அப்படி என்றால் அரசர் பொய் கூறிவிட்டாரா?" என்று அவர்களுக்குள் பேச ஆரம்பித்தார்கள்.

இதை கவனித்த வாறே, அரசர் வாசலுக்கு நடந்து வந்தார். அவருக்குப் பின்னால் கருவேட்டைய சிற்றரசரும், மற்ற சிற்றரசர்களும் நின்றார்கள்.

ராயர் கூறினார். "அரசே உங்கள் பேச்சை மீறியதற்கு என்னை மன்னித்து விடுங்கள். நான் இல்லை என்றால், இந்த பெண்ணால் உயிர் வாழ முடியாது. அந்த ஒரு காரணத்துக்காக மட்டும் தான், நான் இவளை திருமணம் செய்து கொண்டேன். எங்கள் இருவரையும் மன்னித்து, நீங்கள் ஏற்றுக் கொள்ள வேண்டும்" என்றார்.

அரசர் கருவேட்டையரை திரும்பி பார்த்தார், கருவேட்டையர் முன்வந்து, "தளபதியாரே நீங்கள் இப்படி ஒரு துரோகத்தை செய்வீர்கள் என்று, நாங்கள் யாரும் நினைக்கவில்லை. நீங்கள் தயவு செய்து, இனிமேல் அரண்மனைக்குள் வராதீர்கள். உடனடியாக வெளியேறுங்கள்" என்றார்.

ராயர் கோபமாக கருவேட்டையரை பார்த்துவிட்டு, "அதை அரசர் சொல்லட்டும் பின்பு நாங்கள் போகிறோம்" என்றார்.

அரசர் கோபமாக, "நிறுத்து உன் நாடகத்தை. அரசர் அரசர்.... என்று சொல்லி, சோழர் குலத்திற்கு துரோகம் செய்துவிட்டாய். நீ இப்போதே இங்கிருந்து வெளியேற வேண்டும்."

ராயர் கண்களில் கண்ணீர் துளி ததும்பியது. பின் காயாவின் முகத்தை பார்த்துவிட்டு, அவர்களை அழைத்துக் கொண்டு அங்கிருந்து கிளம்பினார்.

தஞ்சையில் இருந்து சில மைல் தொலைவில், ஒரு கூடாரத்தை அமைத்து, ராயரும் காயாவும் வாழ ஆரம்பித்தார்கள். சில மாதங்களில் காயா கர்ப்பமானார்கள். அவர்கள் கர்ப்பமான சில நாட்களில், பொன்னை ஆற்றின் கரை எதிரே அரிஞ்சய சோழர் உயிரிழந்தார்.

இந்த செய்தியை கேட்டு அதிர்ச்சியடைந்த ராயர், தன் குதிரையை எடுத்துக்கொண்டு, வேகமாக

151

அரண்மனைக்கு வந்தார். ஆனால் கருவேட்டையர், அவரை வாசலில் வைத்து தடுத்து நிறுத்தினார்.

“கருவேட்டையரே, உங்கள் பகையை இந்த நேரத்தில் காட்டாதீர்கள். நான் அரசரின் முகத்தை பார்க்க வேண்டும்.”

“ராயா எங்கள் அரண்மனைக்குள் துரோகிகளை அனுமதிக்க மாட்டோம். நீ கிளம்பலாம்” என்றார்.

“கருவேட்டையரே, நான் அரசரை பார்க்காமல் போகமாட்டேன். மரியாதையாக வழிவிடுங்கள்” என்றார்.

பின் கரு வேட்டையர், மக்களை திரும்பிப் பார்த்து, “பார்த்தீர்களா? சோழர் குல மக்களே, இந்த ராயனால் தான், நம் அரசர் உயிரே போயிருக்கிறது. இவருக்கு துருவ நட்சத்திரம் என்பதால், இவர் வேறு எந்த குலத்து பெண்ணையும் திருமணம் செய்யக்கூடாது. மீறி செய்தால், சோழர் குலத்துக்கே ஆபத்து. அரசர் இவரை பலமுறை எச்சரித்தார். ஆனாலும் ஒரு பெண்ணின் மோகத்திற்கு அடிமையாகி, இவர் ஒரு பெண்ணை திருமணம் செய்தார். அதனால் மட்டுமே, இப்போது அரசரின் உயிர் போயிருக்கிறது.”

இதைக் கேட்டதும் அங்கு கூடியிருந்த மக்கள் அனைவரும், ஆத்திரம் அடைந்தார்கள். பின் ராயரை அங்கிருந்து போகச் சொல்லி அனைவரும் கூச்சலிட்டார்கள். அரண்மனைக்குள் அரசரின் அருகே அமர்ந்திருந்த சுந்தரச் சோழர், கண்ணில் கண்ணீரோடு, ராயரை பார்த்தார்.

ராயர் கண்ணிலும் கண்ணீர் கசிந்தது. பின் அவர் குதிரையிலிருந்து கீழே இறங்கி, அரண்மனையின் எதிரே இருந்த ஒரு பாறையில். தன்னுடைய வாளை குத்தினார். அந்த சத்தம் ஒரு இடிச்சத்தம் போல் கேட்டது. பின் அனைவரும் ராயரைப் பார்த்து பயந்து ஒதுங்கி நின்றார்கள்.

பின் தெற்கு தேசத்தை விட்டே கிளம்பி, இங்கே வந்துவிட்டார். பின் இங்கே வந்தும், சில அரசர்களால்

மக்களுக்கு தொந்தரவு ஏற்பட்டதால், ஒற்றை ஆளாக நின்று, இந்த ராயர் சாம்ராஜ்ஜியத்தையே உருவாக்கி இருக்கிறார்.

பலிகங்க ராயர் இதை சொல்லி முடித்ததும், துறவன் கூறினான். “அரசே இந்த ஒரு நட்சத்திரத்திற்காகவா, அரசர் தளபதியை வெளிய அனுப்பினார். இது நம்பும் படியாக இல்லையே அரசே.”

“என்ன நம்பும்படியாக இல்லையா, நீ பார்த்தாயா?” என அரசர் கோபமானார்.

பின் இளவரசி, “தந்தையே கோபப்படாதீர்கள். இதை உங்களிடத்தில் யார் கூறியது என்று, நான் தெரிந்து கொள்ள வேண்டும்.”

“நான் தான் அப்போதே சொன்னேனே, இது அனைத்தும் ஓலைச்சுவடியில் எழுதப்பட்டிருக்கிறது” என்று.

“அந்த ஓலையை நாங்கள் பார்க்க வேண்டும். எங்களிடத்தில் கொடுங்கள்.”

அரசர் சிறு பதட்டத்தோடு அமைதியானார். பின் “ஓலையில் எழுதப்படவில்லை.... நான் ஒருவர் சொல்லி இதை கேள்விப்பட்டேன். இப்போது அவரும் உயிரோடு இல்லை.”

துறவனும், இளவரசியும் ஒருவரை ஒருவர் பார்த்துக் கொண்டார்கள். ஆனால் அவர்கள் இருவரின் மனதிலும், அரசர் எதையோ மறைக்கிறார் என்பது மட்டும் நன்றாக தெரிந்தது.

மூவரும் அறையில் அமர்ந்திருக்கும் போது, அரண்மனைக்கு வெளியே சங்கு சத்தம் அதிகமாக கேட்டது. அதைக் கேட்டதும் அரசர் மீண்டும் பதட்டமானார். ஆனால் இளவரசியும் துறவனும், “அரசே என்ன ஆனது? என்று பதறி அவரின் அருகே சென்றார்கள். பின் தண்ணீரை கையில் கொடுத்ததும், அரசர் அதை குடித்துவிட்டு நிதானமானார்.

அதன்பின், “வெளியில் ஏதோ சத்தம் கேட்கிறது. உங்களுக்கு கேட்கிறதா?” என்றார்.

"ஆம் தந்தையே கேட்கிறது. நீங்கள் இங்கே ஓய்வெடுங்கள். நாங்கள் இருவரும் என்னவென்று பார்க்கிறோம்."

"இல்லை தாயே, நானும் வருகிறேன்" என்று, நாற்காலியில் இருந்து மேலே எழுந்தார். பின் மூவரும் அரண்மனை வாசலுக்கு நடந்து சென்றார்கள்.

அரண்மனை வாசல் கதவுக்கு வந்ததும், கோட்டை சுவரின் மேலே இருந்த வீரர்களை, மூவரும் பார்த்தார்கள். அவர்கள் ஒவ்வொருவரின் கண்களிலும் உயிர் பயம் நன்றாக தெரிந்தது.

அரசர் துருவனையும் இளவரசியையும் பார்த்த வாறே, காவலர்களிடம் "கதவைத் திறங்கள்" என்றார்.

கதவு திறந்ததும், அரண்மனைக்கு வெளியே மண் புழுதி, கடல் போல் காட்சியளித்தது. அதற்கு நடுவே ஈ மொய்ப்பது போல், நரபலிக்குகள் குவிந்து நின்றார்கள். மூவரும் சில நொடிகள் அதிர்ச்சியில் அதை பார்த்த வறே நின்றார்கள். பின் அரசர் கூறினார்." கதவை அடையுங்கள்" என்று.

துறவன் கூறினான். "இவர்கள் எண்ணிக்கை எப்படி அதிகமாகிக் கொண்டே இருக்கிறது? ஆயிரமாக இருந்தவர்கள், பத்தாயிரம் ஆக மாறினார்கள். இப்போது லட்சம் பேராக மாறிவிட்டார்களே, இது எப்படி சாத்தியம்?" என அதிர்ச்சியோடு கேட்டான்.

அரசர் கூறினார், "ஒதுக்கப்பட்டவர்களை இவர்கள் ஒன்று சேர்த்துக் கொண்டிருக்கிறார்கள். இது நம்முடைய ராயர் குலத்திற்கு, மிகப்பெரிய ஆபத்து. நம் ராஜ்ஜியத்தை மட்டும் அவர்கள் கைப்பற்றி விட்டால், இந்த உலகையே அவர்கள் அழித்துவிடுவார்கள். "

பின் அரசர் வீரர்களை பார்த்து திரும்பி,

"வீரர்களே இது நமக்கு ஒரு மிகப்பெரிய பலப் பரீட்சையாக இருக்கப்போகிறது. நாம் இந்த போரில் தோல்வி அடைந்தால், நம் வரலாறு அழிக்கப்படும். நம் அரண்மனை அழிக்கப்படும், நம் குடும்பங்கள்

அழிக்கப்படும். அதுவே நாம் வெற்றி பெற்றால், இது மிகப் பெரிய சாதனையாக மாறும்.

ஒன்றை மட்டும் மனதில் வைத்துக் கொள்ளுங்கள். நீங்கள் ஒவ்வொருவரும் ஆயிரம் தலைகளையாவது எடுக்க வேண்டி இருக்கும். "

துறவன் அரசர் பேசுவதை கண் எடுக்காமல் பார்த்துக் கொண்டிருந்தான். அவர் துறவனை பார்த்து,

"அவர்கள் ஆயிரம் தலையை எடுத்தால், நீ ஒருவன் பத்தாயிரம் தலையை எடுக்க வேண்டும்" என்றார்.

"அரசே என்னால் எப்படி?" என துறவன் தயங்கினான்.

"நீதான் இந்த போரை வழிநடத்த போகிறாய். இன்றிலிருந்து நீதான் ராயர் குலத்தின் சேனாதிபதி" என்றார்.

அதன் பின் அருகே இருந்த வீரனை அழைத்து, இவர் உடம்பில் நம் ராயர் குலத்தின் முத்திரையை பதியுங்கள்" என்றார்.

முத்திரையை பதிப்பதற்கு வீரர்கள் முயன்றதும், துறவன் அதை கீழே தட்டி விட்டான். "அரசே என் நாட்டிற்காகவும், உங்களுக்காகவும், இளவரசிகாகவும் நான் இந்த போரில் பங்கேற்கிறேன். நானே போரையும் வழி நடத்துகிறேன். ஆனால் என்னால் இது போல் முத்திரையெல்லாம் சுமக்க முடியாது."

அரசர் கோபமாக இளவரசியை பார்த்து கூறினார். "முத்திரை இல்லாமல் இவன் போரில் கலந்து கொள்ள கூடாது. அரண்மனைக்குள்ளும் இருக்கக் கூடாது. இவனை உடனே வெளியே போக சொல்"என்று.

இளவரசி துறவனை தனியாக அழைத்து, "துருவா நீங்கள் நினைத்தால், அதை எப்போது வேண்டுமென்றாலும், நெருப்பினால் அழித்துவிடலாம்.

இப்போது நம் நாட்டிற்காக இதை பதித்துக் கொள்ளுங்கள்."

"நான் இப்படி ஒன்றை சுமக்க முடியாது இளவரசி. புரிந்து கொள்ளுங்கள்" என்றான்.

"துருவா எனக்காக செய்யுங்கள்" என, துறவனின் கைகளைப் பிடித்துக் கொண்டு, இளவரசி கேட்டார்கள். துறவன் வேறு வழி இல்லாமல், "சரி" என ஒப்புக்கொண்டான். அவன் மார்பில் ராயர் குலத்தின் முத்திரை பதிக்கப்பட்டது.

இங்கே முத்திரையை பதிக்கப்பட்ட நேரத்தில், மத்திய தேசத்தில் தங்கள் வெற்றி முத்திரையை பதிக்க, இரண்டு படைகள் பெரும் போர் செய்து கொண்டிருந்தது.

முதல் நாள் போர்க்களத்தில் ராயர் படை சோழர் படையை, பலமாக தாக்கிக் கொண்டிருந்தது. செங்காந்த ராயர் பல்லவரையரை பார்த்து, தன் மீசையை முறுக்கி விட்டுக் கொண்டார். அதே நேரத்தில், சிங்கராயர் பெரும் வருத்தத்தில் இருந்தார். இப்படியே போனால், சோழர் படையை ராயர் படை வென்றே விடும். ஏதாவது செய்ய வேண்டுமென, நீண்ட நேரமாக அங்கும் இங்கும் நடந்து கொண்டிருந்தார். அதன்பின் அவருக்கு ஒரு யோசனை தோன்றியது. கொட்டாயின் வெளியே வந்து, ஒரு போர் வீரனை அழைத்தார். "நான் சொல்லியது போல் நீ செய்தால், உனக்கு இந்த பை நிறைய தங்க நாணயங்கள் தருகிறேன். செய்வாயா?" என ஆர்வமாக கேட்டார்.

"அரசே நீங்கள் இதை கொடுக்காவிட்டாலும், நீங்கள் என்ன சொன்னாலும் நான் செய்வேன்." என்றான்.

சிங்கராயர், தன் மனதுக்குள், ஆமாம் இவன் பெரிய உத்தமன். அப்படியே ராயர்குலத்திற்காக உயிரை விட்டு விடுவான் என நினைத்துக் கொண்டு,

"சரி உன்னுடைய போருடைய மாற்றிக் கொண்டு, நான் கொடுக்கும் இந்த உடையை போட்டுக் கொள்" என்றார்.

"அரசே இது தூதுவனுடைய உடை. இதை எதற்காக போடச் சொல்கிறீர்கள்?"

இப்பதானே கூறினாய். நான் என்ன சொன்னாலும் செய்வாய் என்று, அமைதியாக நான் சொன்னதை செய்" என்றார்.

"சரி" என்று குழப்பத்தோடு, அதை அவன் போட்டுக் கொண்டான். பின் அவனிடம் சில ரகசியங்களை கூறி, "தளபதியிடம் போய் சொல்" என்றார்.

"அரசே நீங்கள் சொல்வது நம்பும்படியாக இல்லையே" என்றான்.

"டேய் இந்த போர் யாருக்காக நடக்கிறது?"

"உங்களுக்காக தான் அரசே."

"அப்புறம் என்ன? நானே ஏன் இப்படி சொல்லப் போகிறேன்?"

அவன் யோசித்த வாறே நின்றான்.

பின் அவன் தோளில் கை வைத்து, "எல்லாம் நம் நல்லதுக்காக தான் சொல்கிறேன். உனக்கு அடுத்த தளபதியாகும் ஆசை இல்லையா....? இருந்தால் போ" என்று சிரித்தார்.

அவனும் பதிலுக்கு சிங்கராயரை பார்த்து சிரித்து விட்டு கிளம்பினான்.

தளபதி தனது கொட்டாயில் அமர்ந்து கொண்டு, போரை பற்றி ஆழமாக சிந்தித்துக் கொண்டிருந்தார். எங்கே இருந்து எப்படி தாக்கினால், அவர்களை வெல்ல முடியும் என மண்ணில் வரைபடங்கள் வரைந்து, சிந்தித்துக் கொண்டிருந்தார்.

"தளபதியாரே..." என்று தூதுவன் அழைத்தான்.

"உள்ளே வரலாம்" என்றார்.

அவன் கொட்டாயின் உள்ளே வந்து, "தளபதியாரே நான் அரண்மனையில் இருந்து

வருகிறேன். நம் அரசருக்கு அங்கே பேராபத்து வந்துவிட்டது."

"என்ன சொல்கிறாய், என்ன ஆனது?" என அதிர்ச்சியில் கேட்டார்.

"நம் அரண்மனையைச் சுற்றிலும், லட்சக்கணக்கான நரபலிக்கர்கள் கூடி விட்டார்கள். அவர்கள் எப்போது வேண்டுமென்றாலும் நம்மை தாக்கலாம்."

"ஐயோ இப்போது நான் என்ன செய்வது?" என யோசித்தார். பின், "சரி அரண்மனைக்குள் எத்தனை வீரர்கள் இருக்கிறார்கள்?" என்றார்.

"சில ஆயிரம் வீரர்கள் தான் இருக்கிறார்கள் தளபதியாரே."

"சரி இதை நீ யாரிடமும் கூறாதே, நான் பார்த்துக் கொள்கிறேன்" என்று, வேகமாக சிங்கராயரின் கொட்டாய்க்கு தளபதி பதட்டமாக நடந்து சென்றார்.

தளபதி நடந்த வரும் வேகத்தை பார்க்கும்போது, சிங்கராயருக்கு பயம் உருவானது. எங்கே நான் சொன்னதை எல்லாம், நான்தான் சொல்லச் சொன்னேன் என்று இவன் சொல்லி இருப்பானோ? அப்படி மட்டும் அவன் சொல்லி இருந்தால், என்னை இவர்கள் உயிரோடு விட மாட்டார்கள். என்ற பயத்தில் தளபதியை பார்த்துக் கொண்டிருந்தார்.

தளபதி அருகே வந்ததும், என்ன சொல்லப் போகிறார் என்ற ஆர்வம், சிங்கிராயருக்கு அதிகமானது. பின் தளபதி கூறினார்.

"அரசே உங்களிடம் ஒரு முக்கியமான விஷயம் பேசியாக வேண்டும்."

சிங்கராயருக்கு இப்போதுதான் மூச்சே வெளிவந்தது. ஒரு பெரு மூச்சு விட்டு, இவருக்கு உண்மை எதும் தெரியவில்லை. நான் சொன்னது போல்

தான், அவன் சொல்லி இருக்கிறான் என மனதில் நினைத்துக் கொண்டார்.

பின், “சொல்லுங்கள் தளபதியாரே, நான் இப்போதுதான் வாள் பயிற்சியில் ஈடுபட்டுக் கொண்டிருந்தேன்” என, தனது கைகளை அங்கும், இங்கும் அசைத்தவரே கூறினார்.

“அரசே என்னை மன்னிக்க வேண்டும். ஆனால் நான் சொல்லப் போவது மிகவும் முக்கியமான செய்தி.”

“அப்படியா சரி வாருங்கள் அமர்ந்து பேசலாம்” என தளபதியை அமரச் சொன்னார்.

தளபதி பதட்டமாக கூறினார். “அரசே நம் பலிகங்கராயர் அரசரிடம் இருந்து, சில நாட்களுக்கு முன்பு ஒரு ஓலை வந்தது. அதில் பலிகர்கள் இன்னும் அழியவில்லை. மீண்டும் முளைத்துக் கொண்டிருக்கிறார்கள். நீங்கள் ஜாக்கிரதையாக சீக்கிரமாக நாடு திரும்பவும் என எழுதப்பட்டிருந்தது. அதற்குள் இந்த சோழர் படை வந்ததாலும், உங்களை அவர்கள் சிறைப்பிடித்து வைத்திருந்தார்கள் என்பதாலும், என்னால் இதற்கு பதில் ஓலையும் அனுப்ப முடியவில்லை. அங்கு வீரர்களை அனுப்பவும் முடியவில்லை.”

சிங்கராயர் பதறியப்படியே, “ஐயோ என்ன சொல்கிறீர்கள்? நரபலிகர்களா? அவர்கள் மிகவும் கொடூரமானவர்களே” என்றார்.

“ஆம் அரசே, ஆனால் அதைவிட இப்போது முக்கியமான செய்தி வந்திருக்கிறது.”

“என்ன செய்தி?”

“லட்சக்கணக்கான நரபலிகர்கள், நம் அரண்மனைக்கு முன்பே கூடி விட்டார்களாம்.”

“ஐயோ என்ன சொல்கிறீர்கள்? இதை என்னால் நம்ப முடியவில்லை. எனது அண்ணன், எனது அண்ணன் மகள், அனைவருக்கும் இது மிகப்பெரிய ஆபத்து, நான் இப்போதே அங்கே போகிறேன்” என்று எழுந்து நின்றார்.

"அரசே அவசரப்பட வேண்டாம். உங்களை அசிங்கப்படுத்தியவன் நம் கண் எதிரே இருக்கிறான். நீங்கள் இங்கிருந்து இப்போது சென்றால், அந்தச் சோழர்களின் நாக்கு என்ன வேண்டுமானாலும் பேசும். ஆகையால் நான் அரண்மனைக்கு போகிறேன். நம் அரசர், என்னைத் தான் அதிகம் எதிர்பார்த்துக் கொண்டிருப்பார். நீங்கள் இங்கிருந்து, இந்தப் போரை இப்போதைக்கு நிறுத்த பாருங்கள்."

"தளபதியாரே என்ன சொல்கிறீர்கள், போரை நிறுத்துவதா?"

"ஆம் எதிரியை எப்போது வேண்டுமென்றாலும் அழித்து விடலாம். ஆனால் அவர்கள் மிருகங்கள், அவர்களை உடனடியாக நாம் அழிக்காவிட்டால், இந்த உலகமே அழிந்து விடும்."

"சரிதான் நீங்கள் எதற்கும் கவலைப்படாமல் அரண்மனைக்குச் செல்லுங்கள். நான் நாளை காலையில், அந்த பல்லவரையனிடம் பேசி, போரை நிறுத்துகிறேன்."

"நல்லது அரசே, நான் இப்போதே நம் படையில் ஒரு பகுதியை அழைத்துக் கொண்டு, நம் அரண்மனைக்கு போகிறேன்" என்று, வீரர்களிடம் பேசி படையை அழைத்துக் கொண்டு கிளம்பினார்.

தளபதி கிளம்பியதும் சிங்கராயரின் மகிழ்ச்சிக்கு அளவே இல்லை. கொட்டாய்க்குள் சென்று, சத்தமாக கத்தியும், கூச்சலிட்டும், மகிழ்ச்சியை வெளிப்படுத்திக் கொண்டார்.

அடுத்த நாள் காலையில், பல்லவரையர் வெளியே வந்து பார்க்கும்போது, படையின் எண்ணிக்கை பாதியாக குறைந்திருப்பதை பார்த்து, அதிர்ச்சி அடைந்தார்.

உடனே கேசவனை அழைத்து, "எங்கே ராயர் படை பயத்தில் ஓடிவிட்டதோ" என்றார்.

அவன் சிரித்துக் கொண்டே, "ஆம் தளபதியாரே, அவர்களால் நம் அடியை தாக்குப் பிடிக்க முடியவில்லை போலும்" என்றான்.

"சரி இப்போது என்ன செய்யலாம்? என ராயர் படையை பார்த்தவாறு நின்றார். பின் சிறிது நேரத்தில், "சரி படை இல்லாத வீரர்களை தாக்குவது, அப்பா இல்லாத பிள்ளையை அடிப்பதற்கு சமம். உடனடியாக போரை நிறுத்துங்கள். தளபதியாரை பேச்சுவார்த்தைக்கு மீண்டும் ஆழையுங்கள்" என கூறினார்.

வெள்ளைக்கொடி காட்டப்பட்டு போர் நிறுத்தப்பட்டது. பின் "பல்லவரையர் பேச்சுவார்த்தைக்கு அழைக்கிறார்" என சிங்க ராயரிடம் கூறினார்கள்.

"தாராளமாக பேச்சுவார்த்தை நடத்தலாம்" எனக் கூறிவிட்டு, களத்தின் நடுவே, சிங்கராயர் நடந்து சென்றார். பல்லவரையரும், சிறிது நேரத்தில் அங்கே நடந்து வந்தார்.

"ராயர் குலத்தின் அரசரின் தம்பிக்கு, எனது வணக்கங்கள்" என்று பல்லவரையர் கூறினார்.

இதைக் கேட்டதும் சிங்கராயருக்கு கோபம் பொத்துக் கொண்டு வந்தது. காரணம் தனக்கென்று ஒரு பதவியை கூட தன் அண்ணன் கொடுக்கவில்லையே, இவன் என்னை அரசரின் தம்பி என்று தான் அழைக்கிறான் என்று பல்லை கடித்துக்கொண்டார்.

பின் சற்று யோசித்து விட்டு, "எடுபிடி வேலை பார்க்கும் தளபதிக்கு வணக்கங்கள்" என திமிராக கூறினார்.

"சிங்கராயரே நீங்கள் பேசும் வார்த்தை, எங்கள் கோபத்தை அதிகம் தூண்டுகிறது. நீங்கள் பேசும் வார்த்தையில் ஒழுக்கம் குறைவாக உள்ளது" என்றார்.

"உன் தலையை வெட்டாமல் நான் இன்னும் பேசிக் கொண்டிருக்கிறேனே, நீ இப்படித்தான் பேசுவாய்?"

“நாங்கள் இரண்டாவது முறையாக உங்களை பேச்சு வார்த்தைக்கு அழைத்தோம். நீங்கள் இப்படி செய்வீர்கள் என்று நாங்கள் துளியும் நினைக்கவில்லை. உங்களிடம் பாதி படை தான் இருக்கிறது. இதற்காகவே நாங்கள் போரை நிறுத்த முயற்சி செய்தோம்.”

“நீ என்ன எனக்கு பிச்சை போடுகிறாயா? நான் வேண்டுமென்றால், உனக்கு உயிர் பிச்சை தருகிறேன். வந்த வழியே திரும்பி ஓடி விடு, நான் இப்போதே போரை நிறுத்துகிறேன். இல்லை நீ சரியான ஆண் மகனாக இருந்தால், எங்கள் படையோடு மோதி, எங்களை வெற்றி கொள் பார்க்கலாம்” என்றார்.

“உங்களை எல்லாம் யார் போர்க்களத்துக்கு வரச் சொன்னது? உங்களைப் போன்ற ஆள்கள், அரண்மனையில் காவல் காக்க கூட தகுதி இல்லாதவர்கள்.”

“டேய் யாரையடா அரண்மனைக்கு வெளியே நிற்க சொல்கிறாய்” என, தனது ஒரு காலை தூக்கி, தளபதியாரை உதைக்க முயன்று விட்டார். ஆனால் தளபதி சற்று விலகி, சிங்கராயரின் கழுத்தை பிடித்து விட்டார்.

சுற்றி இருந்த சில வீரர்கள் வேகமாக இருவரையும் விலக்கி விட்டார்கள். அதன்பின் பல்லவரையர் கூறினார். “உன் படையை அழிப்பேன். அதன் பின் உன் தலையை வெட்டி, இதே இடத்தில் புதைத்து விட்டு தான், நான் நாடு திரும்பினேன் இன்று கண்ணில் வெறியோடு கூறினார்.

பின் வீரர்கள் இருவரையும் பின்னே அழைத்து சென்று விட்டார்கள். திரும்பிச் சென்று, வீரர்களிடம் சிங்கராயர் கூறினார். “வீரர்களே பார்த்தீர்களா அந்த திமிர் பிடித்தவனை. என்னையே அடிக்க வருகிறான். அதுவும் உங்கள் முன்னிலையில். அவனை மட்டும் உயிரோடு விட்டு விடாதீர்கள்” என சோகமாக கூறினார்.

சிறிது நேரத்தில் சோழ வீரர்களும் தயாரானார்கள், ராயர் வீரர்களும் தயாரானார்கள். போர் கொடூரமாக நடக்க ஆரம்பித்தது.

ராயர் படையினர் கொஞ்சம், கொஞ்சமாக கொல்லப்பட்டார்கள். ஒரு போர் வீரன் வேகமாக சிங்கராயரின் கொட்டாய்க்கு ஓடி வந்தான். "அரசே நம் வீரர்களில் பாதி வீரர்கள் கொல்லப்பட்டு விட்டார்கள். இன்னும் கொஞ்ச நேரத்தில், மீதி பேரும் கொல்லப்பட்டு விடுவார்கள். இப்போதாவது போரை நிறுத்துங்கள்" என்றான்.

"இதோ நிறுத்துகிறேன்" என தனது உடைவாளை எடுத்து, அவன் தலையை வெட்டி வீசினார். அவனுடைய இரத்தம் இவரின் முகத்தில் தெறித்தது. "எச்சை நாய்களா, பேருக்கு மட்டும் என்னை அரசன் அரசன் என்று, ஒவ்வொரு நாளும் அழைப்பது. ஆனால் நான் ஆணையிட்டால், அதை ஒரு நாளும் நீங்கள் செய்ததே இல்லை. இன்று அனைவரும் சாகுங்கள்." என கொடூரச் சிரிப்பு சிரித்து விட்டு, கொட்டாயை விட்டு வெளியே சென்றார். வீரர்கள் யாரும் பார்ப்பதற்கு முன், அங்கிருந்த காட்டுக்குள் பதுங்கி விட்டார்.

சோழ வீரர்கள் ராயர் படை வீரர்களை கொன்று குவித்தார்கள். பின் சிங்கராயர் தப்பிச் சென்றதை அறிந்த பல்லவரையர், "போதும்... இனி யாரையும் கொல்ல வேண்டாம். அந்த சிங்கராயனை மட்டும் தேடி கண்டுபிடியுங்கள்" எனக் கூறிவிட்டு, அங்கிருந்த காட்டிற்குள் செல்ல ஆரம்பித்தார்கள். அதன்பின் காட்டில் பதுங்கி இருந்த சிங்கராயர், களத்திற்கு வந்தார். ஆனால் அவர் மட்டுமே வரவில்லை. அவரோடு சேர்ந்து, நரபலிகர்களும் வந்தார்கள். இப்போது காயத்தில் வலியோடு துடித்து கொண்டிருக்கும் வீரர்களை, சிங்கராயரின் கண் எதிரே நரபலிகர்கள் கொன்றார்கள்.

ராயரின் போர்படை முற்றிலும் அழிக்கப்பட்டது....

9.வௌவால் மனிதர்கள்

அரண்மனையை நரபலிகர்கள் முற்றுகையிட்டு இருந்தார்கள். அரண்மனையில் இருந்து அம்புகள் எய்வதும், நரபலிகர்கள் பதிலுக்கு அம்புகளை எய்வதுமாக, சண்டை போய்க் கொண்டிருந்தது. அதே நேரத்தில் அரண்மனைக்கு அருகே இருக்கும் காட்டின் நடுவே, மனதில் ஆயிரம் கனவுகளோடு பரந்தீரன் தனது தனிமையின் தாய்மடியில் படுத்துக் கொண்டிருந்தான். காட்டிற்குள் செடிகளும், கொடிகளும், மரங்களும் பசுமையாக இருந்தன. இப்போது பறவைகள் உணவுக்காக மனிதனைத் தேடி, மனிதனின் வீட்டிற்கு செல்லவில்லை. அதற்கான உணவை அதன் வீட்டிலேயே அதனால் பெற முடிந்தது.

பரந்தீரன் அந்த பறவைகளை பார்த்தவாறே யோசித்தான். தான் இந்த நரபலி போரை ஆரம்பிக்காமல் இருந்திருந்தால், இன்று இந்த பறவைகள், மனிதர்களின் வீட்டை நோக்கி சென்றிருக்கும். அவர்களும் போனால் போகட்டும் என்று, இதற்கு உணவைப் போட்டு இருப்பார்கள். பின் இந்த பறவை மனிதன் நல்லவன் என்று நினைக்கும் போது, அதனைப் பிடித்து கூண்டுக்குள் அடைத்திருப்பார்கள். அனைத்தும் உள்ள உலகில், ஒருவன் அந்த அனைத்தையும் எடுத்துக்கொண்டு, மற்றவர்களை அதற்காக தன்னிடம் வர வைக்கும் கொடூரம் தான், இத்தனை நாட்கள் நடந்து கொண்டிருந்தது. ஆனால் இனிமேல் இங்கே சமநிலை உருவாகிவிடும். இந்த சந்தோஷத்தில் அங்கிருந்து எழுந்து, அரண்மனையின் அருகே வந்து நின்றான்.

துறவன் அரண்மனையின் மேல் பகுதியில், தன் மார்பில் குத்தப்பட்டிருந்த ராயர் முத்திரையை

தொட்டுப் பார்த்தவாறே அமர்ந்திருந்தான். இளவரசியும் சிறிது நேரத்தில், அங்கே வந்தார்கள்.

"துருவா ஏன் இங்கு தனிமையில் அமர்ந்திருக்கிறீர்கள்?"

"தெரியவில்லை இளவரசி" என்று மெதுவாக கூறினான்.

"ம்ம் முடிந்தவரை தனிமையை விட்டு கொஞ்சம் தள்ளியே இருங்கள். அதான் அனைவருக்குமே நல்லது."

"இளவரசி தனிமை ஒன்றுதான் எப்போதும் நிரந்தரம். இதை தள்ளி வைப்பது சாத்தியம் இல்லாத ஒன்று."

"உண்மைதான் சிறுவயதிலிருந்து இந்த அரண்மனையில் இளவரசியாக இருந்தேன். தாய் இல்லாத பிள்ளை என்பதால், இங்குள்ள மக்கள் அனைவரும் எனக்கு தாயாக மாறினார்கள். நான் எங்கு சென்றாலும், அவர்கள் முகத்தில் அன்பு மட்டும்தான் நிறைந்து இருக்கும். ஆனால் இப்போது இந்த நரபலிகர்களால் அவர்களுடைய முகத்தில் பயம் தான் தெரிகிறது. அன்பு தெரியவில்லை. இவ்வுலகில் எதுவுமே நிரந்தரம் இல்லை என்று, எனக்கு இப்போதுதான் புரிகிறது."

துறவன் அமைதியாக இருந்தான்.

"துருவா எனக்காக ஒன்று செய்வீர்களா?"

"கட்டளை இடுங்கள் இளவரசி"

"கட்டளையாக இல்லை. உங்களிடம் என்னால் கட்டளை இட முடியாது. உங்களிடத்தில் கருணையாக கேட்கிறேன். இந்த ராயர் பேரரசு அழிக்கப்படலாம், நம் அரண்மனை இடிக்கப்படலாம், வீரர்கள் கொல்லப்படலாம். ஆனால் என்னுடைய உயிர் மட்டும் அவர்களுடைய கையினால் போகக்கூடாது. அப்படி எனது உயிர் போவதாக இருந்தால், அது உங்கள் கையினால் போகட்டும். இதை மட்டும் கருணையாக செய்யுங்கள்."

இதைக் கூறி முடித்ததும், இளவரசியின் கண்களில் கண்ணீர் ததும்பி இருந்தது. அதை தன் கைகளால் துடைத்து, அவர்களை கட்டி அணைத்துக் கொள்ள வேண்டும் என துறவனின் மனது ஏங்கியது. ஆனால் ஒரு துறவனாக போகிறவன் இப்படி எல்லாம் செய்யக்கூடாது என்று, தன்னை கட்டுப்படுத்திக் கொண்டு, "இளவரசி உங்களுக்கு எதுவும் நடக்காது. நீங்கள் நலமாக இருப்பீர்கள். நம் அரசரும் அரண்மனையும் எல்லாமே நலமாக இருக்கும். தைரியமாக இருங்கள்" என்று தைரியம் கூறினான்.

துறவன் பேசி முடித்ததும், அரண்மனை அருகே இருக்கும் காட்டில், செங்காந்தராயர் படையோடு வந்து சேர்ந்தார். ஆனால் அரண்மனையின் நிலையை பார்த்ததும், செங்காந்த ராயருக்கு என்ன செய்வது என்று புரியவில்லை. காரணம் உள்ளே போவதற்கு எந்த வழியும் இல்லை. அரண்மனையைச் சுற்றிலும் ஈ மொய்ப்பது போல், நரபலிகர்கள் மொய்த்து கொண்டிருந்தார்கள்.

செங்காந்தர் கூறினார், "வீரர்களே நாம் சரியான நேரத்தில் தான் வந்திருக்கிறோம். இன்னும் ஒரு நாள் நாம் இதை விட்டிருந்தால் கூட, நம் அரண்மனைக்கு பெரிய ஆபத்து வந்திருக்கும். இப்போது நாம் நேரடியாக அரண்மனைக்குள் செல்ல முடியாது. நான் சுரங்கம் வழியாக முதலில் அரண்மனைக்குள் செல்கிறேன். நரபலிகர்கள் நேரடியாக அரண்மனையை தாக்கி உள்ளே வரும்போது, அவர்கள் எதிர்பாராத நேரத்தில், நீங்கள் பின்னே இருந்து தாக்குங்கள். அதுவரை இந்த காட்டிற்கு உள்ளையே அனைவரும் பதுங்கியிருங்கள்." எனக் கூறிவிட்டு, குளத்தை நோக்கி தளபதி நடந்து சென்றார்.

பரந்தீரன் நரபலிகர்களை சிறிது நேரம் பார்த்துக் கொண்டிருந்தான். அவர்கள் அனைவரும் பசியோடு இருப்பது நன்றாக தெரிந்தது. பின் எழுந்து

நின்று, "பலிகர்களே நம் வீரர்கள் பழங்களையும், காய்களை மட்டுமே உண்டு, மிகவும் சோர்வாக இருக்கிறார்கள். அருகில் என்ன கிராமம் இருக்கிறது?" என்றான்.

"அருகில் பனிக்காட்டு கிராமம் இருக்கிறது. பின் மலைத்தென்றல் கிராமம் இருக்கிறது. ஆனால் பரந்தீரரே, இங்கு இருக்கும் மக்கள் அனைவரும் நெல்மணிகளையும், உணவு தானியங்களையும் எடுத்துக் கொண்டு, ஏற்கனவே அரண்மனைக்குள் சென்று விட்டார்கள்."

இதைக் கேட்டு பரந்தீரன் சிறிது நேரம் அமைதியாக இருந்தான். பின் "சரி சிலர் மட்டும் என்னோடு வாருங்கள்" என, பனிக்காட்டு கிராமத்தை நோக்கி நடக்க ஆரம்பித்தான். அந்த கிராமத்திற்குள் சென்றதும், ஆள் நடமாட்டமே இல்லாமல் இருந்தது. ஆனால் அவர்கள் வளர்த்த நாயையும், ஆடுகளையும், கோழிகளையும் விட்டு சென்று விட்டார்கள். அதை கூண்டுக்குள் பார்த்ததும், பரந்தீரன் கோபம் அடைந்தான். உடனடியாக அதனை அவிழ்த்து விடுங்கள்" என கத்தினான்.

அதனை அவிழ்த்து விட்டதும் ஆடுகளும், கோழிகளும் பசியில் காட்டுக்குள் ஓடின, ஆனால் நாய்கள் உணவைத் தேடி வீட்டிற்குள் ஓடின.

"கண்ணெதிரே வேட்டையாடுவதற்கு கோழி இருந்தும், பசியில் வீட்டை நோக்கி ஓடுகிறது. மனிதர்கள் இயற்கையையே மாற்றி அமைத்து விட்டார்களே" என பரந்தீரன் இயற்கையை நினைத்து வருந்தினான்.

பின் ஒவ்வொரு வீடுகளாக சென்று, சோதனை செய்தபோது, சில அரிசி மூட்டைகள் கிடைத்தன.

ஆனால் ஒரு வீட்டிற்கு சென்ற ஒரு பலிகன். "பரந்தீரரே...." என பதட்டமாக கத்தினான்.

"அவனுக்கு என்ன ஆனது என்று பாருங்கள்" என பரந்தீரன் கூறிவிட்டு, வேகமாக அங்கு நடந்து வந்தான்.

நரபலிகர்கள் அந்த வீட்டின் வாசலில் கூடியிருந்தார்கள். பரந்தீரன் வந்ததும், அனைவரும் விலகி வழி விட்டார்கள். வீட்டிற்குள் பார்த்ததும், பரந்தீரன் அதிர்ச்சி அடைந்தான்.

"ஊரில் இருக்கும் அனைவரும், அரண்மனைக்குள் சென்று விட்டார்கள் என்றால், இவன் யார்?" என்றான்.

"அந்த வீட்டின் உள்ளே, ஒரு மூளையில் அழுது கொண்டும், பயந்து கொண்டும் ஒருவன் படுத்திருந்தான்.

நரபலிகர்களை பார்த்ததும், அவன் கை கால்கள் நடுங்க ஆரம்பித்துவிட்டது.

பின் பரந்தீரன் அவனுடைய அருகில் சென்று, "பயப்படாதே நான் உன்னை ஒன்றும் செய்ய மாட்டேன்" எனக் கூறிவிட்டு, தனது கைகளால் அந்த இளைஞனின் தலையை கோதி விட்டான். அதன் பின் அவன் நிதானமானான்.

பின் பரந்தீரன் கேட்டான். "நீ ஏன் இங்கே இருக்கிறாய்? அரண்மனைக்குள் ஏன் நீ செல்லவில்லை?" என்று.

அவன் அழுது கொண்டு, "என்னை அவர்கள் ஒதுக்கி விட்டார்கள். அவர்களோடு என்னை சேர்த்துக் கொள்ளவில்லை" என்றான்.

"ஏன் உன்னை அவர்கள் சேர்த்துக் கொள்ளவில்லை?"

"எனக்கு ஒரு கால் இல்லாததால், நான் எதுக்கும் உதவாதவன் என்று என்னை வெளியே தள்ளி விட்டார்கள்."

"ம்ம்... கால் இல்லை என்றால், உன் உயிர் போனாலும் அவர்களுக்கு பரவாயில்லை. சரி நான் உனக்கு ஒரு காலாக இருக்கிறேன், என்னோடு வருகிறாயா?"

"இல்லை, உங்களை மிகவும் மோசமானவர்கள் என்று ஊர் மக்கள் கூறினார்கள்."

பரந்தீரன் வானத்தைப் பார்த்து சிரித்து விட்டு, "அவர்கள் அப்படித்தான் கூறுவார்கள். ஆனால் உன்னை ஓரம் கட்டியவர்கள் நல்லவர்களா? உனக்கு ஒரு காலாக இருக்கிறேன் என்கிறேனே, நான் நல்லவனா?"

அவன் சிறிது நேரம் யோசித்து விட்டு, நீங்கள்தான் நல்லவர்கள் போல் இருக்கிறீர்கள்" என்றான்.

"அப்படியானால் என்னோடு வா... உன்னை ஓரம் கட்டியவர்கள் ஒவ்வொருவரையும், ஒரு கை, ஒரு கால் பார்த்து விடலாம்."

"சரி" என்று தனது கம்பை ஊனிக் கொண்டே, அவன் எழுந்து நின்றான். பரந்தீரன் கேட்டான், "உன்னுடைய வயது என்ன என்று."

" பதினெட்டு ஆகிறது".

"ஓஹோ, அப்படி என்றால் நம்முடைய கூட்டத்திலேயே, நீதான் இளமையான பலிகன். இனிமேல் உன்னை அனைவரும் இளம் பலிகன் என்றே அழைக்கிறோம். "வா..." என அவனை அழைத்துக் கொண்டு நடக்க ஆரம்பித்தார்கள்.

பலிகர்களுடைய கொட்டாய்க்கு சென்றதும், இளம் பலிகனுக்கு காய்களும், கனிகளும், உணவும் கொடுத்து, அவனை நன்றாக சாப்பிட வைத்தார்கள். அதை சாப்பிடும் போது, எனக்கு என்ன ஆனாலும் பரவாயில்லை. என் பெற்றோர்களே என்னை ஒதுக்கிய போது, எனக்கு ஒரு கால் இல்லை என்றாலும், என்னை இத்தனை அக்கறையாய் இவர்கள் பார்த்துக் கொள்கிறார்களே, இவர்கள் கண்டிப்பாக கெட்டவர்கள் கிடையாது. அப்படியே கெட்டவர்களாக இருந்தாலும், இவர்களுக்காக என் உயிரையே கொடுப்பேன் என, அவன் மனதில் நினைத்துக் கொண்டான்.

இது நடந்து கொண்டிருக்கும்போது, பலிகங்கராய சக்கரவர்த்தி, அந்நாட்டின் தலைசிறந்த ஜோதிடர்களை, ரகசிய வழியாக அரண்மனைக்குள்

வரவழைத்திருந்தார். அவர்கள் நட்சத்திரங்களை வைத்தும், அரசரின் கைரேகை வைத்தும், அடுத்து என்ன நடக்கும் என்பதை கூறினார்கள். அதோடு துருவன் யார் என்ற உண்மையைப் பற்றியும் அவர்கள் கூறினார்கள்.

ஜோதிடர்கள், "அரசே நம் ராயர் குலத்திற்கு, இது வாழ்வா சாவா, என்ற போராட்டம் தான். மிகவும் கடுமையான பிரச்சனைகளை நீங்கள் சந்திக்க நேரிடும்."

"என்ன சொல்கிறீர்கள். ராயர்குலம் அழிந்து விடுமா?" என அதிர்ச்சியில் கேட்டார்?

"அழியும் ஆனால் அழிவிலிருந்து பிறக்கும்" என்றார்கள்.

"ஜோதிடர்களே நீங்கள் சொல்வதை என்னால் நம்ப முடியவில்லை. நம் குலம் அழியாமல் இருக்க ஏதாவது வழி இருக்கிறதா?"

"அரசே இதற்கு எந்த பரிகாரமும் இல்லை. விதி எதுவோ, அது நடந்தே தீரும்" என வருத்தமாக கூறினார்கள்.

"சரி நீங்கள் இங்கே இருந்து கிளம்புங்கள் என, மனதில் இருந்த வலியை வெளிக்காட்டாமல் அரசர் கூறினார்.

"அரசே நாங்கள் போவதற்கு முன் இன்னொன்றையும் சொல்கிறோம். துருவ நட்சத்திரத்தைப் பற்றி கேட்டீர்கள் அல்லவா?"

"ஆம்."

"அந்த துருவ நட்சத்திரக்காரர்களால், உங்கள் உயிருக்கே ஆபத்து இருக்கிறது. ஜாக்கிரதையாக இருங்கள்."

இதை கேட்டதும் அரசருக்கு அதிர்ச்சி ஏற்படவில்லை. சிறிது நேரம் அமைதியாக இருந்துவிட்டு, "அந்த நட்சத்திரக்காரர்களால் நான் இருந்தால் சந்தோசம் தான்" என்றார். பின் அனைவரும்

அங்கிருந்து சென்ற பின், அரசரின் கண்களில் இருந்து, கண்ணீர் சிந்தி தரையில் விழுந்தது.

பின் தன்னுடைய மகுடத்தை பார்த்து, அரசர் கேட்டார். "என் கண்முன் தான் நீ அழிய வேண்டுமா? உன் அழிவை பார்க்கும் சக்தி எனக்கு இல்லை. நீ அழிந்து விடுவாய் என்றால், அதற்கு முன் என்னை கொன்றுவிடு" என அந்த மகுடத்தின் மீது கை வைத்து அரசர் அழுதார்.

அப்போது அரசரின் பின்னால் இருந்து, "அரசே" என்ற சத்தம் வந்தது.

அரசர், தன் கண்ணீரைத் துடைத்துக் கொண்டு, எதுவும் நடக்காதது போல் திரும்பி நின்றார். தளபதி செங்காந்தராயர் அரசரைப் பார்த்ததும், கண் கலங்கிவிட்டார்.

"அரசே என்ன இது? என்ன செய்கிறீர்கள்" என்றார்.

"வா செங்காந்தா, உனக்காக தான் நான் இத்தனை நாட்கள் காத்துக் கொண்டிருந்தேன். நீ இல்லாதது, எனக்கு ஒரு கை இல்லாதது போல் இருந்தது."

"அரசே அது இருக்கட்டும், நீங்கள் ஏன் இப்படி...." என்று தயங்கினார்.

"செங்காந்தா உன்னிடம் இதை மறைத்து நான் என்ன செய்யப் போகிறேன். ஜோதிடர்கள் சொல்கிறார்கள், நம்முடைய ராஜ்ஜியம் அழிந்துவிடும் என்று. அதைக் கேட்கும் போது, என்னால் கண்ணீர் சிந்தாமல் இருக்க முடியவில்லை. போயும் போயும் இந்த நரபலிகர்களிடம் நாம் தோற்றுப் போய், அழிந்து போவதா என என் மனம் வலிக்கிறது."

"இவர்கள் என்ன? இவர்களை விட எண்ணிக்கை அதிகமாக இருக்கும் போர்களையே, நாம் பார்த்து விட்டோம். நம் குலத்தை யாராலும் அழிக்க முடியாது அரசே. நம் உயிர் இருக்கும் வரை, நாமும் அதற்கு வாய்ப்பு கொடுக்க மாட்டோம்."

இருவரும் பேசிக் கொண்டிருக்கும்போதே, இளவரசி அறைக்குள் வந்தார்கள். இளவரசியை பார்த்ததும், செங்காந்தராயர் கூறினார். "மகளே உன்னை பார்த்து, எத்தனை நாட்கள் ஆகிவிட்டது, நலமாக இருக்கிறாயா?" என்றார்.

"இருக்கிறேன் மாமா" என்று, அவரின் காலில் விழுந்து ஆசீர்வாதம் வாங்கினார்கள்.

"உன் முகத்தை பார்க்கும் ஒவ்வொரு நாளும், என் தங்கை உன் உருவில் வாழ்கிறாள் என, உன் முகத்தைப் பார்த்து சந்தோஷம் அடைவேன்."

"நீங்கள் ஒவ்வொரு முறை என் முகத்தை பார்க்கும் போதும், இதைதான் சொல்கிறீர்கள். ஆனால் என் தாயின் முகம், என் நினைவில் இருந்து அழிந்து கொண்டிருக்கிறது. என் தாயையும் கொன்று விட்டு, இன்று என் தந்தையையும் கொல்வதற்காக, நம் அரண்மனைக்கு வெளியே அந்த பலிகர்கள் நிற்கிறார்கள். ஆனாலும் அவர்களை நாம் ஒன்றும் செய்ய முடியவில்லை. நாம் யாருக்கு என்ன பாவம் செய்தோம்?" என்று வருந்தினார்கள்.

"மகளே அவர்கள் உயிரோடு இருப்பது தெரிந்திருந்தால், அவன் வரும் வரை நான் காத்திருந்திருக்க மாட்டேன். அவர்களை தேடி கண்டறிந்து, அந்த பரந்தீரன் தலையை வெட்டி உன் காலடியில் வைத்திருப்பேன். ஆனால் அவர்கள் அழிந்தது போல் காட்டிக் கொண்டு, சரியான நேரத்தை பார்த்து, பதுங்கி இருந்திருக்கிறார்கள். "

"அப்படி என்றால் நாம் இந்தப் போரில் தோல்விதான் அடையப் போகிறோமா மாமா?"

"மகளே அதை என்னால் உறுதியாக சொல்ல முடியாது. ஆனால் ஒன்றை மட்டும் நான் உறுதியாக சொல்கிறேன். உன் தாயைக் கொன்றவர்களை, என் கையினால் நான் கொல்வேன். இது சத்தியம்."

இதை அனைத்தையும் வெளி அறையிலிருந்து, துறவனும் கிச்சானும் கேட்டுக் கொண்டிருந்தார்கள்.

அப்போது இரத்தம் வடிந்தப்படியே அறைக்குள் ஒருவன் ஓடி வந்தான். வந்ததும் அவன் மூச்சு அதிகமாக இரைத்ததால் அவனால் பேச முடியவில்லை.

தளபதி, "டேய் முதலில் நிதானமாக நில். அதன்பின் கூறு" என கோபமடைந்தார்.

சற்று நிதானம் அடைந்து விட்டு, "அரசே நமக்கு துரோகம் செய்துவிட்டார்கள். சிங்கராயர் நம் படையை பலி கொடுத்து விட்டார்" என அழுதான்.

இதை கேட்டதும், அரசர் அதிர்ச்சியில் எழுந்து நின்றார். தளபதி கூறினார். "நம் சிங்கராயர், மத்திய பிரதேசத்தில் சோழர்களை எதிர்த்து போர் செய்து கொண்டிருக்கிறார். நீ என்ன உளறுகிறாய்?"

"தளபதியாரே நீங்கள் இருக்கும் வரை தான் போர் செய்தார். அதன் பின் பல்லவரையரை வம்புக்கு இழுத்து, அவரோடு வேண்டுமென்றே போர் செய்தார். பின் நம் படையை அவர்கள் பலமாக தாக்க ஆரம்பித்தார்கள். பின் சிங்கராயர் அங்கு இல்லை என்று தெரிந்ததும், காயம் அடைந்த வீரர்களின் உயிரை எடுக்காமல், அங்கிருந்து அவர்கள் கிளம்பினார்கள். நாங்கள் வலியில் துடித்துக் கொண்டிருக்கும் போது, சிங்கராயர் அங்கே வந்தார். அரசர் மீண்டும் வந்து விட்டார் என மகிழ்ச்சி அடைந்தோம். ஆனால் அவருக்கு பின்னே நரபலிகர்களையும் அழைத்து வந்திருந்தார்.

நம் வீரர்களை அவர்கள் ஈவு இரக்கமில்லாமல், வெட்டி கொன்றார்கள். அதை எல்லாம் பார்த்து, சிங்கராயர் சந்தோஷப்பட்டு கொண்டிருந்தார். நான் மட்டும் காட்டின் வழியாக உயிர் தப்பித்து இங்கே வந்திருக்கிறேன்."

அரசர் கண்ணிலும், தளபதி கண்ணிலும் கோபக்கனல் பெருக்கெடுத்தது. தாங்கள் துரோகத்தால் வீழ்த்தப்பட்டு விட்டோம் என, அதை நினைத்து ஆத்திரம் அடைந்தார்கள். கேவலம்

பலிகர்களுடன் சேர்ந்து கொண்டு, தன் தம்பி தனக்கே துரோகம் செய்துவிட்டான் என்று, கோபத்தில் வானத்தைப் பார்த்து சத்தமாக அரசர் கத்தினார்.

அரண்மனையை நோக்கி வந்து கொண்டிருந்த சிங்கராயருக்கு, திடீரென பகீரென்று இருந்தது. தன்னை நிதானப்படுத்திக் கொண்டு, "பலிகர்களே உங்களுக்கு ஏதாவது சத்தம் கேட்டதா?" என்றார்.

"இல்லை அரசே எங்களுக்கு எதுவும் கேட்கவில்லை."

"எனக்கும் கேட்கவில்லை. ஆனால் என் மனதில் ஏதோ ஒரு பயம் உருவானது" என, அங்கும் மிங்கும் பார்த்தார்.

அரண்மனையில் கூடியிருக்கும் வீரர்களுக்கும், கிராம மக்களுக்கும், உயிர் பயம் அதிகமானது. பகல் முழுவதும் போர், இரவு முழுவதும் பலிகர்களின் கூச்சல் சத்தம், இதை மீண்டும் மீண்டும் கேட்டு, மக்களின் மனநிலை மோசமாக மாறியது.

இதை கவனித்த அரசர், போரை விட நரபலிகர்கள் கொடுக்கும் மன உளைச்சல் பெரும் ஆபத்தானது. இதற்கு ஒரு முற்றுப்புள்ளி வைக்க வேண்டும் என யோசித்தார்.

சிறிது நேரத்தில் அரண்மனை கதவுகள் திறந்தன. சோர்விலும் பசியிலும் வாடிக் கொண்டிருந்த மக்கள், அரசரைப் பார்த்ததும் மகிழ்ச்சி அடைந்து, எழுந்து நின்றார்கள். தாரை தப்பட்டை காரர்கள், அவர்களாக முன்வந்து தாரையை அடிக்க ஆரம்பித்தார்கள்.

அரசர் பல மாதங்களுக்குப் பிறகு, ராயர் பேரரசின் மகுடத்தை தன் தலையில் அணிந்து கொண்டார். மகுடத்தை அரசர் அணிந்ததும் வீரர்கள் உற்சாகமடைந்தார்கள். தளபதி கூறினார். " ராயர் குல சக்கரவர்த்தி வாழ்க... சாளுக்கியர்களின் தலை கொய்த தனி வேங்கை, வாழ்க வாழ்க...."

தளபதியைப் பின் தொடர்ந்து, மக்களும் வீரர்களும் அரசரை வாழ்த்தி உற்சாகம் அடைந்தார்கள்.

பின் அரசர் தன் கைகளை உயர்த்தி, மக்களை அமைதிப்படுத்தினார்.

"வீரர்களே நீங்கள் இப்போது உற்சாகமாக இருப்பது போல், எப்போதும் இருக்க வேண்டும். உங்களுடைய சோர்வு தான், நம்முடைய முதல் தோல்வியாக மாறும். ஒன்றை மனதில் வைத்துக் கொள்ளுங்கள், நாம் பயத்தில் இறந்து போனாலும், வலியில் இறந்து போனாலும், இல்லை உற்சாகமாக இறந்து போனாலும், இறப்பு ஒன்று தான். ஆகையால் அந்த இழப்பைக் கண்டு, சோர்வடையாதீர்கள். அதை வெளிக்காட்டவும் செய்யாதீர்கள். ஒவ்வொரு நொடியும் சந்தோஷமாக இருங்கள். எது நடந்தாலும், அதை நாம் பார்த்துக் கொள்ளலாம்" என கூறியதும், வீரர்கள் தங்கள் கேடயத்தை வாளினால் அடித்தும், தாரையை வானத்தில் ஊதியும், இன்னும் பலமாக கூச்சலிட்டார்கள்.

இதை கண்டதும் நரபலிகர்களுக்கு அச்சம் உருவானது. என்ன இவர்கள் நாம் லட்சக்கணக்கான பேர் இருந்தும், இவர்கள் கொஞ்சம் கூட பயம் இல்லாமல் கூச்சலிட்டு கொண்டிருக்கிறார்களே. அப்படி என்ன நடந்திருக்கும்?" என பலிகர்கள் அச்சம் அடைந்தார்கள்.

அரசர் தளபதியை அழைத்தார்.

"கூறுங்கள்" அரசே.

"தளபதியாரே நாம் துரோகத்தால் சூழப்பட்டு இருக்கிறோம். இந்த நிலைமையில் நாம் செய்ய வேண்டியது, ராஜதந்திரத்தை கையில் எடுப்பது தான்."

"அரசே நம்மால் செய்ய முடிந்தது வேறு என்ன?" என்றார்.

அரசர் ஒரு சிரிப்பு சிரித்து விட்டு, "நம்மில் சிலர் நரபலிகர்களாக மாறப் போகிறோம்" என்றார்.

"ஐயோ என்ன சொல்கிறீர்கள் அரசே?" என அதிர்ச்சியாக தளபதி கேட்டார்.

"நாம் இத்தனை லட்சம் படைகள் வைத்திருந்தும், இப்போது யாரும் இல்லாமல் தனியாக நிற்பதற்கு காரணம், துரோகம் மட்டும்தான். அவர்கள் சிங்கராயரை வைத்து, அனைத்தையும் சாதித்து இருக்கிறார்கள். நம்மில் இருவர் அந்த நரபலிகர்ளுடன் சேர வேண்டும்.

அவர்கள் குடிக்கும் தண்ணீரில் விஷத்தை கலக்க வேண்டும். உண்ணும் உணவில் விஷத்தை கலக்க வேண்டும். துரோகத்தால் வீழ்த்தியவனை, துரோகத்தால் வீழ்த்துவதில் எந்த தவறும் இல்லை."

அரசர் கூறி முடித்ததும், வீரர்களும் மக்களும் "நாங்கள் செய்கிறோம்.. நாங்கள் செய்கிறோம்..." என முன் வந்தார்கள். ஆனால் அரசர் இருவரை பார்த்து கையசைத்தார். துறவனும் தளபதியும் ஒருவரை ஒருவர் பார்த்துக் கொண்டு, அரசரை பார்த்தார்கள்.

"இன்று இரவே சுரங்கம் வழியாக அவர்களுடைய இடத்திற்குச் செல்லுங்கள். நான் சொன்ன அனைத்தையும் செய்யுங்கள்" என்றார்.

"அரசே இவனை ஏன் தேர்ந்தெடுத்தீர்கள்? யார் இவன்?" என்றார் தளபதி.

"இவர்தான் நம்முடைய புதிய சேனாதிபதி. நமக்கு மிகவும் வேண்டியவர்தான். எனக்கும் இன்னும் மிகவும் வேண்டியவராக ஆகப் போறவர் தான்" என்று, அரசர் சிறு புன்னகை செய்தார்.

"புதிய சேனாதிபதியா? அப்படி என்றால் பழைய சேனாதிபதி என்ன ஆனார்?"

துறவன் தன்னுடைய கத்தியை எடுத்து, "இந்த கத்தியால் அவருடைய நாக்கை அறுத்து விட்டேன். ஆகையால் அவர் சேனாதிபதி பதவியை இழந்துவிட்டார்" என்றான்.

அரசரும் இளவரசியும் சிரித்தார்கள். "அரசே என்னிடமே இவன், நம் சேனாதிபதி நாக்கை அறுத்தேன் என்கிறான்."

"அதைப்பற்றி நீங்கள் அவனிடமே கேட்டு தெரிந்து கொள்ளுங்கள்."

"சரி" என்று, துறவனின் முகத்தை முறைத்தவாறே தளபதி பார்த்தார்.

இதையெல்லாம் அரண்மனைக்குள் இருந்து பார்த்த, நா அறுபட்ட பாம்பு ஒன்று, தனது மூளைக்குள் விஷத்தை சேர்த்துக் கொண்டிருந்தது. "என் நாக்கை அறுத்தவனை சேனாதிபதி ஆக்கி, அழகு பார்க்கிறீர்களா?" உங்களை நான் சும்மா விடமாட்டேன். பழிக்கு பழி வாங்கியே தீருவேன் என, சேனாதிபதி மனதில் நினைத்துக் கொண்டார்.

பகலை விரட்டிக்கொண்டு, இருள் வேகமாக வந்து கொண்டிருந்தது. அந்த இரவோடு இரவாக இருவர், சுரங்க வழியில் நடக்க ஆரம்பித்தார்கள்.

தளபதி துறவனிடம் கேட்டார். சேனாதிபதியின் நாக்கை அறுக்கும் அளவுக்கு, உனக்கு தைரியம் எங்கிருந்து வந்தது?" என்று.

"தளபதியாரே அவர் பேசும் பேச்சை நீங்கள் மட்டும் கேட்டிருந்தால், அவர் நாக்கை மட்டும் நீங்கள் அறுத்து இருக்க மாட்டீர்கள்.

"அப்படி என்ன பேசினார்?"

"இளவரசியை மரியாதை குறைவாக பேசினார்."

"ஓஹோ என் மகளையே அவன் மரியாதை இல்லாமல் பேசினானா, அப்போ நீ செய்தது சரிதான்."

"நன்றி தளபதியாரே."

"உன் நன்றி எல்லாம் இருக்கட்டும். எங்கள் மகள் உன்னை போன்ற ஆண்மகனிடம் நட்பு வைத்துக் கொள்ளவே மாட்டாள். எப்படி உன்னிடம் மட்டும் நட்பு உருவானது?"

"தளபதியாரே இளவரசியின் உயிரையே நான் தான் காப்பாற்றினேன். உயிரை காப்பாற்றியவன் மீது நட்பு வராதா?"

"ஓ உயிரையே காப்பாற்றினாயா? சரிதான். நான் கூட இந்த நட்பு வேறெங்கோ சென்று விடுமோ என பயந்தேன்."

"வேறு எங்கோ என்றால், எங்கே தளபதியாரே?"

"அது ஒன்றும் இல்லை. ஒருமுறை மத்திய தேசத்தில் இருக்கும் இளவரசன், என் மகளை திருமணம் செய்து கொள்ள ஆசைப்பட்டான். என் மகளோடு நேருக்கு நேர் நின்று சண்டையும் போட்டான். ஆனால் வெற்றி பெற முடியவில்லை. அவன் அதோடு சென்று இருந்தால், அவனுக்கு எந்த பிரச்சனையும் இல்லை. ஆனால் இமயத்தில் தங்கி, எங்கள் இளவரசி போகும் வழியிலும், வரும் வழியிலும், அவளுடன் பேச முயற்சி செய்து கொண்டிருந்தான்.

அந்தக் காரணத்திற்காக அந்த ராஜ்ஜியத்தையே நான் அழித்து விட்டேன்."

"என்ன இதற்காக ராஜ்ஜியத்தையே அழித்து விட்டீர்களா? அப்ப அந்த இளவரசர் என்ன ஆனார்?"

"அவன் தலையை எடுப்பதற்கு தானே, நாங்கள் ராஜ்ஜியத்தையே அழித்தோம்" என்று சிரித்தார்.

துறவனுக்கு மனதிற்குள் பயம் அதிகமானது. நான் மட்டும் பனியாற்றான் கரையில், இளவரசிக்கு முத்தமிட்டது மட்டும் இவருக்கு தெரிந்தால், என்னை என்ன செய்வாரோ என பயந்தான்.

பின் பயத்தை வெளி கட்டாமல், "உங்கள் மகளை யாராவது தொந்தரவு செய்தால், அவர்களை கொல்வீர்கள். ஒருவேளை உங்கள் மகளே ஒருவனை விரும்பினால், என்ன செய்வீர்கள்?"

"அப்படி ஒருவனை மட்டும் நான் கண்டால், இதோ இந்த இமயமலை இருக்கிறதே அதில் கீழே

இருந்து, மேலே வரை அவனை என் தலைமீது வைத்து, நடக்க சொன்னாலும் நான் நடப்பேன்."

இப்போது துறவனுக்கு அளவுகடந்த மகிழ்ச்சி உண்டானது. இனிமேல் நம் உயிருக்கு ஆபத்து இல்லை. இருந்தாலும் இவரிடம் எந்த உண்மையையும், நாம் சொல்லக்கூடாது. நானே இன்னும் சில நாட்கள் மட்டும்தான் இங்கே இருக்க போகிறேன். அதன்பின் இளவரசி இடம் மன்னிப்பு கேட்டுவிட்டு, துறவியாக போகிறேன். இந்த நேரத்தில் இவர் மனதிலும் ஆசையை விதைக்க வேண்டாம் என்று, அனைத்தையும் தன் மனதிற்குள் வைத்தே புதைத்தான்."

இருவரும் பேசிக் கொண்டே சுரங்கம் வழியாக நீண்ட நேரமாக நடந்தார்கள். பின், இவர்களுக்கு பின்னால் யாரோ இவர்களை பின் தொடர்வது போல் இருந்தது. சுரங்கம் அதிக இருள் சூழ்ந்து இருந்ததால், இருவரின் கண்களுக்கும் தங்களை பின் தொடர்வது யார் என்று தெரியவில்லை.

தளபதி திரும்பி நின்று, "யாரது?" என்று கேட்டார். பதில் எதுவும் வரவில்லை. சரி ஏதாவது காட்டு விலங்காக இருக்கும் என்று, திரும்பவும் நடக்க ஆரம்பித்து விட்டார்கள்.

ஆனால் அது காட்டு விலங்கு இல்லை. நா அறுபட்ட விஷப்பாம்பு என்பது இருவருக்கும் தெரியவில்லை.

இருவரும் சுரங்கத்தின் வெளியே வந்து சேர்ந்தார்கள். வெளியே வந்ததும், துறவனின் கண்களால் நடப்பதை நம்பவே முடியவில்லை. காரணம் மரத்திற்கு மேலே மனிதர்கள் தொங்கியவாறு இருந்தார்கள்.

"தளபதியாரே அங்கே பாருங்கள், மரத்தில் கொத்து கொத்தாக மனிதர்கள் தொங்குகிறார்கள்."

"ம்ம், நீ இதே போல் பேசிக் கொண்டே இருந்தால், நம்மையும் தொங்க வைத்து விடுவார்கள்.

சீக்கிரம் நரபலிகர்களுடைய உடையை போட்டுக் கொள்" என்று, கையில் உடையை கொடுத்தார்.

சரி என சுரங்கத்தின் வாசலில் வைத்தே, நரபலிகர்கள் போல் இருவரும் வேஷம் போட்டுக் கொண்டார்கள்.

வேடம் சரியாக போட்டிருந்தாலும், இருவரும் மனதிலும் பயம் இருக்கத்தான் செய்தது. காரணம் இந்த நரபலிகர்கள் பார்ப்பதற்கு மட்டும் வித்தியாசமானவர்கள் இல்லை. அவர்கள் வாழ்க்கையும் வித்தியாசமானது தான். இருவரும் பயத்தை வெளி காட்டாமல், அவர்கள் இடத்திற்குள் நடக்க ஆரம்பித்தார்கள். ஒவ்வொருவரும் ஒவ்வொரு வேலைகளை பார்த்துக் கொண்டிருந்தார்கள். சிலர் ஆயுதங்களை தயார் செய்து கொண்டிருந்தார்கள். சிலர் காய்கனிகளை உண்பதற்காக தயார் செய்து கொண்டிருந்தார்கள். சிலர் கொன்ற மனிதர்களை மரத்தில் கட்டி தொங்க விட்டுக் கொண்டிருந்தார்கள்.

"தளபதியாரே நரபலிகர்கள் என பெயரை வைத்துக் கொண்டு, மாமிசத்தை கூட இவர்கள் உண்பதில்லையே என்ன காரணமாக இருக்கும்?

ஆம் இவர்கள் அனைவருமே மனதளவில் பாதிக்கப்பட்டிருக்கிறார்கள். அதனால்தான் இப்படி இருக்கிறார்கள்.

"ம்ம்.. மாமிசத்தை உண்ணாதவர்கள் மிகவும் நல்லவர்கள் என்று கேள்விப்பட்டிருக்கிறேன்."

"ஏய்...மாமிசத்தை உண்ணாதவன் மிகவும் நல்லவனும் கிடையாது. மாமிசத்தை உண்பவன் மிகவும் கெட்டவனும் கிடையாது. இதையெல்லாம் பார்த்து ஏமாறாதே."

"சரி தளபதியாரே, நான் இவர்களை முதல் முறையாக பார்க்கும்போது, எண்ணிக்கை மிகவும் குறைவாக தான் இருந்தது. ஆனால் நாட்கள் போகப்போக, இலட்சக்கணக்கான பேர் உருவாகி

விட்டார்கள். எங்கிருந்துதான் இவர்கள் உருவாகிறார்கள் என்றே தெரியவில்லை."

"நரபலிகர்கள் உலகம் முழுவதும் நிறைந்திருக்கிறார்கள். வீட்டிலிருந்து துரத்தப் பட்டவர்கள், தனிமைப் படுத்தப்பட்டவர்கள், வாழ்க்கையை வெறுப்பவர்கள், இவர்களைப் போன்றவர்களை அன்பு வார்த்தை பேசி, அரவணைப்பது போல் அரவணைத்து, இவர்கள் கூட்டத்தோடு சேர்த்துக் கொள்கிறார்கள். இதனால்தான் அந்தப் பரந்தீரன் என்ன சொன்னாலும், இவர்கள் அவன் பேச்சைக் கேட்கிறார்கள்."

நரபலிகர்கள் கூட்டத்தை பார்த்துவிட்டு, "வாழ்க்கையை வெறுத்தவர்கள் இலட்சக்கணக்கான பேர?" என்று துறவன் ஆச்சரியம் அடைந்தான்.

"சரி நாம் சீக்கிரம் எதாவது ஒரு மரத்தின் மீது ஏற வேண்டும். தங்கும் இடம் இல்லை என்றால், நம் மீது அனைவருக்கும் சந்தேகம் வந்துவிடும்."

"மரத்தின் மீது தங்கும் இடமா?" என கேட்டுக் கொண்டே, தலையை நிமிர்த்தி மரத்தைப் பார்த்தான்.

மரத்தை பார்த்ததும் துறவனுக்கு தலை சுற்ற ஆரம்பித்தது. காரணம் மரத்தின் கிளைகளில் வௌவால் தொங்குவது போல், நரபலிகர்கள் தொங்கிக் கொண்டிருந்தார்கள்.

"தளபதியாரே இவர்களுக்கு உண்மையாகவே பைத்தியம் தான் பிடித்திருக்கிறது."

"அவர்கள் பைத்தியம் இல்லை. இதற்குப் பெயர் நரபலிகர்கள் தியானம்."

"ஓஹோ இதற்கு இப்படியும் ஒரு பெயரை வைத்து விட்டார்களா?"

"ஆம் சரி சீக்கிரம் வா" என தளபதி வேகமாக ஏற ஆரம்பித்தார். அந்த மரத்திலிருந்து, ஒரு பெரிய கிளைக்குச் சென்று,

"சீக்கிரம் வா இல்லையென்றால் இடம் போய்விடும்" என்றார்.

துறவன் நரபலிகர்களை திட்டிக் கொண்டே மரத்தின் மீது ஏறினான்.

பின் கிளைக்குச் சென்றதும், “இதில் நாம் படுத்துக் கொள்ளலாம்” என்றார்.

“தளபதியாரே அனைவரும் தலைகீழாக தொங்கும் போது, நாம் இருவர் மட்டும் கிளையில் படுத்துக் கொண்டிருந்தால், சந்தேகம் வராதா?”

சந்தேகம் வராது. இங்கே அனைவரும் இப்படி தொங்க மாட்டார்கள். கை கால் இழந்தவர்கள், வயதானவர்கள் கூட இவர்கள் கூட்டத்தில் இருக்கிறார்கள். அவர்கள் எல்லாம் மரத்தின் மீது தூங்குவார்கள். நமக்கு எந்த பிரச்சினையும் வராது.”

“சரி என்று துறவனும் கிளையில் அமர்ந்து கொண்டான். சிலர் மரத்திற்கு கீழ் நடந்து வந்தார்கள். கையில் இருந்த காய்களையும், கனிகளையும் மரத்திற்கு மேலே தூக்கி வீசினார்கள். வௌவால் மனிதர்கள் அங்கும் இங்கும் தாவி, அந்த பழங்களையும் காய்களையும் பிடித்தார்கள். எங்களுக்கும் அதில் சில பழங்கள் கிடைத்தது.

அந்த பழத்தை உண்டு கொண்டே தளபதி கூறினார். “துறவா இதோ பார் இவர்கள் உண்ணும் உணவிலும், குடிக்கும் நீரிலும் தான், நாம் விஷத்தை கலக்க போகிறோம்.”

“விஷத்திற்கு நாம் எங்கே போவது தளபதியாரே?”

“இதோ பார் என்று, தனது இடையில் கட்டி இருந்த துணியை அவிழ்த்து, அதிலிருந்து ஒரு குடுவையை எடுத்தார். “இதனுடைய பெயர் தேரை. இதை இவர்கள் குடித்தால், ஒரு நாள் முழுவதும் மயக்கத்தில் தான் இருப்பார்கள். அந்த ஒரு நாளுக்குள், இவர்கள் அனைவரின் கை கால்களையும் கட்டி போட்டுவிட்டு, மொத்த பேரையும் நாம் அழித்துவிடலாம்.”

"சரி தளபதியாரே, கண்டிப்பாக இதை நாம் செய்து முடித்து விடலாம்."

"ம்ம்... நமக்கு இன்று ஒரு இரவு மட்டும்தான் இருக்கிறது. இன்று இதை நாம் செய்யாவிட்டால், அவர்கள் எப்போது வேண்டுமென்றாலும், நம் அரண்மனையை தாக்க ஆரம்பிக்கலாம். அதை செய்ய ஆரம்பித்து விட்டால், அவர்கள் இங்கே இருக்க மாட்டார்கள்.

"சரி இன்று இரவே சரியான சமயம் பார்த்து, இதை அந்த தண்ணீர் குட்டையில் கலந்து விடலாம்."

"நல்லது என்று, தளபதி தன் கண்களை மூடி கிளையில் படுத்தார். துறவனுக்கு இதையெல்லாம் பார்ப்பதற்கு, மிகவும் அதிசயமாக இருந்தது. ஒவ்வொரு மரத்திலும், நரபலிகர்கள் தொங்கிக்கொண்டே தியானம் செய்வதை பார்த்துக் கொண்டிருந்தான். பின் சிறிது நேரத்தில் அவனும் கண்களை மூடி தூங்கினான்.

இருவரும் தூங்கிக் கொண்டிருக்கும்போது, மூன்றாவதாக ஒருவன், அந்த மரத்தின் மீது ஏறி, தளபதியின் இடையில் கட்டி இருந்த துணியை அவிழ்த்து, ஏதோ ஒன்றை செய்துவிட்டு, வேக வேகமாக கீழே இறங்கி விட்டான். இதை இருவரும் கண்டு கொள்ளவில்லை.

காலை விடியலை எதிர்பார்த்துக் கொண்டு, செடிகளும் மரங்களும் காத்துக் கொண்டிருந்தது. சட்டென தளபதி கண் விழித்தார். துறவனை தட்டி எழுப்பி, மெதுவாக கூறினார். "துறவா இதுதான் நமக்கு சரியான நேரம். அனைவரும் நல்ல உறக்கத்தில் இருக்கிறார்கள். இப்போது நாம் இந்த தேரை விஷத்தை தண்ணீரில் கலந்து விடலாம். வா..." என்று அவனை அழைத்தார்.

இவரும் கீழே இறங்க தயாரான போது. ஒருவன் சத்தமாக தாரையை ஊத ஆரம்பித்தான். மரத்தில் தொங்கிக் கொண்டிருந்த வெளவால் மனிதர்கள், வித்தியாசமான ஒளியை எழுப்பிக் கொண்டு, கீழே

குதித்தார்கள். பின் ஒரு பெரிய ஆலமரத்திற்குள் இருந்து பரந்தீரன் வெளியே வந்தான்.

"ஐயோ தளபதியாரே அனைவரும் எழுந்து விட்டார்களே, இப்போது நாம் என்ன செய்வது?"

"என்ன செய்வதென்று எனக்கும் தெரியவில்லை. சரியான நேரத்திற்கு தூங்கி, சரியான நேரத்திற்கு எழுந்து விடுகிறார்கள். இப்படி ஒரு ஒழுக்கத்தை எப்படி, இந்த பரந்தீரன் இவர்கள் மனதில் விதைத்தான்" என முணுமுணுத்தார்.

பரந்தீரனுக்கு பின்னால் இருக்கும் ஆலமரத்திலிருந்து, மற்றொருவரும் வெளியே வந்தார். அவருடைய முகத்தை பார்த்தபோது, தளபதிக்கு கோபத்தை அடக்கிக் கொள்ள முடியவில்லை. கண்களில் இருந்த கோபத்தால், சிங்கராயரை எரிக்க முயற்சி செய்து கொண்டிருந்தார்.

பின் பரந்தீரன் கூறினான். "நாம் நிம்மதியாக உறங்குவதற்கு, தன் உயிரையும் தியாகம் செய்து கொண்டிருக்கும், நம் அனைத்து தியாகிகளை அழையுங்கள்" என்று.

இதைக் கேட்டதும், இரண்டு பலிகர்கள் சேர்ந்து, தாரையை மூன்று முறை ஊதினார்கள். அதைக் கேட்டதும் அரண்மனையின் வாசலில் கூடியிருந்த நரபலிகர்கள், வேகமாக காட்டிற்குள் ஓடி வந்தார்கள்.

அவர்களிடம் பரந்தீரன் கூறினான். "பலிகர்களே உங்களுடைய வேகம், இன்னும் கொஞ்சம் அதிகமாக இருக்க வேண்டும். கேவலம், இந்த மனிதர்கள் கட்டிய சுவரை உடைப்பதற்கு ஏன் இத்தனை நாட்கள் ஆகிறது?"

கூட்டத்தில் இருந்த ஒருவன் கூறினான். "பரந்தீரரே சுவரை உடைப்பது எளிது தான். ஆனால் நாங்கள் சுவரின் அருகே சென்றாலே, அம்புகள் மழை போல் எங்கள் மீது பாய்கிறது. எங்களால் அதை தாக்குப் பிடிக்க முடியவில்லை."

பரந்தீரன் சிங்க ராயரை பார்த்து, "என்ன சிங்கராயரே அப்படி எத்தனை அம்புகளை உங்கள் அரண்மனைக்குள் வைத்திருக்கிறீர்கள்?" என்றான்.

"ஆம் இந்த பேரரசை உருவாக்கிய ராயர், பொக்கிஷத்தை சேர்த்தாரோ இல்லையோ, ஆயுதங்களை அதிகம் சேர்த்து வைத்திருக்கிறார். அது கணக்கில்லாமல் இருக்கிறது பரந்தீரா"

"அப்போ அரண்மனை சுவரினை உடைப்பதற்கு என்ன தான் வழி?"

"இவர்கள் நினைப்பது போல், அது சாதாரண சுவர் கிடையாது. அது ராயன் கட்டிய சுவர். அதை உடைப்பதற்கு பல நாட்கள் ஆகும். அதனால் அதை நம்மால் செய்ய முடியாது.

"சரி வேறு என்ன வழி?"

"வழி இருக்கிறது. ஆனால் உடைப்பதற்கான வழி இல்லை."

"புரியவில்லையே..."

"ஒரு போர் என்றால், ஓடி ஒளிவதற்கு சில ரகசிய வழிகளை எப்போதும் இந்த அரசர்கள் வைத்திருப்பார்கள். அப்படி இந்த அரண்மனைக்கும் ரகசிய வழி இருக்கத் தான் செய்கிறது. அதன் வழியாக நாம் உள்ளே சென்றுவிடலாம். உள்ளே சென்ற பின், இவர்களை அழித்துவிடலாம்." என்றார்.

"ஆஹா இது அருமையான வழியாக இருக்கிறதே, சரி இன்று இரவே ரகசிய வழியாக அனைவரும் உள்ளே சென்று விடலாம். அதற்கு தயாராகுங்கள் என்றான்."பரந்தீரன்

"இல்லை பரந்தீரா, அதில் மொத்தமாக போக முடியாது. அந்த சுரங்கம் வழியாக, ஒருவர் ஒருவராகத் தான் போக முடியும்."

இதைக் கேட்டுக் கொண்டிருந்த பலிகர்களில் ஒருவன், கால் தடுமாறி, ஒரு எறும்பு புற்றின் மீது கால்களை வைத்து விட்டான்.

அவன் கால்களை வைத்ததும், அவனைச் சுற்றி இருந்த அனைவரும், "ஐயோ....." என தலைமீதும், வாய் மீதும் கையை வைத்து வைத்தார்கள்.

எறும்பு புற்றில் கால்களை வைத்தவன், என்ன இவர்கள்? எறும்பு புற்றின் மீதுதானே கால்களை வைத்தேன். இவர்கள் உணவில் காலை வைத்தது போல், பதறுகிறார்கள்? என நினைத்துக் கொண்டிருக்கும் போது, பரந்தீரன் அவன் அருகே வந்தான். ஏதோ சொல்லப் போகிறார் என பலிகனும், அவனை ஆர்வமாக பார்த்துக் கொண்டிருந்தான். பரந்தீரன் அவனுடைய வயிற்றில் எட்டி உதைத்து கீழே தள்ளினான்.

"அடேய் முட்டாளே கண்களை எங்கே வைத்திருந்தாய்? உன்னால் பார், எத்தனை உயிர்கள் வேதனைப்பட்டு கொண்டிருக்கிறது என்று."

"பரந்தீரரே சின்ன உயிர் என்பதால், என் கண்களுக்கு அது பெரிதாக தெரியவில்லை."

"ஓஹோ அப்போ உன்னை விட பெரிய உயிரினம் உன்னை கொன்றால், உனக்கு பரவாயில்லையா?"

"இல்லை பரந்தீரரே என்னை மன்னித்து விடுங்கள்."

"என்னிடம் ஏனடா மன்னிப்பு கேட்கிறாய் முட்டாளே, போ அந்த எறும்புகளுக்கு மருந்து கொடுத்து, அதை சரி செய். இந்த போர் முடியும் வரை, இந்த எறும்பு புற்றை நீதான் பார்த்துக்கொள்ள வேண்டும். இதில் இருக்கும் ஒரு எறும்புக்கு ஏதாவது ஆனாலும், உன் உயிர் உன்னிடம் இருக்காது ஜாக்கிரதை." என்றான்.

சுற்றி இருந்த பலிகர்கள், "பரந்தீரன் வாழ்க... வாழ்க...." என கூச்சலிட்டார்கள்.

இதை எல்லாம் பார்த்துக் கொண்டிருந்த சிங்கராயர்.மனதுக்குள், அட முட்டாப் பயலுகளா, உங்களோடு நான் இருக்கிறேன் என்று நினைக்கும்

போது, எனக்கே அவமானமாக இருக்கிறது. என நினைத்துக் கொண்டார்.

பரந்தீரன் சட்டென அதே கோபத்தோடு, சிங்கிராயரை பார்த்து திரும்பினான். சிங்கராயர் பதட்டம் அடைந்து, ஒருவேளை நான் பேசியதெல்லாம் வெளியே கேட்டுவிட்டதோ என நினைத்து, "பரந்தீரா நான் எந்த எறும்பையும் கொல்லவில்லையே" என பதட்டமாக கூறினார்.

"பரந்தீரன் சிரித்த வாரே, சிங்கராயரின் தோள் மீது கை வைத்து, "நீங்கள் அதை காயப்படுத்தினால், முன்பு நான் உங்கள் முகத்தில் காயம் போட்டேனே, அதேபோல் உங்கள் உடம்பில் பல காயங்கள் போட்டு விடுவேன்" என சிரித்துக் கொண்டே நடக்க ஆரம்பித்தான்.

சிங்கராயருக்கு வந்த ஆத்திரம் அனைத்தையும் அடக்கிக் கொண்டு, மனதுக்குள் திட்டினார். ஒரு பரதேசி என்னை அசிங்கப்படுத்துகிறானே, நான் அரசனான பின் முதலில் இவனை தான் கொல்ல வேண்டும்.

பின் அனைவரும் அவரவர்கள் வேலையை பார்க்க ஆரம்பித்தார்கள். அதில் எறும்பு புற்றை மிதித்த பலிகன் மட்டும், அந்த புற்றின் அருகே அமர்ந்து கொண்டு, "எறும்புகளே உங்கள் உயிரை மட்டும் தயவுசெய்து விட்டு விடாதீர்கள். நீங்கள் அழிந்தால், என்னை இவன் அழித்தே விடுவான்" என்று, கையில் இருந்த வெல்லத்தை எறும்பு புற்றின் அருகே போட்டான். எறும்புகளும் அதை ருசித்து தின்னுவிட்டு, போடா முட்டாள் என கூறுவது போல், இவனை பார்த்து விட்டு சென்றது.

துறவனும் தளபதியும் நரபலிகர்களின் தண்ணீர் குட்டைக்கு வந்து சேர்ந்தார்கள்.

இந்தப் பலிகர்கள் மண்ணை மிக ஆழமாகத் தோண்டி, அதில் தண்ணீர் ஊற்றை உருவாக்கி இருக்கிறார்கள். சிறு எறும்பிலிருந்து, விலங்குகள்

பறவைகள் வரை, அனைத்து உயிர்களும் தண்ணீரை குடித்துக் கொண்டு இருந்தது.

தளபதி தன் பையில் இருந்த தேரை விஷத்தை, கையில் எடுத்தார். ஆனால் துறவனுக்கு அதை கலப்பதற்கு மனம் வரவில்லை.

துறவன் கூறினான். "தளபதியாரே இதை இதில் கலக்க வேண்டாம். இந்த விஷயத்தை கலந்தால், இவர்களோடு சேர்ந்து பல உயிர்கள் இதனால் அழிந்துவிடும்."

"துறவா இது உயிரைக் கொல்லும் விஷமே கிடையாது. அனைவரையும் ஒரு நாட்கள் மயக்கத்தில் வைத்திருக்கும் அவ்வளவுதான்."

"இல்லை தளபதியாரே, மனிதர்களை மயக்கப்படுத்துகிறது என்றால், சிறு உயிர்களை இது கொன்றுவிடும்."

"உன்னுடைய ஆலோசனையை கேட்பதற்கு எனக்கு இப்போது நேரமில்லை துறவா. அமைதியாக அந்த பக்கம் சென்று விடு, இல்லையென்றால் எனது கத்தியை எடுத்து விடுவேன்" என, கோபத்தோடு தளபதி கூறினார்.

அப்போது துறவனின் உள்ளே இருந்து, யாரோ பேசுவது போல் அவன் காதில் கேட்டது. கண்களை மூடிக்கொண்டு, நிதானமாக முயற்சி செய்தான். ஆனால் அவன் காதில் இவ்வாறு கேட்டது, "இதுதான் நாம். எப்போதுமே மற்ற உயிர்களைப் பற்றியும் யோசிப்போம். ஆனால் அவர்கள் எந்த உயிரை பற்றியும் யோசிக்க மாட்டார்கள். தங்களுக்கு தேவையானதை யாருக்கு எந்த பாதிப்பு ஏற்பட்டாலும், அதை அவர்கள் செய்தே தீருவார்கள். இதனால்தான் நான் இது போன்ற மனிதர்களை அழித்துக் கொண்டிருக்கிறேன். நீ இந்த உலகிற்கு ஏதாவது நன்மை செய்ய நினைத்தால், உனது கத்தியை எடுத்து, தளபதியின் கழுத்தில் குத்தி விடு. இவ்வாறு பறந்தீரன் கூறியது போல் இருந்தது.

துறவன் கண்களை திறக்கும் போது, தளபதி அந்த விஷத்தை குட்டையில் ஊற்ற முயன்றார். சட்டென தளபதியின் கையை துறவன் பிடித்து விட்டான்.

தளபதி கோபத்தை அடக்கிக் கொண்டு, என் "கையை விடு இல்லை என்றால் உன் தலையை வெட்டி, இந்தக் குளத்தில் வீசிவிட்டு, அதன் பின் இந்த தேரையை இதில் ஊற்றுவேன். இது சத்தியம்" என்றார்.

ஆனால் துறவன் கையை விடவில்லை. அவன் தளபதியை முறைத்துக் கொண்டே கையை பலமாக பிடித்திருந்தான்.

தளபதியின் மற்றொரு கை அவர் வாளிற்கு சென்றது. சற்று நேரம் தளபதியின் கண்களும், துறவனின் கண்களும் ஒருவரை ஒருவர் முறைத்துக் கொண்டிருந்தது. துறவன் நினைத்தான், தளபதி வாளை எடுத்தால், நான் கத்தியால் அவரை குத்தி விட வேண்டும் என்று, தளபதியும் வாளை பாதி எடுத்து விட்டார்.

அப்போது திடீரென இருவரின் பின்னால் இருந்தும், ஒருவன் இருவரையும் அழைத்தான். "பலிகர்களே என்ன இது? குட்டைக்கு அருகே கையைப் பிடித்துக் கொண்டு, என்ன விளையாடிக் கொண்டிருக்கிறீர்கள்?" என்றான்.

சட்டென துறவன் தளபதியின் கையை விட்டான். ஒரு நிமிடம் தன்னைச் சுற்றி என்ன நடந்தது என்பதே அவனுக்கு தெரியவில்லை. உண்மையாகவே பரந்தீரன் இங்கே வந்தானா? என சுற்றிலும் பார்த்துவிட்டு, ஐயோ நான் தவறு செய்து விட்டேனே என பதறினான்.

பின் துறவன் கூறினான். "பலிகனே இது வெறும் மீனுக்கான உணவு தான். அதை நான் போடுவேன் என்கிறேன். ஆனால் இவர் தான் போடுவேன் என குடுவையை தர மறுக்கிறார்.

அந்த பலிகன் தளபதியை பார்த்து கூறினான். "வயதில் மூத்தவராக இருக்கிறீர்கள், நீங்களே இப்படி அவசரப்படலாமா? அவன் கையில் அதை கொடுங்கள்."

"தளபதி முடியாது" என, தலையை அசைத்தார்.

"அட என்ன பலிகரே" என அருகில் வந்து, சட்டென குடுவையை பிடுங்கி விட்டான். பின் அதை நுகர்ந்து பார்த்துவிட்டு, "ஆம் உண்மையாகவே இது மீன் உணவு தான், நல்ல வாசனை வருகிறது. இந்தா" என துறவனின் கையில் கொடுத்துவிட்டு, நடக்க ஆரம்பித்தான்.

துறவன் தளபதியின் கண்களை பார்த்துக் கொண்டிருந்தான். தளபதி அந்த பலிகனை, "பலிகா உன் கையினாலேயே இதை குட்டையில் ஊற்றினால், எங்கள் இருவருக்கும் சந்தோஷம்" என்றார்.

"அப்படியா இதோ வருகிறேன் என அருகில் வந்து, துறவனின் கையில் இருந்த, குடுவையை வாங்கி, குட்டையில் ஊற்ற முயன்றான்.

துறவன், "பலிகா" என கத்தினான்.

"தளபதி தன் உடைவாள் மீது கையை வைத்திருந்தார். பின் துறவன் யோசித்தான், நாம் இப்போது இவனை தடுத்தாலும் இவனை கொன்று விட்டு, அவர் இதை கலந்து விடுவார். பின் என்னையும் துரோகி என நினைத்து விடுவார். அதற்கு இடம் கொடுக்க வேண்டாம் என்று, "ஒன்றுமில்லை ஊற்றுங்கள்" என்றான்.

பின் குளத்தில் தேரை விஷம் கலக்கப்பட்டது.

"இப்போது இருவருக்கும் மகிழ்ச்சியா? என பலிகன் கேட்டான்.

"மகிழ்ச்சி" என தளபதி சிரித்துக்கொண்டே, "பலிகா நீயும் தண்ணீரை குடித்துக்கொள்" என்றார்.

அவன் குட்டையில் வாய் வைத்து தண்ணீரை குடித்துவிட்டு, "ஆஹா தண்ணீர் சுவை உண்மையாகவே அதிகமாகிவிட்டது. சரி பலிகர்களே இன்று இரவு நாம்

கோட்டைக்குள் ரகசிய வழியாக செல்ல போகிறோம். அதற்கு தயாராகுங்கள்” எனக் கூறிவிட்டு, அங்கிருந்து கிளம்பினான்.

துறவன் இப்போது இவன் மயங்கி விடுவான் என அவனையே பார்த்துக் கொண்டிருந்தான். ஆனால் அவன் மயங்காமல் நடந்து சென்றுவிட்டான்.

பின் தளபதி துறவனை பார்த்து கூறினார். “என்ன பொடி பயலே, உன் திட்டம் பலிக்கவில்லையா?”

“தளபதியாரே என்னை மன்னித்து விடுங்கள். அப்போது நான் நிதானமாக இல்லை. என் காதுகளில் யாரோ பேசுவது போல் இருந்தது. வேண்டுமென்றால், உங்கள் இன்னொரு குடுவையை கொடுங்கள். நானே அதை குட்டையில் கலக்கிறேன்” என்றான்.

தளபதி துறவனை முறைத்து பார்த்துவிட்டு, “இனிமேல் இது போல் நீ செய்தால், உன் உயிர் உன்னிடத்தில் இருக்காது. மனதில் வைத்துக்கொள்” என்றார்.

“சரி” என்று இருவரும் கூட்டத்தோடு கூட்டமாக சேர்ந்து, போருக்கு தயாராவது போல் இருவரும் தயாரானார்கள்.

நேரம் செல்லச் செல்ல தளபதிக்கு பெரும் பதற்றம் உண்டானது. என்ன இது யாருமே மயங்க வில்லையே? இன்று முழுவதும் அனைவரும் தண்ணீரை நன்றாக தான் குடித்தார்கள். ஆனால் ஒருவர் கூட மயங்கவில்லையே, என குழம்பிக் கொண்டிருந்தார்.

துறவன் அவரை பார்த்து கூறினான். “தளபதியாரே கொஞ்சம் பொறுமையாக இருங்கள். என்னிடம் ஒரு திட்டம் இருக்கிறது. தண்ணீரை அதிகம் குடித்தால், ஒரு வேளை இவர்கள் மயங்கலாம்.”

“ஆம் அதுவும் சரிதான். ஆனால் இவர்கள்தான் இப்போது போருக்கு கிளம்பி விட்டார்களே.”

“ஒரு நிமிடம் இருங்கள் என கூறிவிட்டு, அருகில் இருந்த பாறையில் துறவன் ஏறினான். பின் அருகில் இருந்த சில பலிகர்களிடம், “பலிகர்களே நாம் இந்த

போரை சாதாரணமாக நினைத்துக் கொண்டிருக்கிறோம். ஆனால் நமக்கு வேறு ஒரு ஆபத்து அரண்மனைக்குள் காத்திருக்கிறது....."

"அப்படி என்ன ஆபத்து?" என அனைவரும் கேட்டார்கள்.

"தண்ணீர்தான். அரண்மனைக்குள் சென்று விட்டால், ஒரு சொட்டு தண்ணீர் கூட கிடைக்காது. நாம் தாகத்தால், தவிக்க ஆரம்பித்து விடுவோம்."

"தண்ணீருக்கு என்ன செய்வது? நாம் குடுவைகளை பயன்படுத்தக் கூடாது என்று, பரந்தீரர் சொல்லியிருக்கிறார். அதை மீறி நாம் பயன்படுத்த முடியுமா?"

"நாம் குடுவையை பயன்படுத்த வேண்டாம். ஆனால் நம் வயிற்றை குடுவையாக மாற்றி விடுவோம். அனைவரும் அதிகமான தண்ணீரை இன்று குடித்துக் கொள்ளுங்கள். அது சரியாக இருக்கும்" என்றான்.

அனைவரும் அவர்களுக்குள்ளே பேசிக் கொண்டார்கள்.

ஐயோ இந்த திட்டம் பலிக்காதோ? என துறவன் மனதுக்குள் நினைத்தான்.

ஆனால் அவர்கள் சிறிது நேரத்தில், "ஆம் இவன் சொல்வதும் சரிதான். வாருங்கள்" என குட்டைக்குச் சென்று, தண்ணீரை குடித்தார்கள்.

இதைப் பார்க்கும்போது தளபதியின் முகத்தில், பெரும் சந்தோசம் உண்டானது. உண்மையாகவே இவன் ராயர் குலத்தின் விசுவாசி தான் என்று, துருவனின் தோளில் தட்டிக் கொடுத்தார்.

அந்த நேரத்தில் பரந்தீரனும், சிங்கராயரும் அங்கு வந்து சேர்ந்தார்கள். குட்டையில் இருந்த தண்ணீரை, அவர்கள் இருவருக்கும் தேங்காய் சிரட்டையில் கொடுத்தார்கள். அவர்களும் நன்றாக தண்ணீரை குடித்து முடித்தார்கள்.

சில நிமிடங்களில் நரபலிகர்களுக்கு தலை சுற்ற ஆரம்பித்தது. ஒருவர் ஒருவராக கீழே விழுந்தார்கள்.

மற்றவர்கள் இதைப் பார்த்து, பதற ஆரம்பித்தார்கள். தளபதியின் கண்கள் சிங்கராயரின் மீதும், பரந்தீரன் மீதும் தான் இருந்தது. அவர்களும் தலையைப் பிடித்துக் கொண்டு, கீழே விழுந்தார்கள்.

பின் தளபதி தன் வாளை கையில் எடுத்து, வானத்தைப் பார்த்து கூறினார். "வெற்றி...வெற்றி இந்த ராயர் குலத்தை அழிப்பதற்கு, இன்னும் ஒருவனாலும் முடியாது. துறவா இவர்கள் கைகளை நாம் கட்ட போவது கிடையாது. தலையை வெட்டி வீசு" என துறவனை பார்த்து கூறினார்.

துறவனும் தன் கையில் இருந்த கத்தியை எடுத்துக் கொண்டு, நரபலிகர்களின் அருகே சென்றான். ஒரு பலிகனுடைய கழுத்தைப் பிடித்து, கத்தியை ஓங்கினான். ஆனால் துறவனுக்கு கைகள் நடுங்க ஆரம்பித்துவிட்டது. இது அவனுக்கு முதல் கொலை என்பதற்காக அல்ல, அந்த பலிகனின் இரண்டு கண்களும், பேய்களின் கண்களைப் போல் திறந்து இருந்ததால் தான்.

அவனுடைய கண்களை பார்த்துக் கொண்டு, துறவன் பின்னே வந்தான். இப்போது சுற்றி இருந்த அனைத்து பலிகர்களும், சடசடவென்று எழுந்து நின்றார்கள். தன்னைச் சுற்றி என்ன நடக்கிறது, என யோசித்துக் கொண்டே, தளபதி எங்கே இருக்கிறார் என திரும்பி பார்த்தான். தளபதியை நான்கு பேர் சேர்ந்து, கைகளையும் கால்களையும் பிடித்துக் கொண்டிருந்தார்கள்.

அனைவரும் இறந்து அதற்குள் பேயாக மாறிவிட்டார்களோ? என துறவன் ஒவ்வொருவரின் முகத்தையும் பார்த்தான். அங்கிருந்தவர்கள் பாட்டு பாடிக்கொண்டே, ஆட ஆரம்பித்தார்கள். பரந்தீரனும், சிங்கராயரும் இதை பார்த்து சிரிக்க ஆரம்பித்தார்கள்.

பின் பரந்தீரன் துறவனின் அருகே வந்து, "துறவா உன்னிடம் நான் எவ்வளவு சொல்லியும், அதை நீ கேட்கவில்லையே, இந்த மனிதர்களை நம்பாதே என்று,

நான் போன முறை உன்னை பார்த்தபோத கூறினேன். ஆனால் இவர்களோடு சேர்ந்து, நீ என் உயிரை எடுப்பதற்காகவே வந்து விட்டாயே. ஒரு சிறு எறும்புக்கு கூட துரோகம் செய்யாத எங்களுக்கு, மரண தண்டனையா? எங்களை கொல்வதென்றால், நேருக்கு நேராக மோதி, கொன்று இருக்கலாமே? குட்டையில் இருக்கும் தண்ணீரில் விஷத்தை கலந்துள்ளீர்கள். அதில் இருக்கும் மீன்கள் என்ன செய்யும்? அந்த தண்ணீரை குடிக்கும் மான்கள் என்ன செய்யும்? இந்த பறவைகள் என்ன செய்யும்? இந்த காடே உன்னால் அழிந்திருக்குமே துறவா, உன்னை நான் எவ்வளவோ நம்பினேன். ஆனால் உயிர்களை எடுக்கும் சாதாரண மனிதனாக நீ மாறிவிட்டாயே" என, வருத்தக் குரலில் பரந்தீரன் கூறினான்.

"பரந்தீரா நான் இவர்களைப் போன்ற மனிதன் கிடையாது. எனக்கும் மற்ற உயிர்கள் மேல், கருணை இருக்கிறது. நான் வேண்டாம் என்று தான் கூறினேன். இவர்தான் கேட்கவில்லை."

"அப்படியா? அதுவும் சரிதான். நீ அவர்களுக்கு கீழே வேலை பார்ப்பவன், அவர் சொல்வதை நீ கேட்டு தான் ஆக வேண்டும். நீ செய்த குற்றத்திற்கு, நான் உனக்கு ஒரு தண்டனை மட்டும் தருகிறேன் செய்வாயா?"

"தண்டனையை ஏற்றுக் கொள்கிறேன்" என்றான்.

"பரந்தீரன் துறவனின் கையை பிடித்து, "இந்தா என்னுடைய அற்புதமான கத்தி. இதே கத்தி தான், ராயர்குலத்தின் ராணியை கொன்றது. இப்போது அவர்களின் அண்ணனையும் கொல்ல போகிறது. போ அவரின் உயிரை எடுத்துக் வா" என்றான்.

துறவன் கத்தியை வாங்கிக்கொண்டு தளபதியை பார்த்து திரும்பினான். தளபதியை முட்டி போட வைத்து, இருவர் பிடித்திருந்தார்கள். ஒரு

கம்பீரமான சிங்கம் கால் உடைந்து இருப்பது போல், அவர் காணப்பட்டார்.

பின் துறவன் பரந்தீரனை திரும்பி பார்த்து, "பரந்தீரா இதை என்னால் கண்டிப்பாக செய்ய முடியாது. ஆயிரக்கணக்கான மக்கள் அவரை நம்பி அரண்மனைக்குள் காத்திருக்கிறார்கள். அதேபோல் இதை நான் செய்தால், நான் ஒரு துரோகியாக மாறி விடுவேன்."

"துறவா நீ மக்களுக்காக மனிதர்களுக்காக யோசிக்கிறாய். ஏன் இந்த மானுக்காகவும், மீனுக்காகவும் யோசிக்கவில்லை?"

துறவன் எதுவும் பேசாமல் அமைதியாக இருந்தான்.

"உன்னால் முடியவில்லை என்றால், பரவாயில்லை. நீ ஒரு துறவியாக போகிறவன், அதிகம் யோசிக்கிறாய். நானே அவருடைய உயிரை எடுக்கிறேன். அதை உன் கண்களால் நீ பார்த்தால் மட்டுமே போதும். உன் பாவம் கரையும்." என கூறிவிட்டு, தளபதியின் அருகே பரந்தீரன் சென்றான்.

"தளபதியாரே என் அன்பு தளபதியாரே.... எங்களை கொல்வதற்கு உங்களுக்கு இத்தனை ஆசையா....? ஏன் இந்த கொலைவெறி."

தளபதி கூறினார். "பரந்தீரா நீ மற்ற உயிர்களை கொல்லவில்லை என்பதற்காக, நீ ஒன்றும் தியாகி கிடையாது. நீ ஈவு இரக்கமே இல்லாமல் மனிதர்களையும், குழந்தைகளையும், பெண்களையும் கொன்று கொண்டிருக்கிறாய்."

"மனிதர்களை மட்டும் தான் நான் கொல்கிறேன். இதில் குழந்தை, பெரியவன், பெண்கள் என்று வேறுபாடு கிடையாது. நான் மனிதர்களை கொல்வேன்..... கொன்றே தீருவேன்...... ஒவ்வொருவராக கொல்வேன்...... ஒவ்வொருவராக கொல்வேன்....." என பாட்டு பாடுவது போல் கண்களை மூடிக்கொண்டு, பரந்தீரன் கூறினான்.

195

"உன்னால் முடிந்தவரை நீ கொல் பரந்தீரா, ஆனால் ஒரு நாள், நீ மனிதர்களை கொன்றது போல், உன்னை ஈவு இரக்கமே இல்லாமல், இந்த மிருகங்களே கடித்துத் கொல்லும்."

"ஓஹோ சாபம் விடுகிறீர்களா....நீங்கள் சொல்வது போல், இந்த மிருகங்கள் என்னை கொன்றால், அதை நான் மனதார ஏற்றுக்கொள்வேன். சரி உங்களிடம் பேச்சு வார்த்தை நடத்த எனக்கு நேரமில்லை, இளம் பலிகனை அழையுங்கள்" என்று பலிகர்களை பார்த்து சத்தமாக கூறினான்.

கம்பை ஊனிய படி, இளம் பலிகன் அங்கே நடந்து வந்தான். "இளம் பலிகா இவர்கள்தானே உன்னை அரண்மனைக்குள் சேர்க்கவில்லை?"

"ஆம் பரந்தீரரே இவரும், இவருக்கு கீழ் வேலை பார்க்கும் சேனாதிபதியும் தான்.

"ஓ சேனாதிபதியும் இதற்கு காரணம் தானா. நான் கூட அவர் நம் இனத்தைச் சேர்ந்தவர் என்று நினைத்தேன். சிங்கராயரே" என, சிங்கராயரை பார்த்து திரும்பினான்.

சிங்கராயர், "நானும் அப்படித்தான் நினைத்தேன்" என கூறிவிட்டு, "டேய் சேனாதிபதி" என்று அழைத்தார்.

"ஒரு பாறைக்கு பின் இருந்து, நா அறுபட்ட சேனாதிபதி அங்கு வந்து சேர்ந்தார்."

"இவன் எப்படி இங்கே வந்தான் என துறவனும் தளபதியும் யோசித்துக் கொண்டிருந்தார்கள். அப்போது சிங்கராயர் கூறினார்.

"என்ன தளபதியாரே, நான் இப்படி செய்வேன் என்று நீங்கள் நினைக்கவில்லையா?

"அரசே உங்களை நான் மிகவும் மதித்தேன். நீங்களே இப்படி இவர்களோடு சேர்ந்து மாறிவிட்டீர்களே?"

"தளபதியாரே நான் இவரோடு சேர்ந்து மாறவில்லை. உங்களையெல்லாம் அழிப்பதற்கு நான்

அரண்மனைக்கு உள்ளே இருக்கும்போதே, திட்டம் தீட்டினேன். வேண்டுமென்றால் இந்த சேனாதிபதியிடம் கேளுங்கள்" என்று சேனாதிபதியை பார்த்தார்.

சேனாதிபதி பேச முடியாமல், ஏதோ கூற முயன்றார்.

"ஐயோ பாருங்கள் என் விஷப்பாம்பை, நீங்கள் எப்படி அடித்து வைத்திருக்கிறீர்கள் என்று. இனிமேல் இவனை வைத்து நான் என்ன செய்வது? இவனுக்கு நா அறுபட்டாலும், நீங்கள் அரண்மனைக்குள் இருந்து சுரங்கம் வழியாக இங்கே வரும்போது, உங்கள் பின்னாலேயே இவன் வந்து விட்டான். பின் நீங்கள் கொண்டு வந்திருந்த தேரையை, நேற்று இரவோடு இரவாக இவன் மாற்றி வைத்து விட்டான்" என்று, சிங்கராயர் சிரித்தார்.

"நன்றாக புரிகிறது அரசே, துரோகத்தால் நாங்கள் வீழ்த்தப்பட்டோம்" என்று புன்னகை செய்தார்.

பின் பரந்தீரன், "இளம் பலிகா உன்னை துன்பப்படுத்தியவர்கள், உன் கண்ணெதிரே இருக்கிறார்கள். அவர்களை என்ன செய்யப் போகிறாய்?" என்று கேட்டான்.

"என் கத்தியால் இவரின் கழுத்தை அறுக்க ஆசைப்படுகிறேன் என இளம்பலிகன் கூறினான்."

"செய்.. செய்... தாராளமாக செய்... அந்த ஒரு இன்பத்தை பார்த்து எவ்வளவு நாட்கள் ஆகிவிட்டது. நன்றாக செய்" என்றான் பரந்தீரன்.

இளம் பலிகன் நேராக சேனாதிபதியின் அருகே சென்றான்.

சிங்க ராயர் அதிர்ச்சியில், "பரந்தீரா என்ன இவன், சேனாதிபதியின் அருகே செல்கிறான்?" என்றார்.

"ஆம், அவனை பசியிலும் தனிமையிலும் தவிக்க வைத்ததே, உங்கள் சேனாதிபதி தான். அதனால் தான் செல்கிறான்."

சேனாதிபதி இதை கேட்டதும் பயத்தில், கத்த ஆரம்பித்தார்.

"பாருங்கள் நா அறுபட்ட சேனாதிபதியை வைத்து, இனிமேல் நீங்கள் எப்படி விஷத்தை சேர்க்க முடியும்? கஷ்டம் தானே சிங்க ராயரே...?"

"கஷ்டம் தான், இருந்தாலும் பாம்பு பாம்பு தானே?" என தலையை குனிந்து கொண்டு சிங்கராயர் யோசித்தார்.

"போனால் போகட்டும் சிங்கராயரே, வேறொரு பாம்பை நாம் வளர்த்துக் கொள்ளலாம். இப்போது என் இளம் பலிகனுக்கு நான் இரை போட வேண்டிய நேரம்."

"சரி என சிங்க ராயர் தன் தலையை அசைத்தார்.

சேனாதிபதி பயத்தில் அங்கிருந்து ஓட ஆரம்பித்தார். ஆனால் நரபலிகர்கள் அவரைப் பிடித்துக் கொண்டார்கள். இளம் பலிகன் சேனாதிபதியின் அருகே நடந்து சென்று, "தனிமையின் தாய் மடியில் தூக்கி எறியப்பட்டவர்கள், தனிமையாக வாழ்வதோடு, சில தகுதிகளோடும் வாழ்வார்கள். உன்னை நான் இப்போது தனிமைப் படுத்துகிறேன்" என்று, அவர் கழுத்தில் நான்கு முறை கத்தியால் குத்தினான்.

இளம் பலிகன் முகத்தில் முதல்முறையாக மனிதர்களின் இரத்தம் பட்டது. அது பட்டதும் அவன் உடம்புக்குள் ஏதோ செய்தது. இன்னும் பல பேரை கொன்று குவிக்க வேண்டும் என நினைத்தான்.

பரந்தீரன் பின்பு கூறினான். என் இளம் பலிகனுக்கு முதல் இரை, ஒரு உயிரை கொடுத்திருக்கிறேன். அவன் இன்னும் அழிக்கப்போவது ஏராளமாக இருக்கும். நம் கூட்டத்தில் துருவ நட்சத்திரம் கொண்டது, இவன் மட்டும் தான்" என்று பெருமைப்பட்டான்.

நரபலிகர்கள் அனைவரும் இளம் பலிகளை பார்த்து, அதிசயப்பட்டார்கள். காரணம் துருவ

நட்சத்திரக்காரர்கள், ஒன்றை உருவாக்கினாலும், அது பெரிதாக இருக்கும். அழித்தாலும் அது பெரிதாக இருக்கும் என்பதால்.

பின் இளம் பலிகன் நேராக துறவனின் அருகே சென்றான்.

அப்போது பரந்தீரன், "இளம் பலிகா, உன்னை போல் இவனும் எனக்கு ஒரு செல்லம் தான். இவனை இப்போது நீ கொல்ல வேண்டாம்."

"பின் இவனை என்ன செய்வது?"

"ம்ம்... என்ன செய்யலாம் என்று சிறிது நேரம் யோசித்து விட்டு, அதையும் நீயே கூறு" என்றான்.

இளம் பலிகன் துறவனின் முகத்தை பார்த்துவிட்டு, "இவனை நீங்கள் எல்லாரும் துறவி என்று அழைக்கிறீர்கள் அல்லவா? இவனை ஏன் நீங்கள் துறவி ஆற்றலுக்காக அனுப்பக் கூடாது?"

"ஆஹா அருமையான யோசனை..அருமையான யோசனை.. அந்த சங்கை வைத்துக்கொண்டு, அரண்மனையை ஒருவன் சுற்றிக் கொண்டிருப்பானே, அவனை கடைசியாக துறவி ஆற்றல் அனுப்பினேன். அதன் பின் அவன் இந்த பக்கமே வரவில்லை. என் செல்லத்துறவனையும் அங்கேயே அனுப்பி வைக்கலாம்" என்று, துறவனை பரந்தீரன் கட்டிப்பிடித்து விட்டு, "அழைத்துச் செல்லுங்கள்" என கூறினான்.

துறவன் தளபதியை பார்த்துவிட்டு, "பரந்தீரா தளபதியை கொன்று விடாதீர்கள். என்னைப்போல் அவரையும் எங்கேயாவது துரத்தி விடுங்கள்" என்றான்.

"என்னை மன்னித்துவிடு துறவா, என்னால் இதை உனக்காக செய்ய முடியாது. நீ என்னோடு சேர்ந்து இருந்தால், நான் செய்திருப்பேன். ஆனால் கண்டிப்பாக இதை என்னால் செய்ய முடியாது" என வருத்தக் குரலில் கூறினான்.

பின் துறவனின் முகத்தில், கோணியைக் கட்டி, அவனை அங்கிருந்து குதிரையில் நான்கு பேர்

அழைத்துச் செல்ல தயாராகினார்கள். அந்தப் பலிகர்களிடம் பரந்தீரன் கூறினான், "பலிகர்களே நீங்கள் அங்கு போய் வர, உங்களுக்கு சில நாட்கள் ஆகும். போகும் வழியிலும், வரும் வழியிலும் குடும்பத்தில் இருந்து துரத்தப்பட்டவர்கள் யாராவது உங்கள் கண்ணில் பட்டால், அவர்களையும் இங்கே அழைத்து வாருங்கள். நீங்கள் திரும்பி வரும்போது, ஒரு ஆயிரம் பேராவது இங்கு இருக்க வேண்டும்."

"சரி பரந்தீரரே" என்று அங்கிருந்து கிளம்பினார்கள். அவர்கள் கிளம்பும்போது, தங்கள் பையில் இருந்த பச்சை நிற பொடியை, துறவனின் முகத்தில் வீசினார்கள். துறவன் அதற்கு பின் எழுந்திருக்கவே இல்லை. முழுதாக மயக்கம் அடைந்தான்.

அதன்பின் சிங்கராயர் முன்னே வந்து, "தளபதியாரே உங்களை இந்த நிலைமையில் பார்ப்பதற்கு என் மனம் வலிக்கிறது. நான் இப்போது என்ன செய்யட்டும்?" என்றார்.

"அரசே இந்த உயிர் உங்களுக்காக தான், நீங்கள் என்னை என்ன வேண்டுமென்றாலும் செய்யலாம்" என்று, புன்னகையோடு கூறினார்.

பரந்தீரன் கூறினான். "அப்புறம் என்ன சிங்கராயரே, என்ன வேண்டுமானாலும் செய்யலாம் என்கிறார். செய்யலாமா......என்று, தளபதியின் மார்பில் பரந்தீரன் எட்டி உதைத்தான். தளபதி பலிகர்களை தள்ளிக் கொண்டு, பின்னே விழுந்தார். அதன் பின் இலட்சக்கணக்கான பலிகர்கள் மரத்தின் மீது தொங்கிக் கொண்டும், தளபதியை சுற்றி ஆடிக் கொண்டும் கூச்சலிட்டார்கள்.

பின் சிங்கராயர் கூறினார். "பலிகர்களே இவர் சாதாரண ஆள் கிடையாது. எத்தனையோ தலைகளை இவர் கொய்திருக்கிறார். அதேபோல் இந்த ராயர்குல மகுடத்தையே, தனக்கு வேண்டாம் என்று, தன் தங்கையின் கணவருக்கு கொடுத்தவர். ஆகையால்

இவர் மரணம், ஒரு வீரனுக்கு தரப்படுவது போல் தரப்பட வேண்டும்.

பரந்தீரன் கூறினான். "தந்து விடுவோம்... கண்டிப்பாக தந்து விடுவோம்..." என்று, பரந்தீரனின் வாளை கையில் கொடுத்தான். பின் "சிங்கராயரே ஒரே வெட்டில் வெட்டினால் தான், வீரன் துடிதுடிக்காமல் சாவான். அதை மனதில் வைத்துக் கொள்ளுங்கள்."என்றான்.

"அது நம் தளபதி கையில் தான் இருக்கிறது பரந்தீரா, அவர் ஆடாமலும், ஓடாமலும் இருந்தால், சுலபமாக முடிந்து விடும்" என்று, தளபதியின் அருகில் வாளோடு சிங்கராயர் சென்றார்.

தளபதி தன் கண்களை மூடிக்கொண்டு, மரணத்திற்கு தயாரானார். சிங்கராயரின் வாளும் தளபதியின் தலைக்கு மேல் சென்றது. மேலே சென்ற வேகத்தில் கீழே வரும் போது, ஒரு கூர்மையான கத்தி, சிங்கராயரின் முதுகில் பாய்ந்தது. சிங்கராயரால் தன் முதுகை தொட முடியவில்லை. கையை மேலும் கீழும் தூக்கிக்கொண்டு, வேகமாக அங்கிருந்து ஓடி ஒரு மரத்தில் முட்டி கீழே விழுந்தார்.

இதைப் பார்த்ததும் அதிர்ச்சியோடு, பரந்தீரன் கேட்டான், "என்ன நடந்தது? யார் இதைச் செய்தது? பலிகர்களே உங்கள் பக்கத்தில் இருப்பவன் தான், இதை செய்திருக்கிறான். எவனவன் என்பதை கண்டுபிடிங்கள்" என்று கோபத்தில் கத்தினான்.

நரபலிர்களும் ஒருவரின் முகத்தை, ஒருவர் பார்த்துக் கொண்டார்கள். அப்போது பலிகர்களில் ஒருவன், "நாம் லட்சம் பேர் இருக்கிறோம், அந்த ஒருவன் யார் என்பதை நாம் எப்படி கண்டுபிடிப்பது?"

பரந்தீரன் சற்று யோசித்து விட்டு, மரத்தின் மேல் இருப்பவர்கள் கீழே குதியுங்கள் என்றான். சரசரவென்று மரத்திலிருந்து அனைவரும் கீழே குதித்தார்கள். இப்போது மரத்தில் எவனாவது ஒளிந்து இருக்கிறானா என்று பாருங்கள்" என்றான்.

அனைவரும் ஒவ்வொரு மரத்தையும் கூர்மையாக பார்த்தார்கள். ஆனால் அங்கு யாரும் இல்லை. "சரி உங்களுக்கு வௌவால் பயன்முறை நன்றாக தெரிந்து இருக்கும் அல்லவா? இப்போது சில நொடிகளில் நீங்கள் மரத்தின் உச்சியை பிடிக்க வேண்டும். அப்படி செய்யாதவன் இந்த வாளினால் கொல்லப்படுவான்" என்றான். அனைத்துப் பலிகர்களும் கண்ணிமைக்கும் நேரத்தில், மரத்தில் சரசரவென்று ஏறினார்கள். ஆனால் ஒருவனால் ஏற முடியவில்லை.

ராயர் குளத்தின் போர்படை தலைவன். மரத்திற்கு கீழ் நின்று கொண்டிருந்தான். "இவன்தான்... இவன்தான்... நம் கூட்டத்தில் பதுங்கி இருந்த கோழை. இவனுடைய மரணமும் இந்த தளபதியின் மரணமும் சாதாரணமாக இருக்கக் கூடாது. மிகவும் கொடூரமாக இருக்க வேண்டும்" என கத்தினான்.

ஆனால் போர்படை தளபதி, பரந்தீரனை பார்த்து சிரித்து விட்டு, "மரணம் எங்களை நெருங்காது பரந்தீரா, தாங்கள் ராயர் குலத்தின் போர் வீரர்கள். உன்னை போல் லட்சம் பேரை கொன்று குவித்தவர்கள். உன் கண்முன் தான் நாங்கள் இருக்கிறோம். உன்னால் எங்களை ஒன்றும் செய்ய முடியாது. நீ சரியான ஆண்மகனாக இருந்தால், எங்களை கொன்று பார்" என்றான்.

"தன்னந்தனியாக நிற்கக்கூடிய நாய், இவ்வளவு தைரியமாக குரைக்காதே" என்று, சந்தேகத்தோடு அங்குமிங்கும் பரந்தீரன் பார்த்தான். அவன் நினைத்தது போலவே, வானத்திலிருந்து ஆயிரக்கணக்கான அம்புகள், நரபலிகர்களை தாக்க ஆரம்பித்தது. அதில் பலர் இறந்து போனார்கள. மீதி பேர் சிங்கராயரையும், பரந்தீரனையும் அம்பு தாக்காமல் சூழ்ந்து கொண்டு, காட்டிற்குள் ஓடினார்கள்.

தளபதி போர்க்களத்தில் இருந்து, ஒரு பகுதியை தன்னோடு அழைத்து வந்திருந்தார். ஆனால்

அரண்மனைக்குள் அவர்களை அழைத்துச் செல்லவில்லை. இப்போது அவர்கள் பலிகர்களை ஓட விட்டார்கள்.

பின் தளபதி கூறினார். "நமக்கு அதிக நேரம் இல்லை. இவர்கள் இதற்கு மேல் பொறுத்து இருக்க மாட்டார்கள். நாம் உடனடியாக அரண்மனைக்குள் சென்று, போருக்கு தயாராக வேண்டும். வாருங்கள்..." என்றார். அனைவரும் அரண்மனை நோக்கி குதிரையில் பாய்ந்து சென்றார்கள்.

சிங்கராயர் ஒரு பாறையின் மீது ஏறிக்கொண்டு, தளபதியை பார்த்தார். அவருக்கு அதிர்ச்சி உண்டானது. "பரந்தீரா அந்த தளபதி அரண்மனைக்குள் சென்று கொண்டிருக்கிறான். அவனை மட்டும் நாம் உள்ளே போக விட்டால், மீண்டும் நாம் ஒரு பெரும் போர் செய்தாக வேண்டும். இவனை இப்போதே கொன்று விடுவது நல்லது."

பரந்தீரன் பலிகர்களுக்கு ஆணையிட்டான். அம்பு மழை பொழியட்டும்" என்று. நரபலிகர்கள் மரத்தின் மீது நின்று கொண்டு, அம்புகளை கூட்டத்தின் மீது எய்தார்கள். ஆனால் போர் வீரர்கள் கேடயத்தால், அம்புகளை தடுத்துக் கொண்டும், நரபலிகர்கள் மீண்டும் தாக்க தயாராவதற்கு சில நொடிகள் எடுத்துக் கொள்ளும்போது, அரண்மனையை நோக்கி முன்னேறியும் செல்ல ஆரம்பித்தார்கள். நீண்ட நேரம் ஆகியும் ஒரு போர்வீரன் கூட, நரபலிகர்களுடைய அம்பில் சாகவில்லை.

இதை கவனித்த சிங்கராயர், "அம்பு எய்வதை நிறுத்துங்கள்" என்று கத்தினார். பின் "பரந்தீரா அவர்கள் அரண்மனைக்கு மிகவும் அருகில் சென்று விட்டார்கள். இறங்கி அடிக்கச் சொல்" என்றார்.

"பலிகர்களே உங்கள் கோடாரிகளை எடுத்துக் கொண்டு, அவர்களுடன் நேருக்கு நேர் மோதுங்கள்" என்றான்.

அம்புகள் சட்டென நிறுத்தப்பட்டது. போர்வீரர்களுக்கு குழப்பம் ஏற்பட்டது. "என்ன இது? அம்புகள் ஏன் நிறுத்தப்பட்டது? என குழம்பினார்கள். சுற்றிலும் பார்த்துவிட்டு, சரி அரண்மனைக்குள் செல்ல இதான் சரியான நேரம்" என அனைவரும் எழுந்து நிற்கும் போது, ஒரு கோடாரி போர் வீரனின் கேடயத்தை உடைத்து, அவன் வயிற்றில் குத்தியது.

தளபதி கூறினார். "வீரர்களே ஜாக்கிரதை அவர்கள் தரையில் படுத்தவாறு வருகிறார்கள்...."

மண்ணோடு மண்ணாக ஒட்டிக்கொண்டு, பலிகர்கள் அரண்மனைக்கு மிகவும் அருகில் வந்து விட்டார்கள். சண்டை மிகவும் பலமாக நடக்க ஆரம்பித்தது. தளபதியின் பலத்தை பார்த்து பரந்தீரன் ஆச்சரியம் அடைந்தான். ஒற்றை ஆளாக நின்று, ஒரு கூட்டத்தை கொன்று குவித்தார். அதே நேரத்தில் அரண்மனைக்கு மேலிருந்த வீரர்கள், அம்புகளை நரபலிகர்கள் மீது எய்து கொண்டே இருந்தார்கள். இது நரபலிகளுக்கு ஒரு பின்னடைவாக மாறியது.

நீண்ட நேர சண்டைக்கு பின், ஆயிரக்கணக்கான பலிகர்கள் கொல்லப்பட்டு, தளபதியும் போர்படையும் அரண்மனைக்குள் வெற்றிகரமாக சென்றது. இந்த வெற்றியை மக்களும், போர்படை வீரர்களும் கொண்டாட ஆரம்பித்தார்கள்.

அரசர் தளபதியை கட்டி அணைத்துக் கொண்டார். இளவரசிக்கும் இது மிகவும் மகிழ்ச்சியாக இருந்தது. அதே நேரத்தில் இளவரசியின் கண், துறவனை எங்கே என்றுதான் இத்தனை கூட்டத்திலும் தேடிக் கொண்டிருந்தது.

10. நா வறண்ட மருபூமி

அனைவரும் தங்கள் வெற்றியை கொண்டாடிக் கொண்டிருக்கும் போது, இளவரசி தளபதியிடம், "மாமா துருவனை எங்கே? அவர் கண்ணில் படவே இல்லையே?" என்றார்.

தளபதி, என்ன துருவனா? என்றார்.

"ஐயோ இல்லை." அவர் இவர்களுக்கெல்லாம் துறவர் அல்லவா என நினைத்து விட்டு, "நம் சேனாதிபதி எங்கே?" என்றார்கள்.

"மகளே அந்த சேனாதிபதி, நமக்கு மிகப்பெரிய துரோகம் செய்துவிட்டான்" என்றார்.

"இளவரசியால் இதை ஏற்க முடியவில்லை. நம்பவும் முடியவில்லை. "என்ன ஆனது?" என்று அதிர்ச்சியோடு கேட்டார்கள்.

"அவன் நரபலிகர்களோடு சேர்ந்து கொண்டான். அவர்களோடு சேர்ந்து கொண்டு தான், நம்மை அழிக்க அவன் திட்டம் போட்டு இருக்கிறான்" என்றார்.

"இளவரசிக்கு உடல் வியர்க்க ஆரம்பித்தது. என்னுடைய துருவன் ஒரு துரோகியா? என இளவரசிக்கு கண்ணீர் ததும்ப ஆரம்பித்தது.

அப்போது தளபதி கூறினார். "அவன் நாக்கை அறுப்பதற்கு பதில், அவன் தலையை நீங்கள் அறுத்து இருந்தால், நன்றாக இருந்திருக்கும்."

"மாமா நீங்கள் யாரைச் சொல்கிறீர்கள்?"

"நான் நம் நா அறுபட்ட சேனாதிபதியை பற்றி தான், பேசிக் கொண்டிருக்கிறேன் மகளே."

இளவரசி ஒரு பெரு மூச்சு விட்டு, "மாமா நான் நம் புதிய சேனாதிபதி, துறவரை பற்றி கேட்டேன்" என்றார்கள்.

"ஓ அவனா, அவன் ஏதோ துருவ நட்சத்திரக்காரனாம். அவனை அந்த பரந்தீரன்

கொள்ளவில்லை. யாரு கண்ணுக்கும் தெரியாத இடத்திற்கு அனுப்பி விட்டான்."

"என்ன சொல்கிறீர்கள் எங்கு அனுப்பப்பட்டார்?"

"பலிகர்கள் துறவையாற்றல் என்ற ஒன்றை கடைப்பிடிப்பார்கள். இதுபோல் துறவிகளையும், சித்தர்களையும், துருவ நட்சத்திரக்காரர்களையும் அவர்கள் கொல்ல மாட்டார்கள். அதற்கு பதிலாக, அவர்கள் திரும்பி வர முடியாத தூரத்திற்கு அனுப்பி வைத்து விடுவார்கள். இப்போது அந்த துறவனும் அப்படி தான் அனுப்பப்பட்டிருக்கிறான்."

இதைக் கேட்டதும் இளவரசியின் கண்களில் ததும்பி இருந்த கண்ணீர், கீழே விழுந்தது. தளபதி இதை பார்த்து அதிர்ச்சி அடைந்தார். என்ன இது? தேனீழினி ஒரு ஆண் மகனுக்காக கண்ணீர் விடுகிறாளே?

பின் இளவரசி அங்கிருந்து வேகமாக தன் அறைக்கு ஓடினார்கள். தளபதிக்கு இப்போது கொஞ்சம் புரிந்தது.

தன் மகளின் மனதை வென்றவனா அந்த துறவன் என ஆச்சரியமாக அவனை நினைத்துக் கொண்டார். ஐயோ அவன் மட்டும் இப்போது இங்கு இருந்திருந்தால், அவனை என் தலை மீது தூக்கி வைத்து ஆடி இருப்பேனே, இப்போது என்ன செய்வது? என யோசித்துக் கொண்டிருந்தார்.

நான்கு குதிரைகள் சில நாட்களுக்குப் பின், பாலைவன மண்ணில் மெதுவாக நடந்து கொண்டிருந்தது. அதில் ஒருவன் கேட்டான். "பலிகர்களே இன்னும் எத்தனை தூரம் நாம் போக வேண்டும்? இவனை சுமந்து சுமந்து, என் குதிரைக்கு சோர்வு வந்துவிட்டது."

மற்றொருவன் கூறினான். "நாம் இன்று இரவுக்குள் பசுமை பாறைக்கு சென்று விடுவோம்.

அங்கு சென்று விட்டால் போதும், இவனை விட்டு விட்டு நாம் திரும்பி விடலாம். "

சிறிது தூரம் சென்ற பின் கடல் கொந்தளிப்பது போல், காற்றினால் பாலைவனம் கொந்தளிக்க ஆரம்பித்தது. ஐயோ புழுதி புயல் வந்துவிட்டது. அனைவரும் குதிரையை விட்டு இறங்கி கீழே படுத்துக் கொள்ளுங்கள்...."என்றான் ஒருவன்.

புயல் கடந்து செல்லும் வரை, தலையை குனிந்து அங்கே படுத்துக் கொண்டார்கள். புயல் நின்றதும், இவர்களை சிறிதளவு மண் மூடி இருந்தது.

பின் மீண்டும் அங்கிருந்து நடக்க ஆரம்பித்தார்கள்.

பகலை மிகமிக கடினமாக கடந்து, இரவு பாலைவனத்தின் மேலே வந்தது. தண்ணீர் தாகம் அனைவரின் நாக்கையும் கொன்று கொண்டிருந்தது. அப்போது ஒரு பலிகன் கத்தினான். "பலிகர்களே அங்கே பாருங்கள்" என்று,

அதைப் பார்த்ததும் அனைவரும் மகிழ்ச்சியானார்கள். குதிரையைப் பிடித்துக் கொண்டு, வேகமாக அங்கே ஓடினார்கள். அதில் ஒரு பலிகன் பசுமைப்பாறைக்கு வந்து விட்டோம்...." எனக் கத்திக் கொண்டே, அதன் அருகே ஓடினான். ஆனால் மற்ற மூவரும் அமைதியாக நின்றார்கள்.

ஏனென்றால் இவன் இத்தனை நேரம் சொன்ன அளவுக்கு, இந்த பாறை அத்தனை பெரிதாகவும் இல்லை. அத்தனை பசுமையாகவும் இல்லை. ஒரு சிறு பாறையை சுற்றி, சில கொடிகள் செடிகள் முளைத்திருந்தது அவ்வளவுதான்.

பின் மூன்று பேரும் அவன் அருகே சென்று, "பலிகா நீ இத்தனை நேரமாக சொன்ன பசுமை பாறை, இதுதானா?" என்றார்கள்.

"ஆம் இதுவே தான்."

"இதுவே தான் என்றால், இங்கே என்ன இருக்கிறது அப்படி?"

"ஏது என்ன இருக்கிறதா? சுற்றிலும் பாலைவனம்... இங்கே மட்டும் ஒரு பாறை, அதுவும் பசுமை பாறை. அதனை சுற்றிலும் செடிகள் கொடிகள். **இல்லாத இடத்தில் சிறிதான ஒன்று இருந்தாலும், அது நமக்கு பெரிதாக தானே தெரியும் பலிர்களே....**

"இந்த பேச்சுக்கு இவனிடம் எந்த குறைச்சலும் இல்லை. இவனை என்ன செய்யலாம்?" என, அவர்களுக்குள் பேசிக் கொண்டார்கள்.

பின் "டேய் பலிகா எங்களுக்கு தண்ணீர் வேண்டும். பசுமை பறையை வைத்து, நாங்கள் என்ன செய்வது?" என்று கோபத்தோடு கேட்டார்கள்.

"தண்ணீர் இப்போது இல்லை என்றால் என்ன? பகல் முழுவதும் காற்றை உறிந்து கொண்டு, இரவு நேரத்தில் தண்ணீர் துளிகளை இந்த செடிகள் வெளியே அனுப்பும். அப்போது நமக்கு தேவையான தண்ணீர் இதிலிருந்து மட்டுமே கிடைத்து விடும். நீங்கள் கவலைப்படாதீர்கள். "

"இப்படி ஒரு அதிசயம் இங்கே நடக்குமா?"

"இங்கே மட்டும் இல்லையேடா, எல்லா இடங்களிலும் தான் நடக்கிறது. நமக்கு தண்ணீர் அதிகமாக இருப்பதால், இதை எல்லாம் கவனிப்பதில்லை அவ்வளவுதான்."

"அப்படியானால் சரி, இன்று ஒரு இரவு இங்கேயே இருந்துவிட்டு, இவனை இதே இடத்தில் விட்டு விட்டு நாம் சென்று விடலாம்."

"சரி, மூன்று பேரும் சேர்ந்து அவனை தூக்கி வாருங்கள். பாவம் தண்ணீர் கூட இல்லாமல் மயக்கத்திலேயே இருக்கிறான்."

"மூன்று பலிகர்களும் துறவனை தூக்கி வந்தார்கள். முகத்தில் இருந்த சாக்கை அவிழ்த்ததும், ஒருவன் கூறினான். "அவன் கை கால்களை அவிழ்க்க வேண்டாம். இரவு வரை விட்டு பார்க்கலாம்." உயிரோடு இருந்தால், ஒரு சொட்டு தண்ணீர் கொடுப்போம். இல்லையென்றால் நம் வேலையை நாம் பார்த்துவிட்டு நாடு திரும்பலாம்.

இப்படி நான்கு பேரும் பாறையைச் சுற்றி அமர்ந்தார்கள். நீண்ட நேரம் ஆகியும, செடிகளில் இருந்து ஒரு சொட்டு தண்ணீர் கூட வரவில்லை. அனைவரும் அதே இடத்தில் கண்களை மூடி உறங்க ஆரம்பித்தார்கள். சிறிது நேரம் காற்றின் வேகம் அதிகமாக இருந்ததால், ஒரு செடியில் இருந்த தண்ணீர் துளி ஒரு பலிகனின் முகத்தில் விழுந்தது. வேகமாக எழுந்து, "டேய் தண்ணீர் வருகிறது... தண்ணீர் வருகிறது..." என சந்தோஷத்தில் கத்தினான்.

நான்கு பேரும், வேகமாக அந்தச் செடியின் முன் முகத்தை வைத்துக்கொண்டு, நாக்கை வெளியே நீட்டினார்கள். ஆனால் அடுத்த சொட்டு தண்ணீர் வருவதற்கு, நீண்ட நேரம் எடுத்துக் கொண்டது. அந்த சொட்டு தண்ணீரை முதலில் ஒருவன் குடித்தான். பின் நீண்ட நேரங்கள் காத்திருந்து, ஒவ்வொருவராக ஒவ்வொரு சொட்டு தண்ணீரை குடித்தார்கள். அப்போது ஒருவன், "பலிகர்களே இவனை பார்த்தால், உண்மையாகவே பாவமாக இருக்கிறான். அவனுக்கும் ஒரு சொட்டு தண்ணீர் கொடுத்து விடலாம். அவன் உயிராவது தப்பிக்கும்."

"ஆம் கொடுத்து விடலாம்" என்று, துறவனுக்கும் ஒரு சொட்டு தண்ணீரை வாயில் ஊற்றினார்கள். தண்ணீரே படாத நாக்கில், தண்ணீர் பட்டதும், அது அவன் உடல் முழுவதையுமே வேகமாக வேலை செய்ய வைத்தது. பின் அடுத்த சொட்டு தண்ணீருக்காக சட்டென கண்களை திறந்தான்.

கண்களைத் திறந்ததும் எழுந்து அமர்ந்தான். இவனை ஆர்வமாக பார்த்துக்கொண்டு, நான்கு பலிகர்கள் அமர்ந்து கொண்டிருந்தார்கள். துறவன் சுற்றிலும் பார்த்தான். எங்கே பார்த்தாலும் மண்தான் தெரிந்தது. நான் பாலைவனத்தில் இருக்கிறேன் என்பது, சிறுது நேரத்தில் அவனுக்கு தெரிந்து விட்டது.

"பலிகர்களே நாம் இமயத்தில் இருந்து, எத்தனை தூரத்தில் இருக்கிறோம்?" என்றான்.

“என்னடா நண்பனிடம் கேட்பது போல் கேட்கிறாய்? நாங்கள் உன்னை கடத்தி வந்திருக்கிறோம். உன்னை விட்டு செல்ல வந்திருக்கிறோம். ஞாபகம் இருக்கிறதா இல்லையா?”

“இருக்கிறது பலிகர்களே, ஆனால் இந்த உலகில் செல்ல முடியாத தூரம் என்ற ஒன்று இருக்கவா செய்கிறது?”

நான்கு பேரும் ஒருவரை ஒருவர் பார்த்துக் கொண்டு, “இருக்கிறது, இதோ இந்தப் மருபூமி இருக்கிறது” என்றார்கள்.

“இருக்கிறது என்றால், நீங்கள் எப்படி இமயத்திற்கு செல்விர்கள்?”

“ஆஹா நம் பரந்தீரர் சொன்னது உண்மைதான். துருவ நட்சத்திரக்காரர்கள் மிகவும் புத்திசாலிதான். பார்த்தீர்களா எப்படி கேள்வி கேட்கிறான்” என்று.

பின் துறவனை பார்த்து, “டேய் அதெல்லாம் உனக்கு தேவையில்லாத விஷயம். நாங்கள் நடந்து போவோம், இல்லை பறந்து போவோம். அதெல்லாம் நீ கேட்காதே, உன்னை நாங்கள் இங்கே விட்டுவிட்டு போகப் போகிறோம் அவ்வளவுதான்.”

“நல்லது பலியர்களே செல்லுங்கள்.”

“இந்த இரவில் சென்றால், நாங்கள் வழி தெரியாமல் மாட்டிக் கொள்வோம். பொழுது விடிந்ததும் செல்கிறோம் என்று, பாறையைச் சுற்றி படுத்துக்கொண்டு, தூங்க ஆரம்பித்தார்கள்.

துருவனின் கை கால்கள் கட்டப் பட்டிருந்ததால், அவனும் கண்களை மூடினான். காலையில் சூரியன் இவன் கண்களை கூசி, கண்களை திறக்க வைத்தது. கண்கள் திறந்ததும், வேகமாக உடலையும் எழுப்பியது. துறவன் எழுந்து பார்த்தபோது , பலிகர்கள் அங்கு இல்லை. கட்டுகளை அவிழ்த்து விட்டு, இங்கிருந்து சென்று விட்டார்கள்.

எழுந்து நின்று அந்தப் பாறையை ஒரு முறை பார்த்தான். அந்தப் பாறையில் இருந்து, சிறிது தூரம்

நடந்து என்ன இருக்கிறது என்று பார்த்தான். எங்கு பார்த்தாலும் பாலைவனம் தான்.

பின் மீண்டும் அதே பசுமை பாறைக்கு வந்து சேர்ந்தான். தண்ணீர் சொட்டுக்காக அந்த பாறையின் மீது தலை வைத்து, இரவு வரை காத்திருந்தான். இரவில் அவனுக்கு சில சொட்டு தண்ணீர் கிடைத்தது.

இப்படியே இரண்டு நாட்கள் கடந்தன. இங்கே இவனிடம் பேச யாரும் இல்லை. அவன் மனது மட்டுமே அவனிடம் அதிகமாக பேசியது. "துறவா என்னை விட்டுவிட்டு இத்தனை நாட்கள் பிரிந்து விட்டாயே, ஒரு அழகான பெண்ணிற்காகவா என்னை விட்டு பிரிந்து சென்றாய்? அல்லது அந்த ராயரின் மகுடத்திற்காக என்னை விட்டு பிரிந்து சென்றாயா?"என்று கேட்டது.

துறவன் அதற்கு பதில் கூறினான். "இல்லை நான் எதற்காகவும் பிரிந்து செல்லவில்லை. நான் துறவியாக தான் எப்போதுமே இருக்கிறேன்" என்று, கண்களை மூடிக்கொண்டு கூறினான்.

"ஆனால் நீ அப்படி இல்லையே துறவா, தலையில் ராயரின் முகத்தை பார்த்ததும், உன் உடல் ஏன் சிலிர்த்தது. அதை தொட வேண்டும் என நீ ஏன் ஆசைப்பட்டாய்?

"ஐயோ இது எதுவுமே உண்மை கிடையாது" என கத்திக் கொண்டே கண்களை திறந்தான்.

"துறவா நீ இப்போது கத்தியது, அங்கே இருக்கும் அந்த இளவரசிக்கு எப்படி கேட்டது? அவள் உன் குரல் கேட்டது போல், அங்கும் இங்கும் உன்னை தேடி பார்த்துக் கொண்டிருக்கிறாள். ஒரு பெண்ணை ஏமாற்றி விட்டாயே, இதுதான் ஒரு துறவியா? அங்கே உன் நண்பன் ஒருவன், உனக்காக வந்து அரண்மனையில் மாட்டிக் கொண்டிருக்கிறானே, இதுதான் ஒரு துறவி செய்வதா?" என பல கேள்விகளை தன் மனது அவனிடம் கேட்டது.

பின் துறவன் யோசித்தான். ஐயோ எதுவும் தெரியாத என் நண்பன், என்ன செய்கிறானோ? என, அவனைப் பற்றி அதிகமாக கவலைப்பட்டான்.

கிச்சான் யாருக்கும் தெரியாமல், இரவில் பதுங்கியபடியே அரண்மனையில் நடந்து கொண்டிருந்தான். அதன்பின் அவன் முதுகில் ஒரு கோணி சாக்கை வைத்துக் கொண்டு, குதிரை லாடத்தை தேடி நடந்து சென்றான்.

ஆனால் அவனை இருவர் பின் தொடர்வது, அவனுக்கு தெரியவில்லை. கிச்சானை நோக்கி இருவர் நடந்து வந்தார்கள். அதில் ஒருவன் கூறினான். "டேய் கழட்டியப்பா உன்னால்தான் நான் இந்த கிச்சானை பற்றி பரந்தீரரிடம் கூறினேன். ஆனால் அவர் இவனை உயிரோடு கொண்டு வந்தால் மட்டும்தான், உங்களை உயிரோடு விடுவேன் என கூறிவிட்டார். இவனையும் நாம் பின்தொடர்ந்து கொண்டே தான் இருக்கிறோம். ஆனால் இவனை பிடிக்க முடியவில்லை?"

"என்ன செய்வது நாதா, இத்தனை நாட்கள் அந்த துறவன் இவனோடு இருந்தான். அதனால் நம்மால் ஒன்றும் செய்ய முடியவில்லை. ஆனால் இன்று அப்படி இல்லையே, அந்த துறவன் தான் எங்கோ துரத்தப்பட்டு விட்டானே"

"ஆம் நானும் நம் பலிகர்கள் பேசிக்கொள்வதை கேட்டேன் கழட்டியப்பா.."

"ஆமா நாதா, அவன் துரத்தப்பட்டு விட்டான் என்ற செய்தியை கேட்டதும், எனக்கு அத்தனை சந்தோஷமாக இருக்கிறது."

"ஏனடா அப்படி?"

"ஏனென்றால் அன்று ஒரு நாள், போர் பயிற்சி நடந்து கொண்டிருந்தது அல்லவா, அப்போ அந்த தடிவீரனை இவன் அடித்து பறக்க விட்டானே, அதை நினைக்கும் போதெல்லாம் என் கை கால்கள் நடுங்குகிறது."

"அட போடா பயந்தாங்கொள்ளி, அந்த துறவன் மட்டும் என் கையில் சிக்கினான், அவனை நான் பறக்க வைத்து விடுவேன்."

"நாதா உண்மையாகவா கூறுகிறாய்? உன்னால் சண்டை எல்லாம் போட முடியுமா?"

"நான் இப்போதுதான் பலிகனாக இருக்கிறேன். முன்பெல்லாம் இது போன்ற வீரர்களுடன் மோதி, வெற்றி பெறுவது தான் என் வேலையாக இருந்தது."

"நாதா இது சத்தியமாக நம்பும்படியாக இல்லை. நான் நம்புவதா என்ன செய்வது?"

"கழட்டியப்பா உனக்காக இருப்பது நான் மட்டும் தான். என்னையே நீ நம்பவில்லை என்றால், நாம் இருவரும் பிரிந்து விடுவோம்."

"நாதா உன்னால் மட்டும் தான் அந்த துறவனை அடித்து பறக்க விட முடியும். இதை நான் கண்டிப்பாக நம்புகிறேன், நீதான் வீரன்" என்று கத்தினான்.

"சரிடா அதற்கு ஏன் இப்படி கத்துகிறாய்? அந்த கிச்சான் நம்மை பார்த்து விடப் போகிறான். சீக்கிரம் அந்த வைக்கோலில் சென்று, ஒளிந்து கொள்ளலாம் என்று, குதிரைக்கு வைத்திருந்த வைக்கோலில் இருவரும் ஒளிந்து கொண்டார்கள்.

கிச்சான் தன்னை யாராவது பார்க்கிறார்களா என்று சுற்றிலும் பார்த்துவிட்டு, யாரும் இல்லை என்று தெரிந்ததும், ஒரு குதிரையின் கயிற்றை அவிழ்க்க முயன்றான்.

"நாதா எனக்கு ஒரு சந்தேகம், இத்தனை நாட்கள் இவனை நம்மால் பிடிக்க முடியவில்லை. இப்போது இவன் குதிரையை அவிழ்த்து கொண்டிருக்கிறான். நாம் இதே போல் ஒளிந்து கொண்டிருந்தால், இவன் குதிரை மேல் ஏறி, எங்கோ சென்று விடுவான். நாம் மீண்டும் இவனை பின்தொடர்ந்து கொண்டுதான் இருப்போம் சரியா?"

"மிகவும் சரியாக சொன்னாய் கழட்டியப்பா, உனக்கு மூளை இருக்கிறது."

"நன்றி" என்று கழட்டியப்பான் சிரித்தான். "பின் நாதா இவனை பிடிக்கலாமா, என்ன செய்யலாம்?" என்றான்.

"என்ன கேள்வி இது? அதோ கட்டைகள் கிடக்கிறதே, அதில் இரண்டு கட்டையை எடுத்துக் கொள். இவன் மண்டையை பிளந்து விடலாம்" என்று, இரண்டு கட்டையை எடுத்துக்கொண்டு, வைக்கோலில் இருந்து எழுந்திருக்க முயன்றார்கள்.

குதிரையில் ஏற முயன்ற கிச்சான், வேகமாக கீழே இறங்கினான். கோணி சாக்கை கீழே போட்டுவிட்டு, மரியாதையோடு குனிந்து நின்றான்.

"டேய் கழட்டியப்பா நாம் கட்டையை தூக்கியதற்கு, இவன் இப்படி பதறுகிறான் என்றால், இது நாம் முன்பே செய்திருக்கலாமே? என கழட்டியப்பன் கிச்சானை பார்த்தான். ஆனால் கிச்சானோ கழட்டியப்பனை பார்க்காமல், வேறு எங்கோ பார்த்துக் கொண்டிருந்தான். அப்படி எதைப் பார்க்கிறான் என, இவனும் அவன் பார்க்கும் திசையை பார்த்தான். அப்போது இருவருக்கும் அதிர்ச்சி, காரணம் இளவரசி சில பணிப் பெண்களுடன் கிச்சானை நோக்கி நடந்து வந்து கொண்டிருந்தார்கள்.

பின் நாதன் இளவரசியை பார்த்து கூறினான். "என்னடா கழட்டியப்பா, பல்லை இழந்த புலிபோல், இந்த பெண் புலி சோகத்தில் நடந்து வருகிறது."

"நாதா புலி பல்லை இழந்தாலும், கையின் நகத்தால் நம்மை கீறி விடும். நாம் எதற்கும் ஜாக்கிரதையாக ஒளிந்து கொள்ளலாமே?"

"அதுவும் சரிதான். இவர்கள் என்ன செய்கிறார்கள் என்று பார்ப்போம்" என்று, மீண்டும் வைக்கோல் புல்லில் ஒளிந்து கொண்டார்கள்.

இளவரசி கிச்சானிடம் கூறினார்கள். "என்ன கிச்சான் நீங்களும் துறவி ஆற்றல் பெற கிளம்பி விட்டீர்களா?" என்று.

"தாயே மன்னிக்கவும். நான் யாரிடம் உதவி கேட்பது என்று தெரியாமல், இப்படி செய்து விட்டேன்."

"பரவாயில்லை, நீங்கள் எங்கு கிளம்புகிறீர்கள் என்பதை நான் தெரிந்து கொள்ளலாமா?"

கிச்சான் தயங்கியவாறே, "தாயே நான் என் நண்பனை தேடி போகிறேன்" என்றான்.

"அவர் நாம் தேடிச் செல்ல முடியாத இடத்திற்கு சென்று விட்டாரே, அவரை தேடி கண்டுபிடிப்பது கடினம்."

"தாயே நான் முயற்சி செய்து பார்க்கிறேன். என் நண்பன் இல்லாமல் நான் மீண்டும் இங்கு வரமாட்டேன்."

"சரி உங்கள் விருப்பம். நீங்கள் அவரை தேடிச் செல்வதற்கு முன், எனக்கு ஒரு உதவி செய்ய முடியுமா?"

"செய்கிறேன் தாயே சொல்லுங்கள்."

"நான் அந்த பரந்தீரனை சந்திக்க வேண்டும். நீங்கள் நேரடியாக அவனிடம் சென்று, நான் சந்திக்க விரும்புவதை கூறுங்கள்."

"தாயே என்ன சொல்கிறீர்கள்?" என அதிர்ச்சியடைந்தான். பின் "என்னால் அதை செய்ய முடியாது. அவன் மிகவும் மோசமானவன், சின்ன குழந்தை என்று கூட பாராமல் நரபலி கொடுப்பான். நீங்கள் மட்டும் அவன் எதிரில் சென்றால், நம் ராயர் குலத்திற்கு அது ஆபத்து. என்னால் அதை செய்ய முடியாது தாயே" என்றான்.

"கிச்சா இது என்னுடைய கட்டளை. இதை நீங்கள் செய்துதான் ஆக வேண்டும்."

"உங்கள் கட்டளையை மீறுவதற்கு என்னை கொன்றாலும் கூட பரவாயில்லை. என்னால் இதை செய்ய முடியாது தாயே" என்றான்.

"இளவரசியின் கண்களில் கண்ணீர் ததும்பியது. அவர்கள் கூறினார்கள். "உங்கள் நண்பரை காப்பாற்ற எனக்கு இதுவே கடைசி வழி. தயவு செய்து இந்த

உதவியை செய்யுங்கள்" என்று, தனது கைகளை கூப்பி இளவரசி கேட்டார்கள்.

"தாயே என்ன செய்கிறீர்கள் என அதிர்ச்சியடைந்து, கைகளை இறக்குங்கள் என அழுதான். பின் "நான் செய்கிறேன் தாயே.... நான் செய்கிறேன்...." என்று அழுதவரே கூறினான்.

"நன்றி பரந்தீரனிடம் செய்தியை சொல்லிவிட்டு, என்னை சீக்கிரம் அங்கு அழைத்துச் செல்லுங்கள். நான் அரண்மனையில் காத்திருக்கிறேன்" என்றார்கள்.

"சரி தாயே" என்று, மனமே இல்லாமல் கிச்சான் கூறினான்.

பின் இளவரசியும், பணிப்பெண்களும் அங்கிருந்து கிளம்பினார்கள். கிச்சான் சிறிது நேரம் அங்கேயே தரையை பார்த்துக் கொண்டு அமர்ந்திருந்தான்.

"டேய் கழட்டியப்பா, இப்போது இவனே நம் பரந்தீரரை தான் பார்க்கப் போகிறான். நாம் எப்படிடா இவனை கொல்வது?"

"ஆம் நாதா, இவன் பரந்தீரரிடம் சென்றால்தான், இளவரசியும் அங்கு வருவார்கள். இருவரையும் சேர்த்து வைத்து நாம் கொல்ல முடியும்."

"ஆம் சரியாகச் சொன்னாய். சரி இவன் என்ன செய்கிறான் என்று பார்ப்போம் என்று, சிறிது நேரம் இவர்களும் அங்கே இருந்தார்கள். கிச்சான் நீண்ட நேரம் ஆகியும், அதே இடத்தில் அமர்ந்திருந்தான். "என்னடா இவன் தியானத்தில் ஏதும் மூழ்கி விட்டானா? ஏதாவது செய்யடா கழட்டியப்பா..." என்று தலையைப் பிடித்துக் கொண்டு நாதன் கூறினான்.

"இதோ இப்போது என் திறமையை பார்" என்று, வைக்கோலை எடுத்து வானத்தில் வீசினான். வைக்கோல் சிதறிய படியே, குதிரைகளின் அருகே விழுந்தது. குதிரைகள் வைக்கோலை பார்த்ததும், கனைக்க ஆரம்பித்தது.

கிச்சான் ஐயோ யாரும் வந்து விடுவார்கள் என்று, வேகமாக அங்கிருந்து எழுந்து, அரண்மனையை விட்டு வெளியே கிளம்பினான்.

"டேய் கழட்டியப்பா.... உனக்கும் என்னை போல் தான் மூளை இருக்கிறதடா...." என்று, நாதன் மறுபடியும் பெருமைப்பட்டுக் கொண்டான். பின் அங்கிருந்த இரண்டு குதிரைகளை அவிழ்த்துக்கொண்டு, கிச்சானை பின்தொடர்ந்து இருவரும் சென்றார்கள்.

எப்போதும் சந்தோசமாக இருக்கும் நரபலிகர்கள் காடு, இன்று சோகமாக காட்சி அளித்தது. ஆயிரக்கணக்கான பிணங்கள் நெருப்பில் எரிந்து கொண்டிருந்தது. அதைச் சுற்றி அமர்ந்து, மற்ற நரபலிகர்கள் அழுது கொண்டிருந்தார்கள். பரந்தீரன் மனசு உடைந்து போய், ஆல மரத்தின் மேல் அமர்ந்து கொண்டு, பிணங்கள் எரிவதை பார்த்துக் கொண்டிருந்தான்.

ஆனால் இவர்கள் செய்வதை பார்க்கும் போது, சிங்கராயருக்கு ஆத்திரமாக வந்தது. லட்சக்கணக்கான முட்டாள்களை வைத்துக் கொண்டு, ஆயிரம் பேர் இறந்ததற்கு உட்கார்ந்து ஒப்பாரி வைக்கிறார்களே, இதெல்லாம் என்ன ஜென்மம் என திட்டிக்கொண்டே, பரந்தீரன் இருக்கும் ஆலமரத்திற்கு இவர் நடந்து சென்றார்.

பரந்தீரன் சோகமாக அமர்ந்திருந்தான். சிங்கராயர் கேட்டார். "பரந்தீரா இன்னும் எத்தனை நேரம், இப்படியே அழுது கொண்டே இருக்க போகிறீர்கள்? லட்சம் பேரில் ஒரு ஆயிரம் பேர் இறந்தால், என்ன ஆகப்போகிறது? இதெல்லாம் முட்டாள்தனமாக இருக்கிறது" என்று, கோபமாக கூறினார்.

"சிங்கராயரே நாங்கள் என்ன செய்வது என்று, நீங்கள் எங்களுக்கு சொல்ல வேண்டாம். எங்கள் வலி

உங்களுக்கு எப்போதும் புரியாது. அமைதியாகப் போங்கள்" என்றான்.

"என்ன வலி புரியாதா? நானும் இதுவரை பல போர்களை சந்தித்து உள்ளேன். அதில் பல வீரர்களை இழந்திருக்கிறேன். அவர்கள் இறந்து விட்டார்கள் என, நான் உங்களைப் போல் அமர்ந்திருந்தால், இன்று இந்த இடத்தில் இருக்க முடியாது."

"சிங்கராயரே உங்கள் வீரர்களும், என் பலிகர்களும் ஒன்று கிடையாது. இவர்கள் இந்த மண்ணிற்காகவோ, பெண்ணிற்காகவோ, பொன்னிர்காகவோ சண்டை போடவில்லை. மனித இனத்தை அழிவிலிருந்து காப்பாற்ற, பறவைகள் இனத்தை காப்பாற்ற, காடுகள், மலைகளை காப்பாற்ற, என்னோடு நின்று சண்டைபோட்டார்கள். இவர்கள் ஒவ்வொருவரும் எனக்கு முக்கியமானவர்கள் தான்."

"சரிதான் பரந்தீரா, எனக்கும் இதெல்லாம் தான் வேண்டும். ஆனால் நீங்கள் இப்படி சோகமாக அமர்ந்திருந்தால், என் அண்ணனும், அந்த தளபதியும் ஏதாவது திட்டம் தீட்டி, நம்மை அழித்து விடுவார்கள்."

"நம்மை அழிக்கும் அளவுக்கு, அவர்களுக்கு எந்த திட்டமும் இல்லை. நீங்கள் பயம் கொள்ளாதீர்கள்."

"இல்லை பரந்தீரா, ராயர் குலத்திற்கு பல நட்பு நாடுகள் இருக்கிறது. அவர்கள் உதவி என்று கேட்டால், மற்ற அரசர்கள் படையோடு இங்கு வரவும் வாய்ப்பு உள்ளது. அதனால் தான் சொல்கிறேன்."

"இந்த இமயத்தில் ராயர்கசுலம் மட்டும் தான், இப்போது ஆட்சி செய்கிறது. மத்தியிலும் இவர்களே சண்டை போட்டு, ஒரு பேரரசை அழித்திருக்கிறார்கள். வேறு யார் இவர்களுக்காக வருவார்கள்?"

"பரந்தீரா நீ வடக்கு தேசம், மத்திய தேசம் வரை தான் சென்று இருக்கிறாய். ஆனால் தென் தேசம் நீ சென்றதில்லை. இந்த ராயர் படை முப்படை

வைத்திருந்தது, அந்த முப்படையை அழிப்பதற்கே நமக்கு இத்தனை நாட்கள் ஆகிறது. ஆனால் தென்தேசத்தில் பல அரசர்கள் ஆட்சி செய்கிறார்கள். அவர்கள் ஒவ்வொருவரும் முப்படைகள் வைத்துள்ளார்கள். அவர்களை மட்டும் இவர்கள் உதவிக்கு அழைத்தால், நம் நிலைமை என்ன ஆகும் என்று கொஞ்சம் சிந்தித்துப் பார்."

"சிங்கராயரே உங்களுக்கு வேண்டுமென்றால். இந்த இமயம் பெரிதாக தெரியலாம். இந்த இமயம் மட்டுமே போதும் என்று நினைக்கலாம். ஆனால் என்னுடைய இலக்கு, இந்த உலகில் உள்ள அனைத்து தீயவர்களையும் அழிப்பது. அது தெற்காக இருந்தாலும் சரி, வடக்காக இருந்தாலும் சரி. அனைத்தையும் நான் அழிப்பேன்."

இருவரும் பேசிக் கொண்டிருக்கும்போது, இரண்டு பலிகர்கள், ஒருவனின் முகத்தில் கோனி சாக்கை போட்டு, கைகளை கட்டி இழுத்து வந்தார்கள்.

"பரந்தீரா நீங்கள் சொன்னது போல், அந்த துறவனின் நண்பனை நாங்கள் பிடித்து விட்டோம்" என்று, நாதனும் கழட்டியப்பனும் சிரித்துக்கொண்டே, கிச்சானின் தலையில் மாட்டிருந்த கோணிச் சாக்கை அவிழ்த்தார்கள்.

கிச்சான் சுற்றிலும் பார்த்துவிட்டு, "பரந்தீரா இவர்கள் ஒன்றும் என்னை பிடிக்கவில்லை. இவர்களால் என்னை மட்டும் இல்லை, வேறு யாரையும் பிடிக்க முடியாது. நானாகத்தான் உன்னை சந்திக்க வந்திருக்கிறேன்" என்றான்.

"சந்திக்க வந்தாயா?" எனக் கூறிவிட்டு, ஆல மரத்தின் மேலே இருந்து கீழே இறங்கினான். பின் கிச்சானின் தோளில் இருந்த தூசியை தட்டி விட்டு, "சந்திக்க வந்தாயா.....? மரணத்தை சந்திக்கே வந்ததற்கான காரணம் என்ன?" என்று, சிரித்துக் கொண்டே கேட்டான்.

"எங்கள் ராயர்குலத்தின் மகுடம், எங்கள் இளவரசி தேனீழினி தேவி, உங்களை சந்திக்க வேண்டும் என கேட்டுள்ளார். அந்த செய்தியை சொல்வதற்காகவே நான் இங்கே வந்தேன்."

பரந்தீரன் அதிர்ச்சியில், "என்ன ராயர் குலத்தின் மகுடம், என் தலைக்கு வருகிறதா?" என்றான்.

சிங்கராயருக்கு இதை கேட்டதும் கோபம் பொத்து கொண்டு வந்தது. காரணம் இவர்கள் அனைவரையும் அழித்துவிட்டால், அந்த மகுடம் தனக்கு கிடைக்கும் என்றுதான், இத்தனை நாட்கள் அவர் நினைத்துக் கொண்டிருந்தார்.

பின் பரந்தீரன் கேட்டான். "என்ன நாதா, கழட்டியப்பா இவன் இப்படி சொல்கிறான். ஆனால் நீங்கள் இவனைப் பிடித்து வந்தேன் என்கிறீர்கள் எது உண்மை?"

"பரந்தீரரே இந்த கிச்சான் சொன்னது போல், இளவரசி உங்களை சந்திக்க வருவதாக இவனிடம் செய்தி அனுப்பினார்கள். இவன் இங்கே வராமல் தப்பித்து விடக்கூடாது என்பதற்காக, இவனை நாங்கள் கோணி சாக்கில் வைத்து அமுக்கினோம். இதுதான் உண்மை."

"அப்போ இவன் சொல்வது போல், உங்களால் யாரையும் பிடிக்கவும் முடியாது. இவனையும் பிடிக்கவும் முடியாது அப்படித்தானே."

நாதனும், கழட்டியப்பனும் ஒருவனை ஒருவன் பார்த்துக் கொண்டு திருதிருவென்று முழித்தார்கள்.

"பார்த்தீர்களா? பெண் புலி நம்மை சந்திக்க வருகிறதாம்" என்று, சிங்கராயரை பார்த்து பரந்தீரன் சிரித்தான்.

"பரந்தீரா பெண் புலியை அவ்வளவு சாதாரணமாக எண்ணி விடாதே, நாம் அதன் துணையான ஆண் புலியை வேட்டையாடி இருக்கிறோம். அதற்காக மட்டும் தான், அது நம்மை தேடி வருகிறது."

“ஆம் அதுவும் உண்மைதான். சரிடா நண்பா” என கிச்சானை பார்த்து, வரும் பௌர்ணமி நாளன்று, இங்கே ராயர்குலத்தின் மகுடத்தை பாதுகாப்பாய் அழைத்து வா, நான் அவர்களை சந்திக்க தயாராக இருப்பேன்.”

“சரி நான் கிளம்புகிறேன்” எனக் கூறிவிட்டு, இரண்டு அடி எடுத்து வைத்தான். பின் பின்னால் திரும்பி, “என்னை நீ நண்பன் என்று அழைத்தாயே, அந்த நண்பன் என்ற வார்த்தையை சொல்லக்கூட நீ தகுதியற்றவன்” எனக் கூறிவிட்டு, கிச்சான் அங்கிருந்து நடந்து சென்றான்.

பரந்தீரன் கண்கள் சிவந்தது. ஆனால் சிரித்துக்கொண்டே, “அவன் கூறுவது உண்மைதான். எனக்கு ஒரு நண்பன் கூட இல்லை... ஒரு நண்பன் கூட இல்லை...” என்று, அருகில் இருந்த மரத்தில் ஒரு அடி அடித்தான்.

அதன்பின் அந்த மரத்தில் இருந்த வேர் காற்றின் வேகத்தால், பரந்தீரனை சுற்றிக் கொண்டது. பின் “இல்லை இல்லை, எனக்கு நண்பன் இல்லை என்று நான் சொன்னதற்கு, என்னை அனைவரும் மன்னித்து விடுங்கள்... எனக்கு இத்தனை நண்பர்கள் இருக்கிறீர்கள், இந்த காடே எனது நண்பன். அதோ அந்த ககுளமே என் தாய்” என்று மகிழ்ச்சியாக கூறினான்.

பரந்தீரன் இவ்வாறு செய்து கொண்டிருக்கும்போது, நாதனும் கழட்டியப்பனும் மெதுவாக பேசினார்கள்.

“அங்கு என்ன ரகசிய பேச்சு பேசுகிறீர்கள் ?”

“பரந்தீரரே நாங்கள் இப்போது என்ன செய்வது? அது தெரியாமல் தான், எங்களுக்குள்ளேயே பேசிக் கொண்டிருக்கிறோம்.”

இத்தனை நாட்கள் நீங்கள் என்ன செய்தீர்களோ, அதையே செய்யுங்கள்.”

"கழட்டியப்பன் மெதுவாக கூறினான். "நாதா இத்தனை நாட்கள் நாம் இவனை பிடிக்க தானே முயற்சி செய்து கொண்டிருந்தோம். அதை தான் நாம் மீண்டும் செய்ய வேண்டுமா?"

"ஆமாண்டா கழட்டியப்பா, நானும் அப்படித்தான் நினைக்கிறேன்."

"இவர் என்ன முட்டாளா, இப்போதுதான் இளவரசி அழைத்து வர சொல்லி இருக்கிறார். இப்போது நாம் கிச்சானை பிடித்து விட்டால், எப்படி இளவரசியை அவன் அழைத்து வருவான்?"

"ஆம், நம் பரந்தீரர்க்கு கொஞ்சம் மூளை குறைவுதான் போல" என்றான் நாதன்.

"அங்கு என்ன மறுபடியும் ரகசிய பேச்சு, கிளம்புறீங்களா என்ன?" என்று பரந்தீரன் கோபமாக கேட்டான்.

"இருவரும் இதோ கிளம்பி விட்டோம்" என்று, வேகமாக அங்கிருந்து ஓட ஆரம்பித்து விட்டார்கள்.

சிங்கராயர் கேட்டார். "ஏன் பௌர்ணமி வரை நாம் காத்திருக்க வேண்டும். இன்று இரவே சந்திக்க வரச் சொல்லி, அவளை கொன்று இருக்கலாமே?"

"செய்திருக்கலாம் தான் சிங்கராயரே, ஆனால் பௌர்ணமி அன்று முக்கியமானவர்களை நரபலி கொடுத்தால், எங்கள் கூட்டத்திற்கு அது மிகவும் நல்லது, அதனால்தான்."

"சரி அவளை என் கையினால் கொல்வதற்கு, எனக்கு ஒரு வாய்ப்பு கொடு" என்று, சிங்கிராயர் ஆத்திர குரலில் கூறினார்.

அப்போது காற்றின் வேகம் மிகவும் அதிகமாக அடிக்க ஆரம்பித்தது. இலைகளும் தூசிகளும் சடசடவென்று பறக்க ஆரம்பித்தது.

இதேபோல் பலத்த காற்றில், பாலைவனத்தில் துருவன் நின்று கொண்டிருந்தான். அங்கே எவ்வளவு காற்றடித்தும் ஒரு இலையும் பறக்கவில்லை, தூசியும்

பறக்கவில்லை. நாக்கில் வறட்சியோடு கண்களில் தேடலோடு, மனதில் ஏக்கத்தோடு கால்களில் மட்டுமே நம்பிக்கை வைத்து, பாலைவனத்தில் துறவன் சுற்றிக் கொண்டிருந்தான்.

ஆனால் தனிமையில் இருக்க இருக்க, அவன் மனது இவனிடம் அதிகம் பேச ஆரம்பித்தது. அது பேசியது எல்லாம், துருவன் உன்னில் இறந்து விட்டான். துறவன் மட்டும்தான் வாழ்கிறான். அவனுக்கான வாழ்க்கையை சரியாக வாழப் பார் என்பது மட்டும்தான். அது கூறுவதை கேட்க கேட்க, துறவனுக்கு அவனுள் இருந்த ஆசைகள் அனைத்தும் அழிந்து போக ஆரம்பித்தது.

ஒரு நாள் முழுவதும் சுற்றித் திரிந்து, எங்கேயும் போக முடியாமல், திரும்பவும் பசுமை பாறைக்கே வந்து சேர்ந்தான். எங்கு தேடியும் சிறிதளவு உணவு கூட கிடைக்கவில்லையே, என்ன செய்வது? என, அந்தப் பாறையை பார்த்தான். அந்தப் பாறையின் மேல் சில பாசிகள் வளர்ந்திருந்தது. வேகமாக அதன் அருகே சென்று, அந்த பாசியை உண்ண ஆரம்பித்தான். இரவில் இந்த செடியில் இருந்து தண்ணீர் துளிகள் சிந்தும், அதை நாம் குடித்துக் கொள்ளலாம் என, அந்தப் பாறையில் தலை வைத்து மீண்டும் படுத்துக் கொண்டான்.

கண்கள் ஆவலோடு, அந்தச் செடியின் இலையைப் பார்த்தவாறு இருந்தது. ஆனால் நீண்ட நேரம் ஆகியும், தண்ணீர் அதில் சுரக்கவில்லை. நடு இரவுக்கு பின்தான், குளிர் காற்று வீசியது. அந்த காற்றில் இருந்த நீரை செடிகள் உறிந்து கொண்டு, தனது பசி ஆறியபின், சிறிது நீரை வெளியே விட்டது. தனது நாக்கை நீட்டி, அந்த சிறு துளி நீரையும் தன் உணவாக மாற்றிக் கொண்டான் துறவன். துறவனுக்கு இப்போது தோன்றியது எல்லாம், இந்த இரண்டு சொட்டு தண்ணீர், நாம் வாழ்ந்த இமயத்தை விட பெரிது என்பது மட்டும்தான்.

மீண்டும் அந்த இரண்டு சொட்டு தண்ணீரால், துறவனின் உடம்பில் கொஞ்சம் தெம்பு உருவானது. சரி மீண்டும் முயற்சி செய்து பார்க்கலாம். இரவில் ஏதாவது உயிரினம் கண்ணில் தென்பட்டால், அதை நாம் உணவாக மாற்றலாம் என்று, மீண்டும் பசுமை பாறையில் இருந்து எழுந்து நடக்க ஆரம்பித்தான்.

நீண்ட நேரம் சுற்றித்திரிந்தபின், அவன் கண்கள் பார்ப்பதை அவனால் நம்ப முடியவில்லை. காரணம், ஒரு ஒட்டகம் அவன் எதிரே நின்று கொண்டிருந்தது.

கைகளில் ஆயுதம் ஏதும் இல்லை என்றாலும், அதை எப்படியாவது கொல்ல வேண்டும் என, அவன் பசி கூறியது. அவனுடைய மேலாடையை கழற்றினான். இதை வைத்து அதன் கழுத்தை நெரித்து, அதை கொன்று விடலாம் என்ற நம்பிக்கையில், ஒட்டகத்தை நோக்கி வேகமாக ஓடினான். ஒட்டகம் இவனைப் பார்த்ததும், ஓட ஆரம்பித்தது. ஆனால் ஒரே பாச்சலில் ஒட்டகத்தின் முதுகில் துறவன் ஏறிவிட்டான். துறவன் கையில் இருந்த துணியால், அதன் கழுத்தை நெரிக்க முயன்றான். ஆனால் அதற்கு ஒட்டகம் சிறு வாய்ப்பு கூட கொடுக்கவில்லை.

ஒட்டகம் ஒரு சுற்று சுற்றி, துருவனை கீழே தள்ளியது. பின் வேகமாக அங்கிருந்து ஓட ஆரம்பித்தது. துறவனும் அதை விடுவதாக இல்லை. இந்த ஒரு ஒட்டகத்தை மட்டும் நாம் கொன்று விட்டால், சில நாட்களுக்கு நமக்கு உணவு பஞ்சமே இருக்காது. நம் உயிரும் தப்பிக்கும். எப்படியாவது அதை கொல்ல வேண்டும் என, அதனுடைய கால் தடத்தை பின்பற்றி நடந்து சென்றான்.

ஒட்டகம் சிறிது தூரம் ஓடிச் சென்று, மூச்சு இரைத்து நின்றது. துறவனும் அதை பார்த்து விட்டான். இந்த முறை அவசரப்படக்கூடாது. பொறுமையாக அதனை கொல்ல வேண்டும் என்று, பதுங்கியவாறே மெதுவாக அதன் அருகில் சென்றான்.

ஆனால் இவன் வருவதை ஒட்டகம் பார்த்து விட்டது. மீண்டும் வேகமாக அது ஓடியது. இவனால் முடிந்தவரை அதை விரட்டி பார்த்தான். ஆனால் அதன் வேகத்திற்கு துறவனால் ஈடு கொடுக்க முடியவில்லை. பின் அதனை பிடிக்க முடியாமல் மண்ணில் தொப்பென்று விழுந்தான். அவன் வாய்க்குள் மண் போனது.

இதனை துரத்திச் சென்றால், என் உயிர் இப்போதே பிரிந்தாலும் பிரிந்து விடும். பசுமை பாறைக்கு சென்றால், சில சொட்டு தண்ணீராவது நம் உயிரை காப்பாற்றும் என்று, பசுமையை பாறையை நோக்கி எழுந்து நடக்க ஆரம்பித்தான். செடியில் சிறிதளவு ஈரத்தன்மை இருந்தது. எப்போது வேண்டுமென்றாலும், அந்த ஒரு சொட்டு தண்ணீர் கீழே விழலாம் என்று, தன் நாக்கை நீட்டியபடி நீண்ட நேரமாக படுத்திருந்தான். அவன் எதிர்பார்த்தது போலவே, ஒரு சொட்டு தண்ணீர் அவனுக்கு கிடைத்தது. பின் நிம்மதி அடைந்து சோர்வில் கண்ணை மூடி தூங்கிவிட்டான்.

இவன் தூங்கிய சிறிது நேரத்திற்கு பின், இவன் அருகில் ஏதோ நடப்பது போல் சத்தம் வந்தது. என்ன சத்தம் என்று கண்களை திறந்து, சுற்றிலும் பார்த்தான். அப்போது பாறையின் மேற்கு திசையில், இவன் துரத்திச் சென்ற அதே ஒட்டகம் நின்று கொண்டிருந்தது. அதை பார்த்ததும் அது நம்மை பழிவாங்க வந்துவிட்டது என பயந்து, பாறைக்கு பின்னால் தாவி குதித்து ஒளிந்து கொண்டான்.

ஆனால் அந்த ஒட்டகத்தால் நடக்க முடியாமல், அது கீழே அமர்ந்தது. இப்போது துறவனுக்கு தெரிந்தது எல்லாம், அதனை கொல்ல வேண்டும் என்பது மட்டும்தான். பாறையில் இருந்து, உடைந்து கீழே விழுந்த ஒரு கூர்மையான கல்லை கையில் எடுத்துக் கொண்டான்.

இந்த முறை இதனை விட்டு விடக்கூடாது. அப்படி விட்டு விட்டால், நம் உயிர் கண்டிப்பாக போய்விடும் என்பது, துறவனுக்கு நன்றாக தெரிந்திருந்தது. இதயம் வேகமாக துடிக்க துடிக்க, துறவன் மெதுவாகவே நடந்தான். அந்த ஒட்டகம் இவனை பார்த்தும், அது ஓடவில்லை. அதனுடைய பெரிய தலையை மண்ணில் சாய்த்து படுத்தது.

அது மண்ணில் படுத்ததும், ஒரு வேலை கடவுள்தான் நம் கஷ்டத்தை பார்க்க முடியாமல், இந்த ஒட்டகத்தை அனுப்பிவிட்டாரோ என்று சந்தோசமடைந்து, அதன் அருகில் சென்றான். அந்த ஒட்டகம் கண்களை மூடி இருந்தது. சரி இந்தக் கல்லினால் இதன் வயிற்றை முதலில் அறுக்கலாம் அங்கேதான் தண்ணீர் இது சேமித்து வைத்திருக்குமாம் என்று, அதன் வயிற்றைத் பிடித்துக் கொண்டு, கல்லை உயர்த்தினான்.

ஆனால் அவன் கைகள் நடுங்க ஆரம்பித்தது. அவனால் அதன் வயிற்றை குத்த முடியவில்லை. காரணம் அந்த உயிரிலும், மற்றொரு சிறு உயிர் இருந்தது என்பதால் தான்.

கைகள் நடுங்கி கொண்டிருந்தது. கண்களில் கண்ணீர் ததும்பி கொண்டிருந்தது. பசி வயிற்றையும், நாக்கையும், உடலையும் கொன்று கொண்டிருந்தது. இப்போது நான் என்ன செய்வது? கடவுளே ஏன் என்னை சோதிக்கிறாய் என அழுது கொண்டே, வானத்தைப் பார்த்து பேசினான்.

பின் வேறு வழியில்லை. நம் உயிரை காப்பாற்ற இந்த இரு உயிரை எடுத்து தான் ஆக வேண்டும் என்று, கல்லை வயிற்றை நோக்கி கொண்டு சென்றான். ஆனால் ஒட்டகத்தின் வயிறு வரை போன கல், அதனை குத்தாமல் நின்றது. துறவனால் அதனை கொல்ல முடியவில்லை. கல்லை தூக்கி விட்டெறிந்தான். பின் இரண்டு அடி பின்னே வந்து, கதறி அழ ஆரம்பித்தான்.

நீண்ட நேரம் ஆகியும் அந்த ஒட்டகம் அங்கிருந்து எழுந்திருக்கவில்லை. துறவனும் அதனை பார்த்துக் கொண்டே நீண்ட நேரம் அமர்ந்திருந்தான். பின் பசுமை பாறையின் அருகே இருந்த செடியை பார்த்தான். அதில் ஒரு சிறு துளி நீர் ததும்பி இருந்தது. வேகமாக அங்கே ஓடிச் சென்று, அந்த இலையை பறித்து, தண்ணீர் சிந்தாமல் ஒட்டகத்தை நோக்கி நடந்து வந்தான். அந்த தண்ணீரை ஒட்டகத்திற்கு ஊற்றியதும், ஒட்டகம் ஒரு பெரிய மூச்சு விட்டது.

பின் அதன் தலையை வருடி விட்டு, "நீ சாகவில்லை, உனக்கு ஒன்றும் ஆகாது. உன் பிள்ளைக்காகவாவது நீ எழுந்து நடக்க வேண்டும்" என்று, காதில் கூறினான்.

அடுத்த நாள் காலை விடியல் துறவனும் மயங்கி கிடந்தான். அந்த ஒட்டகமும் மயங்கி கிடந்தது. இருவராலும் எழுந்திருக்க முடியவில்லை. அந்த செடியில் ததும்பி இருந்த சில சொட்டு தண்ணீர், மண்ணில் விழுந்து பாலைவனத்தின் தாகத்தையும் தீர்க்க முடியுமா என்று முயற்சி செய்தது. ஆனால் எத்தனை முறை அது முயன்றும், அதனால் பாலைவனத்தின் தாகத்தை தீர்க்க முடியவில்லை.

துறவனுக்கும், ஒட்டகத்திற்கும் இதுதான் கடைசி நாளாக இருக்கும் என, அந்தச் செடியும், பசுமை பாறையும் நினைத்துக் கொண்டிருந்தது. ஆனால் இவர்கள் நம்ப முடியாத அளவிற்கு ஒரு சம்பவம் நடந்தது.

வானத்தில் கரு மேகங்கள், பாலைவனத்தை இருளாக்கியது. வானத்திற்கு இது பாலைவனம் என்றோ, இது காடு என்றோ தெரியாது. அனைவரையும் தன் பிள்ளையாக பார்த்து தான், தண்ணீரை ஊற்றும். ஆனால் என்ன காரணமோ தெரியவில்லை, பாலைவனம் மட்டும் தண்ணீரை எடுத்துக்கொண்டு யாரையும் வளர்க்கவில்லை.

இன்றும் அது போல் வானத்தில் இருந்து, தண்ணீரை பாலைவனத்தில் மேகங்கள் தூவியது. ஒரு சொட்டு தண்ணீர் துறவனின் முகத்தில் விழுந்ததும், வாய்களைத் திறந்தான். பின் ஒவ்வொரு துளியாக அவனுடைய தாகத்தை தீர்த்தது. அந்த ஓட்டகத்தின் தாகத்தையும் தீர்த்தது. அதோடு சேர்த்து, அந்த ஓட்டகத்தின் குழந்தையின் தாகத்தையும் தீர்த்தது.

துருவன் வேகமாக எழுந்து நின்று, வானத்தை பார்த்தான். அந்தப் பாறையின் அருகே சென்று, ஒரு குழியை தோண்டினான். அதில் தண்ணீர் சேர ஆரம்பித்தது. அந்தச் செடிக்கும் அதிக தண்ணீர் பாய ஆரம்பித்தது. பின் தன்னுடைய தாகம் தீர தீர, அந்த ஓட்டகமும் துறவனும் அந்த குழியில் வாயை வைத்து தண்ணீரை குடித்தார்கள்.

இப்படியே ஒரு நாள் கடந்தது. அந்த ஓட்டகம் இதற்குப் பின் அங்கிருந்து போகவில்லை. துறவன் அந்த ஓட்டகத்திடம் கூறினான். "நமக்கு மீண்டும் தண்ணீர் பிரச்சனை வரலாம். தாகத்தால் நாம் சாகலாம். ஆனால் உன் பசியை போக்க, இங்கே ஒரு செடி இருக்கிறது. உன்னால் முடியாத பட்சத்தில் மட்டும், இந்த செடியை சாப்பிட்டு, இங்கிருந்து எப்படியாவது தப்பித்து போய்விடு" என்றான்.

அது இவன் சொல்வது புரிவது போல், தலையை ஆட்டிக்கொண்டே கனைத்தது.

பின் மெதுவாக எழுந்து வந்து, துறவனை எழுப்ப முயன்றது. "ஏன் இப்படி தொந்தரவு செய்கிறாய்? என்று, எழுந்து நின்றான். பின் அவனை தன் முதுகுக்கு பின்னால், தலையை வைத்து தள்ளியது.

"என்ன செய்கிறாய்? என்னை உன் முதுகில் ஏறச் சொல்கிறாயா? என்றான்.

அது அமைதியாக நின்றது. "சரி ஏறிதான் பார்க்கலாமே என்று, ஓட்டகத்தின் மேலே ஏறினான். அது வேகமாக அந்த பசுமை பாறையின் அருகே சென்று, அந்தச் செடியை தின்றது.

"ஏய் என்ன செய்கிறாய்.... நாம் இருவரின் உயிரை காப்பாற்றியதே, இந்த செடிதான். அதை ஏன் கொல்கிறாய்" என கத்தினான். ஆனால் அது அந்தச் செடியை தின்றே முடித்து விட்டது. துறவன் கோபமாக கீழே இறங்க முயன்றான். ஆனால் ஒட்டகம் அதற்கு வாய்ப்பு கொடுக்கவில்லை. வேகமாக அந்த இடத்தில் இருந்து ஓட ஆரம்பித்தது.

நீண்ட தூரம் போனதற்கு பின், துறவன் யோசித்தான். இந்த ஒட்டகம் நம்மை எங்கோ பாதுகாப்பான இடத்திற்கு அழைத்துச் செல்கிறது போலும். அதனால்தான் அந்தச் செடியை இது தின்று இருக்கிறது. ஆனாலும் இந்த ஒட்டகம், அந்தச் செடியை தின்றிருக்கக் கூடாது. அது எங்கள் இருவரின் உயிரையுமே காப்பாற்றியது என யோசித்தான். பயணம் நீண்ட நேரமாக தொடர்ந்தது. துறவனும் ஒட்டகத்தின் மேலே தூங்கிவிட்டான். நீண்ட நேரத்திற்குப் பின், துறவனை ஒட்டகம் தொப்பென்று கீழே தள்ளியது.

"ஏய் ஒட்டகமே உன்னை போய் நல்லவள் என்று நினைத்தேனே. இப்படி என்னை கொல்லப் பார்க்கிறாயே" என்று, மண்ணை தட்டி விட்டாறே எழுந்து நின்றான்.

ஒட்டகம் தலையை அசைத்தவரே கனைத்தது. பின் துறவன், நான் இவ்வளவு கத்திக் கொண்டிருக்கிறேன் ஆனாலும் இந்த ஒட்டகம் என் பின்னே பார்த்துக் கொண்டிருக்கிறதே என்று, அவன் திரும்பி பார்த்தான். திரும்பி பார்த்ததும் துறவனின் இரண்டு கண்களும் முட்டை போல் பெரிதானது. காரணம் ஒரு மிகப்பெரிய காட்டிருக்கே, அந்த ஒட்டகம் இவனை அழைத்து வந்து இருந்தது.

காட்டைப் பார்த்ததும், வேகமாக உள்ளே ஓடினான். உள்ளே காட்டு வாழைமரம் இருந்தது. அதில் வாழைப்பழங்களும் தொங்கியது. ஒரு தாரை உடைத்து, அதில் இருக்கும் வாழைப்பழங்களை மொத்தமாக தின்று முடித்தான்.

பின் சரி அந்த ஒட்டகத்திற்கும் பழத்தை கொடுக்கலாம் என்று, அந்த ஒட்டகத்தை நோக்கி நடந்து வந்தான். ஆனால் அது அங்கு இருக்கும் செடிகளை தின்று கொண்டிருந்தது.

"ஏய் ஒட்டகமே, உனக்கு அறிவு இல்லையா? எப்போதும் செடிகளை தின்கிறாயே. அதுவும் ஒரு உயிர் தானே என்றான்.

ஆனால் அது இவனை கண்டு கொள்ளாமல், தன் பசியாற செடிகளை தின்றுவிட்டு, அங்கிருந்து பாலைவனத்தை நோக்கி நடக்க ஆரம்பித்தது.

வேகமாக அதன் அருகில் துறவன் ஓடிச்சென்று, "நீ உண்மையாகவே முட்டாள் ஒட்டகமா? இப்போது தானே நாம் உயிர் பிழைத்தோம். திரும்பவும் அங்கேயே செல்கிறாயே?" என்று கத்தினான்.

ஆனால் இவன் பேச்சை அது கேட்கவில்லை. அது பாலைவனத்தை நோக்கி நடக்க ஆரம்பித்துவிட்டது.

"சரி உன் தலைவிதியை யார் மாற்ற முடியும்" என்று, துறவன் மீண்டும் காட்டிற்குள் வந்தான். அங்கே ஒரு குட்டையும் இருந்தது. அதில் தேவையான அளவு தண்ணீரை குடித்துவிட்டு, நிம்மதி அடைந்து, ஒரு பாறையில் அமர்ந்தான். இப்படியே சில நாட்கள் போனது. அவன் எதைப் பற்றியும் யோசிக்கவில்லை. இளவரசி, அவன் நண்பன், மக்கள், அரண்மனை இதைப் பற்றி யோசிக்காமல், ஒரு முழு துறவியாகவே மாறிவிட்டான்.

என்றும் போல அன்றும் துறவன் சந்தோசமாக எழுந்தான். ஆனால் எப்போதும் இல்லாதது போல், பாலைவன மண்ணில், காற்று பெரிதாக சுற்றிக் கொண்டிருந்தது.

என்ன அது என்று, தனது ஒரு காலை முன்னே எடுத்து வைத்தான். கீழே கிடந்த ஒரு சங்கு, துறவனின் காலில் பட்டது. கீழே குனிந்து அந்த சங்கை எடுத்து, எப்படி இந்த சங்கு இங்கே வந்தது என யோசித்தான்.

பின் சரி அந்த சுழலையாவது வேடிக்கை பார்ப்போம் என்று, காட்டிலிருந்து பாலைவன மண்ணில் காலை எடுத்து வைத்தான். அந்த சுழலை உற்றுப் பார்த்தபோதுதான், துறவனுக்கு தெரிந்தது. அது வெறும் சுழல் இல்லை, அந்த சுழலின் நடுவே ஒரு மனிதர் அமர்ந்து கொண்டிருக்கிறார் என்று.

"ஐயோ பெரியவரே..... இதோ உங்களை காப்பாற்ற வருகிறேன்" என கத்திக் கொண்டு, அருகில் கிடந்த ஒரு மரக்கிளையை கையில் எடுத்தான். அதை தூக்கிக் கொண்டு அந்த சுழலின் அருகே ஓடினான். இவன் வேகமாக அதன் அருகே ஓடியதும், அந்த சுழல் அந்த பெரியவரை விட்டு, வெளியே சென்றது.

தூக்கி வந்த கிளையோடு அந்த சுழலையும், அந்த பெரியவரையும் பார்த்துவிட்டு, "பெரியவரே உங்களுக்கு ஒன்றும் ஆகவில்லையே?" என்றான்.

"நீ அந்த கிளையை வைத்து என்னை அடிக்காமல் இருந்தால், எனக்கு எதுவும் ஆகாது" என்றார்.

அவரின் முகத்தைப் பார்த்ததும், எதையோ யோசித்துக் கொண்டு, "நீங்கள்....நீங்கள்.... அந்த பெரியவர் தானே, அரண்மனையின் குளக்கரை ஓரத்தில் அமர்ந்திருந்த பெரியவர் தானே" என மகிழ்ச்சியோடு கேட்டான்.

"ஆம் நானே தான். உனக்கு வழி கூறினேனே, அது நானேதான்" என்றார்.

துறவனின் உதட்டில் இருந்த சிரிப்பு, கோபமாக மாறியது. "பெரியவரே உங்களால்தான் நான் இந்த நிலைமையில் இருக்கிறேன். அன்று நீங்கள் மட்டும் எனக்கு வழி சொல்லாமல் இருந்திருந்தால், நான் என் ஊருக்கே சென்று இருப்பேன். உங்களால் பாருங்கள் எனக்கு எத்தனை சோதனை வந்துவிட்டது என்று."

"சோதனையா? இது சோதனையாக தெரியவில்லையே, பெரும் சாதனையாக அல்லவா தெரிகிறது?"

“என்ன, சாதனையாக தெரிகிறதா....? என்ன சாதனை?”

“தம்பி சாதாரண ஒரு கிராமத்தைச் சேர்ந்தவன். ராயர் பேரரசின் அரசனாக முடியுமா? நீ ஆகி இருக்கிறாயே?”

“பெரியவரே என்ன் உளறுகிறீர். நான் சேனாதிபதியாக தான் ஆகியிருக்கிறேன்.”

“சரி சரி எல்லாம் அரசு பதவி தானே, உன் ஊரில் யாராவது ஆகி இருக்கிறானா? உன் நண்பன் ஆகி இருக்கிறானா?”

“இல்லை தான். ஆனால் இதெல்லாம் கிடைத்தும், நான் நிம்மதியாக இல்லையே. இதோ இந்த காட்டில் கிடைத்த நிம்மதி, அந்த நாட்டில் எனக்கு கிடைக்கவில்லை.”

“ஓஹோ அனைத்தையும் ஒதுக்கிவிட்டு, அனைத்தையும் மறந்து விட்டு, உனக்காக சாகப் போகும் உன் நண்பனையும், இளவரசியும், அரசரையும், மக்களையும் மறந்து விட்டு, இப்படி தனிமையாக நீ வாழ்ந்தால்தான், உனக்கு நிம்மதி கிடைக்கிறதோ?” என்றார்.

“பெரியவரே என்ன உளறுகிறீர்கள்?”

“அவர் பேசிக் கொண்டிருக்கும் போதே, அவரின் பின்னால் இருந்து, அந்த ஒட்டகம் நடந்து வந்தது.”

“ஒட்டகமே நீ எப்படி உயிர் பிழைத்து இங்கே வந்திருக்கிறாய்? அடடா உன் பின்னால் ஒரு குட்டி ஒட்டகமும் வருகிறது” என்று, ஆசையாக ஓடி அந்த குட்டி ஒட்டகத்தை கட்டி அணைத்துக் கொண்டான்.

“ஏனப்பா அது உயிரோடு வராது என்று நினைத்தாய்?” என்று பெரியவர் கேட்டார்.

“பெரியவரே பாலைவனத்தில் ஒரு சொட்டு தண்ணீர் கூட கிடைப்பதில்லை. இல்லை இல்லை, ஒரு சொட்டு தண்ணீர் மட்டும்தான் கிடைக்கிறது. இந்த ஒட்டகம் தண்ணீர் இல்லாமல் மயங்கி விழுந்தது. இதன்

உயிரைக் காப்பாற்றிய ஒரு செடியவே இது தின்றுவிட்டு, என்னை உயிரோடு இங்கு அழைத்து வந்தது. மீண்டும் இது அந்த மரணத்தை நோக்கியே சென்று விட்டது" என்றான்.

அதன் உணவை அது தின்றால், யாருக்கு என்ன பிரச்சனை? அந்த செடி மீண்டும் முளைக்காதா என்ன?

"எப்படி முளைக்கும்? இதுதான் தின்று விட்டதே" என தனக்கு கீழே பார்த்தான். ஒட்டகம் இங்கிருந்து போகும்போது தின்ற செடிகள் அனைத்தும், இப்போது நன்றாக முளைத்திருந்தது.

"ஓ நீ தின்ற செடிகள் எல்லாம் மீண்டும் முளைத்து விட்டது, அப்போ அந்த பசுமை பாறையின் செடியும் முளைத்திருக்கும்" என்று ஆச்சரியப்பட்டான்.

"தம்பி நீ இப்படி எல்லாம் ஆச்சரியப்படத் தேவையில்லை. அது ஒன்றும் மரணத்தை தேடி போகவில்லை. அதன் வாழ்விடமே இந்த பாலைவனம் தான். கண் எதிரே இத்தனை உணவு இருந்தாலும், அதனுடைய வாழ்விடத்தை தேடித்தான் அது போகும். உன்னைப்போல் இதையெல்லாம் பார்த்துவிட்டு, இங்கேயே இருக்காது" என்று சிரித்தார்.

துறவன் சிறிது நேரம் யோசித்து விட்டு, அவர் கூறுவது உண்மைதான். நான் அனைத்தையும் மறந்து விட்டு, எனது வாழ்விடத்தை விட்டு விட்டேனோ என யோசித்தான்.

"தம்பி இந்த ஒட்டகம் சாவதற்குள், ஒரு உயிரை உருவாக்கி இருக்கிறது. ஒரு தலைமுறையை உருவாக்கி இருக்கிறது. உன்னை காப்பாற்றி இருக்கிறது. நீ இந்த உலகிற்காக என்ன செய்தாய்?" என்றார்.

"ஒன்றும் செய்யவில்லை" என்று, வருத்தமாக கூறினான்.

"தம்பி அனைத்தையும் உதறிவிட்டு, துறவி ஆவது தான் சிறந்த வாழ்க்கை என்று நினைத்துக் கொண்டிருக்கிறாய். உண்மையான துறவி தன்னைச்

சுற்றி இருக்கும் அனைவரையும் வாழ வைத்துவிட்டு தான், தன் துறவி வாழ்க்கைக்கு செல்வார்."

துறவன் கண்களில் கண்ணீர் ததும்பியது. பின் சங்கு மணல் சித்தர் கூறினார். "உனக்காக உன் நண்பன், தன் உயிரையும் மதிக்காமல் உன்னை தேடி கிளம்பினான். அதேபோல் அரண்மனையில் இளவரசியாக வாழ்ந்து கொண்டிருக்கும் ஒரு பெண், தன் உயிரையும் கொடுக்க கிளம்பி இருக்கிறாள். ஆனால் நீ இங்கு சந்தோசமாக இருக்கிறாய்."

"பெரியவரே என்ன சொல்கிறீர்கள்? இளவரசி எங்கே செல்கிறார்கள்? கிச்சான் எங்கே செல்கிறான்?" என்று அதிர்ச்சியோடு கேட்டான்.

"இளவரசியின் உயிரை எடுக்க யார் துடித்துக் கொண்டிருக்கிறானோ, அவனிடமே அந்தப் பெண் செல்கிறாள்"

"ஐயோ நான் பெரிய தவறு செய்து விட்டேன்" என அழுது கொண்டே தரையில் அமர்ந்தான்.

வருத்தப்படாதே அனைவருக்கும் தவறை திருத்திக் கொள்ளும் ஒரு வாய்ப்பு கிடைக்கும். முடிந்தால், உன்னால் திருத்திக்கொள்ள முடிகிறதா என பார்" என்றார்.

"நான் எனது தவறை திருத்திக்கொள்ள போகிறேன். எப்படி நான் இமயத்திற்கு செல்வது?"

"நீ இங்கு வந்த அன்றே, இந்த காட்டை விட்டு மறுபக்கம் போய் பார்த்திருந்தால், ஒரு கடலே இருந்திருக்கும். ஆனால் நீதான் அதை பார்க்கவில்லை. சரி பரவாயில்லை.

அந்த கடலுக்குச் சென்றால், உனக்காக ஒரு கப்பல் நின்று கொண்டிருக்கும் அதில் ஏறிச் சென்று, இன்று சூரியன் மறையும் திசையிலும். சந்திரன் இரவு உதிக்கும் திசையிலும் சென்று கொண்டே இரு, நம் இமயம் வந்துவிடும்" என்றார்.

“சரி” என்று அங்கிருந்து கிளம்பினான். பின் திரும்பி நின்று, “பெரியவரே நீங்கள் வரவில்லையா” என்றான்.

அந்தப் பெரியவர் பெரிதாக சிரித்து விட்டு, “உன்னைப்போல் எனக்காக அங்கு யாருமே இல்லையே? நான் யாருக்காக வர வேண்டும்?” என்றார்.

“அப்படி எல்லாம் சொல்லாதீர்கள் பெரியவரே, உங்களுக்காக ஒரு உயிர் இருக்கிறது. அது என்னுடைய உயிர் தான்” என கூறிவிட்டு, துறவன் காட்டை விட்டு வெளியே சென்றான்.

துறவன் படகில் ஏறிய அதே நேரத்தில், கிச்சான் இளவரசியை அழைத்துக் கொண்டு, ரகசிய வழியில் நரபலிகர்களின் காட்டை நோக்கி போய்க் கொண்டிருந்தான்.

கிச்சான் இளவரசியிடம் எவ்வளவு சொல்லியும், அவர்கள் கேட்கவில்லை. கிச்சான் நடந்து கொண்டே, இதை யோசித்தான். இளவரசி பரந்தீரன் எதிரே மட்டும் சென்றார்கள் என்றால், கண்டிப்பாக அவன் இவர்களின் உயிரை எடுக்காமல் விடமாட்டான். ஒருவேளை இளவரசியின் உயிர் பிரிந்தால்,தான் அங்கேயே உயிரை விட்டு விட வேண்டும் என்று, கண்ணீர் வடித்த படியே இளவரசிக்கு முன்னால் நடந்து கொண்டிருந்தான். இளவரசியும் இவனைப் பின் தொடர்ந்து வந்தார்கள்.

இளவரசி நரம்பலிகர்களின் காட்டில் காலை வைத்ததும், அவர்களின் கை கால்கள் நடுங்க ஆரம்பித்தது. அவர்களுக்கு பழைய நினைவுகள் திரும்பியது. தான் சிறு குழந்தையாக இருக்கும்போது, தன் கண் எதிரே, தன் மாமா கத்தியால் குத்தப்பட்டிருந்தார். தந்தை பரந்தீரனிடம் சண்டை போட்டுக் கொண்டிருந்தார். பரந்தீரன் சண்டையில் தோற்றுப் போனான். ஆனால் கண்ணிமைக்கும் நேரத்தில், என் தாயின் வயிற்றில் கத்தியால் குத்தி விட்டு, அருவியில் இருந்து கீழே குதித்தான். அவன் கீழே குதித்த போது, என் கண்களை பார்த்தபடியே

சிரித்தான். அதை நினைக்கும் போது, இப்போதும் இளவரசிக்கு கை கால்கள் நடுங்கியது.

இளவரசியின் கை கால்கள் நடுங்குவதை பார்த்துவிட்டு, கிச்சான் கூறினான். "தாயே இப்போதும் ஒன்றும் பிரச்சனை இல்லை. நீங்கள் வேண்டாம் என்று கூறினால், நாம் வந்த வழியே பனிக்காட்டுக்கு சென்று விடலாம்." என்றான்.

"இல்லை கிச்சா, நாம் போகலாம்" என்று இளவரசி நடக்க ஆரம்பித்தார்கள். காடு முழுவதும் வௌவால் சத்தங்களும், பறவைகளின் சத்தங்களும் கேட்டுக் கொண்டே இருந்தது.

11. காதலி உயிரா? நண்பன் உயிரா?

மருபூமியில் இருந்து கிளம்பிய கப்பல், நீண்ட நேரத்திற்குப் பின், கரையை வந்து சேர்ந்தது. துறவன் இத்தனை நாள் இருந்த காட்டுக்கும், இந்த கடற்கரைக்கும், அவ்வளவு பெரிய தூரம் கிடையாது. சிறிது தூரம் தான். "ஐயோ இத்தனை நாட்கள் நாம் வீணடித்து விட்டோமே, மிகவும் அருகில் தான் நம் இமயம் இருந்திருக்கிறது. இது தெரியாமல் உண்மையாகவே எங்கோ துரத்தப்பட்டு விட்டேன் என, அங்கேயே இருந்து விட்டேன்" என வருந்தினான்.

அவன் நின்று கொண்டிருக்கும் போது, அவன் பின்னாலிருந்து அவன் ஆடையை ஏதோ ஒன்று இழுத்தது. சட்டென திரும்பினான். ஒரு குட்டி மான் அவன் ஆடையில் ஒட்டிருந்த இலையை பிடுங்கி உண்டது.

என்ன இது மனிதனைப் பார்த்து மான் பயம் கொள்ளாமல் இருக்கிறது. எங்கே பார்த்தாலும், பசுமை நிறைந்திருக்கிறது? இந்த மாற்றம் உடனடியாக எப்படி

நிகழ்ந்தது? என யோசித்துக் கொண்டே நடக்க ஆரம்பித்தான்.

சிறிது தூரம் வந்த பின், பனிமலைகள் பனிமழையை கொட்ட ஆரம்பித்தது. அடடா நான் பனிக்காட்டிற்கே வந்து விட்டேனே, என மகிழ்ச்சி அடைந்தான். ஆனால் கண்ணில் ஒரு மனிதன் கூட தென்பட வில்லையே, ஒரு வேலை பரந்தீரன் அனைவரையும் கொன்று விட்டானோ? என்ற பயம், துறவனுக்கு அதிகமானது.

சரி முதலில் அரண்மனைக்கு செல்வோம் என்று, வேகமாக அங்கிருந்து ஓட ஆரம்பித்தான்.

கிச்சானும் இளவரசியும் பலிகர்கள் காட்டிற்குள் வந்து விட்டார்கள். அவர்கள் உள்ளே வந்ததும், வௌவால்கள் சத்தம் அதிகமாக கேட்டது. அதே நேரத்தில், மரங்களின் கிளைகள் வேகமாக குலுங்கியது. இருவரும் வானத்தை பார்த்தார்கள். அவர்கள் இருவரைச் சுற்றியும், ஆயிரக்கணக்கான நரபலிகர்கள் இருப்பது, இப்போதுதான் இருவருக்கும் தெரிந்தது. மரத்துக்கு மரம் வௌவால் மனிதர்கள் தாவினார்கள். பின் இருவர் நடப்பதற்காகவும், ஒரே நொடியில் அனைவரும் கையிலும் தீப்பந்தம் எரிய ஆரம்பித்தது.

அந்த வெளிச்சத்தில் இருவரும் நடந்து கொண்டிருந்தார்கள். காட்டின் நடுபகுதிக்கு வந்ததும், பரந்தீரன் ஒரு பெரும் பாறையில் அமர்ந்திருந்தான். இளவரசியை பார்த்ததும் எழுந்து நின்று, “வாருங்கள் ராயர் குலத்தின் எதிர்கால மகுடமே.... வாருங்கள்” என்றான்.

சிறுவயதில் அவன் முகத்தில் ஏற்பட்ட காயம், இன்றும் அழியாமல் இருந்தது. அதே நேரத்தில் தன் தாயைக் கொன்றவன், தன் கண்ணெதிரே இருக்கிறான்” என்ற ஆத்திரமும் இளவரசிக்கு அதிகமானது.

பின் பரந்தீரன் கூறினான். "இத்தனை நேரம் நாங்கள் உங்களை எதிர்பார்த்து காத்துக் கொண்டிருந்தோம். சிறிது தூரத்தில் உங்களுக்காக சிறப்பு ஏற்பாடுகள் செய்யப்பட்டிருக்கிறது. வாருங்கள் அங்கே சென்று மற்ற அனைத்தையும் பேசிக் கொள்ளலாம்" என, பரந்தீரன் முன்னே நடக்க ஆரம்பித்தான். இளவரசியும் கிச்சானும் அவன் பின்னே நடக்க ஆரம்பித்தார்கள். சுற்றி இருந்த பலிகர்கள் கூச்சலிட்ட வாரே, இளவரசியையும் கிச்சானையும் பின் தொடர்ந்தார்கள்.

காட்டின் நடுவே பூக்களினாலும், எலுமிச்சை பழங்களினாலும் பூஜை செய்வதற்கு ஏற்பாடு செய்யப்பட்டிருந்தது. அதனைச் சுற்றிலும் நரபலி சாமியார்கள் அமர்ந்திருந்தார்கள்.

இளவரசியை அதன் நடுவே போடப்பட்டிருந்த, பூ மெத்தையில் பரந்தீரன் அமர சொன்னான்.

இளவரசி அதில் அமர்ந்ததும், ப்ரந்தீரன் அவர்களுக்கு எதிரே அமர்ந்து கொண்டான்.

"இளவரசி அவர்களே, இத்தனை நேரம் எங்களுக்காக பொறுமையாக காத்துக் கொண்டிருந்ததற்கு, மிகவும் நன்றி. நீங்கள் பேச்சு வார்த்தைக்காக வந்தீர்கள் என்று எங்களுக்கு தெரியும். ஆனால் பேச்சுவார்த்தை நடத்த எங்களிடம் நேரமில்லை. உங்கள் உயிரை நாங்கள் எடுத்துக் கொண்டால், எங்கள் சக்தி உயரும் என்று, என் நரபலி சாமியார்கள் நம்புகிறார்கள்" என்று, அருகில் இருந்த சாமியாரை பார்த்தான்.

நரபலி சாமியார், "ஆம் பரந்தீரரே இவர்கள் ராயர் குலத்தின் ஒரே வாரிசு, இவர்களின் உயிரை எடுத்துக் கொண்டால், நம் சக்தி அதிகரிக்கும்."

"ம்ம... கேட்டீர்களா இளவரசி... எனக்கும் உங்களை கொல்ல வேண்டாம் என்றுதான் இருக்கிறது.காரணம் நீங்கள் இளவரசி என்பதற்காக

அல்ல. உங்கள் பெயரில் இருக்கும் தேனிற்காக தான். ஆனால் என்ன செய்வது, என் பலிகர்களுக்காக உங்களை கொன்றுதான் ஆக வேண்டும்.

இது எல்லாம் பார்த்துக் கொண்டிருந்த கிச்சான். தன் இடையில் சொருகி இருந்த கத்தியின் மேல் கை வைத்திருந்தான். இளவரசியை கொல்வதற்கு முன், பரந்தீரன்னை கொன்றுவிட்டு, தானும் இறந்திட வேண்டும் என்று நினைத்துக் கொண்டிருந்தான்.

பின் இளவரசி கூறினார்கள், "நீ சொல்வதெல்லாம் சரிதான். ஆனால் எனக்கு ஒரு சிறு சந்தேகம் இருக்கிறது."

"என்ன சந்தேகம்?"

"ராயர் குலத்தை அழிப்பதற்காக இத்தனை கஷ்டப்பட்டு போராடுகிறீர்களே, எங்கள் குலத்தை அழித்தால், இந்த உலகமே மாறிவிடுமா என்ன?"

"உலகமே மாறாது தான். ஆனால் பயம் விதைக்கப்படும், உங்களைப்போல் மக்களை அடிமையாக்குவதற்கு இனிமேல் எவனாவது யோசித்தால், அவனுக்கு நரபலிகர்களின் ஞாபகம் கண்டிப்பாக வரும். இந்த பயத்தை நாங்கள் விதைத்து விட்டால், உலகமே மாறும்."

"உங்களால் எத்தனை படையை வென்றுவிட முடியும்? வெறும் ஆயிரக்கணக்கான வீரர்களை வைத்துக் கொண்டு, உங்களை இத்தனை நாட்கள் தாக்கு பிடித்து விட்டோம். உங்களை விட ஆள் பலம் அதிகம் வைத்திருக்கும் இன்னொருவரை நீங்கள் எப்படி வீழ்த்த முடியும்?"

பரந்தீரன் சிரித்துக் கொண்டே, "ஆள் பலம் அதிகமாக வைத்திருக்கும் அந்த இன்னொரு படை யாருடையது?" என்றான்.

அருகில் நின்று கொண்டிருந்த கிச்சான் கூறினான். "ஏன் இல்லை? எத்தனையோ படைகள் நம் நாட்டில் இருக்கிறது. தென் தேசத்தை ஆளும், எங்கள்

இனத்தின் இராஜேந்திர சோழனாக கூட அது இருக்கலாமே" என்றான்.

"உண்மைதான்... உண்மைதான் என்னை விடவும் பலமான அரசர்கள் எத்தனையோ பேர் இருக்கத்தான் செய்கிறார்கள். நீ கூறினாயே ராஜேந்திர சோழன் என்று. அவருடைய பெரிய தந்தை ஆதித்த கரிகாலன் கூட, மிகப் பெரிய படையை தான் வைத்திருந்தாராம். ஆனாலும் துரோகத்தாலும், சூழ்ச்சியினாலும் அவர் கொல்லப்பட்டார் அல்லவா? அதேபோல் ராஜேந்திர சோழரையும் எங்களால் கொல்ல முடியாதா என்ன?"

பரந்தீரன் பேசி முடித்ததும், சிங்கராயர் காட்டிற்குள் இருந்து, பூஜை நடக்கும் இடத்திற்கு வந்து சேர்ந்தார்.

இளவரசியின் மேல் மஞ்சள் நீர் ஊற்றப்பட்டு கொண்டிருந்தது. கிச்சான் கண்ணில் கண்ணீர் வடிந்து கொண்டிருந்தது. இதை பார்த்ததும், சிங்கராயரின் இதயம் படபடக்க ஆரம்பித்தது.

பரந்தீரன் சிங்கராயரை பார்த்ததும், "வாருங்கள் சிங்கராயரே வாருங்கள்." எங்கள் இனத்தோடு அதிகம் ஒட்டாதவர்களாக நீங்கள் எப்போதும் இருக்கிறீர்கள்."எனசிரித்தான்.

சிங்கராயர் இளவரசியின் கண்களை பார்த்த வாறே இளவரசிக்கும், பரந்தீரனுக்கும் அருகே அமர்ந்தார்.

"சிங்கராயரே இந்த இளவரசி கூறுகிறார்கள், " எங்கள் ராயர்குலத்தை அழித்தால் மட்டும், இந்த உலகமே அழிந்து விடுமா? உலகமே மாறிவிடுமா? என்கிறார்கள். நாம் ராயர் ராஜ்ஜியத்தையும் அழித்துவிட்டு, இந்த உலகத்தில் உள்ள அனைத்து ராஜ்ஜியத்தையும் அழிக்க தானே போகிறோம். அப்படி என்றால் இந்த உலகமே அழிந்து விடும் தானே?"

"ஆம் பரந்தீரா" என தயங்கியவரே கூறிவிட்டு, என்ன இவன் ராயர் குலத்தின் ராஜியத்தை அழிப்பேன்

என்கிறான். உலகத்தில் உள்ள அனைத்து ராஜ்ஜியத்தையும் அழிப்பேன் என்கிறான். இவன் இப்படி அழித்தால், என்னுடைய கனவு என்ன ஆவது? என யோசித்தார்.

பின் பரந்தீரன், "சரி சாமிகளே பூஜையை சீக்கிரம் ஆரம்பியுங்கள். அடுத்து பெரிய தலையை பலியிட வேண்டும்."என்றான்.

பூஜைகள் ஆரம்பமானது. சில மந்திரங்களை ஓதியும். கத்திக்கு பூக்கள் போட்டும், சாமிகள் பூஜைகள் செய்தார்கள். அப்போது பரந்தீரன் இளவரசியை பார்த்து, "இளவரசி அவர்களே இதை நான் யாரிடமும் கேட்டதில்லை. அதேபோல் யாரும் தானாக முன்வந்து, இப்படி ஒரு தியாகத்தை செய்யவில்லை. நீங்கள் முதல்முறையாக இப்படி செய்திருப்பதால், உங்களிடம் நான் முதல்முறையாக ஒன்றை கேட்கிறேன். உங்களுக்கு கடைசி ஆசை ஏதாவது இருக்கிறதா?"

இளவரசி கீழே குனிந்த வாறே, சற்று அமைதியாக இருந்து விட்டு. பின், "ஆம்" என்றார்கள்.

"சொல்லுங்கள் அது என்னவாக இருந்தாலும், அதை நான் நிறைவேற்றுவேன்."

"என்னுடைய துருவனை நீகொல்ல மாட்டாய் என்று, எனக்கு சத்தியம் செய். அது மட்டும் போதும்" என்றார்கள்.

"ஐயோ காதல்...... கருமம் பிடித்த காதல்.......இதனால்தான் கண்முன் தெரியாமல், பலர் தங்கள் உயிரை விட்டுக் கொண்டிருக்கிறார்கள். நீங்கள் இப்படி அவனுக்காக வந்து அமர்ந்திருக்கும் போது, அவன் என்ன செய்து கொண்டிருக்கிறான் என்று உங்களுக்கு தெரியுமா?"

"தெரியாது" என தலையை அசைத்தார்கள்.

"இளவரசி அவர்களே, நாங்கள் ஒன்றும் அவனைக் கொல்வதற்காக துரத்தவில்லை. அவன் துறவியாற்றல் பெறுவதற்காக நாங்கள் அனுப்பினோம்."

"எனக்கு அது தெரியும். தண்ணீர் இல்லாத காட்டிற்கு அனுப்பி, அவர்களே அவர்கள் உயிரை விடும்படி செய்து விடுவீர்கள் அதுதானே?"

"ஐயோ அந்தக் கொடுமையை நாங்கள் செய்ய மாட்டோம். தண்ணீர் இருக்கும் இடத்திற்கு தான் நாங்கள் அனுப்புவோம். பொதுவாக துருவ நட்சத்திரக் காரர்கள் தனிமையை அதிகம் விரும்புவார்கள். ஏதோ கட்டாயத்தால், உங்களைப் போன்ற அரசுகளிடம் சேர்ந்து கொண்டு, எங்களைப் போன்றவர்களை எதிர்ப்பார்கள். நாங்கள் துறவனுக்கு தனிமையை மட்டும் தான் சுதந்திரமாக கொடுத்தோம். அவன் அதை முழுமையாக காதலித்துக் கொண்டு, அங்கேயே இருந்து விட்டான். எனக்கு என்ன தோணுகிறது என்றால், உங்கள் மேல் அவனுக்கு காதலே இல்லை என்று தான் தோனுகிறது."

இதைக் கேட்கும் போது, இளவரசின் இதயம் வெடிப்பது போல் இருந்தது. தன் மேல் சிறிதளவு கூட துறவனுக்கு காதல் இல்லையா? பின்பு ஏன் அவன் மீது இத்தனை காதல் நான் வைத்தேன்? தான் ஒரு ஆண்மகனை முதன்முதலாக நம்பி, ஏமாற்றப்பட்டு விட்டேனா? என வருந்தினார்கள்.

"இளவரசி அவர்களே, அந்த துறவனுக்கு உங்கள் அனைவரையும் விட, தன் துறவி வாழ்க்கை தான் மிகவும் பிடித்திருக்கிறது. இல்லை என்றால், எப்போதோ அவன் இங்கே வந்திருப்பான்."

கிச்சான் கோபமாக கூறினான். "என் நண்பனை பற்றி தவறாக பேசாதே, அவனால் முடிந்தால், அவன் கண்டிப்பாக வந்திருப்பான். அவனை நீங்கள் ஏதோ செய்து விட்டீர்கள்..."

சுற்றி இருந்த பலிகர்கள் அவன் கைகளைப் பிடித்து, "அமைதியாக நில்" என்றார்கள்.

"இவன் அவன் நண்பன்... இவனுடைய நண்பன் தவறே செய்தாலும், இவன் அவனை தான் நம்புவான். இதுதான் நண்பர்களாம்" என பரந்தீரன் கூறிக்

கொண்டிருக்கும்போது, இளவரசியின் மனதில் ஒன்று தோன்றியது. இவர்களால் துறவனுக்கு எந்த பாதிப்பும் இல்லை. பின்பு ஏன் நான் என் உயிரை கொடுக்க வேண்டும்? கையில் கத்தி இருக்கிறது. எதிரே என் தாயைக் கொன்ற கொடூரன் இருக்கிறான். என் கத்தியினால் ஒரு நூறு பேரையாவது கொல்ல முடியாதா என்ன?

"இளவரசி அவர்களே ஏன் இத்தனை மௌனமாக இருக்கிறீர்கள்? உங்கள் மௌனம் எங்களை காயப்படுத்துகிறது."

"நான் என் உயிரை விட தயார்" என இளவரசி கூறினார்கள்.

பின் கண்களை மூடி, நான் உயிரோடு இருந்தாலும், துறவன் என்னை காதலிக்க போவதில்லை. இறந்தால் ஆவது என்னை காதலிப்பான் என்று நம்பலாம். இந்த வாழ்க்கை இத்தனை கொடூரமாக இருக்கிறது. இது இனிமேல் நமக்கு ஏன்? இவனை கொன்று மட்டும் நமக்கு என்ன கிடைக்கப் போகிறது. உயிரையே விட்டு விடலாம் என, இளவரசி முடிவு செய்தார்கள்.

பரந்தீரன் எழுந்து நின்று, பூஜை செய்யப்பட்ட வாளை கையில் எடுத்தான். "சிங்கராயரே என்னை மன்னிக்க வேண்டும். இவர்கள் உயிரை நீங்கள்தான் எடுப்பேன் என்று கூறினீர்கள். ஆனால் இந்த பௌர்ணமி அன்று, இவர்கள் உயிரை நான் எடுத்தால் தான், எங்கள் இனத்திற்கு அது நல்லது" எனக் கூறிவிட்டு, இளவரசியின் அருகே பரந்தீரன் வந்து நின்றான்.

பலிகர்கள் முகத்தில் ஆனந்தம் பெருக்கெடுத்தது. அவர்கள் இத்தனை நாட்கள் சண்டை போட்டதற்கு, இன்று தான் ஒரு பெரிய உயிர் அவர்களுக்கு பரிசாக கிடைக்கப் போகிறது. அவர்கள் சந்தோசத்தில் கூச்சலிட ஆரம்பித்தார்கள்.

கிச்சான் அதை தடுப்பதற்காக முயற்சி செய்தான். ஆனால் அசைய கூட முடியவில்லை. பலிகர்கள் அவனை இறுக்கமாக பிடித்துக் கொண்டார்கள்.

பரந்தீரன் வாள் இளவரசியின் தலைக்கு மேலே சென்றது. சென்ற வேகத்தில், இளவரசியின் உயிரை எடுப்பதற்காக பாய்ந்து வந்தது. வந்த வேகத்தில் ரத்தம் தெரிந்தது.....

காடுகிற்கு மேலே இருந்து, மின்னல் ஒரு மரத்தை தாக்கி தீ பற்றி எரிய வைத்தது. சட்டென பலிகர்கள் அதிர்ச்சியானார்கள். பரந்தீரன் கீழே பார்த்தபோது, ரத்தம் சிந்தி கொண்டிருந்தது. ஆனால் இளவரசியின் உடம்பிலிருந்து அல்ல. பரந்தீரனின் உடம்பிலிருந்து.

இளவரசி ஏன் அனைவரும் அமைதியாக இருக்கிறார்கள் என்று, கண்களை திறந்து மேலே பார்த்தார்கள். சிங்கராயரின் வாள் பரந்தீரனின் முதுகில் குத்தி இருந்தது.

பரந்தீரன் கால்கள் தடுமாறி கீழே விழுந்தான். பின், "சிங்கராயரே என்ன காரியம் இது?" என மூச்சு திணறியவாறே கேட்டான்.

சிங்கராயர், "என்னை மன்னித்துவிடு பரந்தீரா, என்ன இருந்தாலும் இவள் நான் தூக்கி வளர்த்த மகள். என் கண்ணெதிரே இவள் கொல்லப்படுவதை என்னால் தாங்கிக் கொள்ள முடியவில்லை" என்றார்.

பின் இளவரசியை பார்த்து, "மகளே உன் தந்தையை நீ பார்ப்பாயா என்று எனக்கு தெரியவில்லை. ஆனால் உன்னை என் மகள் என்று கூறுவதற்கு, எனக்கு மிகவும் பெருமையாக இருக்கிறது. உன் தந்தையை நீ பார்த்தால், நான் ராயனாக தான் என் உயிரை விட்டேன் என்று கூறு" என்றார்.

இளவரசி கண்கலங்கினார்கள்.

பரந்தீரன் இதைப் பார்த்து, வயிற்றைப் பிடித்துக் கொண்டே கோபமாக கத்தினான். தன் வாயில் இருந்த எச்சியை தரையில் துப்பி விட்டு, "நாடகம்... நல்ல நாடகம் நடத்தினீர்கள் சிங்கராயரே" என்று, அருகில் இருந்த ஒரு பலிகனை பிடித்து, மெதுவாக பரந்தீரன் எழுந்து நின்றான். சிங்கராயரின் அருகே வந்து, "சிங்கராயரே நீங்கள் எப்போதும் எங்களோடு ஒட்ட முடியாது. நீங்கள் வேறு தான், நாங்கள் வேறு தான்" எனக் கூறிவிட்டு, மார்பில் எட்டி உதைத்தான். சிங்கராயர் இரண்டு அடி பின்னே சென்று கீழே விழுந்தார்.

பின் இளவரசியை மறுபடியும் தாக்குவதற்காக தன்னுடைய வாளை மேலே தூக்கினான். கிச்சான் தன்னுடைய காலினால், பலியிகர்களுடைய காலை மிதித்து, அவர்களை உதறித் தள்ளினான். பின் தன் இடையில் சொருகி இருந்த கத்தியை வெளியில் எடுத்து, பரந்தீரனை தாக்குவதற்கு ஓடினான்.

திடீரென யாரும் எதிர்பாராத விதமாக கூட்டத்தை பிளந்து கொண்டு, இரண்டு குதிரைகள் அங்கே வந்தன. கண்ணிமைக்கும் நேரத்தில், இளவரசியும் கிச்சானும் அந்த குதிரையில் இழுக்கப்பட்டார்கள்.

அனைவரும் அதிர்ச்சியோடு அந்தக் குதிரைகளை பார்த்தார்கள். குதிரையில் இருந்த இருவரும் பரந்தீரனை திரும்பிப் பார்த்தார்கள். பரந்தீரனின் கண்கள் கண்ணீரில் சிவந்து இருந்தது. ஒரு குதிரையில் துறவன் இளவரசியை தூக்கிக் கொண்டான். மற்றொரு குதிரையில் செங்காந்தராயர் கிச்சானை தூக்கிக்கொண்டார். குதிரைகள் வேகமாக அங்கிருந்து ஓடிக்கொண்டிருந்தது.

பலிகர்களுக்கு சிறிது தூரம் போன பின் தான், என்ன நடந்தது என்று தெரிந்தது. பின் வேகமாக மரத்திற்கு மரம் தாவியும், ஈட்டியை எரிந்தும் அவர்களை தாக்க முயன்றார்கள். ஆனால் அவர்கள்

போகும் வேகத்திற்கு, இவர்களால் ஈடு கொடுக்க முடியவில்லை.

அனைவரும் குதிரைகளை பார்த்துக் கொண்டிருக்கும் நேரத்தில், சிங்கராயர் மெதுவாக யார் கண்ணிலும் படாமல், பின்னோக்கி ஓட ஆரம்பித்தார். ஆனால் பரந்தீரன் அவரைப் பார்த்து விட்டான். பின் நரபலிகர்களை பார்த்து கத்தினான்.

பலிகர்களே எதிரியை நாம் மெதுவாக அழித்துக் கொள்ளலாம். துரோகியை விட்டு வைத்தால், நம் இனத்திற்கு அது ஆபத்து. விட்டு விடாதீர்கள்" என்று வயிற்றைப் பிடித்துக் கொண்டு, அருகில் இருந்த பாறையில் அமர்ந்தான்.

பலிகர்கள் சிங்கராயரை துரத்த ஆரம்பித்தார்கள். சிங்கராயர் ஓடிக்கொண்டிருக்கும்போது, சட்டென ஒரு மரத்திற்கு பின்னால் இருந்து, ஒரு கம்பு சிங்கராயரின் காலுக்குள் புகுந்தது. அது தட்டி தொப்பென்று தரையில் விழுந்தார்.

அவர் நிமிர்ந்து பார்க்கும் போது, அதே கம்பினால், சிங்கராயன் முகத்தில், இளம் பலிகன் ஒரு அடி வைத்தான்.

பின், அவன் ஒரே ஆளாக, சிங்கராயரை தர தரவென்று இழுத்து வந்து, பரந்தீரன் எதிரே போட்டான்.

பரந்தீரன் அவன் அருகே இருந்த ஒரு செடியின் இலையை பறித்து, வயிற்றில் ஏற்பட்ட காயத்திற்கு, அதை மருந்தாக தடவிக் கொண்டான். அந்தச் செடி பசை போல் இரத்தம் வராமல் வயிற்றைப் பிடித்துக் கொண்டது.

பின் பரந்தீரன் கூறினான். "சிங்கராயரே நீங்கள் பெரும் தவறு செய்து விட்டீர்கள். உங்களுடைய மரணம் சாதாரணமாக இருக்காது. மிகக் கொடூரமாக இருக்கும்."

வாயில் ரத்தம் சொட்டிய வாரே சிங்கராயர் கூறினார். "பரந்தீரா நான் பிறப்பிலும் ராயன், இப்போது இறப்பிலும் ராயன். இதில் எனக்கு மிகவும் பெருமை. நான் எப்படி கொல்லப்பட்டால் என்ன?"

"அருமை....அருமை என்று எச்சியை பரந்தீரன் கீழே துப்பினான். பின், "நீங்கள் குத்திய வலி கூட எனக்குப் போய்விட்டது. ஆனால் நீங்கள் இப்படி கூறுவது தான் எனக்கு மிகவும் வலிக்கிறது சிங்கராயரே, எழுந்து நில்லுங்கள்" என அவரை எழுப்பினான்.

பின் அவருடைய கத்தியை கையில் வாங்கி, "கண்களை மூடுங்கள். உங்களை நான் எத்தனை துண்டாக வெட்ட போகிறேன் என்றே எனக்கு தெரியவில்லை. அத்தனை கோபம் உங்கள் மீது இருக்கிறது" என்றான்.

சிங்கராயர் தன் கண்களை மூடவில்லை. "அதான் மரணமே வரப் போகிறதே என்று, மீண்டும் பரந்தீரனின் காயத்தில் ஒரு உதை உதைத்தார். சுற்றி இருந்த பலிகர்கள் அவரை தாக்கினார்கள். ஆனால் அவர் கீழே கிடந்த வாளால் சில பலிகர்களை கொன்று குவித்தார்.

ஒரு பலிகனின் கழுத்தைப் பிடித்து, மரத்தோடு அழுத்தும் போது, மரத்தின் மேலே இருந்த இளம் பலிகன். ஒரு பெரிய கத்தியினால், மேலே இருந்து கீழே குதித்தான். அந்த கத்தி சிங்கராயரின் தலையில் சொருகியது. சிங்கராயரின் உயிர் பிரிந்தது.

ஆனால் உயிர் பிரிந்தாலும், அவரின் உதட்டில் சிரிப்புதான் இருந்தது.

பரந்தீரன் வயிற்றைப் பிடித்துக் கொண்டு எழுந்தான். பின், "பலிகர்களே இன்னும் எவன் எவன் நமக்கு துரோகியாக போகிறான் என்று தெரியாது. இதற்காகத்தான் நாம் மனிதர்களை நம்பவே கூடாது. கடைசி நேரத்தில் நம் காலை வாரி விடுவார்கள். இனிமேல் நாம் யாருக்காகவும் காத்திருக்கக் கூடாது. அந்த இளவரசியின் தலையோடு, அவள் தந்தையின்

தலையும் நாம் சேர்த்து எடுக்கலாம். நீங்கள் இப்போது நடந்ததை எண்ணி கவலைப்பட வேண்டாம். இந்த நொடியே அரண்மனைச் சுவரை உடைக்க தயாராகுங்கள். அதேபோல் இனி துருவ நட்சத்திரம், துறவன் என்று எவனையும் பார்க்க வேண்டாம். அவனையும் குத்தி தூக்கி எறியுங்கள்" என்று சத்தமாக கூறினான்.

அனைத்து நரபலிகளும் ஆயுதங்களை எடுத்துக் கொண்டு, வெறியோடு அரண்மனை நோக்கி ஓடினார்கள்.

குதிரையில் வந்த நான்கு பேரும் அரண்மனைக்குள் பாதுகாப்பாய் வந்து சேர்ந்திருந்தார்கள். தளபதி வீரர்களை பார்த்து கூறினார். "வீரர்களே இந்த நொடி முதல் போர், தீவிரமாகப் போகிறது. வேகமாக அனைத்திற்கும் தயாராகுங்கள்" என்று.

இளவரசி துறவனின் கைகளைப் பிடித்துக் கொண்டு, கூறினார்கள். "என்னை ஏன் காப்பாற்றினார்கள்? உயிரோடு என்னை கொள்வதற்காக வா" என்று.

இப்படி ஒரு வார்த்தையை இளவரசி சொன்னதும், துறவன் அதிர்ச்சி அடைந்தான். இளவரசியின் கண்களை அவன் பார்த்த போது, இத்தனை நாட்கள் காதலோடு பார்த்த கண்களில், இன்று காதல் தெரியவில்லை. பின் கூறினான். "இளவரசி என்னை ஏன் வார்த்தைகளால் கொல்கிறீர்கள்? நான் முன்பே சொன்னேன் அல்லவா? நான் ஒரு துறவியாக பிறந்தவன். நான் துறவியாக மட்டும் தான் ஆக முடியும் என்று."

"என்னை தொடும் போது, உங்கள் துறவி எங்கே சென்று விட்டார்" என்றார்கள்?

துறவனால் இதற்கு பதில் கூற முடியவில்லை. தலையை குனிந்து நின்றான். பின் கூறினான். "இளவரசி இதைப் பற்றி நாம் பின்பு பேசிக் கொள்ளலாம்.

இப்போது நம் அரண்மனைக்கு பெரிய ஆபத்து. நாம் மக்களை பாதுகாக்க வேண்டும்."

இளவரசி துறவனின் பேச்சைக் கேட்டு, சுற்றிலும் பார்த்தார்கள். தன் மக்கள் உயிர் பயத்தில் நின்று கொண்டிருந்தார்கள். அவர்கள் முன்னே சென்று, இளவரசி கூறினார்கள்.

"ராயர்குலத்தின் அரசர்கள் பிரச்சனை என்று வந்தால், உங்களை விட்டுவிட்டு ரகசிய வழியில் ஓடிவிட மாட்டோம். என் உயிரை எடுத்தால் மட்டுமே, உங்களை அவர்கள் நெருங்க முடியும். அனைவரும் தைரியமாக அரண்மனையின் அறைக்குள் செல்லுங்கள். எங்களை மீறிதான் உங்களை அவர்கள் தொட முடியும்." என்று மக்களுக்கு தைரிய வார்த்தைகள் சொல்லி, அவர்களை அரண்மனைக்குள் அனுப்பினார்கள்.

ராயர் பேரரசின் சக்கரவர்த்தி, தனது கண்களை மூடிக்கொண்டு, தலையில் மகுடத்தை அணிந்து கொண்டு தனியாக அமர்ந்திருந்தார்.

பின் கண்களைத் திறந்து, தன்னைச் சுற்றிலும் இருக்கும், ராயர் குலத்தின் பொக்கிஷங்களை பார்த்தார். நாற்காலியை விட்டு எழ முயன்ற போது, அரசரின் மனதில் அந்த நாற்காலி தன்னோடு பேசுவது போல் இருந்தது. "அரசே இனிமேல் நீங்கள் என் மேல் அமர முடியுமா என்று எனக்கு தெரியவில்லை. இன்னும் சிறிது நேரம் அமருங்கள். உங்களை நான் சுமந்து கொள்கிறேன்." என்று சொல்லியது போல், மீண்டும் நாற்காலியில் அமர்ந்து கொண்டார்.

தலையில் அணிந்திருந்த மகுடத்தை கையில் எடுத்துப் பார்த்தபோது, அந்த மகுடமும் இவரோடு பேசுவது போல் இருந்தது, "அரசே எனக்காக என்னை அழிக்க ஒரு படையே வந்து கொண்டிருக்கிறது. என்னால் மீண்டும் உங்கள் தலையில் இருக்க முடியுமா என்று தெரியவில்லை. என்னை இன்னும் சிறிது நேரம் அணிந்து கொள்ளுங்கள்" என்று சொல்வது போல்,

அரசருக்கு தோன்றியது. மீண்டும் அந்த மகுடத்தை தன் தலையில் அணிந்து கொண்டார்.

அரண்மனையின் மேல் பகுதிக்குச் சென்று, அரண்மனையை ஒரு முறை சுற்றி பார்த்தார். இமயத்தின் பனிக்காடுக்கு நடுவே, கம்பீரமாக அரண்மனை நின்று கொண்டிருந்தது. அந்த சுவர்கள் கூட அரசரைப் பார்த்து, எங்களால் இனிமேல் உங்களை காப்பாற்ற முடியுமா என்று தெரியவில்லை அரசே, எங்கள் உயிர் இருக்கும் வரை உங்களை நான் பாதுகாப்பேன்" என கூறுவது போல் இருந்தது.

அரசர் கண்ணில் கண்ணீர் ததும்பியது. தான் சிறிது சிறிதாக சேர்த்து வைத்த அனைத்தும், இன்று அழிந்து விடுமோ? என்ற பயம் அரசரை தொற்றிக் கொண்டது.

அரண்மனையின் கீழ் பகுதிக்கு சென்றார். அங்கே அறையின் ஒரு பக்கத்தில், அரசரின் மனைவியின் வரைபடம் வரையப்பட்டு, சுவரில் மாற்றப்பட்டிருந்தது. இதுவரை யார் முன்னும் கண்ணீர் சிந்தாத அரசர். தன் மனைவியின் முகத்தை பார்த்ததும், கண்ணீர் வடித்தார். அரசர் தன் மனைவியை அம்மை என்று தான் அழைப்பார். இப்போதும் அவர்களின் முகத்தை பார்த்து, "வள்ளியம்மை எனக்கு பயமாக இருக்கிறது. என்னை சுற்றி இருக்கும் அனைத்தும், இன்று அழியப்போகிறதோ என்ற பயம் என்னை கொல்கிறது. இத்தனை நாட்கள் நம் ராயர்குலம் சேர்த்து வந்த ராஜ்ஜியம், என்னோடு அழிந்து விடும் என்று நினைக்கும் போது, நான் இந்த மகுடத்திற்கு தகுதியானவன் இல்லையோ என்றும் யோசிக்க வைக்கிறது. நான் இந்த போரில் தோற்று, நம் ராயர் குலமும் அழிந்து, உங்களோடு சேர்ந்து கொள்ள வந்தால், என்னை அனைவரும் தோற்றுப் போனவன் என்று கூறுவார்களோ, என்ற பயம் என்னைக் கொல்கிறது.

ராயர்குலத்தில் பிறந்த அனைவரும், ஏங்கி நிற்கும் வாளுக்காக உயிரை விட்டீர்கள். ஆனால் நான் நம் மகளுக்காகவும், இந்த மண்ணிற்காகவும் சுயநலமாக இருந்துவிட்டேன். நான் செய்தது பெரும் குற்றம்தான். அதற்கு என் மரணம் தான் ஒரே பரிகாரம் என்று, வள்ளியம்மையை பார்த்து கண்ணீர் வடித்தார்.

அதன் பின் அங்கிருந்து எழுந்து, அரண்மனையின் பின்புறத்திற்கு நடந்து சென்றார். அங்கே அவசர அவசரமாக கோவில் வேலைகள் நடந்து கொண்டிருந்தது. அரசரைப் பார்த்ததும் சிற்பிகள் வேலையை நிறுத்திவிட்டு, எழுந்து நின்றார்கள். "சிற்பிகளே எந்த காரணத்திற்காகவும் வேலை தடை படக்கூடாது. நீங்கள் வேலை செய்யுங்கள்" எனக் கூறிவிட்டு, அரசர் கோவிலுக்குள் சென்றார். கோவிலில் அனைத்து தெய்வங்களின் சிலையும் செதுக்கப்பட்டிருந்தது. அரசர் நேராக ராயரின் சிலை முன்னே சென்றார்.

ராயரின் சிலை கம்பீரமாக வடிவமைக்கப் பட்டிருந்தது. சிறிது நேரம் ராயரின் முகத்தை பார்த்துவிட்டு, "அரசே நீங்கள் சேர்த்து வைத்த ராஜ்ஜியம் நாளை இருக்குமா என்று தெரியவில்லை. நான் இந்த ராஜ்ஜியத்தை சரியாக வழிநடத்த வில்லையோ, என்ற வேதனை என்னை கொன்று கொண்டிருக்கிறது. இந்தப் போரில் தோற்றால், நான் கண்டிப்பாக உயிரோடு இருக்க மாட்டேன். என் உயிர் இருக்கும் வரை, இந்த போரையும் தோற்க விட மாட்டேன். ஆனால் ஒருவேளை நான் தோல்வி அடைந்து, உயிரிழந்து, உங்கள் முன் வந்து நின்றால், என்னை மன்னித்து விடுங்கள் அரசே" என கைகளை கூப்பி அரசர் கண்ணீர் வடித்தார்.

இதை வெளியில் இருந்து கேட்டுக் கொண்டிருந்த சிற்பிகளின் கண்களில், கண்ணீர் வடிந்தது. தங்களை இத்தனை வருடமாக வாழவைத்த

தங்கள் அரசர், தங்கள் முன்னே கண்ணீர் விடுவதை பார்க்கும் போது, யாருக்குத்தான் அழுகை வராது.

பின் அரசர் வெளியே வந்ததும், சிற்பிகள் இதை காட்டிக் கொள்ளாமல் வேலை செய்ய ஆரம்பித்தார்கள்.

அரசர் கூறினார். "சிற்பிகளே கோவில் மிகவும் பிரம்மாண்டமாக இருக்கிறது. ஒன்றை மட்டும் மனதில் வைத்துக் கொள்ளுங்கள், நான் அழிந்தாலும், நம் இனம் அழிந்தாலும், நம் அடையாளம் அழியாமல் இருப்பது, உங்கள் கையில் இருக்கும் இந்த உளியினால் தான். கோவில் சுவரில், இதுவரை நம் குலம் செய்த சாதனைகளை எழுதுங்கள், இப்போது நமக்கு ஏற்பட்ட துரோகத்தை எழுதுங்கள். இனிமேல் நடக்கப் போகும் அனைத்தையும் நீங்கள் எழுதுங்கள்" என கம்பீரமாக கூறினார்.

ஆனால் சிற்பிகள் வருத்தத்தோடு "செய்கிறோம் அரசே" என்று பாறையை செதுக்க ஆரம்பித்தார்கள்.

கோவிலின் மூன்று கோபுரத்தின் நிழலும், போர் வீரர்களின் முன்னால் நிற்கும் துறவனின் மீது விழுந்தது.

அரண்மனைக்கு வெளியே பெரும் கூட்டம் கூச்சலிடும் சத்தம் கேட்டது.

தளபதி கூறினார். "வீரர்களே நாம் இவர்களை தாக்கு பிடித்ததெல்லாம் போதும், இன்று நமக்கு வாழ்வோ சாவோ, அவர்களுடன் மோதி பார்த்துக் கொள்ளலாம்..."என்று தன் உடைவாளை கையில் எடுத்தார்.

அரண்மனையின் பாதுகாப்பு கதவுகள் திறக்கப்பட்டது. கதவுகள் திறந்ததும், ஓடிவந்த நரபலிகர்கள் அதிர்ச்சி அடைந்தார்கள். அம்பு மழை சரமாரியாக அவர்கள் மேல் பொழிந்தது.

எத்தனை பேர் இறந்தாலும், அவர்கள் இந்த முறை அசரவில்லை. பரந்தீரன் பலிகர்களை அனுப்பி கொண்டே, யானையின் மீது வெறியோடு

அமர்ந்திருந்தான். நீண்ட நேரம் ஆகியும் பலிகர்களால் அரண்மனைக்குள் வர முடியவில்லை. அதன்பின் பரந்தீரன் முன்னே வந்து, "தாக்குவதை நிறுத்துங்கள்... வெளவால் முறையை பின்பற்றுங்கள்" என்றான்.

அரண்மனை சுவரை ஒட்டி, ஆங்காங்கே பலிகர்கள் ஒன்று சேர்ந்தார்கள். கண்ணிமைக்கும் நேரத்தில், அரண்மனை சுவற்றின் மேலே வந்து விட்டார்கள். துறவன் வேகமாக சுவரின் மீது ஏறி, அவர்களுடன் சண்டை போட்டான். இளவரசி எப்போதும் துறவனிடம் கூறுவார்கள், தன் வாள் தான் அனைவரின் வாளை விட கூர்மையானது என்று. ஆனால் பலிகர்களின் தலையை மிகச் சுலபமாக அது எடுக்கும் போதுதான் தான், துறவனுக்கும் அது தெரிந்தது.

ராயர் படையின் வேகத்திற்கு, பலிகர்களால் ஈடு கொடுக்க முடியவில்லை. படையின் எண்ணிக்கை பாதியாக குறைந்து விட்டது. மீதி இருந்த பாதிப்படை அரண்மனையிலிருந்து பின் வாங்கியது. வீரர்கள் அனைவரும் மகிழ்ச்சியில் கூச்சலிட்டார்கள்.

பரந்தீரன் ஆழ்ந்த வருத்தத்தில் கூறினான். "பொன்னிற்காகவும், பெண்ணிற்காகவும், பதவிக்காகவும் போர் செய்யும் இவர்களை நாம் வெல்ல முடியவில்லை என்றால், உண்மைக்காக போராடும் நாமும் நம் உண்மையும், இந்த மண்ணோடு அழிந்து விடட்டும்" என்று.

பின், "இனிமேல் நாம் இவர்களை நெருங்கினால், அது யாராவது ஒருவருக்கு கடைசி நாளாக இருக்க வேண்டும். ஏதாவது திட்டம் இருந்தால் கூறுங்கள்" என்றான்.

இளம் பலிகன் முன்னே வந்து, "பரந்தீரரே ரகசிய வழிகள் இருக்கும் போது, நாம் ஏன் நேருக்கு நேர் சண்டை போட வேண்டும்?" என்றான்.

"முதுகில் குத்துவது மனிதர்களின் செயல், நாம் அதைச் செய்யக்கூடாது."

"பரந்தீரரே தவறு செய்பவர்களுக்கு அந்த தவறை சுட்டி காட்டினால் மட்டும் போதாது. அவர்கள் செய்யும் தவறை அவர்களுக்கு திரும்ப செய்தால்தான், அவர்களுக்கு நன்றாக புரியும்."

பரந்தீரன் இதைக் கேட்டு சிறிது நேரம் யோசித்தான். பின், "சரி ரகசிய வழியை பயன்படுத்தலாம். ஆனால் இன்று இரவு யாரும் ரகசிய வழியை பயன்படுத்தவேண்டாம். இன்று அனைவரும் போருக்கு தயாராக இருப்பார்கள். நாம் இன்று தாக்கவில்லை என்றால், சிறிது நாட்களுக்கு நாம் தாக்க மாட்டோம் என நினைப்பார்கள். அந்த நேரத்தில்தான் நாம் அவர்களை தாக்க வேண்டும். இப்போது அனைவரும் நன்றாக உணவு உட்கொண்டு, ஓய்வெடுங்கள். நாளை அதிகாலையில் இளம் பலிகனின் தலைமையில், ரகசிய வழியில் நுழையுங்கள்" என்றான்.

பரந்தீரன் கூறுவது போலவே, அனைவரும் ஓய்வு எடுக்க ஆரம்பித்தார்கள்.

அரண்மனையில் இருந்த வீரர்கள், பகலில் இருந்து இரவு வரை, மிகவும் தீவிரமாக பலிகர்களை எதிர்பார்த்து காத்துக் கொண்டிருந்தார்கள். ஆனால் அவர்கள் வரவில்லை என்று, பாதி வீரர்கள் ஓய்வுக்கு சென்று விட்டார்கள்.

தாங்கள் எதிர்பார்த்தது சரியாக நடக்கிறது என்று தெரிந்ததும், அதிகாலையில் பரந்தீரன் யானை மீது அமர்ந்து கொண்டு, அரண்மனைக்கு சிறு தொலைவில் நின்று கொண்டிருந்தான்.

முக்கிய பொறுப்பாளர்கள் அனைவரும், அரண்மனையின் கோட்டை சுவரின் மேல் பகுதியில் நின்று கொண்டிருந்தார்கள்.

தளபதி கூறினார். "அரசே பலிகர்களின் எண்ணிக்கை நாம் எதிர்பார்த்ததை விட அதிகமாக குறைந்துவிட்டது. நம் குலத்திற்கு ஆபத்து என்று

இனிமேல் நீங்கள் வருந்த வேண்டாம். இன்னும் சில நாட்களில், அந்தப் பரந்தீரனை உங்கள் காலில் விழ வைக்கிறேன்."

அரசர் எதுவும் பேசாமல் தலையை மட்டும் அசைத்தார்.

இளம் பலிகன் திட்டம் தீட்டியது போல், பலிகர்கள் கூட்டம் அரண்மனைக்குள் ரகசிய வழியில் புகுந்தது. களைப்பில் ஆங்காங்கே போர்வீரர்கள் ஓய்வெடுத்துக் கொண்டிருந்தார்கள். மெதுவாக அவர்களின் அருகே சென்று, சத்தமே இல்லாமல் ஒவ்வொருவராக கொல்ல ஆரம்பித்தார்கள்.

இளம் பலிகன் ஒரு இருள் சூழ்ந்த அறைக்குள் சென்றான். அங்கே சிறு விளக்கு ஒன்று எரிந்து கொண்டிருந்தது. அந்த வெளிச்சத்தின் ஆறுதலில் மக்கள் உறங்கிக் கொண்டிருந்தார்கள். இவர்களை ஒன்றும் செய்ய வேண்டாம் என்று, வெளியே செல்ல முயன்றான். ஆனால் எதையோ நினைத்து நின்றான். திரும்பவும் உள்ளே திரும்பிப் பார்த்து, சுவரின் ஓரமாக படித்துக் கொண்டிருந்த சிலரை உற்றுப் பார்த்தான். இளம் பலிகன் கண்கள் கலங்கியது. தனது தந்தை, தாய், அண்ணன் உறங்கிக் கொண்டிருந்தார்கள்.

கண்கள் கலங்கிய வாறே, அவர்களின் அருகே நடந்து சென்று, அமர்ந்து கொண்டான். அவனுடைய தாய் சிறிது நேரத்தில் கண்களைத் திறந்து, அருகில் இருந்த மண்பானையில் தண்ணீர் குடிக்க முயன்றார்கள். எதார்த்தமாக திரும்பும்போது, இவன் அவர்களின் முகத்தின் எதிரே அமர்ந்து கொண்டிருந்தான். நெஞ்சை பிடித்துக் கொண்டு, பயந்துவிட்டார்கள். பின் சுற்றிலும் பார்த்துவிட்டு, கண்கள் கலங்கியவரே, அவனின் தாய் கூறினார்கள். "மகனே நலமாக இருக்கிறாயா? உன்னை தனியாக விட்டு வந்ததிலிருந்து எங்களுக்கு நிம்மதியே இல்லை."

"தாயே நிம்மதி இல்லாமல் தான், இத்தனை சுகமாக உறங்கிக் கொண்டிருக்கிறீர்களா?"

“மகனே என் கண்கள் மூடினாலும், உன்னை என் மனதில் நான் எப்போதும் நினைத்துக் கொண்டுதான் இருக்கிறேன்.”

இதைக் கேட்டதும் இளம் பலிகனின் கோபம் குறைந்தது.

இவர்கள் பேசிக்கொண்டு இருக்கும்போது, வெளியில் ஏதோ சத்தம் கேட்கவே, அவனின் தாய் கூறினார்கள். “மகனே நீ உடனடியாக இங்கே இருந்து போய் விடு. நீ இருப்பது தெரிந்தால், காவலர்கள் என்னையும் எங்களையும் வெளியே அனுப்பி விடுவார்கள்.”

“தாயே உங்களைப் பற்றி மட்டுமே யோசிக்கிறீர்களே, நான் வெளியே சென்றால், உங்களுக்கு எந்த பிரச்சனையும் இல்லையா?”

“மகனே அதை எல்லாம் இப்போது பேச வேண்டாம். உன் தந்தை சகோதரனுக்காக யோசித்துப் பார். தயவு செய்து கிளம்பிவிடு” என்றார்கள்.

இதைக் கேட்டதும் இளம் பலிகனின் கண்களில் கண்ணீர் ததும்பியது. இவர்கள் பேசும் சத்தம் கேட்டதும், அவனுடைய தந்தை எழுந்து கொண்டார். கண்களை துடைத்துக்கொண்டே எழுந்து அமர்ந்தார். இளம் பலிகன் முகத்தைப் பார்த்ததும், அவருக்கு கோபம் உண்டானது. “அடியே இந்த நொண்டிப் பைய இங்கே ஏன் வந்தான்? டேய் உனக்கு என்னடா இங்கு வேலை?” என்றார்.

“தந்தையே நான் உங்களோடு இருந்து கொள்கிறேன். நான் வெளியே சென்றால், நரபலிகர்கள் என்னை கொன்று விடுவார்கள்” என்று அழுது கொண்டே கூறினான்.

“உன்னை உள்ளே வைத்துக் கொண்டால், நாங்கள் எல்லாம் உன்னோடு வெளியே வந்து சாக வேண்டியதுதான். போடா வெளியே.”

அவன் தந்தை கத்துவதை பார்த்துவிட்டு, அவன் தாய் கூறினார்கள். “ஏங்க கொஞ்சம் பொறுமையாக

பேசுங்கள். காவலாளிகள் வந்து விடப் போகிறார்கள்" என்று.

"டேய் மரியாதையா இங்கிருந்து போடா" என்று மறுபடியும் கூறினார்.

"தந்தையே சேனாதிபதி தான் என்னை உள்ளே விடவில்லை. ஆனால் இப்போது அவர் உயிரோடு இல்லை. நான் இங்கே இருந்தால், உங்களுக்கு எந்த பிரச்சனையும் வராது."

"சொன்னால் கேட்க மாட்டாயா? வெளியே போடா" என அவன் தலைமுடியை பிடித்து, அவனை மேலே தூக்கினார். இளம் பலிகன் கண்கள் சிவந்து போனது. பின் சட்டென ஒரு சத்தம் அறையில் கேட்டது. அவனுடைய தந்தை சுவரில் சாய்ந்தபடியே கீழே விழுந்தார். அவனுடைய தாய்க்கு ஒரு நொடி என்ன நடந்தது என்று தெரியவில்லை. பின் அதிர்ச்சியோடு கணவனின் அருகே சென்றார்கள். அவருடைய கழுத்து கத்தியினால் அறுக்கப்பட்டு இருந்தது. அதை பார்த்ததும், அதிர்ச்சியில் கத்தினார்கள். சட்டென கையில் இருந்த கத்தியால், தன் தாயின் கழுத்தில் குத்தினான். பின் இருவரும் கண்களை மூடினார்கள். அவனுடைய சகோதரன் சுகமாக உறங்கிக் கொண்டிருந்தான்.

அவனின் அருகே அமர்ந்து கொண்டு, "சகோதரா.... செல்லப்பிள்ளை சகோதரா.... எழுந்து அமரு" என்றான்.

அவன் அண்ணன் கண்களைப் பாதி மூடிக்கொண்டே, எழுந்து அமர்ந்தான். இவனுடைய முகத்தை பார்த்ததும், இரண்டு கண்களும் முட்டை போல் அவனுக்கு பெரிதானது.

பின் அதிர்ச்சியில், "டேய் நொண்டியா, நீ எப்படா இங்கே வந்தாய்?" என்றான்.

"இளம் பலிகன் தன் தலையை பிடித்துக் கொண்டே, "ஐயோ நீயும் அதே கேள்வியை கேட்கிறாயே" என்றான்.

“பேய் அப்படியெல்லாம் இல்லடா நொண்டியா, நீ இல்லாமல் எங்களுக்கு சரியான உறக்கமே இல்லை. ஒவ்வொரு நாளும் உன்னை பற்றி தான் நாங்கள் பேசிக் கொண்டிருப்போம்.”

“அப்படி என்னை பற்றி என்னடா பேசினீர்கள்?”

“நீ என்ன செய்வாயோ, எங்கு சாப்பிடுவாயோ, எங்க தூங்குவாயோ, இதைப்பற்றி தான் நாங்கள் கவலைப்பட்டுக் கொண்டிருந்தோம்.”

“ஓஹோ இப்படியெல்லாம் யோசித்தீர்களா? சரி ஏன் என்னை நீங்கள் காப்பாற்ற வரவில்லை?”

“உனக்கே தெரியும் அல்லவா. நம் நாட்டை நரபலிகர்கள் சூழ்ந்து விட்டார்கள் என்று, பின்பு எப்படிடா நாங்கள் உன்னை வந்து காப்பாற்றுவது.”

“பேய் அண்ணா உனக்கு ஒரு ரகசியம் தெரியுமா?”

“என்ன ரகசியம் நொண்டியா?”

“நரபலிகர்கள் நம் அரண்மனைக்குள் தாண்டா இருக்கிறார்கள்.”

இதைக் கேட்டதும் அவன் அண்ணனுக்கு இதயம் படபடத்தது. “என்னடா சொல்கிறாய், எனக்கு மிகவும் பயமாக இருக்கிறது” என்றான்.

“இதைவிட உனக்கு பயம் அதிகமாக கூடிய ஒன்றை, நான் சொல்கிறேன். உன் தந்தையும், தாயும் இனிமேல் தூக்கத்தில் இருந்து எழுந்திருக்கவே மாட்டார்கள்.”

“ஏனென்று?” கேட்டுவிட்டு, சாதாரணமாக தாயையும் தந்தையும் பார்த்தான். பார்த்தபின் தான் தெரிந்தது. அவர்கள் ரத்த வெள்ளத்தில் இறந்து கிடந்தார்கள் என்பது. இதைப் பார்த்ததும், அவன் கை கால்கள் நடுங்கி போனது.

“நொண்டியா.... அம்மா.... அப்பா.....” என நெஞ்சை பிடித்துக் கொண்டே கூறினான்.

“ஆமாடா இது அம்மா.... அப்பா.... தான். இவர்களை நான் தான் கொன்றேன்.”

"ஏன் இப்படி செய்தாய்?" என மூச்சு விட முடியாமல் கேட்டான்.

"நீயே இப்படி கேட்கலாமாடா? இவர்கள் இருவருக்கும் நிம்மதியே இல்லையாம். அதான் அந்த நிம்மதியை நான் நிரந்தரமாக கொடுத்தேன்."

அவன் அண்ணனுக்கு பேச்சு வரவில்லை.

"டேய் அண்ணா உனக்கும் நிம்மதியே இல்லை என்று தானே நீ கூறினாய். நான் வேண்டுமென்றால் உனக்கும் நிம்மதி கொடுக்கவா?"

"வேண்டாம்.... வேண்டாம்" என கத்தினான்.

"ம்ம்... நல்லது. சரி இப்ப என்ன செய்யப் போகிறாய்? இவர்களை கொன்றதுக்காக என்னை பழிவாங்க போகிறாயா?"

"இல்லை நான் அப்படி செய்ய மாட்டேன் நொண்டியா."

"சரி நான் நரபலிகர்களுடன் சேர்ந்து கொண்டேன். நீயும் அவருடன் சேர்ந்து கொள்கிறாயா?"

"சரி சரி" என பதட்டமாக கூறினான்.

"ம்ம்... நீ நரபலிகனாக மாற வேண்டும் என்றால், இங்கே உறங்கிக் கொண்டிருக்கும் அனைவரையும் கொல்ல வேண்டும். உன்னால் செய்ய முடியுமா?"

"செய்கிறேன் இப்போதே செய்கிறேன்" என்றான்.

இளம் பலிகன் நினைத்துக் கொண்டான். மனிதன் உண்மையாகவே மிகவும் கொடிய மிருகம் தான். பரந்தீரன் செய்வது நியாயம் தான் என்று.

"சரி சகோதரா, நீ முதலில் கண்களை மூடிக்கொள்" என்றான். அவன் அண்ணன் கண்களை மூடியதும், இளம் பலிகன் கத்தி அவன் கழுத்தில் பாய்ந்தது. அவன் அண்ணன் கழுத்தைப் பிடித்துக் கொண்டு, சத்தம் போட்டுக் கொண்டே சரிந்தான். சத்தத்தை கேட்டதும் ஒரு பெண் வேகமாக எழுந்து பார்த்தாள், இங்கே நடந்ததை பார்த்ததும், அதிர்ச்சியில் கத்தினாள். சகோதரனின் கழுத்தில் இருந்த கத்தியை

பிடுங்கி, அந்தப் பெண்ணை நோக்கி எறிந்தான். அந்தப் பெண்ணின் தொண்டையில் கத்தி குத்தி சத்தத்தை நிறுத்தியது.

ஆனால் இங்கு உறங்கும் யாருக்கும் அதிர்ஷ்டம் இல்லை போலும், அனைவரும் எழுந்து விட்டார்கள்.

மக்கள் அனைவரும் அதிர்ச்சியோடு அவனை பார்த்துக் கொண்டிருக்கும்போது, அவன் முகத்தில் இரத்தத்தோடு கூறினான். “என்ன ஊர் மக்களே நலமாக இருக்கிறீர்களா.....?” என்று.

அதில் ஒரு பெரியவர் முன்வந்து, “டேய் நொண்டியா என்ன காரியம் டா செய்து கொண்டிருக்கிறாய்? இது எல்லாம் நீ தான் செய்தாயா? என்று கோபமாக கேட்டார். கேட்ட அடுத்த நொடி, அவர் உயிர் போனது.

மக்கள் அனைவரும் அலறியடித்து, அறைக்கு வெளியே ஓட ஆரம்பித்தார்கள். இவர்கள் ஓடிவரும் சத்தத்தை கேட்டு, அருகில் இருந்தவர்களும் வெளியே ஓடி வந்தார்கள்.

மக்களின் சலசலப்பை பார்த்து, அரண்மனையின் தடுப்புச் சுவரில் நின்று கொண்டிருந்த அனைவரும். என்ன ஆனது? என குழம்பினார்கள். பின் இளவரசி “தந்தையே ஏதோ ஆபத்து வந்துவிட்டது” என்றார்கள்.

பின் வேகமாக அனைவரும் கீழே வந்தார்கள். மக்கள் அனைவரும் உயிர் பயத்தோடு,, உயிரைப் பிடித்துக் கொண்டு நின்று கொண்டிருந்தார்கள். அரசர் கூறினார். “மக்களே என்ன ஆனது? ஏன் இப்படி அலறடித்து ஓடி வருகிறீர்கள்?” என்று.

யாருக்கும் பேச்சு வரவில்லை. ஆனால் ஒரு பெண் மட்டும் முன்னே வந்து, “அரசே அங்கே...அங்கே கொடூரர்கள் வந்து விட்டார்கள்” என வாய் நடுங்கியப்படியே கூறினாள்.

“கொடூரர்களா என்ன சொல்கிறீர்கள் யாரது?” என்றார்.

அவர் கேட்டுக் கொண்டிருக்கும்போது, ஒரு பெரிய பாறை ஒன்று, அரண்மனை சுவரை உடைத்துக் கொண்டு உள்ளே வந்தது.

அனைவரும் அதிர்ச்சியோடு பின்னே திரும்பினார்கள். பரந்தீரன் கொலை வெறியோடு யானை மீது வருவது, அந்த ஓட்டை வழியாக தெரிந்தது. அரசர் கூறினார். "செங்காந்தா உடனடியாக மக்களை அரண்மனைக்குள் கூட்டிச் செல்" என்று.

"சரி அரசே" என்று மக்களை பார்த்து தளபதி திரும்பினார். ஆனால் தளபதிக்கு பெரும் அதிர்ச்சி காத்திருந்தது. பின்னே நின்று கொண்டிருந்த ஊர் மக்கள் அனைவரும், கழுத்து அறுக்கப்பட்டு இறந்து கிடந்தார்கள். ஒரு நிமிடத்திற்குள் எப்படி இது நடந்தது? என தளபதி அதிர்ச்சியோடு அதை பார்த்துக் கொண்டிருந்தார். இறந்து கிடந்த மக்களின் நடுவே, ஒரு குழந்தை மட்டும் அமர்ந்து கொண்டு அழுது கொண்டிருந்தது.

தளபதி திரும்பி அரசரை பார்த்தார். அவர்கள் அனைவரும் வீரர்களை வேகமாக தயாராக சொல்லிக் கொண்டிருந்தார்கள்.

தளபதி அரசரின் கைகளைப் பிடித்து, "அரசே" என்றார்.

எப்போதும் தளபதி அரசரை தொட்டு பேசியதில்லை. இந்த முறை தொட்டதும், அரசர் அதிர்ச்சியோடு திரும்பி பார்த்தார். மக்களின் நிலையைப் பார்த்ததும், அரசரும் பேரதிர்ச்சி அடைந்தார்.

பின் இளவரசியும், துறவனும் பார்த்தார்கள். அவர்களும் அதிர்ச்சி அடைந்தார்கள். வானத்தில் சிவப்பு நிற மேகங்கள் படர்ந்து இருந்தது. தங்களைச் சுற்றிலும் இருள்தான் சூழ்ந்திருந்தது. கண்டிப்பாக தங்களைச் சுற்றி நரபலிகர்கள் இருக்கிறார்கள். எப்போது வேண்டுமென்றாலும் நம்மை தாக்கலாம் என்று, ஒவ்வொரு திசையிலும் அனைவரும் பார்த்துக்

கொண்டிருந்தார்கள். அரண்மனைக்கு உள்ளேயும், சுவர்களிலும் ஆங்காங்கே நரபலிகர்கள் தாவிக் கொண்டும், ஓடிக் கொண்டும் இருந்தது, அந்த இருளின் நடுவே தெரிந்தது.

தளபதி சட்டென தன் வாளை வெளியே எடுத்துக்கொண்டு, "அரசே நாம் மீதி இருக்கும் மக்களை காப்பாற்றி, உடனடியாக ரகசிய வழியில் வெளியில் செல்ல வேண்டும்." என்றார்.

"செங்காந்தா என்ன சொல்கிறாய்? நாம் இங்கிருந்து வெளியேறினால், நம் குலமே மண்ணோடு மண்ணாக அழிந்துவிடும்."

இளவரசி கூறினார்கள். "தந்தையே மாமா கூறுவது சரிதான். இப்போது நாம் அரண்மனையை விட்டு, வெளியே போக வேண்டும். அதன் பின் எப்படியாவது இவர்களை அழித்துவிடலாம்."

அரசருக்கு இதை ஏற்றுக் கொள்ள முடியவில்லை. தன் உயிர் போனாலும், இந்த அரண்மனையிலேயே போக வேண்டும் என்பதுதான், அவருடைய கடைசி ஆசையாக இருந்தது. அரண்மனைச் சுவரை மற்றொரு பாறை உடைத்துக் கொண்டு உள்ளே விழுந்தது. அரசர் திரும்ப நின்று, தான் கட்டிய கோவிலை ஒரு முறை பார்த்தார்.

பின் துறவன் கூறினான். "அரசே உங்களுக்காக இல்லை என்றாலும், உங்கள் மகளுக்காகவும், உங்கள் மக்களுக்காகவும் நீங்கள் வந்து தான் ஆக வேண்டும். நமக்கு நேரம் குறைவாக இருக்கிறது."

அரசர் துறவனை பார்த்துவிட்டு, "சரி போகலாம்" என்றார். அரசரின் மனதில் இப்போது இருப்பது எல்லாம், அந்த ஜோதிடர்கள் குலத்தைப் பற்றி கூறியதும், துருவ நட்சத்திரத்தை பற்றி கூறியதும் தான்.

துறவனும் கிச்சானும், தளபதியும் இளவரசியும், அரசரைச் சுற்றி நின்று கொண்டு, அவரை ஜாக்கிரதியாக அரண்மனைக்குள் அழைத்துச்

சென்றார்கள். அப்போது சில பலிகர்கள், இவர்களை தாக்க முயன்றார்கள். தளபதி கீழே இருந்த மண்ணை எடுத்து, தங்களை சுற்றிலும் வீசினார்.

பின் சில நொடிகள், அந்த இடமே புழுதி படலமாக இருந்தது. அந்த நேரத்தை பயன்படுத்தி, இவர்கள் அனைவரும் அரண்மனையின் அறைக்குள் சென்று விட்டார்கள். மக்கள் ஆங்காங்கே பயத்தில் ஒளிந்து கொண்டிருந்தார்கள். தளபதி மக்களை அழைத்தார். தளபதியை பார்த்ததும், மக்கள் அங்கே ஓடி வந்தார்கள்.

தளபதி கூறினார். "நாம் இங்கிருந்து போக வேண்டிய நேரம். நாம் அரண்மனையை விட்டு, வெளியேறப் போகிறோம்" என்று.

"இதைக் கேட்டதும் மக்கள் அனைவரும் கண்ணீர் வடித்தார்கள். தாங்கள் சிறு குழந்தையிலிருந்து வாழ்ந்து கொண்டிருக்கும் மண்ணை விட்டு, இப்படி ஒரு நிலைமையில் போகிறோமோ என்று நினைக்கும் போது, அவர்களுக்கு அது பெரும் வலியாக இருந்தது.

பின் அனைவரையும் அழைத்து கொண்டு, ரகசிய வழியை நோக்கி அனைவரும் நடந்தார்கள். ரகசிய அறையின் கதவை திறந்ததும், அரசர் சட்டென்று நின்றார். அனைவரும் "அரசே என்ன ஆனது?" என்றார்கள்.

"செங்காந்தா நம்முடைய மகுடத்தை, நான் கோவிலில் வைத்து விட்டேன்." என வருத்தமாக கூறினார்.

"அரசே நீங்கள் கவலைப்படாதீர்கள். நீங்கள் அனைவரும் ஜாக்கிரதையாக இங்கே இருங்கள். நான் சென்று, அதை எடுத்து வருகிறேன்" என தளபதி கூறினார்.

பின் துறவன், "இல்லை தளபதியாரே நீங்கள் இங்கேயே இருங்கள். நானே போய் எடுத்து வருகிறேன்." எனக் கூறிவிட்டு, அறையை விட்டு

வெளியே கிளம்பினான். உள்ளே இருந்தவர்கள் கதவை அடைத்துக் கொண்டார்கள்.

பின் தளபதி மக்களை பார்த்து, நீங்கள் இங்கே இருப்பதும் ஆபத்துதான். நீங்கள் முதலில் வெளியே செல்லுங்கள். பனியாற்றான் கரையின் அருகே, இந்த ரகசிய பாதை உங்களை கொண்டு சேர்த்து விடும். நாங்கள் வரும் வரை, அங்கேயே காத்திருங்கள். நாங்கள் விரைவில் வருகிறோம்" என கூறினார். மக்களும் "சரி" என்று ரகசிய வழியில் நடக்க ஆரம்பித்தார்கள்.

துறவன் அரண்மனைக்குள் நடக்க ஆரம்பித்ததும், அரண்மனைக்கு வெளியே பலிகர்களின் சத்தம் அதிகமாக இருந்தது. அந்த சத்தத்தை கேட்கும்போதே, பரந்தீரன் உள்ளே வந்து விட்டான் என்பது நன்றாக தெரிந்தது.

துருவன் தனக்கு அதிக நேரம் இல்லை என்பதை தெரிந்து கொண்டு, வேக வேகமாக பதுங்கியப்படியே நடக்க ஆரம்பித்தான். ஆங்காங்கே பலிகர்கள் அறையைத் திறந்து பார்த்தும், கோவமாக கத்தி கொண்டும் இருந்தார்கள்.

துறவன் அரசரின் அறை வழியாக பின் கதவைத் திறந்து, கோவிலுக்கு வந்து சேர்ந்தான். கோவிலில் சிற்பிகள் இன்னும் வேலை பார்த்துக் கொண்டுதான் இருந்தார்கள். அவர்கள் யாரை பார்த்தும் அஞ்சவில்லை.

கோவிலின் உள்ளே சென்றதும், மகுடம் ஒரு சிலைக்கு கீழ் வைக்கப்பட்டிருந்தது. அதை கையில் எடுத்துக் கொண்டு, திரும்பினான். ஆனால் நடக்க முடியவில்லை. திரும்பவும் அந்த மகுடம் வைக்கப்பட்டிருந்த சிலையை, ஒரு முறை பார்த்தான். அந்த முகம் எங்கோ அவன் பார்த்தது போலவே இருந்தது. தன் முகத்தைப் பார்த்தால் எப்படி இருக்குமோ, அதேபோல் அந்த சிலையின் முகமும் இருந்தது. சிறிது நேரம் அதை பார்த்துவிட்டு, அதன்

கீழே செதுக்கப்பட்டிருந்த எழுத்துக்களை பார்க்கும்போது, இது ராயரின் சிலை என்பது அவனுக்கு புரிந்தது. ஆனால் ராயர் எதற்காக கடல் சங்கை கழுத்தில் அணிந்திருக்கிறார்? என யோசித்தான்.

பின் இதில் ஏதோ காரணங்களும், மர்மங்களும் இருக்கிறது என்பது துறவனுக்கு நன்றாக தெரிந்தது. பின் அந்த மகுடத்தை நன்றாக உற்றுப் பார்த்தான். அது அவன் கண்களை கவர்ந்து இழுத்தது. பின் தன் தலையில் இந்த மகுடத்தை போட்டால் எப்படி இருக்கும் என, தன் தலையை நோக்கி மகுடத்தை கொண்டு சென்றான். பின் அரசர் இருக்கும் போது இப்படி செய்வது, அசிங்கமான செயல். இந்த தவறை நான் செய்யக்கூடாது என்று மகுடத்தை கீழே இறக்கினான்.

பின் மகுடத்தைப் பார்த்து, ஐயோ இந்த மகுடத்தை பார்த்தால், எனக்கே இத்தனை ஆசையாக இருக்கிறது. இதை இப்படியே கொண்டு சென்றால், இதற்காக பலிகர்கள் என்ன வேண்டுமென்றாலும் செய்வார்கள். இதை ஏதாவது துணியில் வைத்து, கொண்டு சென்று விடலாம் என, துணியை தேடினான். துணி எங்கேயும் கிடைக்கவில்லை. ஆனால் ராயரின் சிலையில் அவருடைய தலையில் ஒரு சிவப்பு நிறத் துண்டு கட்டப்பட்டிருந்தது. அதை எடுத்துக் கொண்டு, மகுடத்தோடு திரும்பவும் அரசரின் அறைக்கு வந்து சேர்ந்தான். அரசரின் அறைக்கு இன்னொரு திசையில், வேறொரு சத்தம் கேட்டது. துறவன் ஜன்னலின் அருகே அமர்ந்து கொண்டு, பலிகர்கள் என்ன பேசுகிறார்கள் என்பதை பார்த்தான். பரந்தீரன் பலிகர்களை பார்த்து கூறினான்.

"பலிகர்களே இந்த அரண்மனையை நாம் முதலில் கைப்பற்றியதற்கான காரணம், இங்கே அதிக நல்ல உயிர்கள் சிறைபிடிக்கப்பட்டு இருப்பது தான். அதேபோல் இந்த ராயர் குலத்தை மட்டும் நாம்

அழித்துவிட்டால், இந்த வடக்கு மொத்தமும் நமக்கே சொந்தம். அதன் பின் வடக்கை வைத்து, தெற்கை பிடித்து விடலாம்" என்று சிரித்தான்.

பரந்தீரன் பேசிக் கொண்டிருக்கும்போதே, இளம் பலிகன் அங்கே பதட்டமாக கம்பை ஊனியபடி நடந்து வந்தான். "பரந்தீரரே" என பதட்டமாக அழைத்து, "அவர்கள் தப்பித்து விட்டார்கள்" என்றான்.

பரந்தீரன் இதைக் கேட்டு சிரித்து விட்டு, "ராயர்குலத்தின் வாரிசுகள் நம்மிடம் ஒளிந்து விளையாடுகிறார்கள் போலும். நீங்கள் அரண்மனைக்குள் வரும் அனைத்து வழிகளையும் அடைத்து விட்டீர்கள் அல்லவா?"

"ஆம் அடைத்து விட்டோம். அவர்கள் கண்டிப்பாக வெளியே செல்ல முடியாது."

"பின்பு என்ன? நீங்களும் அவர்களோடு சேர்ந்து விளையாடுங்கள். கண்ணில் பட்டால் உடனடியாக கொன்று, விளையாட்டை முடியுங்கள். அதேபோல் சுவருக்கும் கண்கள் இருக்கும், சுவருக்கும் காது இருக்கும். ஆகையால் அரண்மனையை சுக்கு நூறாக கூட உடையுங்கள். அவர்கள் எனக்கு கிடைத்தாக வேண்டும்."

இதைக் கேட்டதும் பலிகர்கள் சிரித்துக் கொண்டும், கூச்சலிட்டுக் கொண்டும், அரண்மனையை உடைத்து நொறுக்க ஆரம்பித்தார்கள்.

அப்போது வேகமாக இருவர் ஓடிவந்து, கூட்டத்தோடு சேர்ந்தார்கள். இவர்கள் சேர்ந்ததும், கூட்டம் தனித்தனியாக பிரிந்தது. "டேய் கழட்டியப்பா இவர்கள் இத்தனை நேரம் என்ன பேசிக் கொண்டிருந்தார்கள்? உனக்கு ஏதும் கேட்டதா?"

"நாதா எனக்கு மட்டும் பத்து அடி காதுகளா இருக்கிறது? எனக்கும் உன்னை போல் தானே, ஒன்றும் கேட்கவில்லை."

அனைவரும் சென்றபின், நாதனும் கழட்டியப்பனும் மட்டும் பரந்தீரன் எதிரே நின்று கொண்டிருந்தார்கள்.

“என்ன உங்கள் இருவருக்கும் தனியாக சொல்ல வேண்டுமா?” என்றான்.

“அது இல்லை பரந்தீரரே, நீங்கள் எங்கே போகப் போகிறீர்கள் என்பதை தெரிந்து கொள்ளத்தான் நாங்கள் நிற்கிறோம். “

“நான் சிறைக் கைதிகளுக்கு சுதந்திரம் தரப் போகிறேன். நீங்கள் நான் வருவதற்குள் அவர்கள் அனைவரையும் பிடித்து வந்து விடுங்கள். இல்லையென்றால் உங்கள் இருவரின் தலை தப்பாது.” எனக் கூறிவிட்டு, பரந்தீரன் நடக்க ஆரம்பித்தான்.

கழட்டியப்பன் நாதனிடம் மெதுவாக கேட்டான். “நாதா நமக்குத்தான் அவர்கள் எங்கு இருக்கிறார்கள் என்ற உண்மை தெரியுமே, நாம்தான் அந்த கிச்சானை பின்தொடர்ந்து, அவர்கள் ஒளிந்த இடத்தை பார்த்தோமே, அந்த உண்மையை இப்போது இவரிடம் சொல்லி விடலாமா?”

“டேய் கழட்டியப்பா இப்போதே நாம் சொன்னால், நம் மீது இவர்களுக்கு மரியாதையே இருக்காது. அவர்கள் கிடைக்காத பட்சத்தில் நாம் சொன்னோம் என்றால், நம் மரியாதை எங்கோ போய்விடும்” என்று சிரித்தான்.

“அதுவும் சரிதான். சரி வா போகலாம்” என இருவரும் கிளம்பினார்கள்.

இது அனைத்தையும் அரசரின் அறையில் இருந்து கொண்டு, துறவன் பார்த்துக் கொண்டிருந்தான். ஆனால் கழட்டியப்பனும், நாதனும் பேசியது மட்டும் துறவன் காதுக்கு கேட்கவில்லை. பின் பரந்தீரன் சிறைக் கைதிகளை விடுதலை செய்யப் போவது, அவனுடைய படைக்கு இன்னும் பலன் சேர்க்க தான் என நினைத்து, துறவனின் உறையில் சொருகி இருந்த கத்தியை கையில் எடுத்துக்கொண்டு,

பரந்தீரனை பின்தொடர்ந்தான். பரந்தீரன் நேராக அரண்மனை தோட்டத்திற்குள் நுழைந்தான். அங்கே சில மரங்கள் இருந்தது. அதை பார்த்து அவன் கூறினான். "இந்த அரசர்கள் செய்ததில் உருப்படியான ஒன்றே ஒன்று, இந்த சில மரங்களை நட்டது தான். அதேபோல் மிகவும் மோசமான ஒன்று, உங்களை சிறை பிடித்து, சித்திரவதை செய்ததுதான்." என கூண்டுகளை பார்த்து கூறினான்.

என்ன இவன் சிறைக்கு போவான் என்று பார்த்தால், பறவைகளிடம் பேசிக் கொண்டிருக்கிறான்? சரி எப்படியோ இவன் தனியாய் இருக்கிறான். இந்த வாய்ப்பை மட்டும் நான் விட்டு விடவே கூடாது. இவனை மட்டும் நான் கொன்று விட்டால், இந்த ராஜ்ஜியம் காப்பாற்றப்படும். யாருக்கும் எந்த தொந்தரவும் இருக்காது என்று, மகுடத்தை தரையில் வைத்து விட்டு, பரந்தீரனை கொல்வதற்கு தயாரானான்.

பரந்தீரன் பறவைகளிடம் கூறினான். "உங்களை இவர்கள் சித்திரவதை செய்வதற்கு, இவர்களை நீங்கள் மன்னிக்க வேண்டாம். நானே அவர்களுக்கு கண்டிப்பாக தண்டனை வாங்கிக் கொடுப்பேன். நீங்கள் இத்தனை நாட்கள் அனுபவிக்காத சந்தோஷத்தை, இனிமேல் அனுபவியுங்கள். உங்கள் வாழ்க்கையை வாழுங்கள். நீங்கள் ஒவ்வொருவரும் இந்த காடுகளின் கடவுள் என்பது, இந்த மனித பிறவிகளுக்கு தெரியவில்லை. நீங்கள் கூண்டுக்கு வெளியே இருந்திருந்தால், ஒரு காட்டையே உருவாக்கி இருப்பீர்கள். சரி செல்லுங்கள் உங்கள் வாழ்க்கையை வாழச் செல்லுங்கள். உங்கள் குடும்பத்தோடு சேரச் செல்லுங்கள்" என கூண்டுகளை திறந்தான்.

பறவைகள் வேகமாக சிறகுகளை அடித்துக் கொண்டும், சத்தங்களை எழுப்பிக் கொண்டும், வானத்தில் பறக்க ஆரம்பித்தது. அந்த அழகை பார்த்துக் கொண்டே, பரந்தீரன் தரையில் படுத்து கொண்டான்.

சிங்கராயர் உலகை விட்டு மறைந்திருந்தாலும், அவர் ஏற்படுத்தி விட்டுப் போன காயம், பரந்தீரன் உடலில் இன்னும் இருந்தது. அந்த காயத்தில் கை வைத்தவாறே படுத்திருந்தான்.

துறவன் அறையை விட்டு வெளியேறி, பரந்தீரன் அருகே இருக்கும் ஒரு மரத்திற்கு பின்னால் ஒளிந்து கொண்டான். ஒரு பாய்ச்சலில் அவனின் உயிரை துறவனால் எடுக்க முடியும். ஆனால் துறவனால் அதைச் செய்ய முடியவில்லை.

பரந்தீரன் சிறைக் கைதிகளை விடுவித்து, அவன் படைக்கு பலம் சேர்க்கிறான் என்றுதான் துறவன் நினைத்தான். ஆனால் பரந்தீரன் இயற்கையை காப்பதற்காக தான், இது அத்தனையும் செய்கிறான் என்பது, துறவனுக்கு கொஞ்சம் கொஞ்சமாக தான் தெரிய வந்தது.

அதேபோல் இங்கே இதுதான் சரி. இதுதான் தவறு என, மனிதன் அவனுக்கு ஏற்றது போல் அனைத்தையும் மாற்றி வைத்திருக்கிறான். ஆனால் இது மற்ற உயிர்களுக்கு சரியாக இருப்பதில்லை. பரந்தீரன் போன்றவர்களை கொன்றால், இந்த பறவைகள், உயிரினங்கள், காடுகள், தண்ணீர், மலைகள், என அனைத்துமே அழிக்கப்படும். இவன் உயிரோடு இருந்தால், இந்த உலகம் காப்பாற்றப்படும் என்ற உண்மை, துறவனுக்கு நன்றாக புரிந்தது.

துறவன் மனது இவ்வாறு யோசித்துக் கொண்டிருக்க, துறவனின் கையில் இருந்த கத்தி, பரந்தீரனை குத்துவதற்காக ஓங்கிய வாறு இருந்தது. ஆனால் அவனுடைய கை நடுக்கம் அதைச் செய்ய விடவில்லை.

துறவன் சுற்றிலும் பார்த்துவிட்டு, கத்தியை உள்ளே வைத்தான். பின் அங்கிருந்து ரகசிய அறையை நோக்கி நடக்க ஆரம்பித்தான்.

நாதனும் கழட்டியப்பனும் இளம் பலிகன் பின்னால், ரகசியமாக பேசிக் கொண்டே நடந்து வந்தார்கள்.

"நாதா நம் பலிகர்களை பார்த்தால் எனக்கு சிரிப்பாக இருக்கிறது. அவர்கள் ரகசிய அறையில் ஒளிந்து இருக்கிறார்கள். இவர்கள் என்னவென்றால், அரண்மனைக்கு மேலே தேடிக் கொண்டிருக்கிறார்கள்."

"கழட்டியப்பா சத்தமாக பேசாதே, சுவருக்கும் காதுகள் இருக்கும் என்று பரந்தீரர் சொல்லி இருக்கிறார்."

"ஆமாம் நாதா அதுவும் சரிதான். சரி இவர்கள் தேடுவதையாவது நாம் வேடிக்கை பார்க்கலாம்" என்று, இருவரும் சிரித்துக் கொண்டே இளம் பலிகன் பின்னால் சென்றார்கள். பலிகன் கம்பை ஊனி கொண்டு, ஒவ்வொரு அறையாக திறந்து பார்த்து, தேடிக்கொண்டே நடந்து கொண்டிருந்தான்.

பின் இவர்கள் இருவரும் அமைதியாக வருவதை பார்த்துவிட்டு, இளம் பலிகன் கோவமாக திரும்பினான்.

அவன் திரும்பவதை பார்த்துவிட்டு, இருவரும் பயத்தில் ஒரு அறையின் கததவை திறந்து, உள்ளே தேடுவது போல் தேட ஆரம்பித்து விட்டார்கள். பின் இளம் பலிகன் திரும்பி நடக்க ஆரம்பித்தான்.

"நாதா நாம் இவனை எல்லாம் பார்த்து பயப்படும் நிலை வந்து விட்டதே?" என மெதுவாக கூறினான்.

"ஆம் நமக்கு வேறு வழி இல்லையடா கழட்டியப்பா, இவன்தான் நம் பலிகர்கள் கூட்டத்திற்கு அடுத்த தலைவராம். இவனுடைய செயலையும் வீரத்தையும் பார்த்து, மற்ற பலிகர்கள் அனைவரும் இவன் அடுத்த பரந்தீரன் என்கிறார்கள்."

"ஆஹா அப்படியானால் நமக்கு ஒரு அருமையான வாய்ப்பு கிடைத்திருக்கிறது நாதா. நாம்

பரந்தீரரிடம் இந்த ரகசியத்தை சொல்வதற்கு பதில், இவனிடம் அந்த ரகசியத்தை சொல்லி, நாம் ஏன் இவனிடம் நல்ல பெயர் வாங்க கூடாது?"

"நல்ல யோசனை தாண்டா கழட்டியப்பா, சரி வா அவனிடம் பேசிப் பார்க்கலாம்" என்று, இருவரும் வேகமாக அவன் அருகில் சென்றார்கள்.

நாதன் கூறினான். "இளம் பலிகா ஒரு கால் இல்லை என்றாலும், உங்கள் வேகம் குறைவாக இல்லை. சிறுத்தை போல் நடக்கிறீர்கள் ."

"ஏன் வெட்டியாக என் பின்னால் வந்து கொண்டிருக்கிறீர்கள்? வேறு எங்காவது போய் அவர்களை தேடலாம் அல்லவா?"

நாதன் சிரித்துக்கொண்டே, "நாங்கள் எல்லாம் அவர்களைத் தேட வேண்டிய அவசியமே இல்லை. ஏற்கனவே அவர்கள் ஒளிந்திருக்கும் இடத்தை நாங்கள் கண்டுபிடித்து விட்டோம்."

இதைக் கேட்டதும் இளம் பலிகன் சட்டென நின்றான். இருவரின் முகத்தையும் பார்த்து, "உண்மையாகவா எப்படி அவர்களை கண்டுபிடித்தீர்கள்? அவர்கள் எங்கே இருக்கிறார்கள்? என ஆர்வமாக கேட்டான்.

நாதனும் கழட்டியப்பனும் ஒருவனை ஒருவன் பார்த்துக் கொண்டு, "நாங்கள் கிச்சானை பல நாட்களாக பின் தொடர்ந்து கொண்டே இருந்தோம். இன்னும் அவனை பின்தொடர்ந்த போது, மொத்த அரச குடும்பமும் எங்கள் பொறியில் சிக்கிவிட்டது."

"அருமை நீங்கள் உண்மையாகவே மிகவும் புத்திசாலிகள் தான். எனக்கு அவர்கள் இருக்கும் இடத்தை காட்டுவீர்களா?"

"ஆம் இளம் பலிகா, நாங்கள் புத்திசாலியாக இருப்பதால்தான், பரந்தீரர் அவருக்கு அடுத்தபடியாக எங்களை வைத்திருக்கிறார்" என்று, நாதனும் கழட்டியப்பனும் ஒருவரை ஒருவர் பார்த்துக் கொண்டார்கள்.

"சரி வாருங்கள் சீக்கிரம் அவர்கள் இருக்கும் இடத்திற்கு செல்லலாம்."

"போகலாம். அதற்கு முன் உங்களிடம் நாங்கள் ஒன்று கேட்க வேண்டும்."

"ம்ம் தாராளமாக கேளுங்கள்."

"நீங்கள் வருங்காலத்தில் பரந்தீரர் இடத்திற்கு வந்தால், எங்களை உங்களுக்கு அடுத்தபடியாக வைத்துக் கொள்வீர்கள் அல்லவா?"

"இது என்ன கேள்வி பலிகர்களே, அந்த அரசர் குடும்பத்தை மட்டும் நாம் பிடித்து விட்டால், உங்களுக்கு பரந்தீரன் இடமே கிடைத்துவிடும்."

இதைக் கேட்டதும், நாதன் கழட்டியப்பன் கண்களில் சந்தோஷ கடல் பெருக்கெடுத்தது. "சரி வாருங்கள்..வாருங்கள் காலை விடிவதற்கு இன்னும் சற்று நேரம் தான் இருக்கிறது. அதற்குள் நான் அவர்களை பிடித்து தருகிறேன்" என, இருவரும் சந்தோஷமாக நடக்க ஆரம்பித்தார்கள். சிறிது தூரம் சென்ற பின், வழிகள் இருள் சூழ்ந்து காணப்பட்டது.

இளம் பலிகன் கேட்டான். "என்ன பலிகர்களே இந்த வழி மட்டும், இத்தனை இருள் சூழ்ந்து காணப்படுகிறது?"

"ஆம் இங்கே இருந்த விளக்குகளை, நாங்கள் தான் அனைத்தோம்."

"ஏன் அப்படி செய்தீர்கள்?"

"ஏன் அப்படி செய்தோம் என்றால், உள்ளே இருப்பவர்கள் வெளியே வர நினைத்தால், வழி தெரியாமல் மாட்டிக் கொள்வார்கள் அல்லவா அதற்காக தான்."

"நீங்கள் அதிக மூளைக்காரன் என்பதை மீண்டும் மீண்டும் ஞாபகப்படுத்துகிறீர்கள். சரி நடங்கள்" என இளம்பலிகன் இருவரின் பின்னாலும் நடக்க ஆரம்பித்தான்.

சிறிது தூரம் நடந்ததும், நாதனும் கழட்டியப்பனும் சட்டென நின்றார்கள்.

பின் நாதன் திரும்பிப் பார்த்து, "இளம்பலிகரே நமக்கு பின்னால் யாரோ வருவது போல் தெரிகிறது. எதற்கும் நாம் ஒளிந்து இருந்து யார் என்று பார்ப்போம்" என்றான்.

சரி என்று மூவரும் அருகில் இருந்த ஒரு அறைக்குள் ஓடினார்கள். சிறிது நேரத்தில், கையில் தீப்பந்தத்தை வைத்துக்கொண்டு, துறவன் பதுங்கியபடியே அங்கு நடந்து வந்தான்.

கழட்டியப்பன் கூறினான். "இவனை நாங்கள் உள்ளே வைத்து தானே பூட்டினோம். எப்படி வெளியே வந்தான்?"

"யார் இவன்?" என்றான் இளம் பலிகன்.

"இவனை தெரியவில்லையா? இவனை தான் நம் பரந்தீரர் துறவி ஆற்றலுக்காக துரத்தி அடித்தாரே, அவன் தான் இவன்."

"ஓஹோ இருளில் சரியாக முகம் தெரியவில்லை. இவன் எப்படி அங்கிருந்து தப்பித்து வந்தான்?"

"அதுதான் எங்களுக்கும் தெரியவில்லை. இவன் கொஞ்சம் வித்தியாசமாக தான் இருக்கிறான். இவனிடம் கொஞ்சம் ஜாக்கிரதையாக தான் இருக்க வேண்டும்."

"பலிகர்களே மனிதர்களை பார்த்து நாம் எப்போதும் பயப்படக்கூடாது. நீங்கள் அமைதியாக இருங்கள். இவன் கழுத்தை நான் அறுத்துவிட்டு வருகிறேன்" என, இளம்பலிகன் எழுந்து நின்றான்.

"ஐயோ இவனை கொல்லக்கூடாது என்று பரந்தீரர் சொல்லி இருக்கிறார்."

"அவரிடம் நான் பேசிக் கொள்கிறேன். இப்போது அவன் உள்ளே சென்றால், அவர்கள் ஒன்று சேர்ந்து விடுவார்கள். பின் நம்மால் அவர்களை பிடிக்க முடியாது."

"அதுவும் சரிதான். சரி போகலாம்" என மூவரும் துறவனை பின்தொடர்ந்தார்கள்.

துறவன் ரகசிய அறையின் கதவின் அருகே சென்று, மூன்று முறை கதவை தட்டினான்.

கழட்டியப்பன் தன் கையில் இருந்த கத்தியை இளம் பலிகனின் கையில் கொடுத்தான். ஆனால் இளம்பலிகன், “இப்போது இவனை கொல்ல வேண்டாம். என்னிடம் வேறு யோசனை இருக்கிறது” என கூறிவிட்டு, துறவனை நோக்கி மெதுவாக நடக்க ஆரம்பித்தான்.

உள்ளே இருப்பவர்கள் தங்கள் பாதுகாப்பிற்காக சில பலகைகளை எடுத்து, கதவை அடைத்து வைத்திருந்தார்கள். துறவனின் குரலை கேட்டதும், அனைவரும் சேர்ந்து பலகையை மிக வேகமாக எடுக்க ஆரம்பித்தார்கள். அரசர் துறவன் குரலை கேட்டு, பெரும் மகிழ்ச்சியோடு இருந்தார்.

துறவன் கதவின் அருகில் காத்திருந்தபோது, அவன் எதிர்பாராத விதமாக, பின்னால் இருந்து மூவர் துணியினால் தலையை மூடினார்கள். பின் கால்களை இருவர் பிடித்தார்கள். பின்னால் இருந்து கைகளை சேர்த்து, தலையை ஒருவன் பிடித்தான். திடீரென இது நடந்ததால் துறவனால் சிறிதளவு கூட, அசைய முடியவில்லை. பின் அருகே இருந்த அறைக்குள் அவனை தள்ளி, கதவினை அடைத்தார்கள்.

துறவன் அடைக்கப்பட்ட அடுத்த நொடி, தளபதி ரகசிய அறையின் கதவை திறந்து விட்டார்.

துறவன் எடுத்து வந்த மகுடம், இப்போது இளம்பலிகன் கையில் இருந்தது. நாதனும் கழட்டியப்பனும் கதவின் இரு பக்கத்திலும், சுவரை ஒட்டி நின்று கொண்டார்கள்.

இளம் பலிகன் கையில் இருந்த மகுடம், இருளிலும் பிரகாசமாக தான் தெரிந்த்து. ஆனால் அதை வைத்திருப்பது துறவன் என அனைவரும் நினைத்தார்கள்.

துறவன் அந்த அறையின் கதவை உடைப்பதற்காக போராடிக் கொண்டிருந்தான்.

அரசர் தன் மகுடத்தை பார்த்ததும், ஆர்வமாக அதை வாங்குவதற்கு மகுடத்தின் அருகே வந்தார். இளம் பலிகன் அரசரை பார்த்து சிரித்துக் கொண்டே, மகுடத்தை அரசரின் கையில் கொடுத்தான். கொடுத்த அடுத்த நொடி, தன்னுடைய ஒரு கையினால் அரசரின் வயிற்றில், கத்தியால் குத்தினான். தன்னுடைய மறு கையினால் அரசரின் வாய்களை போர்த்தினான். நாதனும் கழட்டியப்பனும் அரசரின் இரண்டு கால்களையும் பலமாகப் பிடித்துக் கொண்டார்கள்.

அரசர் மகுடத்தை கீழே போட்டு விடக்கூடாது என, தன் இரு கைகளால் அதனை பலமாக பிடித்திருந்தார். ஆனால் அவரால் அசைய கூட முடியவில்லை.

தளபதி கூறினார். “துறவா நீ சேனாதிபதி ஆனதை நான் கேள்விப்பட்டதும், எவனோ ஒருவன் எப்படி சேனாதிபதி ஆகலாம் என்று, நம் அரசரிடம் சண்டை போட்டேன். அதேபோல் அன்று நீ நரபலிகர்களின் காட்டில் நடந்து கொண்டதும், எனக்கு பிடிக்கவில்லை. ஆனால் இன்று நீ ராயர்குலத்தின் மகுடத்தையே காப்பாற்றி இருக்கிறாய். இதற்கு ராயர் குலமே உனக்கு தலை வணங்குகிறது” என பெருமையாக கூறினார்.

அரசரின் கண்கள் இதைக் கேட்டு கலங்கிக் கொண்டிருந்தது. அவரின் பாதி உயிர் மனதில் இருந்த வலியாலும், உடலில் இருந்த வலியாலும் பிரிந்து கொண்டிருந்தது. இதைப் பார்க்க சூரியன் அதிர்ச்சியோடு வானத்தின் மேலே வந்தது. வெளிச்சம் வருவதை உணர்ந்த நாதனும் கழட்டியப்பனும், அரசரின் கால்களை விட்டுவிட்டு அறைக்கு வெளியே ஓடினார்கள்.

இருவரும் தன் கால்களை விட்டதும், அரசர் தன் மற்றொரு காலை தரையில் பலமாக ஊன்றி, மறு காலினால் இளம் பலிகன் மார்பில் எட்டி உதைத்தார்.

சூரியனுடைய வெளிச்சம் சிறிதாக அறையில் விழுந்திருந்ததால், அரசர் எட்டி உதைத்தது தளபதியின் கண்களுக்கு நன்றாக தெரிந்தது. "ஐயோ அரசே என்ன செய்கிறீர்கள்" என்று அரசரின் அருகே அவர் ஓடி வந்தார்.

அரசர் உதைத்த உதையில் இளம் பலிகனின் நெஞ்செலும்பு உடைந்து போனது. வலி தாங்க முடியாமல், அறைக்கு வெளியே நெஞ்சை பிடித்துக் கொண்டு துடித்துக் கொண்டிருந்தான். ரகசிய அறையின் அருகே இருந்த கதவு, இப்போது உடைக்கப்பட்டது. துறவன் அதிலிருந்து வெளியே வந்து, யார் இப்படி என்னை செய்தார்கள்? என்ன அங்கும் இங்கும் பார்த்தான். பின் உள்ளே இருப்பவர்களுக்கு ஏதாவது ஆபத்து ஏற்பட்டு இருக்குமோ? என வேகமாக உள்ளே நுழைந்தான்.

நாதனும் கழட்டியப்பனும், இளம் பலிகனை வேகமாக அங்கிருந்து தூக்கிச் சென்றார்கள்.

துறவன் உள்ளே வந்ததும் தளபதி கேட்டார். "என்ன ஆனது? ஏன் அரசர் இப்படி நடந்து கொண்டார்?" என்று. அவர் கேட்டுக் கொண்டிருக்கும்போதே, அரசர் கால்கள் தடுமாறி தரையில் விழுந்தார். அனைவரும் பதறியபடி அரசரின் அருகில் ஓடி வந்தார்கள். இளவரசி அரசரை தொட்டு பார்த்தபோதுதான், அவர் உடம்பில் கத்தி குத்தி இருப்பதும், ரத்தம் சிந்திக் கொண்டிருப்பதும் தெரிந்தது.

இளவரசி அதிர்ச்சியில் கத்தினார்கள். "மாமா தந்தையின் உடலில் கத்தி குத்தி இருக்கிறது....." என்று, பதறியப்படியே கூறினார்கள். கிச்சானும் துறவனும் எதுவும் புரியாமல் நின்று கொண்டிருந்தார்கள்.

தளபதி வேகமாக அரசரை தொட்டு பார்த்துவிட்டு, "ஐயோ அரசே என்ன ஆனது? என கத்தினார். பின் தளபதியின் மனதில் ஏதோ தோன்ற, வேகமாக எழுந்து துறவனின் கழுத்தை சட்டென பிடித்து, சுவரோடு வைத்து அழுத்த

ஆரம்பித்துவிட்டார். "டேய் உன்னை நாங்கள் எவ்வளவு நம்பினோம். கடைசியில் மகுடத்திற்காக அரசரையே கொல்ல துணிந்து விட்டாயே" என கண்களில் கண்ணீரோடும் கோபத்தோடும் கழுத்தை நெறித்துக் கொண்டே கூறினார்.

துறவன் இருமிக் கொண்டு வாய் உளறியபடி "தளபதியாரே... இல்... இல்லை....." என கூறினான்.

"கண்ணெதிரே அரசரை கத்தியில் குத்தி விட்டு, இல்லை என்று பச்சையாக பொய் கூறுகிறாய். உன்னிடம் இத்தனை நேரம் பேசியதே தவறு" என துறவனின் கழுத்தை நெறிக்க ஆரம்பித்தார்.

இளவரசி அழுதவரே அரசரை பார்த்து, "தந்தையே எழுந்திருங்கள்" என அழுது கொண்டிருந்தார்கள். தளபதி உறையிலிருந்த கத்தியை எடுத்து, துறவனின் கழுத்தை அறுப்பதற்கு தயாரானார்.

கத்தி துறவனின் கழுத்தை அறுக்க சென்றபோது, கிச்சான் வேகமாக தளபதியின் அருகே ஓடிவந்து, தளபதியின் கைகளை பின்னிருந்து பிடித்து, அவரை கீழே தள்ளினான். கத்தியும் கீழே விழுந்தது.

கைகள் நடுங்கியபடியே, அவனது கைகளை கூப்பி, "தளபதியாரே என்னை மன்னித்து விடுங்கள். என் நண்பனை ஒன்றும் செய்து விடாதீர்கள்" என்றான்.

தளபதி வேகமாக எழுந்து, "இருவரும் சேர்ந்து திட்டம் போட்டு தான், இதை செய்து இருக்கிறீர்கள். உங்கள் இருவரையும் சேர்த்தே கொல்கிறேன்" என்று, கத்தியை எடுத்துக்கொண்டு கிச்சானை குத்த ஓடி வந்தார்.

சட்டென கிச்சானை பிடித்து துறவன் தள்ளிவிட்டான். பின் தளபதியை, அவரின் வயிற்றில் முட்டி, துறவன் கீழே தள்ளினான். தளபதியின் கையில் இருந்த கத்தி இளவரசியின் அருகே விழுந்தது.

வானத்தில் இடி சத்தங்களோடு மழையும் பெய்ய ஆரம்பித்தது. இளவரசி தன் கண்களை துடைத்துக் கொண்டு, கத்தியை கையில் எடுத்தார்கள்.

நான்கு பேரின் கண்களிலும் பதட்டமும், பரபரப்பும், ஏக்கமும், கோபமும் தெரிந்தது. நான்கு பேரும் ஒவ்வொருவரின் கண்களையும் பார்த்தார்கள்.

இளவரசியின் அருகே கிச்சான்தான் நின்று கொண்டிருந்தான். இளவரசி கிச்சானை கோபக் கனலில் முறைத்தார்கள். துறவன் கூறினான். "இளவரசி வேண்டாம் என் நண்பனை எதுவும் செய்து விடாதீர்கள்" என்று.

ஆனால் இளவரசியின் காதில் எதுவும் கேட்கவில்லை. பின் கிச்சானை குத்துவதற்காக, இளவரசி அவன் அருகில் சென்றார்கள். துறவன் இதை தடுப்பதற்காக வேகமாக இளவரசி அருகில் ஓடினான். ஆனால் தளபதி ஓடிவந்து துறவனை எட்டி உதைத்து, கீழே தள்ளினார்.

கிச்சான் வாய் நடுங்கியபடியே, "தாயே.... தாயே....." என கத்தினான். ஆனால் இளவரசி அவன் அருகில் சென்று விட்டார்கள். பின் கிச்சானின் பின்னால், உறையில் சொருகி இருந்த கத்தியை, கிச்சான் கையில் எடுத்தான். அதைப் பார்த்ததும் இளவரசிக்கு இன்னும் கோபம் அதிகமானது.

ஆனால் துறவன் இதை பார்த்து அதிர்ச்சி அடைந்தான். அவர்கள் இருவர் கத்தியும். ஒருவரை ஒருவர் குத்துவதற்கு தயாரானது. தளபதி கிச்சானை நோக்கி ஓடத் தயாராகினார். ஆனால் துறவன் அவர் கால்களை பிடித்து கீழே தள்ளினான். பின் அவர் கையில் இருந்த கத்தியை பிடுங்கி, அவர்கள் இருவரையும் நோக்கி கத்தியை எரிய தயாரானான். ஒரு கண்ணில் இளவரசி, மற்றொரு கண்ணில் கிச்சான்....

மூன்று கத்தியும் இரு உயிரை எடுக்க தயாரானது.

துறவன் செயலை பார்த்ததும் கிச்சானும், இளவரசியும் அதிர்ச்சி அடைந்தார்கள். தன்னை கொல்வதற்காக தான் கத்தியை ஓங்கி இருக்கிறான் என்று இருவருமே நினைத்தார்கள்.

அப்போது இவர்கள் எதிர்பாராத விதமாக, அறைக்குள் ஒரு பெரும் சத்தம் கேட்டது.

"நிறுத்துங்கள்.........."

அனைவரும் சப்தம் வந்த திசையை நோக்கி திரும்பினார்கள், பின் வேகமாக தளபதியும் இளவரசியும் அரசரின் அருகே ஓடினார்கள். "அரசர் சண்டை போடாதீர்கள்" என்று வாய் நடுங்கியபடியே மெதுவாக கூறினார்.

பின் தளபதி அரசரை பார்த்து கண்களில் கண்ணீரோடு, "அரசே இவர்கள் தலையை நான் எடுத்தே ஆக வேண்டும். அப்போதுதான் என் ஆத்திரம் அடங்கும்" என்றார்.

ஆனால் அரசர் தன் கண்களால் வேண்டாம் எனக் கூறி, தளபதியை அருகில் அழைத்தார். தளபதி கண்ணீரை அடக்கிக் கொண்டு அரசரின் எதிரே அமர்ந்தார்.

அரசர் மெதுவாக, "டேய் செங்காந்தா, இவன் என்னை கொல்லவில்லையடா" என்றார்.

"ஆம் அரசே, ஆனால் இவனுக்குள் இருந்த துருவன், மகுடத்திற்காக உங்களை கொன்று விட்டான்."

"இல்லை.... இல்லை.. செங்காந்தா" அவனை அருகில் வரச்சொல்.

தளபதி துறவனை திரும்பி பார்த்தார். துறவன் கையில் கத்தியோடு அனைவரையும் பார்த்துக் கொண்டு நின்று கொண்டிருந்தான்.

"டேய் துரோகி உன் காதில் விழவில்லையா? இங்கே வா" என்றார். துறவன் கத்தியை கீழே

போட்டுவிட்டு, அரசரின் அருகே வந்தான். அருகில் வந்ததும் அரசர் அவனை கீழே அமர்ந்து கொள் என கைகளால் சைகை காட்டினார்.

துறவன் அரசரின் அருகே அமர்ந்ததும், தளபதி கோபத்தில் எழுந்து நின்றார்.

அரசர் துறவனை பார்த்து, அவன் கைகளை பிடித்துக் கொண்டு, "நீ என்னை கத்தியினால் குத்தினாயா?" என்றார்.

"இல்லை அரசே, சத்தியமாக இல்லை." என கண்ணில் கண்ணீரோடு கூறினான்.

பின் இளவரசியை பார்த்து, "இவன் இந்த தவறை செய்யவில்லை தாயே, இவனை தவறாக நினைத்து விடாதே" என்றார்.

பின் துருவனை பார்த்து, "நீ என்னை கொல்லவில்லை என்றால், நான் சொல்வதை நீ செய்வாயா?"

"செய்கிறேன் அரசே, எதை செய்ய சொன்னாலும் செய்கிறேன்" என்று, கண்களில் கண்ணீர் தழும்பிய படியே கூறினான்.

அரசர் என்ன சொல்லப் போகிறார் என மூவரும் காத்துக் கொண்டிருந்தார்கள்.

அரசர் நிமிர்ந்து அமர்ந்தார். வானத்தில் கருமேகங்கள் சூரியனை மறைக்க ஆரம்பித்தது. இடிசத்தமும், மின்னல் வெளிச்சமும் அரண்மனையில் விழுந்தது. அரசர் துருவனையும் இளவரசியும் பார்த்துவிட்டு,

கீழே இருந்த மகுடத்தை கையில் எடுத்தார். அனைவரும் அதிர்ச்சியோடு அரசரை பார்த்தார்கள். அரசர் ஒரு சிறு புன்னகை செய்துவிட்டு, மகுடத்தை துருவனின் தலைக்கு மேலே தூக்கினார். மகுடம் துறவனின் தலையில் சூட்டப்பட்டது. துறவன் பேரதிர்ச்சியோடு எழுந்து, இரண்டு அடி பின்னே வந்தான். துறவனால் இதை தடுக்க முயலவில்லை.

தளபதி, இளவரசி யாராலும் இதை தடுக்க முயலவில்லை.

மகுடம் சூட்டப்பட்டதும் மழை மீண்டும் கொட்ட ஆரம்பித்தது. இடிச்சத்தம் அதிகமாக கேட்க ஆரம்பித்தது.

பின் தன் மகளின் கைகளை அரசர் பிடித்து, "மகளே உன்னிடம் இந்த கடைசி நொடியில் கூட மன்னிப்பு கேட்க தான் தோன்றுகிறது. உன் தாயை இழந்து தவித்தாய். இப்போது உன் தந்தையும் இழக்கப் போகிறாய். என்னை மன்னித்துவிடு மகளே" என்றார்.

"தந்தையே அப்படியெல்லாம் கூறாதீர்கள். உங்களுக்கு ஒன்றும் ஆகாது. வாருங்கள் நாம் உடனடியாக வெளியே செல்லலாம்" என்றார்கள்.

"இல்லை தாயே இனிமேல் இந்த உயிர் எங்கும் போகாது. நான் உன்னிடம் ஒரு வரலாற்றை கூறினேனே, நம் முப்பாட்டன் ராயரை பற்றி, அதுதான் நான் அனைவரிடத்திலும் சொல்லிக் கொண்டிருக்கிறேன். அந்தப் பாவம்தான் என்னை சூழ்ந்து கொண்டது" என்று, அரசர் இறும்பினார். அவர் வாயிலிருந்து ரத்தம் வெளிவந்தது.

உடனே தளபதி வேகமாக அரசரின் அருகே வந்தார். தளபதியின் கைகளை அரசர் பிடித்துக் கொண்டு, "என் ஆசையை நிறைவேற்றுடா செங்காந்தா" என்றார்.

தளபதி "என்ன ஆசை அரசே?" என்றார்.

"சிறு வயதில் என்னை நீ எப்படி அழைப்பாயோ, அதேபோல் ஒரு முறை அழைத்து விடு" என்றார்.

"அரசே என்னால் உங்களை அப்படி எல்லாம் அழைக்க முடியாது. மன்னித்து விடுங்கள்" என்றார்.

"செங்காந்தா உன் நண்பனை இனிமேல் நீ அப்படி அழைக்கவே முடியாது. நீ வர முடியாத இடத்திற்கு, உன் நண்பன் போகப் போகிறான். இது உன் நண்பனின் கடைசி ஆசையடா, செய்" என்றார்.

பின் தளபதி சத்தமாக அழுது கொண்டே, அரசரை கட்டிப்பிடித்து "பலிகங்கா.... என் நண்பா....." என அழுது கொண்டே கத்தினார்.

அவர் கூறி முடித்ததும், வானத்தில் ஒரு பெரும் இடிசத்தம் கேட்டது. "அரசே இப்போது சந்தோஷமா?" என, அரசரின் முகத்தை தளபதி பார்த்தபோது, தளபதி பெரும் அதிர்ச்சி அடைந்தார்.

அரசரின் இதயத்துடிப்பு நின்று போயிருந்தது. அவருடைய உயிர் உடலை விட்டு பிரிந்து இருந்தது. தளபதி தன் அழுகையை அடக்கிக் கொண்டு, அங்கிருந்து எழுந்து நின்றார்.

இளவரசி, "மாமா ஏன்? என்ன ஆனது? என்று அரசரை பார்த்தார். அரசர் சிரித்த முகத்தோடு, உடலில் உயிர் இல்லாமல் கிடந்தார்.

அதன்பின் இளவரசியின் அழுகைச் சத்தம், ரகசிய வழியில் சென்று கொண்டிருக்கும், மக்களின் காது வரை கேட்டது.

மக்களின் ஒருவன் கூறினான். "நம் தாய் இளவரசி அழுவது போல் எனக்கு கேட்கிறது" என்று. மற்றொருவர் கூறினார். "ஆனால் இப்போது நாம் என்ன செய்வது? நாம் போய்தானே ஆகவேண்டும்?"

இல்லை அவர்களுக்கு ஏதாவது ஆகியிருந்தால், நாம் மட்டும் உயிர் வாழ்ந்து என்ன செய்யப் போகிறோம்? வாருங்கள் அவர்களிடமே நாம் சென்று விடுவோம்" என, மீண்டும் அறையை நோக்கி மக்கள் நடக்க ஆரம்பித்தார்கள்.

அனைவரும் கண்களில் தழும்பிய கண்ணீரோடு நின்று கொண்டிருக்கும்போது, சிறிது நேரத்தில் மக்களும் அங்கு வந்து சேர்ந்தார்கள். அரசரைப் பார்த்ததும், அனைவரும் பேரதிர்ச்சி அடைந்தார்கள். அனைவரும் கண்ணிலும் கண்ணீர் ததும்பியது. பின் இளவரசியின் அருகே அமர்ந்து கொண்டு, அவர்களுக்கு ஆறுதல் வார்த்தை கூறினார்கள்.

பின் தளபதி கூறினார். ராயர் குலத்தின் உடைவாள் இன்று கூர்மை இழந்தது. ஆனால் ஒரு நாள் அந்த வாள் கூர்மை பெறும். அப்போது துரோகிகளும், எதிரிகளும் அந்த வாளினால் கொல்லப்படுவார்கள். இது சத்தியம்....." என்று.

தளபதியின் கண்கள் கோபக் கனலில், துறவனையும் கிச்சனையும் பார்த்தது.

பின் கூறினார். இன்று முதல் நம் ராயர் குலத்திற்கு இவர்தான் புதிய அரசர். இனிமேல் இவர் சொல்வதை தான், நாம் அனைவரும் கேட்க வேண்டும்." என்று மக்கள் இடத்தில் கூறினார்.

துறவன் சட்டென மகுடத்தை எடுத்து, "தளபதியாரே நான் இந்த மகுடத்திற்கு தகுதியானவன் அல்ல. இதை நீங்களே அணிந்து கொள்ளுங்கள்" என்றான்.

"அரசே மகுடத்தை போடுபவர்கள். எல்லாம் அரசராகி விட முடியாது. அதேபோல் நாம் இந்த மகுடத்தை தேர்ந்தெடுக்கவும் முடியாது. அந்த மகுடம் தான் நம்மை தேர்ந்தெடுக்க வேண்டும். உங்களை தான் இந்த மகுடம் தேர்ந்தெடுத்து இருக்கிறது. நீங்கள் தான் இனிமேல் இந்த ராயர் பேரரசின் அரசர்."

துறவன் எதுவும் புரியாமல் குழப்பத்தில் நின்று கொண்டிருந்தான். தளபதி அரசரை தூக்கிக்கொண்டு, ரகசிய வழியில் நடக்க ஆரம்பித்தார். இளவரசி தேனீழினியும் அழுது கொண்டே அவரின் பின்னால் நடந்தார்கள். பின் மக்களும் அவர்கள் பின்னால் நடக்க ஆரம்பித்தார்கள். கிச்சான் மட்டும் துறவனின் அருகே வந்து, அவன் கண்களை உற்றுப் பார்த்துக் கொண்டிருந்தான். கிச்சான் தன்னை இப்படி பார்ப்பதை பார்த்து, இவனும் தன்னை துரோகியாக நினைத்து விட்டானோ? என பயந்தான்.

துறவன் கண் கலங்கிய கண்களோடு, " டேய் கிச்சா நீயும் என்னை துரோகியாக நினைக்கிறாயா? உனக்கு என் மீது ஏதாவது சந்தேகம் இருந்தால்,

இப்போதே இந்த கத்தியால் என்னை கொன்றுவிடு" என்றான்.

கிச்சான் கையில் கத்தியோடு அவன் அருகே வந்தான். பின் கத்தியை சுவரில் எறிந்து விட்டு, துறவனை கட்டிப்பிடித்து, "டேய் நீ இந்த துரோகத்தை செய்திருக்க மாட்டாய். நான் உன்னை நம்புகிறேன். அப்படியே இந்த துரோகத்தை நீ செய்திருந்தாலும், நீ எனது நண்பன் தான் துரோகி கிடையாது" என்றான்.

12. துறவன் கொல்லப்பட்டான்

"அய்யய்யோ கேட்பதற்கே மிகவும் வேதனையாக இருக்கிறது. இப்படி ஒரு சோதனை என் துறவனுக்கு வந்ததா?" என பரந்தீரன் வன்மத்தில் கேட்டான்.

இளம்பலிகன், நாதன், கழட்டியப்பன் மூவரும் சிரித்துக்கொண்டே பரந்திரன் முன்னால் நின்று கொண்டிருந்தார்கள்.

பின் இளம் பலிகன் கூறினான். "நான் அந்த துறவனுக்கு மரணத்தை கொடுத்திருந்தாலும், அது அவனுக்கு இத்தனை வலியை கொடுத்து இருக்காது. ஆனால் நான் இப்போது அவனுக்கு கொடுத்திருக்கும் வலி, அவன் வாழ்க்கையிலேயே மறக்க முடியாத ஒரு வலி.

"உண்மைதான் என் இளம் பலிகா, துரோகம் என்ற பட்டம், ஒருவன் உயிரோடு இருக்கும்போதே அவனைக் கொன்றுவிடும். நான் அவனுக்கு கொடுக்க நினைத்த தண்டனையை விட, நீ சரியான தண்டனையை அவனுக்கு கொடுத்திருக்கிறாய். அதே போல் இத்தனை வருடம், அந்த பலிகங்க ராயரின்

அருகில் கூட யாராலும் நெருங்க முடியவில்லை. ஆனால் நீ அவன் உயிரை எடுத்துள்ளாய். உன்னை பாராட்ட எனக்கு வார்த்தைகளே இல்லை. வா" என தோளில் கையை போட்டு, அரண்மனையின் நடு மைதானத்திற்கு அவனை அழைத்துச் சென்றான்.

அங்கே நரபலிகர்கள் ஈ மொய்ப்பது போல், அரண்மனையை மொய்த்து கொண்டிருந்தார்கள். ஆங்காங்கே தொங்கிக் கொண்டும், தங்கள் வெற்றியை நினைத்து கூச்சலிட்டுக் கொண்டும் இருந்தார்கள். பரந்தீரனை மைதானத்தில் பார்த்ததும், பலிகர்களின் சத்தம் அரண்மனையை அதிரசெய்தது. பரந்தீரன் கைகளை உயர்த்தி அவர்களை அமைதி படுத்தினான்.

பின் "என் அன்பான, உயிரான, உறவான நரபலிகர்களே, நாம் இன்று எடுத்த ஒவ்வொரு உயிரிலும், ஆயிரம் உயிர் பிறக்கப் போகிறது என்பதை நினைவில் வைத்துக் கொள்ளுங்கள். ஒரு மனிதன் தன் வாழ்நாளில், ஒரு கோடி உயிரையாவது கொல்கிறான். ஆனால் இன்று நாம் அவனை அழித்து இருப்பதால், நாம் பல கோடி லட்சம் உயிர்களை காப்பாற்றி இருக்கிறோம். இதற்கு இந்த உலகில் உள்ள அனைத்து உயிர்களும், நமக்கு நன்றி செலுத்தும். அந்த நன்றி நம்மை இன்னும் வாழவைக்கும். இன்னும் பல மனித உயிர்களை எடுக்க வைக்கும்" என்று, தன் கையை உயர்த்தினான்.

இதைக் கேட்டதும், பலிகர்கள் இன்னும் சத்தமாக கூச்சலிட ஆரம்பித்தார்கள்.

பரந்தீரன் "அமைதி அமைதி" என்றான். பின் "இது நமக்கு வடக்கில் கிடைத்த முதல் வெற்றி. ஆனால் இந்த ராயர் படையை விட பலம் வாய்ந்த படை, தெற்கிலிருந்து வடக்கிற்கு வந்து கொண்டிருக்கிறதாம்" என்றான்.

சுவரில் தொங்கிக் கொண்டிருந்த ஒரு பலிகன் கூறினான். "அப்போ ஆடு தானாக வந்து தலையை கொடுக்கிறது என்று சொல்லுங்கள்."

"ஆம் அப்படியும் சொல்லலாம். ஆனால் ஒன்றை மனதில் வைத்துக் கொள்ளுங்கள். அந்த தெற்கு நாட்டவர்கள், நம் ஆடுகளை ஈவு இரக்கமில்லாமல் பலி கொடுப்பார்களாம். அவர்களின் ஒவ்வொரு தலையையும் அதேபோல் நாம் பலி கொடுக்க வேண்டும்..."

"செய்வோம் செய்வோம்.. செய்வோம்..." என அரண்மனை அதிரும்படி கத்தினார்கள்.

நாதன் கூறினான். "பரந்தீரரே நாம் நினைப்பது போல் தெற்கில் உள்ளவர்கள் சாதாரணமானவர்கள் அல்ல. அவர்கள் இதுவரை யாருடனும் தோற்றதே இல்லையாம்."

"ஆம் நானும் அதைப்பற்றி கேள்விப்பட்டேன். அவர்கள் தரைப்படையிலும், கப்பல் படையிலும் சிறந்து விளங்குகிறார்கள் என்று."

"ஆம், இத்தனை பெரிய படையை நாம் எப்படி வீழ்த்தப் போகிறோம்?"

"அவர்கள் மற்றவர்களை எப்படி வீழ்த்தினார்களோ, அப்படிதான். அவர்களுக்கு பலம் அதிகமாக இருந்தாலும் சேரர், சோழர், பாண்டியர் என, பிரிந்து கிடக்கிறார்கள். அந்த பிரிவு என்ற ஒரு ஆயுதம் நமக்கு போதும். அந்த மூவரையும் நாம் வென்று விடலாம்."

"ஆம் வென்றுவிடலாம்.....வென்றுவிடலாம்...." என கத்தினார்கள். இவர்கள் கத்தும் சத்தத்தில், பனிக்காடே சற்று அதிர்ந்து போனது என்று தான் சொல்ல வேண்டும்.

காட்டின் மத்தியில் ராயர்குலத்தின் மக்களும், கிச்சானும், துறவனும், இளவரசியும் நின்று கொண்டிருந்தார்கள். தளபதி ஒரு பெரிய குழியை தோண்டிக் கொண்டிருந்தார். துறவனும் கிச்சனும் எவ்வளவு கேட்டும், அவர்களை அருகில் விடவில்லை. மக்களும் கேட்டுப் பார்த்தார்கள், அவர்களையும்

அருகில் விடவில்லை. தளபதி மட்டுமே அரசருக்கு ஒரு குழியை தோண்டினார்.

அதன்பின் அரசரைக் குழியில் படுக்க வைத்து, அவருக்கு கடைசி அரச மரியாதை செலுத்தினார். பின் அனைவரும் வந்து அரசருக்கு இறுதிச்சடங்கை செய்தார்கள். மண் முழுவதுமாக மூடப்பட்ட பின், தளபதி கைகளை வணங்கி, அரசரைப் பார்த்து கூறினார். "அரசே நீங்கள் ஆசைப்பட்டது போல், அந்த நரபலிகர்களை கொன்று, அவர்களின் ஒவ்வொரு தலையையும் உங்கள் அருகில் புதைப்பேன். இது நம் குலத்தின் மீது சத்தியம்" என்று தரையில் அடித்து சத்தியம் செய்தார்.

தளபதியின் கண்களை ஊர் மக்கள் பார்த்த போது, அவர்களை அறியாமலேயே, அவர்கள் கூச்சலிட ஆரம்பித்தார்கள். "ராயர்குலம் வாழ்க....பலிகர்கள் கூட்டம் அழிக...." என கண்களில் வெறியோடு கத்தினார்கள்.

தளபதி துறவன் அருகில் சென்று, "அரசே நாட்டு மக்களுக்கு இப்போது பாதுகாப்பு தேவை. அவர்களை நாம் ஒரு தீவுக்கு கொண்டு சேர்க்க வேண்டும்" என்றார்.

"தளபதியாரே நம் நாட்டின் அருகே தீவு ஏதும் இல்லையே?"

"இங்கு இல்லை. இங்கிருந்து பல மைல் தொலைவில், செண்டு வேலி எனும் தீவு இருக்கிறது.அங்கு தான் போக வேண்டும்."

"தளபதியாரே நீங்கள் அன்காடேமான் தீவை பற்றி சொல்கிறீர்களா?"

"ஆம் அங்கே உள்ள சென்டி வேலி தீவுக்கு, நானும் அரசரும் ஒருமுறை சென்று இருக்கிறோம். இப்போது நாம் அங்கே செல்லுவது தான் நமக்கு பாதுகாப்பு."

"சரி தளபதியாரே அங்கேயே செல்லலாம்" என்றான். தளபதி மக்களில் ஒருவனை அழைத்து, "பனியாற்றான் கரையில் நம்முடைய போர்க்கப்பல்கள்

இருக்கிறது. அதில் ஒரு கப்பலை தயார் செய்து, அங்கிருந்து நரபலிகர்கள் காட்டை தாண்டி, மீன் உறையூர் வந்துவிடு. நாங்களும் அங்கே வந்து விடுகிறோம்" என்றார்.

"தளபதியின் உத்தரவு" என்று, அங்கே இருந்து அவன் கிளம்பினான்.

அனைவரும் இமயத்தின் பின்பகுதியை நோக்கி நடக்க ஆரம்பித்தார்கள். துறவன் இளவரசியிடம் பேச முயன்றான். ஆனால் அவர்கள் மனவேதனையில் இருப்பதை பார்த்து, பேச தயங்கினான்.

மீன் உறையூர் நோக்கி, பயணம் தொடர்ந்து கொண்டிருந்தது. அப்போது கிச்சான் கேட்டான். "துறவா நாம் எந்த வழியில், அந்த தீவுக்கு போகப் போகிறோம்?"

"இங்கிருந்து இமயத்திற்கு பின் வழியாக தான் அங்கே போகப் போகிறோம். நேர்வழியில் சென்றால், நரபலிகர்கள் காட்டை தாண்ட வேண்டும். அதன் பின் பரந்தீரன் கோட்டையும் இருக்கிறது. ஆகையால் நாம் இமயத்திற்கு பின்புறமாக போகிறோம்" என்றான்.

"போகும் வழியில் நம் ஊர் மக்கள் உயிரோடு இருந்தால், அவர்களையும் நாம் அழைத்து போய்விடலாமா?"

"ஆம் எப்படியும் நாம் ஊர் வழியில் தான் போகப் போகிறோம். அவர்களை காப்பாற்றி விடலாம். நீ கவலைப்படாதே..."

சில நாள் பயணத்திற்கு பின், அடிச்சாரல் கிராமத்திற்கு அனைவரும் வந்து சேர்ந்தார்கள். அங்கே இருந்த குடிசை வீடுகளும், வியாபார சந்தையும் அடித்து உடைக்கப்பட்டு இருந்தது.

உடைக்கப்பட்ட இடத்தில், அதிக மரங்கள் நடப்பட்டிருந்தது. பின் கிச்சான் கூறினான், "துறவா கவலைப்படாதே, நான்தான் ஊர் மக்களை இங்கிருந்து கிளம்பி, அந்த மலைக் கோயிலில் இருக்கச் சொன்னேன். வா அங்கு சென்று பார்க்கலாம் என்று இருவரும் அந்த குகையை நோக்கிச் சென்றார்கள்.

இவர்கள் எதிர்பார்த்தது போலவே, குகைக்குள் ஊர் மக்கள் இருந்தார்கள். கிச்சானின் சத்தத்தை கேட்டு அவர்கள் வெளியே வந்தார்கள். பின் நாட்டின் இளவரசியும், தளபதியும் நிற்பதை பார்த்துவிட்டு, அனைவரும் வேகமாக ஓடிவந்து அவர்களுக்கு மரியாதை செலுத்தினார்கள்.

கிச்சான் கூறினான். "மக்களே நாம் இங்கு இருப்பது ஆபத்து. நாம் அனைவரும் சேர்ந்து, ஒரு தீவுக்குப் போக வேண்டும். இப்போது நாங்கள் அங்குதான் போய்க் கொண்டிருக்கிறோம். நீங்களும் உங்கள் பொருட்கள் அனைத்தையும் எடுத்துக்கொண்டு, எங்களோடு வாருங்கள்" என்றான்.

துணி கடைக்காரர் முன்வந்து, "டேய் கிச்சா நம் அரசர் எங்கே?" என்றார்.

கிச்சான் அமைதியாக நின்றான். தளபதி கூறினார். "ராயர்குலத்தின் அரசர் துரோகத்தால் கொல்லப்பட்டுவிட்டார். இப்போது புதிய அரசர் இவர்தான்" என, துறவனை பார்த்து கை நீட்டினார்.

"ஊர் மக்களுக்கு இது அதிர்ச்சியாக இருந்தது. அதே நேரத்தில் துறவனை பார்த்து, அவர்களுக்கு ஆச்சரியமாகவும் இருந்தது.

ஊர் மக்களில் சிலர் இப்படியும் பேசிக் கொண்டார்கள். "துறவியாக ஆவானா? இல்லை துருவானாக ஆவானா என, நாம் நினைத்துக் கொண்டிருக்கும். இவன் என்ன நம் நாட்டின் அரசராகவே ஆகி விட்டான்?. இவனைப் பெற்றவர்கள் ஒரு நாள் கூட இவனைப்பற்றி பெருமையாக சொல்லியது கிடையாது. ஒருநாள் கூட இவனை

பாசமாக கொஞ்சியது கிடையாது. இப்படிப்பட்டவன் எப்படி இந்த நாட்டின் அரசனாக மாறினான்" என அவர்களுக்குள் பேசிக்கொண்டார்கள்.

"சரி நாம் மற்றதை எல்லாம் தீவுக்கு சென்று பேசிக்கொள்ளலாம். கிளம்புங்கள்" என தளபதி கூறினார். அடிச்சாரல் மக்கள் அனைவரும் தங்கள் பொருட்களை எடுத்துக்கொண்டு, அங்கிருந்து கிளம்பினார்கள். பயணம் மீண்டும் தொடங்கியது.

இமயமலையின் வலதுபுரத்திற்கு அனைவரும் வந்து சேர்ந்தார்கள். ஆனால் மலையின் மேலிருந்து கீழே இறங்க வேண்டும் என்பதால், இன்று இரவு இங்கிருக்கும் குகையில் தங்கி விட்டு, நாளை காலை இறங்கலாம் என அனைவரும் குகைக்குள் சென்றார்கள்.

இளவரசி யாருடனும் பேசாமல் குகைக்குள் சென்று, பாறையில் சாய்ந்து அமைதியாக அமர்ந்திருந்தார்கள். ஆனால் அவர்கள் காலில் முட்கள் குத்தி, இரத்தம் வந்து கொண்டிருந்தது. மக்கள் அதைப் பார்த்தபோது, அவர்கள் மனதில் முட்கள் குத்தியது போல் இருந்தது. அவர்கள் ஒருவரின் முகத்தை ஒருவர் பார்த்துக் கொண்டு, குகைக்கு வெளியே சென்றார்கள். திரும்பி குகைக்கு உள்ளே வரும்போது, தலையில் புல்லும், இலைகளும் இருந்தது. அந்த புல்லினாலும், இலையினாலும் இளவரசிக்கு மெத்தை அமைத்தார்கள்.

"தாயே" என இளவரசியை பார்த்து, ஊர் மக்கள் அழைத்தார்கள். இளவரசி கண்களைத் திறந்து ஊர் மக்களை பார்த்தார்.

துறவன் இதை அனைத்தையும் தூரத்தில் இருந்து பார்த்துக் கொண்டிருந்தான்.

"தாயே இந்த புல்லில் வந்து படுத்துக் கொள்ளுங்கள். உங்கள் கால்களில் அதிகம் காயம்பட்டு இருக்கிறது."

இளவரசி அந்த புல் மெத்தையை பார்த்துவிட்டு, ஊர் மக்களையும் பார்த்துவிட்டு யோசித்தார்கள். இளவரசி சிறுவயதாக இருக்கும் போதிலிருந்தே, அவர்களுக்கு தாய் இல்லை என்பதால், ஊர் மக்கள் அனைவரும் தங்கள் பிள்ளைகளை எப்படி பாசமாக பார்த்துக் கொள்வார்களோ, அதைவிட ஒரு மடங்கு அதிகமாகவே இளவரசியை பாசமாக பார்த்துக் கொண்டார்கள். ஆனால் இளவரசி இதை பார்க்கும் போது, நான் இந்த அரண்மனைக்கு இளவரசி என்பதாலும், நான் அரசரின் மகள் என்பதாலும், இவர்கள் இவ்வாறு நடந்து கொள்கிறாள் என்று நினைப்பார்கள். ஆனால் இன்று தான் தெரிகிறது. தனக்கு தாய் இல்லை என்பதற்காக, இவர்கள் ஒவ்வொருவருமே எனக்கு தாயாகவே இருந்திருக்கிறார்கள் என்பது.

பின் ஊர் மக்கள் கேட்டார்கள், "தாயே என்ன யோசனை செய்கிறீர்கள்?"

இளவரசி மக்களை பார்த்து, "அம்மா உங்கள் குடும்பத்திலும் இழப்பு ஏற்பட்டுள்ளது. ஆனாலும் என் மீது அக்கறை செலுத்துகிறீர்களே எதனால்?"

தாயே எங்கள் பிள்ளைகளும் கொல்லப் பட்டிருக்கிறார்கள். ஆனாலும் ஒரு பிள்ளையை இழந்தால், நான் முதல் பிள்ளை மேல் பாசம் வைக்காமல் இருப்பேனா? நீ எங்கள் அனைவருக்கும் முதல் பிள்ளை தான்" என்று, கண்களில் கண்ணீரோடு ஊர் மக்கள் கூறினார்கள்.

இதைக் கேட்டதும், இளவரசியால் அழாமல் இருக்க முடியவில்லை. எழுந்து சென்று அந்த அம்மாவை கட்டி பிடித்து, இளவரசி அழ ஆரம்பித்தார்கள். அவர்கள் மனதில் இருந்த வேதனைகள் அனைத்தும், அந்த கண்ணீரோடு கரைந்து போனது.

பின் இளவரசியை அந்தப் புல் மெத்தையில் அமரச் செய்து, அவர்கள் காலில் குத்தப்பட்டிருந்த

முட்களை மக்கள் எடுத்தார்கள். பின் அதில் மருந்துகளை போட்டு விட்டார்கள்.

அப்போது தளபதி குகையின் வாசலில் வந்து, தொப்பென்று ஒரு மானை கீழே போட்டார். பின் சிறிது நேரத்தில், அனைவரும் அதை நெருப்பில் சுட்டு உண்ண ஆரம்பித்தார்கள்.

காலை விடியல், பலரின் கஷ்டங்களை இரவோடு கொண்டு சென்றிருந்தது. அனைவரும் தங்கள் உடைமைகளை எடுத்துக்கொண்டு, மலையில் இருந்து கீழே இறங்க ஆரம்பித்தார்கள். இது முன்பெல்லாம் மனிதர்கள் செல்லும் வழித்தடமாக தான் இருந்தது. ஆனால் இப்போது வழித்தடங்கள் மறைந்து, முற்களும் செடிகளும் அங்கே சூழ்ந்து இருந்தது.

இந்த கரடு முரடான பாதையில், அனைவரும் மெது மெதுவாக இயங்கிக் கொண்டிருந்தார்கள். கீழே இறங்கும்போது சிலருக்கு காலில் அடிபட்டது. சிலருக்கு இறங்க முடியாமல் போனது. ஆனால் பாதி தூரம் கடந்த பின், மீன் உறையூரில் ராயர் குலத்தின் கப்பலை பார்த்தபோது, அனைவருக்கும் இதிலிருந்து விடுதலை கிடைக்கப் போகிறது என்ற சந்தோஷத்தில், வலிகளைக் கண்டு கொள்ளாமல் வேகமாக கீழே இறங்கினார்கள்.

கப்பலை தயார் செய்ய தளபதி அனுப்பியவன், கப்பலின் மீது நின்று கொண்டிருந்தான். அனைவரும் நீரில் இறங்கி கப்பலில் ஏற ஆரம்பித்தார்கள். ஆனால் இளவரசியின் காலில் காயம் அதிகம் இருப்பதால், அவர்களால் ஏற முடியவில்லை. வலியை பொறுத்துக் கொண்டும், தடுமாறிக் கொண்டும் மேலே ஏற முயன்றார்கள். இளவரசியின் பின்னால் இருந்த துறவன், தன் கையை ஏணியில் வைத்தான். இளவரசியின் கால்கள் துறவனின் கையில் பட்டதும், சட்டென கால்களை எடுத்துக் கொண்டார்கள். பின் தன்

காலில் ரத்தம் வந்தாலும் பரவாயில்லை என, வலியை தாங்கிக் கொண்டு மேலே ஏறிவிட்டார்கள். துறவன் இளவரசியின் செயலைக் கண்டு வருந்த ஆரம்பித்தான்.

“டேய் கிச்சா பார்த்தாயா, இளவரசி என்னை துளியும் நம்பவில்லை. நான் மீண்டும் இங்கே வந்திருக்கவே கூடாது. துறவனாகவே இருந்திருக்க வேண்டும்” என புலம்பிக் கொண்டே கப்பலில் ஏறினான்.

அனைவரும் மேலே வந்தவுடன், கப்பலை தயார் செய்ய அனுப்பியவனை தளபதி பார்த்து, “சொன்னபடியே அருமையாக கப்பலை தயார் செய்து இருக்கிறாய் நன்றி” என்றார்.

ஆனால் அவனுடைய முகத்தில் அச்சமும் பதட்டமும் தான் அதிகம் தெரிந்தது. சந்தோஷம் தெரியவில்லை.

“ஏனப்பா இப்படி முழிக்கிறாய்?”

“ஒன்றுமில்லை தளபதியாரே” எனக் கூறிவிட்டு, அவன் மக்களோடு மக்களாக சேர்ந்து கொண்டான்,

தளபதி இளவரசியை பார்த்து, “மகளே நீ கீழே சென்று ஓய்வெடு” என்று கீழ் அடுக்கின் கததவை திறந்தார். சரி என்று இளவரசி இறங்க முயன்ற போது, “பொறுங்கள் பொறுங்கள்” என்று துறவன் கத்திக்கொண்டே ஓடி வந்தான்.

பின் இளவரசியை பார்த்து, “இளவரசி சற்று பொறுங்கள். நான் உள்ளே சென்று சோதனை செய்துவிட்டு வருகிறேன்” என்று, படி வழியாக கீழே இறங்கினான். பின் சிறிது நேரம் கழித்து வெளியே வந்து, “உள்ளே எந்த பிரச்சனையும் இல்லை. நீங்கள் போகலாம்” என்றான். இளவரசி துறவனின் முகத்தை கூட பார்க்கவில்லை. வேக வேகமாக கீழே இறங்கி விட்டார்கள்.

தளபதி மக்களிடம், “அனைவரும் ஓய்வெடுங்கள்” என சொல்லிவிட்டு, கப்பல் தலைவருக்கு வழிகாட்ட ஆரம்பித்தார்.

கப்பல் உறையூரில் உறைந்து கிடக்கும் சில பனிக்கட்டிகளை உடைத்துக் கொண்டு, சென்டி வேலி தீவை நோக்கி செல்ல ஆரம்பித்தது. ஆனால் இது அனைத்தையும் இமயத்திலிருந்து சிலர் பார்த்துக் கொண்டிருந்தார்கள்.

"பலிகர்களே இவர்கள் அனைவரும் இறந்துவிட்டார்கள் என, ஊர் முழுவதும் பேசிக் கொண்டிருக்கிறார்கள். ஆனால் இங்கே பார்த்தால், கடல் வழியாக எங்கோ பயணம் செய்து கொண்டிருக்கிறார்கள். இதை உடனடியாக நாம் பரந்தீரரிடம் சொல்லியாக வேண்டும். இல்லையென்றால் நமக்கு பெரும் அபாயம் உருவாகிவிடும். வாருங்கள்..." என வேக வேகமாக அரண்மனையை நோக்கி ஓடினார்கள்.

பரந்தீரன் பலிகங்கராயர் கட்டிய கோயிலை, சுற்றிலும் பார்த்து ரசித்துக் கொண்டிருந்தான். அவன் கோயிலை இடிக்க நினைக்கவில்லை. அதற்கு பதிலாக வரலாற்றை மாற்றி எழுத வேண்டும் என்றான்.

சிற்பிகள் அனைவரும் ஒன்று சேர்ந்து, பரந்தீரனிடம் கூறினார்கள். "நீங்கள் செய்ய சொல்வது பாவம். எங்களால் வரலாற்றை மாற்றி எழுத முடியாது. நீங்களும் இதை எங்களை செய்ய சொல்லி வற்புறுத்தாதீர்கள்."

"சிற்பிகளே உங்களிடம் நான் எழுத முடியுமா என்று கேட்கவே இல்லையே? ஏன் இத்தனை வார்த்தைகள் பேசுகிறீர்கள். நீங்கள் எழுந்தாவிட்டால், உங்கள் அனைவரின் விரல்களும் வெட்டப்படும். அதைத்தான் நான் சொல்ல வந்தேன்."

"பரந்தீரா எங்கள் விரல்களை நீ வெட்டினாலும், தலையை வெட்டினாலும், நீ செய்யச் சொன்னதை எங்களால் செய்ய முடியாது."

"அட என்ன சிற்பிகளே, அப்படி என்ன வரலாற்றை நீங்கள் செதுக்கி விட்டீர்கள்?" என

கூறிவிட்டு, கோவில் சுவற்றில் எழுதப்பட்ட எழுத்துகளை படிக்க ஆரம்பித்தான்.

அதை படிக்கும்போது அவன் முகத்தில் சிரிப்பும், கோபமும், வேதனையும் தெரிந்தது. பின் முழுவதுமாக படித்துவிட்டு, "ராயர்குலம் உண்மையாகவே வீரமானவர்கள் தான். ஆனால் இது என்ன சிற்பிகளே, ஆயிரம் ஆட்டின் தலை என்று செதுக்கப்பட்டு இருக்கிறது?"

"அது எங்கள் அரசர் சாளுக்கியர்களை வென்ற போது, அந்த சாளுக்கியர்கள் லட்சக்கணக்கான மக்களை கைது செய்து வைத்திருந்தார்கள். அவர்களை மீட்டபோது அவர்கள் மிகவும் பசியில் இருந்ததால், ஒரே நேரத்தில் ஆயிரம் ஆடுகளை விருந்து வைத்தோம்."

"ம்ம்... இதனால் தான் இந்த வரலாற்றை நான் அழிக்க சொல்கிறேன். இதை வருங்காலத்தில் படிக்கும் மனிதர்கள். ஏதாவது நல்லது நடந்தாலும், கெட்டது நடந்தாலும், உயிர்களைப் பலியிட்டு அதை கொண்டாட ஆரம்பித்து விடுவார்கள்."

"நீங்கள் என்ன சொன்னாலும் நாங்கள் வரலாற்றை மாற்றி எழுத மாட்டோம்" என்று, சிற்பிகள் சொன்னார்கள்.

ஒரு சிற்பி இதை சொல்லி முடித்ததும், அவர் விரல் சட்டென வெட்டப்பட்டது. சிற்பி வலியில் துடிதுடிக்க ஆரம்பித்தார். இதை பார்த்த மற்ற சிற்பிகள் அனைவரும், "ஐயோ வேண்டாம்... வேண்டாம்..." என கதற ஆரம்பித்தார்கள்.

"ஆஹா என் இளம் பலிகன் எத்தனை அருமையாக கத்தியை வீசுகிறான். அருமை அருமை. சிற்பிகளே இதை இன்று முழுவதும் நான் செய்ய தயார். உங்களை அவ்வளவு சுலபமாகலாம் நான் கொன்று விடமாட்டேன். நான் செய்ய சொன்னதை நீங்கள் செய்யவில்லை என்றால், நரக வேதனை என்ன

என்பதை, நீங்கள் ஒவ்வொருவரும் இன்று அனுபவிப்பீர்கள்."

சிற்பிகள் அமைதியாக இருப்பதை பார்த்துவிட்டு, இளம் பலிகன் சட்டென மற்றொருவரின் விரலை வெட்டினான்.

பரந்தீரன் கூறினான். "இளம் பலிகா சற்று பொறுமையாக இரு. அவர்கள் தான் யோசித்துக் கொண்டிருக்கிறார்களே, கண்டிப்பாக சம்மதித்து விடுவார்கள்."

சிற்பிகள் கண்ணீர் வடித்தபடியே, வரலாற்றை அழிக்கவும், மாற்றி எழுதவும் ஒப்புக் கொண்டார்கள். பின் சிற்பிகள் அனைவரும் கோவிலில் எழுதப்பட்ட வரலாற்றை அழிக்க ஆரம்பித்தார்கள். வரலாறு மண்ணோடு மண்ணாக போவதைப் பார்த்து, பரந்தீரன் பெரும் மகிழ்ச்சி அடைந்தான்,

பரந்தீரனும் இளம்பலிகனும் அதை ரசித்துக் கொண்டிருக்கும் போது, கீழே இருந்த மண் ஒரு சுழல் போல் உருவானது. அந்த சுழலை இவர்கள் இருவரும் பார்த்துக் கொண்டிருக்கும்போது, அவர்கள் கண்களில் அந்த மண் வீசப்பட்டது. கண்களை பிடித்துக் கொண்டு, இரண்டு அடி பின்னே வந்தார்கள். அந்த மண் சுழல் மிக பெரிதாக உருவானது.

பின் அனைவரும் அதிர்ச்சியோடு அந்த சுழலை பார்த்துக் கொண்டிருந்தார்கள். சூழல் சுற்றிக்கொண்டவரே கோவிலின் உள்ளே இருந்த, ராயர் சிலை முன்னே சென்றது.

பரந்தீரன் உள்ளே பார்த்தான். அந்த சுழல் ராயர் சிலையை சுற்றிக் கொண்டிருந்தது. பின் அரண்மனையைச் சுற்றிலும் சங்கு சத்தம் கேட்டது. எங்கிருந்து சத்தம் வருகிறது என, அனைவரும் சுற்றிலும் பார்த்தார்கள். பின் அனைத்து பலிகர்களும் காதுகளை மூடிக்கொண்டு, அரண்மனைக்குள் ஓடி ஒளிந்தார்கள்.

பரந்தீரன் கத்திக் கொண்டே, "இளம் பலிகா என்ன நடக்கிறது இங்கே? யார் சங்குகளை ஊதுவது என்று பார்" என்று கத்தினான்.

அனைவரும் வேகமாக ஓடிச் சென்று அரண்மனையைச் சுற்றிலும் பார்த்தார்கள். ஆனால் அங்கு யாருமே இல்லை. பின் சத்தம் எங்கிருந்து வருகிறது என உற்று நோக்கிய போது, அது இமயத்தின் உச்சியில் இருந்து வருகிறது என்பது, நன்றாக தெரிந்தது.

இளம் பலிகன் வேகமாக ஓடிவந்து, "பரந்தீரரே சத்தம் அரண்மனைக்கு வெளியே இருந்து வரவில்லை. இமயத்திற்கு மேலே இருந்து வருகிறது" என்றான்.

"என்ன இமயத்திற்கு மேலே இருந்து, இத்தனை சத்தமாக சங்கு சத்தம் வருகிறதா?" என ஆச்சரியமாக இமயத்தை பார்த்தான்.

அவன் கேட்டுக் கொண்டு இருக்கும்போதே, சில பலிகர்கள் அங்கே வேகமாக ஓடி வந்தார்கள். பரந்தீரனின் எதிரே வந்ததும், ஒருவரின் முகத்தை ஒருவர் பார்த்துக் கொண்டு, பேச முடியாமல் மூச்சு இறைத்த வாறே நின்றார்கள்.

"ஏன் இப்படி ஓடி வருகிறீர்கள்? என்ன ஆனது? என்றான்.

"பரந்தீரரே....." எனக் கூறிவிட்டு, ஒருவன் மூச்சு திணறினான்.

"முதலில் தண்ணீரை குடியுங்கள்" என்றவுடன், வேகமாக அனைவரும் ஓடிச் சென்று, அருகில் இருந்த தொட்டியில் தலையை முக்கி, தண்ணீரை குடித்தார்கள். பின் வேகமாக பரந்தீரன் எதிரே வந்து, "பரந்தீரரே ராயர்குலம் இன்னும் அழியவில்லை. நம் திட்டம் பலிக்கவில்லை" என்றார்கள்.

"என்ன இன்னும் அழியவில்லையா? என்ன சொல்கிறீர்கள்?" என அதிர்ச்சியோடு கேட்டான்.

"ஆம் பரந்தீரரே, நம் இளம் பலிகர் துறவனை துரோகியாக மாற்றினார். ஆனால் அவனுடைய

தலையில், இன்று நாங்கள் ராயரின் மகுடத்தை பார்த்தோம்.”

இதைக் கேட்டதும் பரந்தீரன் அதிர்ச்சியடைந்தான். பின் பொறுமையாக, “இளம் பலிகனை பார்த்து, “இளம் பலிகா என்ன இது? என்ன நடக்கிறது இங்கே?” என்றான்.

“பரந்தீரரே அங்கே நடந்ததை, நான் என் காதுகளால் நன்றாக கேட்டேன். துறவனை அனைவரும் துரோகியாக பார்த்தார்கள். தளபதி அவனை கண்டிப்பாக கொன்றிருப்பார்.”

“பிறகு ஏன் இவர்கள் இப்படி கூறுகிறார்கள்?”

“அதுதான் எனக்கும் புரியவில்லை பரந்தீரரே” எனக் கூறிவிட்டு, அந்த பலிகர்களின் அருகே சென்று, “அங்கே என்ன நடந்தது? அங்கே யாரெல்லாம் இருந்தார்கள் என்பதை, தெளிவாக கூறுங்கள்” என்றான்.

அவர்கள் நடந்த அனைத்தையும் தெளிவாக கூறினார்கள்.

அதைக் கேட்டதும் பரந்தீரனுக்கு கோபம் தலைக்கேறியது. பரந்தீரன் சத்தமாக “துறவன்.... துறவன்..... துறவன்..... உன்னை நான் விட்டிருக்கக் கூடாது. உன்னால் நான் மிகவும் துன்பப்படுகிறேன்.” என வானத்தைப் பார்த்து கூறினான். பின் இளம் பலிகனை பார்த்து, “இளம் பலிகா அவர்கள் எங்கிருந்தாலும், அந்த மகுடத்தை சுமக்கும் தலையும், அந்த மகுடமும் உடனடியாக எனக்கு வேண்டும். அவர்களை மட்டும் நாம் அழிக்காவிட்டால், அந்த ராயர் குலம் மீண்டும் உருவாகிவிடும்.” என்றான்.

“பரந்தீரரே நீங்கள் இதை நினைத்து கவலைப்பட வேண்டாம். அவர்கள் ஒவ்வொருவரின் தலையையும், உங்கள் காலடியில் நான் போடுவேன். இல்லையென்றால் என் தலை மீண்டும் உங்கள் கண்ணெதிரே வராது.” எனக் கூறிவிட்டு, அங்கிருந்து கிளம்பினான்.

பரந்தீரன் மீண்டும் சிற்பிகள் அருகே கோபமாக நடந்து வந்தான். அந்த சிற்பிகள் செதுக்கிய வரலாற்றை பார்த்தபோது, பரந்தீரனுக்கு கோபம் அளவில்லாமல் அதிகரித்தது.

சிற்பிகள் கூறினார்கள். "பரந்தீரா உன்னால் முடிந்தால், எங்கள் புது அரசரைக் கொன்றுவிட்டு, வரலாற்றை மாற்றி எழுது. அதுவரை இங்கே உண்மை வரலாறு மட்டும்தான் எழுதப்படும்" என்று, சிற்பிகள் தைரியமாக கூறினார்கள்.

பரந்தீரன் கோபமாக சிற்பிகளை பார்த்து சிரித்தான். பின் "நன்றாக எழுதுங்கள்...எழுதுங்கள்....எழுதுங்கள்..." எனக் கூறிக்கொண்டே அங்கிருந்து சென்றான்.

ஆழ் கடலின் நடுவே, கடல் அலைகள் கப்பலை தாலாட்டிக் கொண்டிருந்தது. இளவரசி தன் படுக்கையில் படுத்து கொண்டிருந்தார்கள். தன் தாய் இறந்த பின், தன் தந்தை, தன்னை குழந்தை போல் தொட்டிலில் தான் தூங்க வைப்பார். அந்த நினைவுகள் இந்த கடல் தாயின் தாலாட்டில் ஞாபகத்திற்கு வந்தது. ஆனால் இனிமேல் இந்த வாழ்க்கையில் தன் தந்தையின் அன்பு கிடைக்காது என்று தெரிந்ததும், இளவரசி மீண்டும் ஏங்கினார்கள்.

துறவன் இளவரசியுடைய பக்கத்து அறையில் தான் படுத்துக் கொண்டிருந்தான். அரசரை கொன்றது யார் என்பதில், அவனுக்கும் சந்தேகம் இருந்தது. ஒருவேளை தளபதியே அரசரைக் கொன்றிருப்பாரோ? என்று நினைத்தான். அதன் பின் அன்று அதிகாலையில் நடந்ததை, நன்றாக யோசித்து பார்த்தான்.

உள்ளே இருந்தது நான்கு பேர் மட்டும் தான். என் நண்பன் கிச்சான், அதை கண்டிப்பாக செய்திருக்க மாட்டான். இளவரசி அதை செய்திருக்க வாய்ப்பே இல்லை. ஆனால் தளபதியைப் பற்றி எனக்கு எதுவுமே

தெரியாதே, அவர் ஒருவேளை இதை செய்துவிட்டு, என் மீது பழி போடப் பார்க்கிறாரோ? என யோசித்தான்.

என்னை யாரும் நம்பவில்லை என்றால், தீவில் இறங்கியவுடன், இந்த கேள்வியை தளபதி முன் கண்டிப்பாக வைக்க வேண்டும் என யோசித்தான். அவனுடைய யோசனை சிறிது நேரத்தில் புலம்பலாக மாறியது. வெளியில் நடந்து கொண்டிருந்த தளபதிக்கு அது நன்றாக கேட்டுவிட்டது.

பின் சிறிது நேரத்தில், துறவனின் அறைக்கதவை யாரோ திறக்கும் சத்தம், துறவனின் காதில் கேட்டது. படுத்துக்கொண்டே யாராக இருக்கும்? அனுமதி வாங்காமல் உள்ளே வருகிறார்கள், என கண்களைத் திறந்து பார்த்தான். பார்த்ததும் துறவனின் பதட்டம் அதிகமானது. ஏனென்றால் அறைக்குள் வந்திருப்பது தளபதி செங்காந்தராயர். இவர் ஏன் இந்த நேரத்தில் இங்கே வந்திருக்கிறார்? எழுந்து என்னவென்று கேட்கலாமா? என யோசித்தான். ஆனால் அதற்குள் தளபதி மகுடத்தின் மீது கையை வைத்தார். அவரின் முகத்தை இப்போது பார்க்கும்போது, அதில் பேராசை தெரிந்தது. மகுடத்தை தன் கைகளால் தடவி பார்த்துவிட்டு, அதை அவர் தலையில் அணிந்து கொண்டார்.

துறவனுக்கு இப்போது அனைத்துமே தெளிவானது. அரசரைக் கொன்றது இவர்தான். தளபதி தான் கொன்றுவிட்டு, நாடகம் ஆடுகிறார். இதை உடனடியாக இளவரசியிடம் சொல்லி ஆக வேண்டும் என எழுந்து நின்றான்.

தளபதி எந்த ஒரு பதட்டமும் இல்லாமல், துறவனை பார்த்து கூறினார். "நீ என்னை பார்த்துக் கொண்டுதான் இருக்கிறாய் என்பது, எனக்கு நன்றாகத் தெரியும். எனக்கு கிடைக்க வேண்டிய மகுடத்தை, நீ அணிந்து கொண்டிருக்கிறாய். நான் அந்த பலிகங்கராயரை கொல்வதற்கு எத்தனை... எத்தனை... எத்தனை... முறை கஷ்டப்பட்டு இருக்கிறேன் என்பது

உனக்குத் தெரியாது. நான் இப்படி இருக்கும்போது, நீ சுலபமாக வந்து அந்த மகுடத்தை எடுத்துக் கொண்டு விட்டாய். உன்னை நான் சும்மா விட மாட்டேன்." என, தளபதி மெதுவாக துறவனின் அருகே நடந்து வந்தார்.

துறவன் அவரைப் பார்த்து பதற்றம் அடைந்தான். பின் சத்தமாக "இளவரசி...இளவரசி..." என கத்தினான். அதற்குள் தளபதி துறவனின் கழுத்தை பிடித்து விட்டார். துறவனால் இப்போது கத்த முடியவில்லை. அவரை பதிலுக்கு அடிக்கலாம் என கைகளை தூக்கிய போது, அவனால் கைகளை உயர்த்தவே முடியவில்லை. கால்களையும் அசைக்கவே முடியவில்லை. அவன் மூச்சு திணற ஆரம்பித்தது. பின் துறவனை கீழே தள்ளினார். அவன் எழுந்து நின்றதும், வெளியே ஓடிவிடலாம் என எழுந்து ஓட முயன்றான். சட்டென அவன் முதுகில் தளபதியுடைய கத்தி பாய்ந்தது.

எவ்வளவு முயன்றும் துறவனால் அவன் கைகளை வைத்து, தளபதியை தாக்க முடியவில்லை. பின் ஒரு நீண்ட முயற்சிக்குப் பின், சட்டென எழுந்தான்.

ஆனால் இப்போது தளபதியை அங்கு காணவில்லை. எங்கே சென்றார் இவர் என சுற்றிலும் பார்த்தான். தன் முதுகில் குத்தப்பட்டிருந்த கத்தியை திரும்பி பார்த்தான். அங்கு கத்தியும் இல்லை. குத்தப்பட்டதற்கான அடையாளமும் இல்லை.

பின் இவன் பின்னால் இருந்து, ஒரு பூனை தரையில் குதித்து, அறைக்கு வெளியே வேகமாக ஓடியது. துறவனுக்கு இப்போதுதான் என்ன நடந்தது என்று தெளிவாக புரிந்தது. கண்களை நன்றாக துடைத்து விட்டு, தான் தூக்கத்தில் கனவு கண்டிருக்கிறேன் என்பதை உணர்ந்தான்.

பின் தண்ணீரால் முகத்தை கழுவி விட்டு, கப்பலின் மேல் அடுக்குக்கு சென்றான். கப்பலின் மேல் பகுதியில் தளபதியும், கப்பல் தலைவரும் ஒன்றாக நின்று பேசிக் கொண்டிருந்தார்கள். தளபதியின் மீது

தான் வீணாக சந்தேகப்படுகிறேன். அவர் இதை செய்திருக்க மாட்டார். வேறு யாரோ இதை செய்திருக்கிறார்கள். அங்கு வேறு ஏதோ ஒன்று நடந்திருக்கிறது என நினைத்துக் கொண்டு, மீண்டும் கப்பலின் கீழ் பகுதிக்கு வந்தான்.

தனது அறையை நோக்கி நடந்த போது, இளவரசியின் அறையின் அருகே தயங்கி நின்றான். இளவரசியிடம் பேசுவதற்கு சில நாட்களாக வாய்ப்பே கிடைக்கவில்லை. இப்போது அவர்கள் தனியாக தான் இருக்கிறார்கள். இதுதான் சரியான நேரம் என நினைத்துக் கொண்டு, இளவரசியின் அறை கதவை திறந்தான். கடல் அலையின் வேகம் சற்று அதிகமாகவே இருந்தது. மழையும் புயலும் உருவாவது போல், வானம் காட்சியளித்துக் கொண்டிருந்தது.

இளவரசி படுக்கையில் படுத்து உறங்கிக் கொண்டிருந்தார்கள். அவர்கள் அருகில் அவர்கள் தந்தையின் வரைபடமும் தாயின் வரைபடமும் இருந்தது. அதன் எதிரே தாயின் தாலியும் வைக்கப்பட்டிருந்தது.

அவருடைய முகத்தை பார்க்கும் போது, அத்தனை வேதனையும் ஏக்கமும் அதில் நிறைந்திருந்தது. ஒரு நாட்டிற்கே இளவரசியாக இருந்தவர்கள். இன்று ஒரு அனாதை போல் தூங்கிக் கொண்டிருப்பது துறவனின் மனதை அதிகம் வலிக்கச் செய்தது.

அவர்களின் அருகே சென்று, படுக்கைக்கு கீழ் துறவன் அமர்ந்து கொண்டான். இப்போது இளவரசிக்கு வேண்டியது எல்லாம், ஆறுதல் மட்டும்தான். தன் மார்பில் சாய்த்து, அவர்களின் கண்ணீரைத் துடைக்க வேண்டும் என்று, துறவனுக்கு ஏக்கமாக இருந்தது. அப்போது இளவரசியின் ஒரு தலை முடி அவர்களின் முகத்தில் விழுந்தது. அதை தன் கைகளால் வருடியபடி துறவன் எடுத்துவிட்டான்.

துறவனின் கைகள் இளவரசியின் மீது பட்டதும், இளவரசி கண் விழித்தார்கள். துறவனின் முகத்தை அவர்கள் பார்த்ததும், அவர்கள் கண்களில் வெறுப்பும், பயமும், வேதனையும் தெரிந்தது.

துறவன் எழுந்து நின்றான். தன் நிலையை நினைத்து, மிகவும் வருந்தினான். இத்தனை நாட்களாக அத்தனை காதலோடு பார்த்த கண்கள், இன்றைக்கு இத்தனை வெறுப்போடு என்னை பார்க்கிறது என்ற வேதனை, அவனை கொல்ல ஆரம்பித்தது.

இருவரும் சிறிது நேரம் எதுவும் பேசிக்கொள்ளாமல் இருந்தார்கள். இளவரசி கண்களில் கண்ணீர் நிரம்பியிருந்தது. அதன்பின் துறவன் கூறினான். “இளவரசி நான் அந்த துரோகத்தை செய்யவில்லை. அதைச் செய்வதனால், எனக்கு என்ன பலன்?” என்றான்.

இளவரசி அழுது கொண்டே கூறினார்கள். “என் தந்தை வேறு எங்கோ கொல்லப்பட்டு, அவரை நீங்கள் கொன்று இருந்தால் கூட, நான் அதை நம்பி இருக்க மாட்டேன். ஆனால் இது என் கண் எதிரே நடந்திருக்கிறது. இதை என்னால் எப்படி நம்பாமல் இருக்க முடியும்?”

“இளவரசி உங்கள் கண் முன் தான் அது நடந்தது. ஆனால் உங்கள் கண்களுக்கு என் முகம் தெரிந்ததா? அந்த அறை இருள் சூழ்ந்து அல்லவா இருந்தது.”

“இப்போது என்ன? நீங்கள் அரசரை கொல்லவில்லை. வேறு ஒருவன் தான் கொன்றான் என்கிறீர்களா?”

“நான் கொல்லவில்லை இளவரசி. வேறு யாரோ தான் கொன்று இருக்கிறார்கள்.”

“அறைக்குள் இருந்தது என் தந்தையோடு சேர்த்து ஐந்து பேர் தான். நீங்கள் இல்லையென்றால், நம் தளபதி என் தந்தையை கொன்றாரா? அல்லது உங்கள் நண்பன் என் தந்தையை கொன்றாரா?”

இளவரசி துறவனை நம்பாமல் கேள்வி மேல் கேள்வி கேட்பதால், அவன் கோபம் அடைந்தான். பின் கூறினான், "இளவரசி அங்கு இருந்தது அரசரோடு சேர்த்து, ஐந்து பேர் அல்லவா? எங்களை மட்டுமே கூறிக் கொண்டிருக்கிறீர்களே, நீங்கள் அரசரை கொல்லவில்லை என்பதற்கு என்ன ஆதாரம்?" என்றான்.

இளவரசி இதை கேட்டதும் அதிர்ச்சி அடைந்தார்கள். துறவன் மீது அவர்களுக்கு சந்தேகம் அதிகமானது. "என் தந்தையையும் கொன்று விட்டு, மகுடத்தையும் சூடிக்கொண்டு, இப்போது என்னையும் நீங்கள் பழி சுமத்தி கொல்ல பார்க்கிறீர்கள்." என அழுது கொண்டே கூறினார்கள்.

இளவரசி இப்போதும் நான் தான் அந்தக் கொலையை செய்திருப்பேன் என்று நீங்கள் நினைத்தால், இந்த கத்தியினால் என்னை கொன்று விடுங்கள்" என, அவனுடைய கத்தியை கையில் எடுத்தான்.

"உங்களைக் கொல்ல வேண்டும் என்றுதான், என் தந்தை இறந்த அடுத்த நொடி எனக்கு இருந்தது. ஆனால் என்னால் அதைச் செய்ய முடியவில்லை. நீங்கள் இந்த மகுடத்திற்காக என்னை நேசித்திருந்தாலும், நான் உங்களை உண்மையாக தான் நேசித்தேன். எனது தந்தை தாயை நான் எப்படி நேசித்தேனோ, அதே அளவு உங்களையும் நேசித்தேன். அந்த ஒரு காரணத்துக்காக மட்டும் தான், என்னால் உங்களை கொல்ல முடியவில்லை."

"எனக்கு நீங்கள் தண்டனையும் கொடுக்க மாட்டீர்கள். என்னை நம்பவும் மாட்டீர்கள். நான் இப்படி துரோகியாகவே கடைசிவரை இருப்பதா.....? என்று கத்தினான்.

"உங்களுக்குள் தான் இருவர் இருக்கிறார்களே, தேவைப்பட்டால் நீங்கள் துருவராகவும் ஆகிவிடுவீர்கள். தேவை இல்லை என்றால், அவரை

தூக்கிப் போட்டுவிட்டு துறவனாகவும் மாறிவிடுவீர்கள். உங்களுக்கு இதெல்லாம் சர்வ சாதாரணம்."

துறவன் இளவரசியின் பேச்சைக் கேட்டு, சிறிது நேரம் அமைதியாக நின்றான். இடியும், மழையும், மின்னலும் அவர்களை சூழ்ந்து இருந்தது. துறவன் இளவரசியின் அருகே சென்றான். அவர்கள் அதிர்ச்சியோடு இவனை பார்த்தார்கள். காரணம் அவன் கையில் கத்தி இருந்ததால்.

பின் இளவரசி தன் கண்களை மூடி, உங்கள் கைகளால் இறந்தால் சந்தோசம் தான் என்பது போல் நின்றார்கள்.

ஆனால் துறவன் கத்தியை கீழே வீசிவிட்டு, அருகில் இருந்த தாலி கயிற்றை கையில் எடுத்தான். இளவரசிக்கு அதைப் பார்த்ததும், அதிர்ச்சி பேரதிர்ச்சியாக மாறியது.

அந்த இடி, மின்னல், மழையின் மேளத்தில், இளவரசியின் கழுத்தில் தாலியை கட்டினான். இளவரசி துறவனுடைய கண்களை மட்டுமே கண்ணீரோடு பார்த்துக் கொண்டிருந்தார்கள். அதன்பின் அவர்களின் கையைப் பிடித்து, "இளவரசி நான் இந்த துரோகத்தை செய்யவில்லை. நான் இந்த மகுடத்திற்காகவும் உங்களை நேசிக்கவில்லை. நான் மீண்டும் இந்த அரண்மனைக்கு வந்தது, உங்களுக்காக மட்டும் தான். என்னுடைய உயிர் உங்களுடையது. நான் துரோகம் செய்ததாக நினைத்தால், அதை நீங்கள் எப்போது வேண்டுமென்றாலும் எடுத்துக் கொள்ளலாம். அதேபோல் இந்த நொடி முதல், எண்ணில் இருந்த **துறவன் இறந்து விட்டான்**. இனிமேல் நான் வாழப்போவது உங்களுக்காக மட்டும் தான்" என கூறிவிட்டு, அறைக்கு வெளியே சென்றான்.

துறவன் வெளியே சென்றதும், துருவன் மீது இருந்த காதல், இளவரசியை அதிகமாக அழ வைத்தது. பின் தாலியைப் பிடித்துக் கொண்டு கீழே அமர்ந்தபடி இளவரசி அழ ஆரம்பித்தார்கள்.

அடுத்த நாள் காலையில் துருவனும், இளவரசியும் கப்பலின் மேல் பகுதிக்கு வந்து சேர்ந்தார்கள். இளவரசியின் கழுத்தில் தாலி கயிற்றை பார்த்ததும், மக்களுக்கு பெரும் மகிழ்ச்சியாக இருந்தது. அனைத்து துன்பத்தையும் மறந்து, வாழ்த்து கோஷங்களை எழுப்ப ஆரம்பித்தார்கள். மக்களின் சத்தத்தை கேட்டு, தளபதி அங்கு வந்து சேர்ந்தார்.

இளவரசியின் கழுத்தில் தாலியை பார்த்த பின்னும், தளபதியின் முகத்தில் ஒரு சிறு மாற்றம் கூட உருவாகவில்லை. அங்கிருந்து திரும்பி நடக்க ஆரம்பித்தார். பின் இளவரசி வேகமாக ஓடிச் சென்று, “மாமா நில்லுங்கள் என்றார். துருவனும் அவரின் அருகே சென்றான்.

நாட்டு மக்கள் துருவனையும் இளவரசியும், தளபதியின் காலில் விழுந்து ஆசிர்வாதம் வாங்கச் சொன்னார்கள். இருவரும் காலில் விழ முயன்ற போது, தளபதி இருவரையும் தடுத்து நிறுத்தினார். பின் இருவரையும் பார்த்து, சிறு புன்னகை செய்துவிட்டு, “அரசரும் அரசியும் ஒரு தளபதியின் காலில் விழுவது, மரியாதையான செயல் கிடையாது. நீங்கள் என் காலில் விழக்கூடாது” என்றார்.

தன்னை தூக்கி வளர்த்த மாமாவே, இப்படி என்னை ஓதுக்கி வைத்து பார்க்கும் நிலைக்கு நான் வந்து விட்டேன் என, இளவரசியின் கண்களில் கண்ணீர் கொட்ட ஆரம்பித்தது. அந்த கண்ணீரோடு அவரின் காலில் இளவரசி விழுந்தார்கள். தளபதிக்கும் கண்கள் கலங்கியது. பின் “தேனீழினி நீ தீர்க்காய்சோடு இருப்பாய்” என்று, துருவனின் கண்களைப் பார்த்தவாறு கூறினார்.

இது நடந்து கொண்டிருக்கும்போது, இவர்கள் கப்பலை சுற்றிலும், பல கப்பல்கள் தூரத்தில் வந்து கொண்டிருந்தது.

13. சோழனுடன் நேருக்கு நேர்

ராயர் குலத்தின் கப்பலை சுற்றிலும், பல சோழர்களின் கப்பல்கள் வந்து சேர்ந்தன. அந்தக் கப்பல்களில் பறக்கும் புலிக்கொடியை வைத்து, மக்கள் “சோழர்கள் வருகிறார்கள்” என அச்சத்தோடு கூறினார்கள்.

தளபதி துருவனின் அருகே நடந்து வந்து, “அரசே நம்மிடம் போர்படை இல்லை என்பதற்காக, அவர்களிடம் பணிந்து பேச வேண்டிய அவசியம் இல்லை. உங்கள் வார்த்தையில் ராயர்கதுலத்தின் கௌரவம் அடங்கி இருக்கிறது. இதை மனதில் வைத்துக் கொண்டு, அவர்களுடன் பேசுங்கள்” என்றார்.

முதல்முறையாக ஒரு பெரிய பொறுப்பு தன் நாவில் சுமத்தப்பட்டது என்பதை, துருவன் உணர்ந்தான். என்ன பேசலாம் எப்படி பேசலாம் என நினைக்கும் போது, துருவனுக்கு வார்த்தைகளை வரவில்லை. பயத்தோடு நின்று கொண்டிருந்தான்.

(பயணம் செய்து கொண்டிருக்கும் நேயர்களுக்கு, ஒரு வேண்டுகோள், ராயர்குலத்தின் அரசரை அவன் இவன் என்று பேசுகிறேன் என கோபம் கொள்ளாதீர்கள். என்ன செய்வது? நான் அவன் சிறு வயதில் இருக்கும்போதே, அவனை நான் பெயரைச் சொல்லி தான் அழைப்பேன். அந்த பழக்கத்தை திடீரென்று என்னால் மாற்றிக் கொள்ள முடியவில்லை. ஐயோ சோழர் படையினர் கொம்பு தாரையை இத்தனை சுத்தமாக ஊதுகிறார்களே.... வாருங்கள் என்னவென்று பார்க்கலாம்.)

சோழர் கப்பல்கள் ராயரின் கப்பலை முற்றுகையிட்டது. இரண்டு கப்பலை இணைக்கும் வகையில் ஒரு பெரிய பலகை, இரண்டுக்கும் நடுவில் போடப்பட்டது. சோழர் படை வீரர்கள் பலகையில் ஏறி,

ராயரின் கப்பலுக்கு வர முயன்றார்கள். தளபதி செங்காந்தராயர் அவர்கள் வருவதை பார்த்துக் கொண்டு, துருவனை முறைத்தார்.

துருவனுக்கு சோழர் படை வருவதை விட, தளபதி முறைப்பது தான் பயமாக இருந்தது. என்ன செய்வது என்றே தெரியாமல் முழித்துக் கொண்டிருந்தான்.

பின் தளபதி துருவனை பார்த்து, மனதிற்குள் ஏதோ திட்டிவிட்டு, சோழர் படை வீரர்களை பார்த்து கூறினார். "வீரர்களே நில்லுங்கள்... இதற்கு மேல் ஒரு அடி எடுத்து வைத்தாலும், என் வாளுக்கு நீங்கள் பலியாவீர்கள்." என்று.

"தளபதியாரே நாங்கள் பேச்சுவார்த்தைக்கு தான் வந்திருக்கிறோம்."

பேச்சுவார்த்தைக்கு வந்திருப்பது யார் என்று முதலில் கூறுங்கள். அதன் பின் நாங்கள் முடிவு செய்கிறோம். உங்களோடு பேச்சு வார்த்தை நடத்தலாமா? வேண்டாமா?" என்று.

வீரர்கள் கூறினார்கள். "சோழர் பேரரசின் தளபதி பல்லவரையர் வந்திருக்கிறார்" என்று.

செங்காந்தராயர் புன்னகையோடு கூறினார். "பேச்சுவார்த்தை நடத்த வருவதற்கு, இத்தனை போர்க்கப்பல்கள் எதற்கு? இத்தனை வீரர்கள் எதற்கு? உங்கள் தளபதியிடம் நான் பேச்சுவார்த்தை நடத்த வேண்டும் என்றால், உங்கள் தளபதியை மட்டும் இங்கே வரச் சொல்லுங்கள்."

வீரர்கள் ஒருவரை ஒருவர் பார்த்துக் கொண்டு, என்ன செய்வதென்று தெரியாமல் நின்றார்கள்.

"போகிறீர்களா என்ன? என்று, தனது வாளை தளபதி உருவினார். வீரர்கள் பின் வாங்கினார்கள்.

கடல் சிறிது நேரம் மௌனமாக இருந்தது. அத்தனை போர்க்கப்பல்கள் இருந்தும், கடலில் எந்த ஒரு சத்தமும் இல்லாமல், மௌனம் காத்தது.

பின் நீண்ட நேரத்திற்கு பின், தளபதி பல்லவரையர் கப்பலின் மேல் பகுதிக்கு வந்து சேர்ந்தார். தளபதிக்கும், துருவனுக்கும் மரியாதை நிமித்தமாக அவருடைய கப்பலில் இருந்து கொண்டே வணக்கம் வைத்தார். இவர்களும் பல்லவரையருக்கு மரியாதை செலுத்தினார்கள்.

பல்லவரையர் கூறினார். "ராயர் குலத்தின் கப்பலுக்கு, சோழர் தளபதி வருவதற்கு அனுமதி உண்டோ?" என்று.

"அனுமதி கொடுப்பது, நீங்கள் எதற்காக வருகிறீர்கள் என்பதை பொறுத்துதான் தளபதியாரே" என்று செங்காந்தர் கூறினார்.

"நான் உங்கள் ராயர் குலத்தின் புதிய அரசிடம், சிறு பேச்சு வார்த்தை நடத்த தான் வந்திருக்கிறேன்."

"நல்லது, நான் என் அரசரிடம் கேட்டுவிட்டு பதில் சொல்கிறேன்" என, துருவனின் அருகே தளபதி சென்றார்.

பல்லவரையர் அதை பார்த்து சிரித்துக் கொண்டே நின்றார்.

தளபதி செங்காந்தரராயர் துறவனின் அருகே சென்று, "அரசே நான் கூறியது எல்லாம் ஞாபகம் இருக்கிறது அல்லவா?" என்றார்.

"இருக்கிறது தளபதியாரே" என்று, பயத்தில் துருவன் கூறினான்.

"சரி அவரை நான் வரச் சொல்கிறேன்" என்று, பல்லவரையரிடம் செங்காந்தர் சென்றார்.

"எங்கள் அரசர் உங்களிடம் பேச ஒப்புக் கொண்டு விட்டார். நீங்கள் எங்கள் கப்பலுக்கு வரலாம்."

பல்லவரையர் சிரித்துக் கொண்டே கப்பலுக்கு வந்தார். நேராக துருவனின் அருகே சென்று, "ராயர்குலத்தின் புதிய அரசருக்கு எனது வாழ்த்துகள்" என்றார்.

"நன்றி மிகவும் நன்றி தளபதியாரே" என்று, துருவன் கூறினான்.

பின் பல்லவரையர், "நாட்டில் எத்தனை அரசர்கள் இறந்தாலும், எத்தனை அரசர்கள் பிறந்தாலும், தெற்கே எந்த ஒரு பிரச்சனையும் அதனால் வந்தது கிடையாது. ஆனால் நீங்கள் ராயர் குலத்தின் அரசர் ஆனதும், எங்கள் நாட்டில் பலர் அச்சப்பட்டு கொண்டிருக்கிறார்கள்.

"நான் அரசனானது தெற்கே வரை தெரிந்து விட்டதா?" என அதிர்ச்சியோடு துருவன் கேட்டான்.

ஆம் உங்களை நாடு முழுவதும் அந்த பலிகர்கள் தேடிக் கொண்டிருக்கிறார்கள். அந்தச் செய்தியும் எங்களுக்கு கிடைத்தது."

"சரி எதனால் தெற்கே என்னை பார்த்து அச்சப்படுகிறார்கள்?"

"அதுதான் எனக்கும் தெரியவில்லை. அது ரகசியமாக இருக்கிறது."

"சரி இப்போது எதற்காக இத்தனை போர்க்கப்பலை அழைத்துக் கொண்டு இங்கே வந்திருக்கிறீர்கள்?"

"உங்களிடம் சண்டை போட்டு, உங்களை அழிப்பதற்காகதான் நான் இங்கே வந்தேன் அரசே..."

தளபதி செங்காந்தராயர் உடனே முன்வந்து, "எங்கள் அரசரிடம் நீங்கள் சண்டை போடும் முன், என்னிடம் சண்டை போடுங்கள்" என்றார்.

பல்லவரையர் சிரித்துக் கொண்டே, "நான் சண்டை போடுவதற்காக தான் வந்திருக்கிறேன். ஆனால் எனக்கு சண்டை போடுவதற்கு விருப்பமில்லை. எங்களுக்கு இதைவிட ஒரு பெரிய போர் காத்திருக்கிறது. அதற்காக தான் நான் இங்கே வந்தேன் என்றார்.

துருவன் கேட்டான். "எங்களை அழிக்க சொல்லி கட்டளை இட்டது யார்? உங்கள் ராஜேந்திர சோழரா?

அரசே அவர் ஒன்றும் இந்த கட்டளையை விடுக்கவில்லை. கருவேட்டைய சிற்றரசர்கள் தான், இந்த கட்டளையை விடுத்தார்கள்.

துருவன் அமைதியாக இருந்தான்.

"அரசே உங்கள் கால் தடம் சோழ மண்ணில் எப்போதும் பட்டுவிடக்கூடாது. அங்கே உங்களுக்கு அதிக ஆபத்து இருக்கிறது. ஆகையால் அங்கே நீங்கள் வந்துவிடாதீர்கள்" என்று எச்சரித்தார்.

செங்காந்தராயரும் துருவனும் ஒருவரை ஒருவர் பார்த்துக் கொண்டார்கள்.

"நான் இதை கூறுவதற்காக மட்டுமே, இங்கே வந்தேன் அரசே, நான் விடைபெறுகிறேன்" என பல்லவரையர் கிளம்பினார்.

சோழ கப்பல்கள் அங்கிருந்து சென்றதும், பல்லவரையர் கூறிய வார்த்தைகள், துருவனின் மனதில் ஆயிரம் கேள்விகளை எழுப்பியது. பின் நீண்ட நேரம் யோசனைக்கு பின், செங்காந்தரிடம் இதைக் கேட்டு விடலாம் என்று, தளபதி தனியாக இருக்கும்போது அருகே சென்றான்.

அவர் கடலையை பார்த்தபடி நின்று கொண்டிருந்தார். சிறு தயக்கத்திற்கு பின், "தளபதியாரே" என்றான்.

"சொல்லுங்கள் அரசே" என கடலை பார்த்தபடியே, அவர் கேட்டார்.

"எனக்கு ராயர்குலத்தின் வரலாறு அனைத்தும் தெரிய வேண்டும். அதிக உண்மைகள் மறைக்கப்பட்டு இருப்பதாக எனக்குத் தோன்றுகிறது. அதைப் பற்றி நீங்கள் எனக்கு சொல்ல முடியுமா?"

"அது எனக்கும் தெரியாது அரசே" என துருவனின் முகத்தை கூட பார்க்காமல், கடலை பார்த்த வாறே தளபதி கூறினார். பின் "எனக்கு தெரிந்த வரலாறு எல்லாம், நம் முப்பாட்டன் ராயர், சோழர் படையில் தளபதியாக இருந்தார். பின் சேர குல பெண்ணை

திருமணம் செய்ய, அரிஞ்சய சோழர் ஒப்புக் கொள்ளவில்லை. ஆனாலும் அவர் திருமணம் செய்ததார். பின் அவரை நாட்டை விட்டு ஒதுக்கி விட்டார்கள். இது மட்டும் எனக்கு தெரியும்."

"இது உண்மையாக இருந்தால், இத்தனை வருடம் கழித்தும், இந்த ஒரு காரணத்திற்காக நம்மை அங்கே வரக்கூடாது என்று சொல்வார்களா?"

"அதுதான் எனக்கும் புரியவில்லை அரசே, அரசர் பலிகங்கராயரும் இதைதான் எங்களிடத்தில் சொல்வார். சோழர் தேசத்திற்கு நாம் போகக்கூடாது. அங்கே ஆபத்து இருக்கிறது. என்று."

துருவன் தளபதி கூறியதை யோசித்துக் கொண்டு கடலை பார்த்தபடியே நின்றான். பின் தளபதி கூறினார்,

"அரசே நாளை காலை நாம் செண்டி வேலி தீவுக்கு சென்று விடுவோம். உங்கள் அறைக்கு சென்று ஓய்வெடுங்கள்" என்று.

கப்பல் அடுத்த நாள் மாலை, அன்கடேமான் தீவுக்கு வந்து சேர்ந்தது. கடலில் கப்பலையை பார்த்ததும், செண்டிவேலி மக்கள் அம்புகளால் தாக்க ஆரம்பித்தார்கள்." அனைவரும் அமருங்கள்..." என தளபதி கத்தினார். அனைவரும் கீழே குனிந்தார்கள். பின் தளபதி கூறினார். இவர்கள் மனிதர்களை வெறுக்கும் மனிதர்கள். நாம் மிக மிக ஜாக்கிரதையாக இருக்கவேண்டும்."

"சரி தளபதியாரே" என மக்கள் பயத்தோடு கூறினார்கள்.

அதன் பின் துருவனையும், இளவரசியும் தளபதி பார்த்து, "அரசே உங்கள் மகுடத்தை அணிந்து கொள்ளுங்கள்" என்றார்.

மகுடத்தை துருவன் அணிந்ததும், "அரசே நீங்கள் மட்டும் எழுந்து நில்லுங்கள்" என்றார்.

துருவன் கிச்சானிடம், “டேய் கிச்சா என்ன இவர் என்னை மட்டும் எழுந்து நிற்க சொல்கிறார். ஒரு வேலை இவர் என்னை காவு கொடுக்கப் பார்க்கிறாரோ? என மெதுவாக கேட்டான்.

“எனக்கும் அப்படித்தான் தோன்றுகிறது. எதற்கும் நீ ஜாக்கிரதையாக இரு” என்றான்.

“அரசே உங்களிடம் தான் சொல்கிறேன் கேட்கவில்லையா?”

துருவன் பயத்தில் “இதோ எழுத்து விட்டேன் தளபதியாரே” என எழுந்து நின்றான். அம்புகளை எறிய தயாராக நின்றவர்கள், அம்புகளை எறிய சற்று யோசித்தார்கள். மகுடத்தை பார்த்துவிட்டு, அவர்களுக்குள் ஏதோ பேசிக் கொண்டார்கள். பின் அனைவரும் வில்லை கீழே இறக்கிறார்கள்.

துருவன் கூறினான். “தளபதியாரே அவர்கள் வில்லை இறக்கி விட்டார்கள்” என்று.

தளபதியும் எழுந்து நின்றார். பின் இளவரசியிடம் “இளவரசி மக்களை பார்த்துக்கொள், நாங்கள் இருவரும் சென்டிவேலி தலைவரிடம் பேசி விட்டு வருகிறோம்” என்று, துருவனை அழைத்துக் கொண்டு தளபதி கப்பலை விட்டு கீழே இறங்கினார்.

கீழே இறங்கியதும் துருவனுக்கு பயத்தில் கை கால்கள் நடுங்கியது. ஆனால் அதை வெளிக்காட்டக் கூடாது. தான் ராயர் குலத்தின் அரசர் என்று, தன் மனதை பலப்படுத்திக் கொண்டு தளபதியின் பின்னால் நடந்து சென்றான்.

சென்டிவேலி மக்களின் பார்வை, மிகவும் கூர்மையாக இருந்தது. சிலர் கப்பலை உற்றுப் பார்த்துக் கொண்டிருந்தார்கள். சிலர் எங்கள் இருவரையும் உற்றுப் பார்த்துக் கொண்டிருந்தார்கள். இருவரும் அருகே சென்றதும், கூட்டத்தில் இருந்து ஒரு வயதான முதியவர் மட்டும், முன்னே வந்தார்.

தளபதி கூறினார். "சென்டி வேலி தலைவருக்கு வணக்கங்கள். உங்கள் உதவியை எதிர்பார்த்து இந்த ராயர்குலம் வந்திருக்கிறது" என்றார்.

அவர் துருவனை மேலும் கீழும் பார்த்தார். பின் தலையில் இருந்த மகுடத்தை பார்த்துவிட்டு, "பலியங்கராயன் எங்கே?" சென்றார்.

"அவர் துரோகத்தால் கொல்லப்பட்டு விட்டார்" என்று துருவனை தளபதி பார்த்தார்.

"இதை கேட்டதும் சென்டி வேலி தலைவர் அதிர்ச்சி அடைந்தார். பின் திரும்பி மக்களை பார்த்து, புரியாத மொழியில் ஏதோ கூறினார். அவர்கள் அனைவரும் இதைக் கேட்டு அதிர்ச்சியை அடைந்தார்கள்.

பின் "இவன் யார்?" என்று, துருவனை பார்த்து கையை நீட்டினார்.

"ராயர்குலத்தின் புதிய அரசர்..." என்று கூறினார்.

துருவனின் எதிரே அவர் வந்து, முதுகில் சொருகி இருந்த ஒரு குச்சியை கையில் எடுத்தார்.

ஐயோ என்ன இவர் குச்சியை கையில் எடுக்கிறார்? என துருவன் யோசித்தான். அவர் அந்த குச்சியை துருவனின் தலையிலும் அவரின் தலையிலும் வைத்துக் கொண்டு, சிறிது நேரம் நின்றார்.

சிறிது நேரத்தில் குச்சியை தலையில் இருந்து எடுத்துவிட்டு, "இது ராயரின் ரத்தம்தான். இன்னும் நிறைய உயிர்களை பழிவாங்க துடித்துக் கொண்டிருக்கிறது" என்றார்.

இதை கேட்டதும் தளபதி அதிர்ச்சி அடைந்தார். "என்ன ராயரின் இரத்தமா?" என்று தன் மனதிற்குள் ஆயிரம் கேள்விகளை எழுப்பினார்.

சென்டி வேலி தலைவர் கூறுவது துருவனுக்கு புரியவில்லை.

பின் சென்டி வேலி தலைவர், "அனைவரும் உள்ளே வாருங்கள் போகலாம்" என்றார்.

தளபதி துருவன் கண்களை சிறிது நேரம் பார்த்து விட்டு, கப்பலை பார்த்து கையை அசைத்தார். பின் கிச்சான் அனைவரையும் அழைத்து வந்தான்.

இளவரசியை சென்டி வேலி தலைவர் பார்த்ததும், "இவள் பலியங்கரராயரின் மகள் தானே?" என்றார்.

ஆம் இவர்களுக்கும், துருவருக்கும் திருமணம் நடந்திருக்கிறது என்று தளபதி கூறினார்.

இதைக் கேட்டதும், சென்டி வேலி தலைவரின் முகத்தில் அதிர்ச்சி உருவானது. பின் இளவரசியையும் துருவனையும் பார்த்துவிட்டு, சரி அனைவரும் உள்ளே வாருங்கள் என்றார். அனைவரும் கிராமத்தை நோக்கி நடக்க ஆரம்பித்தார்கள்.

சென்டி வேலி மக்களின் வாழ்விடத்திற்குச் சென்றதும், அனைவரும் ஆச்சரியப்பட்டார்கள். காரணம் இது காட்டு மக்கள் வாழும் இடம் போல் இல்லை. தமிழ் மக்கள் வாழும் இடம் போல் இருந்தது. பின் குழந்தைகளும், பெண்களும் இளவரசியின் கைகளைப் பிடித்துக் கொண்டு, அவர்கள் வீட்டிற்குள் அழைத்துச் சென்றார்கள்.

சென்டி வேலி தலைவர் அவர்கள் கூட்டத்தை பார்த்து, "வந்தவர்களுக்கு விருந்து வைக்க வேண்டும். தயார் செய்யுங்கள்" என்றார். உடனடியாக பத்திற்கும் மேற்பட்ட இளைஞர்கள், வேட்டைக்கு தயாரானார்கள்.

ஒரு மரத்தின் கீழ் சில பாறைகள் போடப்பட்டிருந்தது. அதில் சென்டி வேலி தலைவர் அமர்ந்து கொண்டார். பின் துருவனையும் தளபதியும் அமரச் சொன்னார்.

அமர்ந்தபின் தளபதி சென்டிவேலி தலைவரிடம் கேட்டார். "நம் ராயருடைய காலத்தில், நாமும் சோழர்களும் அதிக நட்போடு இருந்தோம் என்று கேள்விப்பட்டிருக்கிறேன். தேவி காயா அவர்களை, ராயர் திருமணம் செய்து கொண்டதால்,

சோழர்களிடமிருந்து நாம் பிரிந்தோம். இதுதானே உண்மை?" என்றார்.

"செங்காந்தா சில உண்மைகளை, சில நேரங்களில் நாம் சொல்ல முடியாது. எது உண்மையோ அது தானாக வந்து சேரும்" என்று முடித்தார்.

துருவன் கேட்டான். "ஐயா உங்களுக்கும், ராயருக்கும், சோழருக்கும் என்ன சம்பந்தம்? யாரையுமே சேர்த்துக் கொள்ளாதவர்கள், எங்களை மட்டும் எப்படி சேர்த்துக் கொண்டீர்கள்?" என்று.

"அதை நான் கூறுகிறேன் என்று தளபதி கூற ஆரம்பித்தார். நம் பலிகங்கராயரும், அரசர் ராஜ ராஜ சோழரும், ஒருமுறை ரகசிய சந்திப்பு சந்தித்தார்கள். அந்த சந்திப்பு கடலில் தான் நடந்தது.

அப்போது கப்பல் சென்டி வேலி அருகே வரும்போது, சென்டி வேலி மக்கள் உயிருக்கு போராடிக் கொண்டிருந்தது அவர்களுக்கு தெரிய வந்தது. உடனடியாக கப்பலை நிறுத்தி, வைத்தியர்களை வேறொரு கப்பலில் இங்கே வரவைத்து, சென்டி வேலி மக்களின் உயிரை, ராயரும் சோழரும் காப்பாற்றினார்கள்.

அப்போதிலிருந்து ராயர்குலத்திற்கும், சோழர் குலத்திற்கும் மட்டுமே, இங்கு வர அனுமதி அளிக்கப்பட்டது."

"தனித்து வாழக்கூடிய இவர்களுக்கு எப்படி தொற்றுநோய் வந்தது?" என்று துருவன் கேட்டான்.

சென்டிவேலி தலைவர் வருத்தத்தில் தலையைக் குனிந்தார்.

தளபதி கூறினார். அதற்கு அந்நிய நாட்டு வெள்ளையர்கள் தான் காரணம். முன்பு சென்டி வேலி மக்கள், அனைவரையும் நேசிக்கும் மக்களாக தான் இருந்தார்கள். ஆனால் நாங்கள் கலாச்சாரத்தை கற்றுக் கொடுக்க வந்திருக்கிறோம் என, ஒரு வெள்ளையர்களின் கப்பல் இங்கே கரை ஒதுங்கியது. இரு நாட்கள் இவர்களோடு இருந்துவிட்டு,

தொற்றுநோயை பரப்பி விட்டார்கள். அதோடு இரவோடு இரவாக சில பெண் பிள்ளைகளை கடத்திச் சென்று விட்டார்கள். அந்த நாள் முதல், இவர்கள் பக்கத்து தீவு மக்களிடம் கூட பேசுவதில்லை. சோழர்களுக்கும், ராயருக்கு மட்டுமே இங்கே வர அனுமதி அளிக்கப்பட்டது.

இவர்கள் மூவரும் பேசிக் கொண்டிருக்கும்போதே, வேட்டைக்கு சென்றவர்கள் காட்டு வாழைப்பழங்களையும், பலாச்சுளைகளையும் தூக்கிக்கொண்டு நடந்து வந்தார்கள்.

துருவன் அதை பார்த்து கேட்டான். "என்னய்யா விருந்து என்றால், நான் முயல், ஆடு என்று நினைத்தேன். ஆனால் பழம் வகைகளாக இருக்கிறதே?

அவர் சிரித்தபடியே கூறினார். "இளம் அரசே இந்த தீவில் இருப்பதே சில உயிரினங்கள் தான். அதையும் நாங்கள் நாவின் ருசிக்காக அழித்துவிட்டால், இந்த தீவே அழிந்துவிடும் அல்லவா? மனிதத் தேவைக்காக மற்றொரு உயிரினத்தை முற்றிலுமாக அழிப்பது, கொடூரமான செயல் அல்லவா? அதனால் தான் நாங்கள் உயிர்களை சாப்பிடுவதில்லை."

துருவன் அவர் சொன்னதை யோசித்து விட்டு, "நீங்கள் சொல்வதும் சரிதான். உங்களைப் போல் தான் எங்கள் நாட்டிலும், ஒருவன் இருக்கிறான். சிறு எறும்பை கூட கொல்ல மாட்டான். ஆனால் மனிதர்களை பார்த்தால், கொல்லாமல் விடமாட்டான். என்ன ஒரு பிறவியோ அந்த பரந்தீரன்...." என்று கூறினான்.

பரந்தீரன் என்ற பெயரை கேட்டதும், சென்டி வேலி தலைவர் அதிர்ச்சியோடு எழுந்து நின்றார். சுற்றி இருந்த மக்களும் அதிர்ச்சி அடைந்தார்கள்.

அதன்பின் அவர் துருவனின் கையை பலமாக பிடித்து, கோபமாக பதட்டமாக கேட்டார். "பரந்தீரன் இறந்து விட்டான். நீ வேறு ஏதோ பரந்தீரனை சொல்கிறாய் சரிதானே?" என்றார்.

துருவன் குழம்பியவரே தளபதியை பார்த்தான். தளபதி அவரைப் பார்த்து, "இன்னும் அவன் சாகவில்லை" என்றார்.

பின் தளபதியிடம், "செங்காந்தா இது எப்படி சாத்தியம்? இமயத்தில் வைத்து அவனை கொன்றதாக பலிகங்கராயர் கூறினாரே, அதெல்லாம் பொய்யா?"

"அந்தப் பரந்தீரன் மலை உச்சியில் இருந்து கீழே விழும்போது, நானும் அங்கு தான் இருந்தேன். ஆனால் எப்படியோ அவன் உயிர் பிழைத்து இருக்கிறான். இத்தனை வருடமாக அமைதியாக இருந்தவன், இப்போது ஒரு பெரும் படையை உருவாக்கி கொண்டு, அரண்மனையை கைப்பற்றி, எங்களையும் அரண்மனையை விட்டு விரட்டி விட்டான்."

துருவன், "தளபதியாரே ஏன் இவர்கள் பரந்தீரனின் பெயரைக் கேட்டதும், இத்தனை அதிர்ச்சி அடைகிறார்கள்? என்றான்.

தளபதி செண்டி வேலி தலைவரின் முகத்தை பார்த்தார். செண்டி வேலித் தலைவர் நான் சொல்கிறேன். நீங்கள் இனிமேல் அனைத்தையும் தெரிந்து கொண்டு தான் ஆக வேண்டும் என்று, கூற ஆரம்பித்தார்.

"பரந்தீரன் எங்கள் ரத்தம்...... அவன் என் மகன்........

வெள்ளையர்கள் பெண் பிள்ளைகளை கடத்திச் சென்ற அடுத்த நாள், தன் தங்கையை காடு முழுவது பரந்தீரன் தேடி கொண்டிருந்தான். "தன் கைகளைப் பிடித்துக் கொண்டு இத்தனை நாட்கள் விளையாடிய என் தங்கை எங்கே? எங்கள் கிராமத்தைச் சுற்றி சுற்றி வரும் இளம் பிள்ளைகள் எங்கே?" என, ஒரு நாள் முழுவதும் சுற்றித்திரிந்தான்.

ஆனால் அவன் தங்கை எங்கு தேடியும் கிடைக்கவில்லை. ஒருவேளை தன் தங்கை இந்த கடலில் தொலைந்து போய் இருப்பாளோ என்று,

அவளைத் தேடி கண்டுபிடிப்பதற்காக, ஒரு சிறு படகு ஒன்றை உருவாக்கிக் கொண்டிருந்தான்.

அப்போது கடலில் இருந்து வெள்ளையர்கள் கப்பல் கரையை நோக்கி வந்தது.

என் தங்கை ஒருவேளை இதில் தான் சென்று இருப்பாலோ? மீண்டும் வருகிறாளோ? என்ற ஏக்கத்தில், அவன் அந்த கப்பலை பார்த்தபடியே நின்றான். அவன் எதிர்பார்த்தபடியே அவன் தங்கையும், மற்ற சிறு பெண் பிள்ளைகளும் வந்தார்கள். ஆனால் தண்ணீரில் மிதந்தபடி.

வெள்ளையர்கள் பரந்தீரன் கண்ணெதிரே அவன் தங்கையை கொன்று, கிராமத்தின் குழந்தைகளை கொன்று, தண்ணீரில் வீசிவிட்டு கப்பலை எடுத்துக் கொண்டு அங்கிருந்து சென்றார்கள்.

பரந்தீரன் தன் தங்கையை நோக்கி வேகமாக ஓடினான். கப்பலை பார்த்ததும், சென்டி வேலி மக்கள் வேகமாக அங்கே ஓடி வந்தார்கள்.

பரந்தீரன் அவன் தங்கையை நோக்கி ஓடுவது, அவள் இறந்துவிட்டால் என்பதற்காக அல்ல. அவனை அவள் அழைத்தது போல் இருந்தது. “அண்ணா என்னை இங்கிருந்து அழைத்துச் செல். எனக்கு பயமாக இருக்கிறது. நான் உன்னோடு இருக்க வேண்டும்” என்று, அவன் காதில் அவன் தங்கை கூறுவது போல் இருந்தது.

இவனும் வேகமாக அவன் தங்கையின் அருகே ஓடி சென்று, அவளின் முகத்தைப் பார்த்தான். முகங்களில் பல இரத்த காயங்கள் இருந்தது. தன் தங்கையின் முகத்தை தட்டி, அவளை எழுப்ப முயன்றான். “சிறகுத்தேனே...சிறகுத்தேனே...” என அவன் தங்கையின் பெயரை கூறி எழுப்பினான். ஆனால் அவன் தங்கை இறந்து விட்டாள் என்பது, ஊர் மக்கள் அருகில் வந்த பின் தான் அவனுக்கு தெரிந்தது.

சென்டிவேலி தலைவர் சிறகுத்தேனை தூக்கிக்கொண்டு, கரைக்கு வந்தார். மக்கள் கதறினார்கள். தங்கள் பிள்ளைகள் எங்கே? என,

ஒவ்வொரு பிள்ளையாக தேடி தங்கள் பிள்ளைகளை கண்டு கொண்டார்கள்.

பரந்தீரன் செண்டிவேலி தலைவரின் கையைப் பிடித்து கேட்டான். “தந்தை என் தங்கை மீண்டும் எழுந்திருக்க மாட்டாளா? என்னோடு விளையாட மாட்டாளா” என்று.

அவர் தன் தலையில் அடித்துக் கொண்டு, அழுக ஆரம்பித்தார்.

பின் பரந்தீரன் தன் தங்கையின் கையைப் பிடித்துக் கொண்டு, “சிறகுத்தேனே வா... அண்ணன் உனக்கு நீ ஆசைப்பட்டது போல், அதிக தேன் எடுத்து வைத்திருக்கிறேன். நீ இப்போது கண்களை திறந்தால், அனைத்து தேனும் உனக்கு மட்டும் தான். என்னோடு வருவாயா?” என கைகளைப் பிடித்துக் கொண்டு கேட்டான்.

இதைப் பார்த்து அவர்களின் தந்தை வானத்தைப் பார்த்து கத்தினார். பின் சிறகுத்தேனின் கையை தொட்டுப் பார்த்தபோது, அவள் உடம்பில் உயிர்இருப்பது தெரிந்தது.

பின் அனைவரையும் அழைத்து, என் பிள்ளை உயிரோடு இருக்கிறது. ஏதாவது செய்து காப்பாற்றுங்கள் என்று கத்தினார்.

ஒரு வைத்தியர் வேகமாக ஓடிவந்து, சிறகுத்தேனை பார்த்தார். அதன்பின் அவர் கூறினார். பிள்ளையின் தலையில் பலமான அடிபட்டு இருக்கிறது. அவள் பிழைப்பது கடினம் தான் என்று.

பின் தன் தந்தையிடம் “தந்தையே இப்போது நான் என்ன செய்வது? தங்கையை எழுந்திருக்க வைக்க நாம் என்ன செய்வது? என் தங்கை... என் சிறகுத்தேன்... எனக்கு மீண்டும் வேண்டும்” என்று, அழுதபடியே கேட்டான்.

அவர் கோபத்தோடும் வெறியோடும், “அந்தக் கப்பலில் போகும் அனைவரையும் கொன்றால் தான், உன் தங்கை எழுவாள்” என்று கூறினார்.

பரந்தீரன் அழுகை நின்றது. அந்தக் கப்பலை பார்த்தபடியே அங்கேயே நின்றான். சென்டிவேலி மக்கள் அனைவரும், பிள்ளைகளை தூக்கிக்கொண்டு வாழ்விடத்திற்குச் சென்றார்கள். பின் தீவுக்கு தெற்கே சென்று, பிள்ளைகளை அடக்கம் செய்தார்கள். சிறகுத்தேனை மட்டும் வைத்தியர் வீட்டிற்கு கொண்டு சென்றார்கள்.

சென்டிவேலி தலைவர் பரந்தீரனை தேடிய போது, பரந்தீரன் இன்னும் வீட்டிற்கு வரவில்லை என்பது அவருக்கு தெரிந்தது. அவர் வேகமாக கரைக்கு நடந்து வந்தார். ஆனால் பரந்தீரன் கரையில் இல்லை. அவன் செய்த படகில், கடலில் சென்று கொண்டிருந்தான்.

அவன் நீண்ட நாட்கள் கடலில் தேடித் திரிந்தும், அந்த வெள்ளையர்கள் அவன் கண்ணில் தென்படவில்லை. பின் தன் தங்கை இனிமேல் வரவே மாட்டாள் என்று நினைத்துக் கொண்டு, படகை சென்டி வேலி தீவை நோக்கி செலுத்த ஆரம்பித்தான்.

வரும் வழியில் ஒரு சிறு தீவு ஒன்று இருந்தது. அந்தத் தீவில் படகை நிறுத்திவிட்டு, இங்கு ஏதும் அந்த வெள்ளையர்கள் இருக்கிறார்களா என சுற்றித்திரிந்தான். அப்போது கடலில் ஏதோ கப்பல் வருவது போல் தெரிந்தது. வேகமாக இவன் கரையை நோக்கி ஓடி, அந்தக் கப்பலை ஆர்வமாக பார்த்தான். இவன் இத்தனை நாட்கள் எதிர்பார்த்தது இவனுக்கு கிடைத்துவிட்டது. வெள்ளையர்கள் கப்பல் அங்கு வந்துவிட்டது. வேகமாக தன் படகை எடுத்துக்கொண்டு, அந்த கப்பலை நோக்கி சென்றான்.

இவனை கடலில் பார்த்ததும், வெள்ளையர்கள் கப்பலின் வேகத்தை குறைத்தார்கள். கப்பலில் இருந்த வெள்ளையன் கூறினான், "ஏய் அங்கே பார்... ஒரு சிறுவன் வருகிறான். இந்தத் தீவில் ஒருவன் இருக்கிறான் என்றால்,, கண்டிப்பாக இங்கு மக்கள்

இருப்பார்கள். அதேபோல்.... நமக்குத் தேவையான...." என்று அவர்களைப் பார்த்து சிரித்தான்.

உடனடியாக கப்பல் நிறுத்தப்பட்டது. கப்பலின் மேலே நின்று கொண்டு, வெள்ளையன் கேட்டான். "யார் நீ......இங்கே என்ன செய்து கொண்டிருக்கிறாய்?" என்று.

பரந்தீரன் கூறினான். "நான் மணல்மேட்டு தீவை சேர்ந்தவன்..... உங்களிடம் ஒரு உதவிக்காக வந்திருக்கிறேன்......." என்று கத்தினான்.

"அவனை மேலே வரச் சொல்லுங்கள்" என்று, கயிற்றை கடலில் போட்டார்கள். அதைப் பிடித்துக் கொண்டு, பரந்தீரன் மேலே வந்து சேர்ந்தான்.

"ஐயா துரை மார்களே... எங்கள் மக்கள் ஏதோ ஒரு நோய் வந்து விட்டதாக, பயத்தில் இருக்கிறார்கள். நீங்கள் தான் அவர்களை சரி செய்ய வேண்டும்."

"அப்படியா உன்னுடைய தீவு எங்கு இருக்கிறது?"

"அதோ தெரிகிறது பாருங்கள் ஒரு மேடு. அதுதான் எங்கள் தீவு. அதனுடைய பெயர் மணல்மேடு."

"அங்கே பெண்கள் குழந்தைகள் என அனைவரும் இருக்கிறார்களா?"

"ஆம் இருக்கிறார்கள்" என்றான்.

பின் வெள்ளையர்களின் தலைவன். தீவை பார்த்தபடியே, "அது இங்கிருந்து பார்க்கும்போதே தெரிகிறது. உன்னுடைய தீவு அத்தனை கவர்ச்சியாக இருக்கிறது" என்று சிரித்தான்.

"ஐயா நீங்கள் தான் உதவி செய்ய வேண்டும் செய்வீர்களா?"

"தாராளமாக நான் செய்கிறேன். வா போகலாம்" என்றான்.

"இல்லை இல்லை இப்போது வேண்டாம். உங்களை திடீரென்று அவர்கள் பார்த்தால், உங்களைத் தாக்க ஆரம்பித்து விடுவார்கள். நான் முதலில் சென்று,

அவர்களிடம் என்ன ஏது என்பதை சொல்லிவிட்டு வருகிறேன். அதன் பின் நான் உங்களை அங்கே அழைத்துச் செல்கிறேன்" என்றான்.

அவர்கள் ஒருவரின் முகத்தை ஒருவர் பார்த்துவிட்டு, "இன்னும் எத்தனை நேரம் நாங்கள் இங்கு காத்திருப்பது?" என்றார்கள்.

"இன்று மாலை வரை காத்திருங்கள். அதற்குள் நான் வந்து விடுகிறேன்"

"சரி நீ போய் வா" என்று, அவனை அனுப்பினார்கள். அவனும் கீழே இறங்க முயன்றான். அப்போது "நில்" என வெள்ளையன் கத்தினான்.

பரந்தீரன் பயத்தில் திரும்பினான். பின் அங்கு நெருப்பில் வெந்து கொண்டிருந்த ஒரு மானின் காலை அறுத்து, "இதை உங்கள் ஊர் சிறு பிள்ளைகளிடம் கொடு. இதே போல் அதிக உணவு கப்பலில் இருக்கிறது என்றும் சொல்" என்றான்.

"சரி என பரந்தீரன் அந்த மாமிசத்தை வாங்கிக்கொண்டு, கப்பலை விட்டு கீழே இறங்கினான். பின் அவன் படகை எடுத்துக் கொண்டு, மணல்மேட்டு தீவை நோக்கி சென்றான்.

இவன் செல்ல ஆரம்பித்ததும், கப்பலில் இருந்த மற்றொரு வெள்ளையன், தலைவனிடம் கூறினான், "இவனை எங்கோ பார்த்தது போல் இருக்கிறது. உங்களுக்கு யாருக்காவது அப்படி இருக்கிறதா?" என்று.

"காட்டுப் பயலே வேற எங்க பார்த்திருக்க போறோம். இங்கதான் எங்கேயாவது காட்டில் பார்த்திருப்போம்" என்று, சாதாரணமாக எடுத்துக் கொண்டார்கள்.

பரந்தீரன் வேகவேகமாக மணல்மேட்டு தீவுக்கு சென்று கொண்டிருந்தான். அவன் மனதில் ஓடியது எல்லாம், தன் தங்கையை எப்படியாவது மீட்டாக வேண்டும். இவர்கள் ஒவ்வொருவரின் தலையையும் என் தந்தையிடம் கொடுத்தால், என் தங்கை வந்து

விடுவாள் என நினைத்தான். பரந்தீரன் முகத்தில் நீண்ட நாளுக்கு பின் சந்தோசம் தெரிந்தது.

மணல்மேட்டுக்கு வந்து சேர்ந்தான். வெள்ளையர்கள் கொடுத்த மாமிசத்தை மண்ணில் தூக்கி வீசினான். பின் அங்குமிங்கும் வேக வேகமாக நடந்தான். என்ன செய்வது? எப்படி அவர்களை கொல்வது? என அதிகமாக யோசித்தான். அப்படி அவன் சுற்றி திரியும் போது, அவன் தூக்கி எறிந்த மாமிசம், திடீரென மண்ணுக்குள் இழுக்கப்பட்டது. என்ன ஒரு அதிசயம் என்று அதன் அருகில் சென்றான். அதன்பின் தான் அது மணல் புதைக்குழி என்பது இவனுக்கு தெரிந்தது. அதைப் பார்த்துக் கொண்டு நல்ல யோசனை, கழுத்தை அறுப்பதற்கு இந்த இடம் சரியானதாக இருக்கும் என, அருகில் கிடந்த புல், இலை, அனைத்தையும் புதைக்குழி மேல் போட்டான்.

பின் இங்கே மனித நடமாட்டமே இல்லையே, ஒருவேளை கரைக்கு வந்ததும், அவர்கள் வர மறுத்து விட்டால், என்ன செய்வது என்று, ஆங்காங்கே தீப்பந்தங்களை ஏற்றி, மனிதர்கள் இருப்பது போல் மணல்மேட்டை காட்சிப்படுத்தினான்.

சிறிது நேரத்தில் மணல்மேட்டை இருள் சூழ்ந்து கொண்டது. இதுதான் சரியான நேரம் என்று, கண்ணில் வெறியோடு படகை கடலில் செலுத்தினான்.

வெள்ளையர்கள் இவனை எதிர்பார்த்து, நீண்ட நேரமாக காத்துக் கொண்டிருந்தார்கள். பரந்தீரனை கடலில் பார்த்ததும், அவர்களுக்கு சந்தோஷம் பொறுக்கவில்லை. கூச்சலிட்டும், கத்தியும் சந்தோஷத்தை வெளிப்படுத்தினார்கள்.

பின் கயிறை கடலில் போட்டு, பரந்தீரனை மேலே தூக்கினார்கள்.

வெள்ளைய தலைவன் கேட்டான். "என்ன தம்பி அனைத்தும் வெற்றி தானே?" என்று.

"அனைத்தும் வெற்றி தான் துரைகளே. நாங்கள் இதுவரை இது போல் உணவுகளை உண்டதே இல்லை.

அங்கே அனைவரும் இந்த உணவுக்காக காத்து கிடக்கிறார்கள்."

"அருமை அருமை... அவர்களுக்கு கண்டிப்பாக இந்த உணவு பிடிக்கும் என்று, எங்களுக்கு நன்றாக தெரியும். அங்கே பார் எத்தனை மான்கள் நெருப்பில் வெந்து கொண்டிருக்கிறது" என்று, மான்களை காட்டினான்.

பரந்தீரன் அதைப் பார்த்து சந்தோஷப்படுவது போல், பொய் சிரிப்பு சிரித்தான்.

"சரி போகலாமா?" என்றார்கள்.

"தாராளமாக போகலாம் துரைகளே, ஆனால் ஒரே ஒரு பிரச்சனை மட்டும் இருக்கிறது."

"என்ன? பிரச்சனையா? எல்லாமே நன்றாக தானே போய்க்கொண்டிருந்தது. இப்போது என்ன பிரச்சனை என்கிறாய்?" என அதிர்ச்சியோடு கேட்டார்கள்.

"பிரச்சனை எங்கள் கிராம மக்கள் தான் துரைகளே. உங்களை மொத்தமாக அவர்கள் பார்த்தால், உடனடியாக பயந்து விடுவார்கள். ஆகையால் ஒருவர் ஒருவராக நீங்கள் வந்தால், எந்த பிரச்சனையும் கிடையாது."

இதைக் கேட்டதும் அவர்கள் தாடியை சொரிந்து கொண்டு, ஒருவரை ஒருவர் பார்த்துக்கொண்டே யோசித்தார்கள்.

பரந்தீரனுக்கு பயம் உண்டானது. எங்கே தன் மீது சந்தேகம் வந்துவிடுமோ என்று. பின் அவன் கூறினான். "துரை மார்களே வர விருப்பமில்லை என்று மட்டும் கூறி விடாதீர்கள். அங்கே அனைவரும் இந்த ருசியான உணவிற்காக காத்து கிடக்கிறார்கள்."

"சரி ஒருவர் ஒருவராக போகலாம்" என அவர்களின் தலைவன் கூறினான். அனைவரும் சிறு யோசனைக்கு பின், ஒப்புக்கொண்டார்கள்.

வெள்ளையர்களை கப்பலில் அழைத்துக் கொண்டு, மணல்மேட்டு தீவுக்கு பரந்தீரன் வர

ஆரம்பித்தான். வரும் வழியில் மாமிசத்தை சாப்பிட்டுக் கொண்டும், வித்தியாசமான பானங்களை அருந்தி கொண்டும், பாட்டுகள் பாடி நடனம் ஆடிக் கொண்டும், வெள்ளையர்கள் வந்தார்கள். கப்பல் மணல்மேட்டில் கரை ஒதுங்கியது. நங்கூரம் கடலில் ஆழமாக பதிந்தது.

"வாருங்கள் துரைகளே" என, ஒரு வெள்ளையனை அழைத்துக் கொண்டு, மணலில் பரந்தீரன் நடக்க ஆரம்பித்தான். தீவைச் சுற்றிலும் இருளாக இருந்தாலும், பரந்தீரன் நடக்கும் வழியில் வெளிச்சமாக தான் இருந்தது. ஆங்காங்கே நெருப்பு பந்தங்கள் கொழுந்து விட்டு எரிந்து கொண்டிருந்தது. அப்போது அந்த வெள்ளையன் கேட்டான். "ஏன் இங்கு மட்டும் நெருப்புக் கம்புகள் இருக்கிறது?" என்று

"இன்று எங்கள் கிராமத்தில் காவு வாங்கும் திருவிழா நடக்கிறது துரைகளே" அதனால்தான்.

"காவு....? காவு என்றால் என்ன?"

"சில தீய உயிர்களை நாங்கள் கொன்று குவிப்போம் அதுதான். "

"ஓ உங்கள் தீவில் உயிரினங்கள் எல்லாம் இருக்கிறதா?"

"ஆம் துரைகளே இப்போதுதான் புதிதாக சில உயிரினங்கள் தோன்றி இருக்கிறது."

"அருமை அருமை" என்று சிரித்தான்.

பரந்தீரன் வெள்ளையனை அழைத்துக் கொண்டு, மணல் புதைக்குழிக்கு அருகே வந்து சேர்ந்தான். அதன் அருகே வந்ததும், பரந்தீரனுக்கு பதற்றமும், பயமும் அதிகமானது. ஒருவேளை இவன் சரியாக விழவில்லை என்றால், என் திட்டம் அனைத்தும் வீணாகி விடுமே என பயந்தான்.

சரியாக வெள்ளையனின் இடது புறத்தில் பரந்தீரன் நடந்து கொண்டிருந்தான். குழியின் அருகே சென்றதும், வெள்ளையனின் தோளில் பலமாக ஒரு இடி இடித்தான். வெள்ளையன் கால் தடுமாறி புதைக் குழியில் விழுந்தான்.

"ஐயோ..." என்று கத்தியவாறே விழுந்து, "பரந்தீரா காப்பாற்று.... என்னை காப்பாற்று..." என அலறினான்.

"துரைகளே என்ன ஆனது? எப்படி நீங்கள் உள்ளே சென்றீர்கள்?" என்று கோபப் புன்னகையில் பரந்தீரன் கேட்டான்.

"பார்த்தால் தெரியவில்லையா...... நான் கால்கள் தடுமாறி உள்ளே விழுந்து விட்டேன். என்னை மேலே தூக்கு...." என்று அலறினான்.

"இதோ வருகிறேன் துரைகளே" என்று, பரந்தீரன் தனது கைகளை நீட்டினான். வெள்ளையன் மிகவும் கஷ்டப்பட்ட படி, அவன் கையை மேலே தூக்கினான். "துரைகளே நீங்கள் கவலைப்படாதீர்கள். இந்த நேரம் உங்கள் மனதை நீங்கள் பயன்படுத்த வேண்டும். தைரியமாக இருங்கள்" என்று கூறினான்.. வெள்ளையன் பரந்தீரன் கையை எட்டி பிடித்ததும், பரந்தீரனிடம் இருந்த கத்தியால், வெள்ளையனின் கை வெட்டப்பட்டது.

வெள்ளையன் வலியில் துடிதுடித்து கத்த ஆரம்பித்தான். பின் கீழே கிடந்த மாமிசத்தை எடுத்து, வெள்ளையனின் வாயில் பரந்தீரன் அடைத்தான்.

கப்பலில் இருந்தவர்கள், "ஏதோ சத்தம் கேட்கிறது அல்லவா?" என, வெள்ளையர்கள் தலைவனிடம் கேட்டார்கள்.

"ஆம் எனக்கும் கேட்டது. காட்டுப் பயல்கள் மாமிசத்தை பார்த்ததும், அதற்காக சண்டை போடுகிறார்கள் போல" என சிரித்தவாறு கூறினான்.

பின் பரந்தீரன் கூறினான். "என்னடா வெள்ளை எலியே, அதிர்ச்சியாக இருக்கிறதா?" என்று.

அவன் உயிர் பயத்தில் கத்தினான். ஆனால் சத்தம் பெரிதாக வரவில்லை.

பரந்தீரன் தீப்பந்தங்களின் நடுவே நின்று கொண்டு, தனது தங்கையை நினைத்துக் கொண்டு கண்ணீர் வடித்தான். பின் தன் தங்கை திரும்பவும் வந்து

விடுவாள் என அங்கே தீ பந்தங்களின் நடுவே, கண்ணில் வெறியோடு நடனம் ஆடினான்.

இப்போது வெள்ளையனுக்கு நன்றாக புரிந்து விட்டது. இவன் காவு கொடுக்கப் போவது, தன்னை தான் என்று. பின் ஏதாவது செய்து தப்பிக்கலாம் என்று நினைக்கும் போது, புதைக்குழி அவனை அதிகமாக உள்ளே இழுக்க ஆரம்பித்தது.

பரந்து தீரன் நடனமாடி முடித்ததும், வெள்ளையன் அருகே சென்று, ஒரு தீப்பந்தத்தை எடுத்து அவனை நெருப்பால் சுட்டு கொடுமைப்படுத்தினான். வெள்ளையன் வழியில் கண்ணீரோடு கத்தினான்.

"சரி சரி ரொம்ப பதட்டமடையாதே, நான் யார் என்பதை உன்னிடம் சொல்லி விடுகிறேன். நீ ஏன் சாகப் போகிறாய் என்பதையும் உன்னிடம் சொல்லி விடுகிறேன். நீங்கள் சில நாட்களுக்கு முன்பு சென்டிவேலி எனும் தீவை வந்து சேர்ந்தீர்கள் ஞாபகம் இருக்கிறதா?"

வாய் திணறியவாரே தலையை "ஆம் ஆம்" என்று அசைத்தான்.

"ம்ம்... எப்படி மறக்கும்? நீங்கள் கொன்ற உயிர்கள் ஏராளம். அந்த சென்டிவேலி தீவை சேர்ந்தவன்தான் நான். நீ கொன்ற பிள்ளைகளில் என் தங்கையும் ஒருவள்.

இதைக் கேட்டதும் வெள்ளையன் கண்கள் பெரிதானது. அதிர்ச்சியோடு பரந்தீரனைபார்த்துக் கொண்டிருந்தான்.

"கவலைப்படாதே உன்னை மட்டும் நான் கொல்லப் போவதில்லை. உன்னோடு வந்த அனைவரையும் நான் கொல்ல தான் போகிறேன். ஆகையால் சந்தோசமாக இறந்து போ" என மரத்தில் இருந்த அருவாளை எடுத்து, வெள்ளையனின் தலையை பரந்தீரன் கொய்தான்.

பின் மணல் குழியும் அவனை உள்ளே இழுத்துக் கொண்டது. வெள்ளையனின் தலையை மட்டும், பரந்தீரன் மரத்தில் ஏறி கட்டி வைத்தான்.

பின் அருகில் இருந்த குட்டையில் உடம்பை கழுவி விட்டு, சந்தோசமாக கடலை நோக்கி நடந்தான். கடலுக்குச் சென்றதும், அவர்கள் இவனை ஆர்வமாக எதிர்பார்த்துக் கொண்டிருந்தார்கள். "துரைகளே ஒருவர் மட்டும் வாருங்கள்" என கரையில் இருந்து கத்தினான்.

ஒரு வெள்ளையன் கப்பலில் இருந்து இறங்கி, கரைக்கு வந்து சேர்ந்தான். வந்ததும் பரந்தீரனிடம் கேட்டான். "தம்பி உன் கிராம மக்கள் எங்களை ஏற்றுக் கொண்டார்கள் அல்லவா? என் நண்பன் அங்கே சந்தோஷமாக இருக்கிறான் அல்லவா?" என்றான்.

"துரைகளே உங்கள் நண்பர் இவ்வளவு சந்தோசமாக இருந்து, நீங்கள் பார்த்திருக்கவே மாட்டீர்கள். மரண சந்தோஷத்தில் ஆட்டம் போட்டுக் கொண்டிருக்கிறார்."

இதை கேட்டதும் வெள்ளையன் மனதிற்குள் ஆயிரம் ஆசைகள் உண்டானது.

"என்ன துரைகளே நீங்களும் மரண ஆட்டம் போட தயாரா?"

"தயார்... நான் தயாராக இருக்கிறேன்" என்று உற்சாகமாக வெள்ளையன் கூறினான்.

"வாருங்கள் வாருங்கள்" என, ஆர்வமாக பரந்தீரன் முன்னே சென்றான்.

பரந்தீரன் எதிர்பார்த்தது போல், இந்த வெள்ளையனும் குழிக்குள் விழுந்தான். இவனையும் சித்திரவதை செய்து, பரந்தீரன் கொன்று முடித்தான்.

மீண்டும் கப்பலுக்கு சென்றபின், மற்றொரு வெள்ளையன் தயாராக இருந்தான்.

"என்ன துரைகளே நீங்களே வந்து கொண்டிருக்கிறீர்கள். உங்கள் தலைவரை பார்க்க

தான், எங்கள் மக்கள் ஆர்வமாக இருக்கிறார்கள். அவரை வரச் சொல்லலாமே?"

"இல்லை இல்லை. நான் கடைசியாக வருகிறேன்" என வெள்ளைய தலைவன் கூறினான்.

"சரி துரைகளே என கோபத்தை அடக்கிக்கொண்டு, கப்பலுக்கு கீழே இறங்கினான். ஆனால் இந்த முறை இரண்டு வெள்ளையர்கள் அவனோடு வந்தார்கள்.

பரந்தீரனுக்கு பயம் உண்டானது. இருவரும் குழிக்குள் விழுந்த பின், குழி இருவரையும் இழுக்கவில்லை என்றால், நம் திட்டம் வீணாகி விடுமே, என்ற பயத்திலேயே குழி அருகே சென்றான். அவர்களும் குழிக்குள் விழுந்தார்கள். ஆனால் இருவரையுமே குழி உள்ளே இழுத்து கொண்டது.

பரந்தீரன் அந்த குழியை சந்தோஷமாக பார்க்கும் போது, நீ எத்தனை பேரை அழைத்து வந்தாலும், நான் உள்ளே இழுத்துக் கொள்வேன் என்று கூறுவது போல் இருந்தது.

இரண்டு வெள்ளையர்களும் ஒருவரை ஒருவர் பார்த்துக் கொண்டு கதறினார்கள். அவர்களையும் சித்திரவதை செய்து கொன்றான்.

இப்படி அனைவரையும் கொன்ற பின், கடைசியாக வெள்ளைய தலைவன் கப்பலில் அமர்ந்திருந்தான்.

பரந்தீரன் அவனைக் கொல்வதற்காக ஆர்வமாக அங்கே சென்றான்.

"என்ன பரந்தீரா என் நண்பர்கள் அனைவரும் சந்தோஷமாக இருக்கிறார்களா? உன் மக்கள் அவர்களை சந்தோஷப்படுத்துகிறார்களா?" என்றான்.

"ஆம் துரைகளே, நீங்கள் வந்து பாருங்கள் நீங்களே ஆடிப் போய் விடுவீர்கள்."

"ஆடிப் போய் விடுவேனா? நீ நடனத்தை சொல்கிறாயா?"

"ஆம் துரைகளே அதை பார்க்கும் போது, கால்கள் மட்டும் ஆடாது. கைகள், தலைகள் என அனைத்துமே நடுங்கியவாறு ஆடும்."

"இது புதுவிதமாக தான் இருக்கிறது. சரி வா போகலாம்" என, இருவரும் கப்பலில் இருந்து கீழே இறங்கினார்கள். புதைக் குழியின் அருகே சென்றதும், பரந்தீரனுக்கு அதிக சந்தோசம் உண்டானது. ஏனென்றால், இவன்தான் கடைசி வெள்ளையன். இவனை மட்டும் கொன்று விட்டால், அனைத்து தலைகளையும் எடுத்து கொண்டு சென்று விடலாம். இப்படி மனதிற்குள் சந்தோஷப்பட்டு கொண்டிருக்கும் போது, வெள்ளையன் சட்டென நடப்பதை நிறுத்தினான்.

"துரைகளே என்ன ஆனது?" என பரந்தீரன் பதட்டமாக கேட்டான்.

வெள்ளையன் நின்றதற்கு காரணம், அவனுடைய நண்பனின் தலை. மரத்திலிருந்து கீழே விழுந்ததை பார்த்ததால்தான்.

வெள்ளையன் பதில் கூறாமல், அந்த மரத்திற்கு மேலே பார்த்தான். மரத்தில் ஒவ்வொரு கிளையிலும், இவனுடைய ஒவ்வொரு நண்பனின் தலையும் தொங்கவிடப்பட்டிருந்தது.

வெள்ளையன் கண் விழித்து விட்டான் என்பதை தெரிந்துகொண்ட பரந்தீரன். தன் உறையில் சொருகி இருந்த கத்தியை எடுத்து, வெள்ளையனை குத்தினான்.

ஆனால் வெள்ளையன் உடம்பில் கத்தி இறங்கவில்லை. பரந்தீரன் கைகளை அவன் பிடித்து விட்டான். பின் பரந்தீரன் முகத்தோடு சேர்த்து, வெள்ளையன் ஒரு மிதி மிதித்தான். பரந்தீரன் நான்கு அடி பின்னே சென்று, அருகில் இருந்த மரத்தில் முட்டி கீழே விழுந்தான். இப்போது மரத்திலிருந்த வெள்ளையர்களின் தலை அனைத்தும், மண்ணில் மழைபோல் பொழிந்தது.

இருள் சூழ்ந்த தீவில், சிறு சிறு தீப்பந்தங்களின் வெளிச்சத்தில், இந்த தலைகளின் மழைப் பொழிவால், வெள்ளையனின் உயிர் அவனை விட்டு பிரிவது போல் இருந்தது. பின் உயிர் பயத்தில் வெள்ளையன் பதிரி அடித்து தீவுக்குள் ஓடினான்.

பரந்தீரன் எழுந்து நின்று, வெள்ளையனை பார்த்தான். அங்கு வெள்ளையன் இல்லை. ஆனால் அவனுடைய கால் தடம் அங்கே இருந்தது. ஒரு தீப்பந்தத்தை கையில் எடுத்துக் கொண்டு, அவனது கால் தடத்தை பின்பற்றியவாரே காட்டிற்குள் சென்றான்.

வெள்ளையன் ஒரு மரத்திற்கு கீழே உயிரைப் பிடித்துக் கொண்டு, அங்கும் இங்கும் பார்த்தபடி அமர்ந்திருந்தான்.

நீண்ட நேரம் ஆகியும் பரந்தீரன் அங்கே வரவில்லை. வெள்ளையனுக்கு நிம்மதி ஏற்பட்டது. சரி இங்கே இருந்து நமது கப்பலுக்குச் சென்று, அங்கிருந்து தப்பித்து போய்விடலாம். பின் ஒரு படையோடு வந்து, இவனை கொன்றுவிடலாம் என, அங்கிருந்து எழுந்து கொள்ள முயன்றான்.

வெள்ளையன் எழுந்து கொண்டிருக்கும்போது, அவன் சாய்ந்து இருந்த மரத்தின் மேலே இருந்து, ஏதோ சத்தம் கேட்க ஆரம்பித்தது. என்ன சத்தம் இது? என மேலே பார்த்தான்.

ஒரு கரு உருவம், அந்த கரு இருளில் தெரிந்தது.

அதனை உற்றுப் பார்த்தபடியே வெள்ளையன் நின்று கொண்டிருந்தான். திடீரென வெள்ளையனின் கண் விழி பெரிதானது. பெரிதான கண் விழியில் பரந்தீரன் கத்தி குத்தியது.

ஒரு கண்ணை பிடித்துக் கொண்டு, அலறி அடித்து அங்கிருந்து ஓடினான். ஓடிய வேகத்தில் ஒரு மரத்தில் முட்டி தொப்பென்று கீழே விழுந்தான்.

பின் மற்றொரு கண்ணினால் உயிர் பயத்தோடு அங்குமிங்கும் பார்த்தான். அப்போது அவனைச் சுற்றி

இருந்த மரங்களில், அங்கும் மிங்கும் ஒரு கரு உருவம் தாவுவது போல் இருந்தது.

பரந்தீரன் தன் தந்தையிடம் கற்றுக் கொண்ட வெளவால் முறையை பயன்படுத்தி, வெள்ளையனுக்கு வலிப்பு வரும் அளவிற்கு செய்து விட்டான். பின் வெள்ளையன் வலிப்போடு கீழே விழுந்து நடுங்கிக் கொண்டிருக்கும்போது, அவனுடைய ஒரு காலை பிடித்து புதைக்குழியின் அருகில் இழுத்து வந்தான்.

புதைக் குழியின் அருகே வந்ததும், வலிப்போடு வெள்ளையன் இரும்பை தேடினான். ஆனால் இரும்புக்கு பதிலாக ஒரு வெள்ளையனின் தலையை பரந்தீரன் கொடுத்தான்.

பின் அவனது நடுக்கம் இன்னும் அதிகமானது. இப்படி ஒரு கொடூரமான மரணத்தை எவனாலும் கொடுக்க முடியாது என்று, அந்த மரணமே பரந்தீரனை பார்த்து பயந்து போனது.

வெள்ளையர்கள் தலைவனை பாதி உயிரோடும், மற்ற வெள்ளையர்கள் தலையையும், ஏற்றிக்கொண்டு கிளம்ப முயன்ற போது, நாம் ஏன் படகில் செல்ல வேண்டும்? இதோ இவ்வளவு பெரிய கப்பல் இருக்கிறது என்று, படகை செலுத்திக்கொண்டு கப்பலின் அருகே சென்றான்.

பின் கப்பலை எடுத்துக்கொண்டு, சென்டிவேலி தீவை நோக்கி கிளம்பினான். அப்போது அவன் மனதில் இருந்த சந்தோஷத்திற்கு அளவே இல்லை. தன் தந்தை சொன்னது போல், அனைவரையும் கொன்றுவிட்டேன். இனிமேல் என் தங்கை என்னோடு வந்துவிடுவாள். என் சிறகுதேன் என்னோடு விளையாடுவாள் என்று நினைத்துக் கொண்டு, வேகமாக கப்பலை செலுத்தினான்.

சென்டிவேலி மக்கள் கப்பல் வருவதை பார்த்து, வேகமாக அங்கே ஓடி வந்தார்கள். வெள்ளையர்கள் தான் வருகிறார்கள், அவர்களை இந்த முறை நாம் விட்டுவிடக்கூடாது என, அனைவரும் தயாராக

இருந்தார்கள். ஆனால் கப்பலில் இருந்து பரந்தீரன் தண்ணீரில் குதித்தான். அவனோடு சேர்ந்து வெள்ளையனும் கீழே விழுந்தான்.

வெள்ளையனின் முகத்தை பார்த்ததும், மக்கள் வேகமாக தண்ணீருக்குள் ஓடி வந்தார்கள். வெள்ளையன் பரந்தீரனிடம் கூறினான். "டேய் உனக்கு நான் என்ன வேண்டும் என்றாலும் தருகிறேன். என்னை மட்டும் எப்படியாவது காப்பாற்றி விடு" என்று.

"என்னால் உன்னை காப்பாற்ற முடியாது. ஆனால் உனக்கு ஒரு வாய்ப்பு வேண்டும் என்றால் தருகிறேன். முடிந்தால் இங்கிருந்து ஓடி தப்பித்துக் கொள்."

மக்கள் வெறியோடு தண்ணீருக்குள் ஓடி வந்து கொண்டிருந்தார்கள். வெள்ளையன் வேகமாக கரையை நோக்கி ஓடினான். ஆனால் சிறிது நேரத்தில் மக்கள் அவனைப் பிடித்து விட்டார்கள். அவர்களின் வெறி தீரும் அளவிற்கு அவனை அடித்து கொன்றார்கள்.

பரந்தீரன் நேராக கரையில் நின்று கொண்டிருந்த, அவன் தந்தையிடம் சென்றான். "தந்தையே நீங்கள் கேட்ட வெள்ளையர்கள் தலை" என, கோணிச் சாக்கை தந்தையின் கையில் கொடுத்தான்.

அவர் அதை பார்த்துக் கொண்டிருக்கும் போது, "தந்தையே என் தங்கை எப்போது வருவாள்?" என்றான்.

"பரந்தீரா உன் தங்கை இனிமேல் வரமாட்டாள். அவள் இறந்து விட்டாள்" என்றார்.

பரந்தீரனால் இதை ஏற்றுக்கொள்ள முடியவில்லை. கோபமாக கேட்டான். "பின்பு ஏன் என் தங்கை வருவாள் என்று கூறினீர்கள்?"

"உன் தங்கையை கொன்றவர்களை கொல்ல வேண்டும் என்ற கோபத்தில் கூறினேன். இப்போது நீ செய்தது சரிதான் உன் தங்கையின் ஆன்மா சாந்தி அடையும்."

"எனக்கு அதெல்லாம் வேண்டாம் தந்தையே. என் தங்கை எனக்கு திரும்ப வேண்டும். அவளோடு

நான் விளையாட வேண்டும். அதற்கு நான் என்ன செய்வது?"

அவன் தந்தை அருகே வந்து, அவனை கட்டிபிடித்துக் கொண்டார். பின் "அது இந்த உலகில் சாத்தியம் இல்லாதது பரந்தீரா, அது நடக்காது" என்றார்.

தன் தங்கையின் முகத்தை பரந்தீரன் நினைத்துப் பார்க்கும்போது, அவன் கண்களில் கண்ணீர் ததும்ப ஆரம்பித்தது. பின் அங்கிருந்து அவன் தங்கையை புதைத்த இடத்திற்கு நடந்து சென்றான். அங்கே சென்று அவன் தங்கையின் அருகே அமர்ந்து கொண்டான்.

ஒரு நாள் வரை அவன் அங்குதான் இருந்தான். மறுநாள் அவன் தந்தை அங்கு வந்து, பரந்தீரனை அழைத்தார். ஆனாலும் அவன் வரவில்லை.

இப்படியே சில நாட்கள் போனது. ஒரு நாள் அவன் அங்கே அமர்ந்து கொண்டிருக்கும்போது, மற்றொரு கப்பல் அங்கே வந்தது.

அதைப் பார்த்ததும் பரந்தீரன் கோபமடைந்தான். கடலில் நின்று கொண்டிருந்த வெள்ளையன் கப்பலை எடுத்துக்கொண்டு, அந்தக் கப்பலை நோக்கி சென்றான். அங்கே இவர்களைப் போலவே வெள்ளையர்கள் இருந்தார்கள். அவர்களையும் அவன் முன்பு கொன்றது போலவே கொன்றான்.

இந்த முறையும் சென்டிவேலி மக்கள் மகிழ்ச்சி அடைந்தார்கள். அதன்பின் தீவுக்கு யார் வந்தாலும், அவர்களை கொல்ல ஆரம்பித்தார்கள்.

பரந்தீரன் தீவில் உள்ள இளைஞர்களை அழைத்துக் கொண்டு, வெவ்வேறு தீவுகளுக்கு செல்ல ஆரம்பித்தான். அங்கே இருப்பவர்களை ஈவு, இரக்கம் இல்லாமல் கொன்று குவித்தான்.

கொல்லப்பட்டவர்களின் தலை தீவின் தெற்கு பகுதியில் வீசப்பட்டது.

இதை பார்த்துக் கொண்டிருந்த ஊர் மக்கள், இதை செய்யக்கூடாது என பரந்தீரனை கண்டித்தார்கள். ஆனால் பரந்தீரன் எதையும் கேட்கவில்லை. அவன் செய்வதை செய்து கொண்டே இருந்தான்.

பலி எண்ணிக்கை அதிகரித்துக் கொண்டே போனது. பரந்தீரன் தந்தை ஒரு நாள் அவனைப் பிடித்து, "பரந்தீரா நீ செய்வது தவறு. உன் தங்கையை கொன்றவர்களை கொன்றாய், அது நியாயம். ஆனால் இப்போது நீ அப்பாவி மக்களை கொன்று கொண்டிருக்கிறாய், அது பாவம்" என்றார்.

"தந்தையே இவர்களைப் பார்த்தால், பாவமாக இல்லை. உங்களைப் போன்ற ஒரு வயதான முதியவர், ஒரு மண்டபத்தில் நின்று கொண்டு, உணவு கேட்கிறார். ஆனால் பதிலுக்கு ஏதாவது ஒன்று கொடுத்தால் தான், உணவு கொடுப்பேன் என அந்த வணிகன் சொல்கிறான். அவனை நான் சும்மா விடலாமா? அதனால் தான் அவனைப் போன்றவர்களை கொள்கிறேன். அதேபோல் அரசர் என பெயர் வைத்துக் கொண்டு, மக்களை அடிமையாக வைத்திருக்கிறார்கள். அவர்கள் நன்றாக வாழ்வதற்கு, மற்றவர்களெல்லாம் அடிமைகளாம். இவர்களை நான் சும்மா விடலாமா? அதனால் தான் அரசர்களையும் நான் கொள்கிறேன்."

"இப்படி கொல்ல நினைத்தால், இந்த உலகத்தில் உள்ள அனைவரையும் கொன்றுதான் ஆக வேண்டும்."

"கொல்வேன் தந்தையே... கொல்வேன்.... மனிதர்கள் இருந்தால் மட்டும்தான் உலகம் உயிர் வாழுமா என்ன? பறவை, காட்டு விலங்குகள் இதெல்லாம் இருந்தாலே உயிர் வாழும்."

"பரந்தீரா உனது கப்பலை இப்போது நான் உடைத்து வீசுகிறேன். இனிமே நீ எங்கேயும் போகக்கூடாது" என, கப்பலை நோக்கி நடந்தார்.

ஆனால் பரந்தீரன் அவன் தந்தையின் கையை பிடித்து, அவரை கீழே தள்ளினான்.

பின் சென்டிவேலிக்கு அவன் வருவதற்கு தடை விதிக்கப்பட்டது. அங்கிருந்து வெளியேற்றப்பட்டான்....

துருவன் சென்டிவேலி தலைவரிடம் அதிர்ச்சியோடு கேட்டான். "அந்தக் கப்பல் இப்போதும் இங்கே வந்து, தலையை கொட்டுகிறதா?" என்று.

"ஆம் தெற்கு திசையில் தலைகளை கொட்டி விட்டு, அப்படியே சென்று விடுவார்கள். நம் பக்கம் வர மாட்டார்கள்" என்றார்.

"அப்படி என்றால் உங்கள் மகன் பரந்தீரன் இங்கு வருவானா?

"அவனை அதற்குப் பின் நாங்கள் யாரும் பார்க்கவில்லை. அவன் உயிரோடு இருப்பதே நீங்கள் சொல்லி தான் எனக்கு தெரியும்" என்றார்.

இதைக் கேட்டுக் கொண்டிருந்த தளபதி, வேகமாக "கப்பல் தலைவனை அழையுங்கள்" என்றார். கப்பலோட்டி வேகமாக ஓடி வந்தார். "நீங்கள் உடனடியாக சென்று, நம் கப்பலை அந்த இரு பாறைகளுக்கு நடுவே நிறுத்துங்கள். அந்த பரந்தீரன் கப்பல் இங்கே வந்தால், நம்மை சுலபமாக கண்டுபிடித்து விடுவார்கள்.

"சரி தளபதியாரே" என படகில் ஏறிக்கொண்டு, கப்பலோட்டி கப்பலுக்குச் சென்றார்.

சில நாட்கள் சென்டிவேலி மக்களோடு வாழ்க்கை போனது. ராயர்குல மக்களும், சென்டிவேலி மக்களாகவே மாறிக் கொண்டிருந்தார்கள். இப்படியே நாட்கள் போய்க் கொண்டிருக்க, இளவரசி அவ்வப்போது துருவனிடம் பேச ஆரம்பித்தார்கள். ஆனால் அவர்கள் மனதுக்குள் துருவன் ஒரு துரோகியாகவே தான் இருந்தான்.

அன்று ஒரு காலை விடியல் என்றும் இல்லாதது போல், பலத்த காற்றோடு ஆரம்பமானது. கடல் அலைகள் மிக உயரமாக இருந்தது. பறவைகள் மரத்தில் நிற்க முடியாமல், வானத்தில் பறந்து கொண்டிருந்தது.

அப்போது தளபதி கூறினார். கப்பலோட்டிகளே என்ன இது? காற்று இத்தனை வேகமாக வீசுகிறது?" என்று.

"ஆம் தளபதியாரே புயல் வருவது போல் தெரிகிறது" என்றார்.

"இந்த காற்றுக்கு நம் கப்பல் தாக்குபிடிக்குமா?"

"அதெல்லாம் ஒன்றும் ஆகாது தளபதியாரே, இது ராயர் உருவாக்கிய கப்பல்."

"அதுவும் சரிதான். ஆனால் எதற்கும் கப்பல் பாதுகாப்பாய் இருக்கிறதா என்பதை உறுதி செய்து கொள்ளலாம். வாருங்கள்" என படகை எடுத்துக்கொண்டு, இரட்டை பாறையை நோக்கி தளபதியும், கப்பலோட்டியும் சென்றார்கள். படகு பாறையை நெருங்குவதற்கு மிகவும் கஷ்டப்பட்டது. கடல் அலைகள் அத்தனை உயரமாக வந்து கொண்டிருந்தது.

ஆனால் நீண்ட நேர முயற்சிக்குப் பின், தளபதியும் கப்பலோட்டியும் கப்பலுக்கு வந்து சேர்ந்து விட்டார்கள்.

கப்பலுக்கு மேலே வந்ததும், கப்பலோட்டி நங்கூரத்தை அசைத்துப் பார்த்தார். அது கட்சிதமாக மண்ணில் பொருந்தி இருந்தது. தளபதியாரே நங்கூரம் சரியாக தான் போடப்பட்டுள்ளது. எந்த பிரச்சினையும் இல்லை...."

கடல் சாரல் இருவரின் மீதும் பலமாக வீசியது. தளபதியும் கத்திக் கொண்டே கூறினார். "கீழ் அடுக்கிற்கு சென்று....., எல்லாம் சரியாக இருக்கிறதா என பார்த்து விட்டு வருகிறேன்...." என, கப்பலின் கீழ் பகுதிக்கு செல்லும் வழியை திறந்தார்.

கீழ் அடுக்கில் இருந்த விளக்குகள் அனைத்தும் அணைக்கப்பட்டு, கப்பலின் கீழ் பகுதி இருள் சூழ்ந்து காணப்பட்டது. எங்காவது தண்ணீர் உள்ளே வருகிறதா? என, தளபதி ஒவ்வொரு அறையாக சோதித்துப் பார்த்தார்.

அப்படி ஒரு அறையின் கதவை திறந்த போது, காலில் தண்ணீர் தட்டுப்பட்டது. ஐயோ இந்த அறையில் தண்ணீர் வருகிறது. எங்கிருந்து வருகிறது என்று தெரியவில்லையே? என, அறைக்குள் செல்ல முயன்றார். அப்போது அவர் காலில் ஏதோ ஒன்று தட்டுப்பட்டது. என்ன இது? என அதனை தொட்டுப் பார்த்தார். அதை தொட்டதும், அவர் உடம்பு முழுவதும் சிலிர்த்து போனது. அது ஒரு மனித உடல் போல் இருந்தது. அந்த இடத்திலிருந்து உடனடியாக இரண்டு அடி பின்னே வந்தார். தளபதியின் நெற்றியில் இருந்து வியர்வை துளிகள் சொட்ட ஆரம்பித்தது. சிறிது நேரம் கழித்து மனதில் தைரியத்தை வர வைத்துக் கொண்டு, அந்த உருவத்தின் அருகே சென்றார்.

தன் கைகளால் அந்த உருவத்தை தொட முயன்றார். ஆனால் இப்போது அந்த இடத்தில் தொட்டுப் பார்க்கும்போது, அங்கு எதுவுமே இல்லை. இது தளபதிக்கு பெரும் அதிர்ச்சியாக இருந்தது. அதன் பின் இங்கு யாரோ இருக்கிறார்கள். அவர்கள் தான் இதை செய்கிறார்கள் என நினைத்தார். பின் "யாரது உள்ளே இருப்பது? என சத்தமாக கத்தினார்.

ஆனால் உள்ளே யாரும் இருப்பதாக தெரியவில்லை. ஒரு வேளை இது பிரம்மையாக இருக்குமோ? என யோசித்து விட்டு, அந்த அறைக்கு வெளியே வந்தார். ஆனால் இந்த முறை தளபதியின் காலில் ஏதும் தட்டுப்படவில்லை. அவர் தலையில் இரண்டு கால்கள் தட்டுப்பட்டது.

தளபதி பயத்தோடு தலையில் என்ன இடித்தது என்று, அதனை தொட்டு பார்த்தார். அது ஒரு

மனிதனின் கால் என்பது, அதை தொட்டதும் தெரிந்து விட்டது.

தளபதி முதல் முதலாக பயந்தார். அந்த பயத்தோடு வேகமாக அதே அறைக்குள் பின்னே சென்றார். அப்போது கப்பலின் மேலே இருந்து யாரோ ஓடுவது போல் இருந்தது.

தளபதி அங்கும் இங்கும் பார்த்துவிட்டு, மனதில் தைரியத்தை வர வைத்துக் கொண்டு, அந்த அறையில் இருந்து குனிந்தபடியே வெளியே ஓடி வந்தார். பின் வேகமாக கப்பலின் மேல் அடுக்கில் ஏற முயன்றார். ஆனால் சட்டென மேலடுக்கின் கதவுகள் மூடப்பட்டது.

கப்பலில் இருந்த சிறு வெளிச்சமும் இப்போது இல்லை. தன் பலமான கைகளால், அந்தக் கதவை பலமாக தள்ளிப் பார்த்தார். ஆனால் கதவை தள்ள முடியவில்லை.

திடீரென உள்ளே இருந்து அரைக்கதவை யாரோ தட்டுவது போல் சத்தம் கேட்டது. தளபதி மெதுவாக உள்ளே பார்த்தார். கப்பலின் கடைசி அறை கதவு, மெதுவாக திறந்து கொண்டிருந்தது.

"யாரது....?" என்று கோபம் கலந்த பயத்தோடு கேட்டார்.

அறைக்கு உள்ளே இருந்து ஒரு உருவம் வெளியே வந்தது. அதை தளபதி பார்த்ததும், அவர் கைகால்கள் சிலிர்த்தபடியே சிறிது நேரம் இருந்தது.

பின் தளபதியின் வாளை கையில் எடுத்து, "யாரது?" என மறுபடியும் கத்தினார்.

அந்த உருவம் கூறியது. "செங்காந்தா நான்தான் உன்னுடைய அரசர் பலியங்கராயர்..."

தளபதிக்கு இதயம் வேகமாக துடிக்க ஆரம்பித்தது.

"செங்காந்தா என்னை ஏன் உன் கண்ணெதிரே கொல்ல விட்டாய். ஒருவேளை உனக்கும் மகுடத்தின் மீது ஆசை ஏதும் இருக்கிறதோ?"

"இல்லை இல்லை இது உண்மை இல்லை" என கத்தினார்.

"நான் தான் உன் அரசர். வேணுமென்றால் உன் தங்கையை பார்க்கிறாயா?" என்றார்.

தளபதியின் கண்களில் இருந்து கண்ணீர் வந்தது. வியர்வை துளியினால் அவர் ஆடை முழுவதும் நனைந்திருந்தது. அப்போது தளபதியின் பின்னாலிருந்து, அவர் தோள்மேல் ஒரு உருவம் அதன் கையை வைத்தது.

கை வைக்கப்பட்டதும் வானத்திலிருந்து ஒரு பெரும் இடிசத்தம் கடலில் விழுந்தது.

உண்மையாகவே இது என் தங்கையாக இருக்குமோ? என்று தளபதி ஆர்வமாக திரும்பினார். சட்டென அந்த உருவத்தின் கைகள் தீ பற்றி எரிய ஆரம்பித்தது. அந்த வெளிச்சத்தில் அதன் முகம். அது பலிகர்கள் என்பதை காட்டியது. தளபதி தன் வாளை அந்த உருவத்தின் மீது வீசினார். அந்த உருவம் சட்டென அருகில் இருந்த அறைக்குள் ஓடியது. அதன்பின் கப்பல் உள்ளே பல பலிகர்கள் இருப்பதை தளபதி உணர்ந்தார்.

அவர் கால்களை ஒரு பலிகன் பற்றிக் கொண்டான். மற்றொரு காலால் அவனை மிதித்துவிட்டு, வாளால் மேல் கதவின் படியை பலமாக உடைத்தார்.

வேகவேகமாக மேலே வந்ததும், அவருக்கு மற்றொரு அதிர்ச்சி காத்திருந்தது. கரு மேகங்களால் கப்பல் சூழப்பட்டிருந்தது. ராயரின் கொடி பறந்த கப்பலில், இப்போது கப்பலோட்டி தூக்கிலிடப்பட்டிருந்தார். கப்பலை சுற்றிலும் மக்களின் பிணங்கள் மிதந்து கொண்டிருந்தது.

தளபதிக்கு இப்போதுதான் அனைத்தும் புரிந்தது. பலிகர்கள் ஏற்கனவே கப்பலை சூழ்ந்து இருக்கிறார்கள். நாங்கள் செண்டிவேலி தீவில் இருப்பது அவர்களுக்கு தெரிந்திருக்கிறது. நான் இங்கு இருக்கும் ஒவ்வொரு நொடியும், என் மக்களுக்கும் என்

மகளுக்கும் ஆபத்து என்று, கப்பலில் இருந்து தளபதி கீழே குதித்தார். படகில் ஏறிக்கொண்டு வேகமாக அங்கிருந்து கிளம்பினார்.

சிறிது தூரம் சென்ற பின் கப்பலை திரும்பிப் பார்த்தார். கப்பலை ஈ மொய்ப்பது போல் பலிகர்கள் மொய்த்து கொண்டிருந்தார்கள்.

பின் தளபதி வேக வேகமாக படகை செலுத்திக்கொண்டு, தீவை நோக்கி வந்தார்.

தளபதி பதட்டத்தில் வருவதைப் பார்த்து, மக்கள் ஒன்று கூடினார்கள். கரைக்கு வந்ததும் " சென்டிவேலி தலைவர் எங்கே?" என தளபதி கத்தினார். "அவர் குகையில் இருக்கிறார்" என மக்கள் பதில் கூறினார்கள். வேகமாக அங்கிருந்து குகைக்கு ஓடி, "சென்டிவேலி தலைவரே..." என கத்தினார். ஆனால் குகைக்குள் அவர் இல்லை. துருவனும், கிச்சானும் அங்கே வேகமாக ஓடி வந்தார்கள். "தளபதியாரே என்ன ஆனது? ஏன் இப்படி பதட்டமாக இருக்கிறீர்கள்?" என்றார்கள்.

"அரசே நாம் இங்கே இருப்பது பலிகர்களுக்கு தெரிந்துவிட்டது. அவர்கள் நம்மை சூழ்ந்து விட்டார்கள்" என்று, பதட்டமாக கூறினார்.

பின் "வாருங்கள் மக்களிடம் செல்லலாம்" என, மக்கள் அருகில் சென்று, தளபதி கூறினார். "நான் கூறுவதை நிதானமாக கேளுங்கள். உங்கள் ஆயுதங்களை வேகமாக தயார் செய்து கொள்ளுங்கள். நரபலிகர்கள் நம்மை சூழ்ந்து விட்டார்கள்..." என சொல்லிக் கொண்டிருக்கும்போதே, மரத்தின் மேலே இருந்து ஒரு கயிறு, ஒருவனை சரசரவென மேலே இழுத்தது. ஆனால் தளபதி சுதாரித்துக் கொண்டு, தன் வாளால் கயிற்றை வெட்டினார்.

மேலே இழுக்கப்பட்டவன் தரையில் விழுந்தான். மக்களுக்கு இப்போதுதான் அனைத்தும் புரிந்தது. வேகமாக அம்பையும், வில்லையும், ஈட்டியையும் தயார் செய்தார்கள்.

அவர்கள் ஆயுதங்களை எடுக்க ஓடிக் கொண்டிருக்கும் போது, சிலரை வேகமாக மரத்திற்கு மேலே பலிகர்கள் இழுத்துவிட்டார்கள்.

துருவன் தன்னுடைய கையையும், இளவரசி கையையும் ஒரு கயிற்றால் கட்டினான்.

தளபதி கூறினார். “அம்புகளை மரத்தை நோக்கி கண்ணை மூடிக்கொண்டு வீசுங்கள்” என்று.

அதேபோல் அனைவரும் வானத்தைப் பார்த்து குறி வைத்து, அம்புகளை எய்தார்கள். மரத்தில் இருந்த சிலர் அம்புகள் குத்தி கீழே விழுந்தார்கள்.

அதன் பின் மரத்திற்கு மேலே எந்த ஒரு சத்தமும் இல்லை. அனைவரும் மரத்தை பார்த்துக் கொண்டிருக்கும்போது, சென்டிவேலி தலைவர் ஒரு மரத்தின் மேலே இருந்து கீழே தூக்கி வீசப்பட்டார். அவர் உடம்பில் அதிகமாக காயம் இருந்தது. தளபதி அவரை வேகமாக ஓடிச் சென்று தூக்கினார்.

“எனக்கு ஒன்றுமில்லை செங்காந்தா... ஆனால் இங்கே வந்த ஒவ்ஒருவனும், உயிரோடு திரும்ப போக கூடாது. அதை மட்டும் மனதில் வைத்துக் கொள்ளுங்கள்” என்று, அனைவரிடமும் அவர் கூறினார்.

இப்போது பலிகர்கள் மரத்தில் மீது இல்லை. அவர்கள் தரையோடு தரையாக படுத்துக் கொண்டிருந்தார்கள்.

அதை முதலில் கிச்சான்தான் பார்த்தான். கத்திக் கொண்டே கீழே கிடந்த கட்டையை எடுத்து, ஒருவனை அடிக்க முயன்றான். ஆனால் கிச்சானை அந்தப் பலிகன் ஒரே தூக்காக தூக்கி, மரத்தில் அடித்து விட்டான்.

மற்றொருவன் தளபதியை நோக்கி ஓடி வந்தான். வந்த வேகத்தில் பலிகனின் தலை தரையில் அடிக்கப்பட்டது. துருவனும், இளவரசியும் வாளால் பலிகர்களை வெட்டி வீச ஆரம்பித்தார்கள்.

பலிகர்கள் அதிகமாக கொல்லப்படுவதை புரிந்து கொண்டவர்கள். வேகமாக மரத்தின் மேலே ஏறினார்கள். பின் மரத்தின் மேலே இருந்து கொண்டு, கயிற்றால் மக்களை பிடித்தார்கள். இவர்கள் மரத்தை கேடயமாக பயன்படுத்துவதை பார்த்துக் கொண்டிருந்த சென்டிவேலி தலைவர், சத்தமாக ஒரு விசிலை அடித்தார்.

விசில் சத்தத்தை கேட்டதும், சென்டிவேலி இளைஞர்கள் சரசரவென மரத்தின் மேலே ஏறினார்கள்.

மரத்திற்கு மேலே பலமான சண்டை நடந்தது. இலைகளும், மர கிளைகளும் கீழே சிதறி விழுந்தன. அதோடு சேர்த்து அனைத்து பலிகர்களும் தரையில் விழுந்து, வலியில் கத்தினார்கள்.

அப்போது ஒரு பலிகனின் கழுத்தை சென்டிவேலி தலைவர் பிடித்து, “வௌவால் பயன்முறையை எங்களிடமே பயன்படுத்துகிறீர்கள். உங்களுக்கு இந்த வித்தையை சொல்லிக் கொடுத்தானே அந்த பரந்தீரன், அவனுக்கு இந்த வித்தையை சொல்லிக் கொடுத்ததே நான் தான்...” என்று, மறுபடியும் அவன் கன்னத்தில் ஒரு அடி வைத்தார்.

அவர் அவன் கழுத்தைப் பிடித்துக் கொண்டிருக்கும் போது, கரு மேகங்களின் கீழ் இருக்கும் கடலில் இருந்து, ஒரு பெருங்கப்பல் கரையை நோக்கி வந்து கொண்டிருந்தது. அந்தக் கப்பலின் மேல், ஆயிரக்கணக்கான பலிகர்கள் இருந்தார்கள். அவர்களின் நடுவே கம்பை ஊனிய படி ஒருவன் நின்றான்.

கப்பல் கரை ஒதுங்கியது. அனைவரும் கப்பலுக்கு கீழே குதித்தார்கள். பலிகன் கூறினான். “ம்ம்... எத்தனை தூரம் தான் பயணம் செய்து கொண்டே இருப்பது? இந்த இடத்திற்கு வருவதற்காக? என்று, மக்களை பார்த்தான்.

கரையில் அனைவரும் ஒன்றாக நின்றார்கள். அதைப் பார்த்ததும் இளம் பலிகனுக்கு பெரும் சந்தோசம் உண்டானது. அவர்களைப் பார்த்தவாறே கூறினான். "இவர்களை ஒன்றாக பார்க்க வேண்டும் என்றால், நான் எத்தனை தூரம் பயணித்தாலும் பரவாயில்லை."

செண்டிவேலி தலைவர் அவர்கள் மக்களிடத்தில் கூறினார். "விஷத்தை அம்புகளில் நன்றாக தடவிக் கொள்ளுங்கள். உங்கள் கத்திகளிலும் தடவிக் கொள்ளுங்கள். பாதி வீரர்கள் மரத்தின் மேலே இருங்கள், பாதி வீரர்கள் மரத்தில் கீழே இருங்கள். நம் தீவில் கால் வைக்கும் எவரையும், நாம் இதுவரை உயிரோடு விட்டது கிடையாது. இவர்களை விட்டால், நம் உயிரை விடுவதற்குவதற்கு சமம்."

இளவரசி தன் கையில் கட்டப்பட்டிருந்த கயிற்றை தன் வாளால் வெட்டினார்கள்.

அப்போது இளம் பலிகன் தளபதியை பார்த்து கூறினான். "தளபதியாரே உங்களிடம் இப்போது மிகவும் சக்தி வாய்ந்த கேடயம் இருக்கிறது. அதை எங்களால் தாக்க கூட முடியாதுதான். ஆனால் நாங்கள், நீங்கள் இல்லாமல் திரும்பிச் சென்றால், உங்களைப் போலவே நாங்களும் ஓடிப்போன கோழைகள் ஆகி விடுவோம்."

இதைக் கேட்டதும் தளபதியின் கோபம் தலைக்கேறியது.

"தளபதியாரே அதிகம் கோபம் கொள்ளாதீர்கள். உங்கள் மகுடத்தின் விலை, எங்கள் உயிர்........" என்று அனைவரும் வெறியோடு ஓடி வந்தார்கள்.

சண்டை மிகவும் பலமாக நடந்தது. துருவன் தன்னுடைய கோபம் அனைத்தையும், பலிகர்ளின் மீது இறக்கினான். பலிகர்களால் வெளவால் பயன்முறையை பயன்படுத்த முடியவில்லை. எந்த

மரத்தில் ஏறினாலும், கழுத்தறுக்கப்பட்டு கீழே வீசப்பட்டார்கள்.

துருவன், இளவரசி, கிச்சான் மூவரும் ஒரே இடத்தில் நின்று கொண்டு, சண்டை போட்டார்கள். ஆனாலும் கிச்சானின் காலில் பலிகனின் கத்தி வெட்டியது. கிச்சான் வலியில் துடித்தான்.

துருவன் அவனை ஒரு தோளில் ஏந்தி கொண்டு, சண்டையிட்டான்.

சிறிது நேரத்தில் பலிகர்களுக்கு தோல்வி பயம் தொற்றிக் கொண்டது. ஆயிரக்கணக்கான பலிகர்கள் கொல்லப்பட்டிருந்தார்கள். மீதியிருந்த பலிகர்கள் கடலில் பாய்ந்து ஓட ஆரம்பித்தார்கள். ஆனாலும் அவர்களை விடவில்லை. அம்புகளை எய்தி ஒவ்வொருவரையும் கொன்றார்கள். ஆனால் இளம் பலிகன் எப்படியோ தப்பித்து, அவனுடைய கப்பலில் ஏறிவிட்டான். இவனை தப்பிக்க விட்டுவிடக் கூடாது என்று. துருவனும்,இளவரசியும், தளபதியும் நீச்சல் அடித்துக் கொண்டு கப்பலில் ஏறினார்கள்.

தூரத்தில் படகு ஒன்று, கடலில் மிதந்து கொண்டிருந்தது. அதில் ஒருவன், “நாதா நாம் சண்டையில் பங்கேற்காமல் இப்படி ஒளிந்து இருப்பது, அவ்வளவு நல்லதாக தெரியவில்லையே?” என்றான்.

“டேய் கழட்டியப்பா இதுபோல் சண்டையில் ஈடுபட்டால், ஒன்று நாம் அவர்களை கொல்வோம். இல்லையென்றால் அவர்கள் நம்மை கொல்வார்கள். ஆனால் இப்போது நாம் வேடிக்கை பார்த்தால், இருவரில் யார் சாகிறார்கள் என்பதை தெரிந்து கொண்டு, அதை நாம் பரந்தீரரிடம் சொல்லலாம். அதற்காக தான் நாம் இங்கு காத்துக் கொண்டிருக்கிறோம்.“

“ஆம் நாதா நீ சொல்லும் அனைத்துமே உண்மைதான். சரி நன்றாக வேடிக்கை பார்ப்போம்”

என்று, அவர்கள் தூரத்தில் இருந்து கொண்டு, நடப்பதை பார்த்துக் கொண்டிருந்தார்கள்.

இளம் பலிகனை துரத்தி சென்றவர்கள். கப்பலின் மேல் பகுதியில் ஏறினார்கள். இளம் பலிகன் வேகமாக, கப்பலின் கீழ் பகுதிக்கு செல்வதற்கு ஓடிக்கொண்டிருந்தான். கீழ் அடுக்கின் கதவை திறந்ததும், அவன் காலில் தளபதியின் அம்பு பாய்ந்தது. தொப்பென்று கப்பலின் கீழ் பகுதியில் விழுந்தான்.

பின் இவர்கள் மூவரும் வேகமாக ஓடிச் சென்று, உள்ளே எட்டிப் பார்த்தார்கள். இளம் பலிகன் அவன் கால்களை பிடித்துக் கொண்டே கூறினான். "அனைவரும் பொறுமையாக வாருங்கள். எனக்கு இருந்தது ஒரு கால், அதிலும் அம்பை விட்டு விட்டீர்கள். இனிமேல் நான் எங்கும் ஓடி விட மாட்டேன்."

மூவரும் படியின் வழியாக உள்ளே இறங்கினார்கள். உள்ளே யாராவது இருக்கிறார்களா என, கையில் வாளை வைத்துக்கொண்டு சுற்றிலும் பார்த்தார்கள். ஆனால் உள்ளே மனிதர்கள் இல்லை. அதற்கு பதிலாக பல ஆயிரம் உயிர்கள் இருந்தது.

மூவரும் இளம்பலிகனை மறந்து விட்டு, சுற்றி இருந்த செடிகளையும், கொடிகளையும், சிறு மரங்களையும், அதிசயமாக பார்த்துக் கொண்டிருந்தார்கள். நரபலிகர்களின் கப்பல் என்றால், மண்டை ஓடுகளும் இரத்தமும் தானே இருந்திருக்க வேண்டும். ஆனால் இங்கே இயற்கை படர்ந்து இருக்கிறது என்ற ஆச்சரியத்தில், அவர்கள் நீண்ட நேரமாக அதை பார்த்துக் கொண்டிருந்தார்கள்.

அதே நேரத்தில் அருகில் இருந்த ஒரு செடியின் இலையைப் பறித்து, இளம் பலிகன் அம்பு பாய்ந்த இடத்தில் போட்டுக் கொண்டிருந்தான்.

பின் இளவரசி இளம் பலிகனிடம் கேட்டார்கள், " உங்கள் இடத்தை மட்டும் இத்தனை அழகாக வைத்து

உள்ளீர்கள். ஏன் உலகை மட்டும் அசுத்தம் செய்கிறீர்கள்?" என்று.

"இளவரசி அவர்களே, இப்படி அழகான இடத்தை உருவாக்க வேண்டும் என்றால், முதலில் அழுக்குகளை அப்புறப்படுத்த வேண்டும் அல்லவா? அதுதான் நாங்கள் செய்து கொண்டிருக்கிறோம்."

"மனிதன் என்றாலே அழுக்கா? ஏன் இப்படி வெறி பிடித்து அலைகிறீர்கள்?"

"அழுக்கு தான் தாயே, என்னை பெற்றவர்களும், கூட பிறந்தவனும், தன் உயிர் தான் முக்கியம் என்று சுயநலமாக இருக்கிறார்களே, அவர்கள் தான் வெறி பிடித்தவர்கள். நாங்கள் அல்ல."

துருவன் கூறினான். "நீ செய்யும் தவறை நியாயப்படுத்தாதே, இங்கே யாரையும் எதற்கும் கட்டாயப்படுத்தவில்லை. அவரவர்கள் அவர்களுக்கு பிடித்த வாழ்க்கையை வாழ்ந்து கொண்டிருக்கிறார்கள் அவ்வளவுதான்."

"அவர்கள் வாழவில்லை துருவரே, வாழ வைக்கப்படுகிறார்கள்."

"என்ன வாழ வைக்கப்படுகிறார்கள்?"

"இளவரசி அவர்களே, உங்கள் வயிற்றில் ஒரு பிள்ளை பிறக்கும், அதை அதன் இஷ்டம் போல் வாழ விடுவீர்களா? அல்லது உங்கள் இஷ்டம் போல் வாழ வைப்பீர்களா?"

"இரண்டும் இல்லை. அதற்கு எது நல்லதோ அதுபடி வாழ வைப்போம்."

"இது... இதுதான்.... பிரச்சனை இளவரசி அவர்களே, உங்களுக்கு மாமிசம் பிடிக்கிறது என்பதற்காக, அது குழந்தையாக இருக்கும்போதே அதை வாயில் ஊட்டுகிறீர்கள். அது வளர்ந்த பின்தான், நாம் தின்பது ஒரு உயிர் என்பதே தெரிகிறது. பின் அது நினைத்தாலும் அதனால் மாமிசத்தை உண்ணாமல் இருக்க முடியாது. இப்படித்தான் நீங்கள் உங்கள் இஷ்டப்படி அவர்களை வாழ வைக்கிறீர்கள். மனித

இனத்தையே உங்கள் இஷ்டப்படி ஆட்டி அமைக்கிறீர்கள்.”

“அதில் என்ன தவறு. நீ ஆசை ஆசையா வளர்க்கிறாயே, இந்த பறவை. இது மற்ற உயிர்களை கொன்று தின்னதா என்ன?”

இளம் பலிகன் அந்த பறவையை பார்த்துவிட்டு, பதில் கூற முடியாமல் அமைதியாக இருந்தான்.

பின் இளவரசி கூறினார்கள். “உன்னுடைய சுயநலத்திற்காக உன் குடும்பத்தை நீ கொன்றாய். அந்த பரந்தீரனுடைய சுயநலத்திற்காக, அவன் மக்களை கொல்கிறான். மற்றபடி நீங்கள் ஒன்றும் உலகை காப்பாற்றுவததற்காகவோ, உண்மையை நிலை நாட்டுவதற்காகவோ, இதைச் செய்யவில்லை. உங்கள் சுயநலத்திற்காக செய்கிறீர்கள் அவ்வளவுதான்.”

“இளம் பலிகனின் கோபம் அதிகமானது. கம்பை தூக்கியவாறு கூறினான். “ஏய் இளவரசி... பட்டு மெத்தையில் படுத்திருக்கும் உனக்கு என்ன தெரியும்? எங்கள் கஷ்டத்தை பற்றி.”

இதைக் கேட்டதும் அருகில் நின்று கொண்டிருந்த துருவன். இளம் பலிகனின் முகத்தில் ஒரு மிதி வைத்தான். பின் இளம் பலிகன், வாயில் வடிந்த ரத்தத்தை துடைத்துக் கொண்டு, சிரித்தவாறே கூறினான். “அரசே உங்கள் ராணியை அவமதித்ததற்கு மன்னித்து விடுங்கள். ஆனால் உ ங்களைப் போன்ற ஒரு அரசரை நான் பார்த்ததே இல்லை.”

“என்ன உளறுகிறாய்?” என்று துருவன் கேட்டான்.

“ஆம் அரசே, நான் எத்தனை எத்தனையோ அரசர்களை பார்த்திருக்கிறேன். நேருக்கு நேர் அரசருடன் சண்டையிட்டு, நாட்டுக்கு அரசர் ஆவார்கள். சிலர் போர் வீரனாக இருந்து, பின் படிப்படியாக தன் வீரத்தால் அரசன் ஆவார்கள். ஆனால் நீங்கள் மட்டும் தான் ஒரு உயிரைக் கொன்று அரசனாய் இருக்கிறீர்கள்.

இதைக் கேட்டதும் மூவரும் அதிர்ச்சி அடைந்தார்கள். துருவன் “நிறுத்துடா” என்று, அவனை உதைக்க சென்றான். இளவரசி சட்டென தன் வாளை அவன் முன்னே வைத்தார்கள்.

துருவன் அதிர்ச்சியோடு இளவரசியின் முகத்தை பார்த்தான். இளவரசியின் கண்களில் கண்ணீர் ததும்பி இருந்தது. தளபதி கேட்டார். “தேனீழினி என்ன செய்கிறாய்?” என்று.

“நீங்கள் இருவரும் சற்று நேரம் அமைதியாக இருங்கள். இவன் பேசட்டும்” என்றார்கள்.

இளம் பலிகன் சிரித்துக் கொண்டே கூறினான். “உண்மைகள் பல நேரங்களில் கசக்கத்தான் செய்யும் அரசே, அன்று நீங்கள் சுவருக்கும் கண்கள் இருக்கிறது என்பதை, மறந்து விட்டீர்கள்.

இளவரசி அவர்களே, அன்று நடந்த உண்மையை நான் முழுதாக கூறுகிறேன்” என, கூற ஆரம்பித்தான்.

“அன்று நான், நாதன், கழட்டியப்பன் மூவரும் உங்களை தீவிரமாக தேடிக் கொண்டிருந்தோம்.

அப்போது உங்கள் துருவன் பரந்தீரனை சந்திக்க வந்திருந்தார். அப்போதுதான் எனக்கே இவர் எங்கள் கூட்டம்தான் என்பது தெரிந்தது. பலிகங்கராய சக்கரவர்த்தியை கொன்றால், ராயர் குகலத்தை எனக்கே தரவேண்டும் என்று, இவர் கேட்டார். அதற்கு எங்கள் பரந்தீரரும் ஒப்புக் கொண்டார். ஆனால் இப்போது என்ன ஆனது என்று தெரியவில்லை. மீண்டும் எங்களை எதிர்க்கிறார். ஒருவேளை இப்படி இருக்குமோ? உங்கள் அழகை அடைய இவர் மீண்டும் எங்களை எதிர்க்கிறாரோ?”

இளவரசி தன் கழுத்தில் தொங்கிய தாலியை பார்த்தார்கள். துருவன் பலிகளின் கழுத்தை பிடித்து, நெறிக்க ஆரம்பித்தான். “ஏனடா இப்படி பச்சை பொய் கூறுகிறாய். உன் நா கூசவில்லையா?” என்று அவன் கழுத்தை நெரித்தான்.

ஆனால் இளவரசி சட்டென துருவனின் கையை தட்டி விட்டார்கள்.

"தேனீழினி நீ செய்வது பெரும் குற்றம். இவர் நம் அரசர் தேர்ந்தெடுத்த அரசர். அதற்கான மரியாதை நாம் கொடுத்துதான் ஆக வேண்டும்"

இளவரசி கண்கள் இரத்த நிறத்தில் சிவந்து இருந்தது. அவர் கூறினார். "அரசர்கள் சில நேரங்களில் தவறாகவும் முடிவு எடுப்பார்கள் மாமா.... நீங்கள் சிறிது நேரம் அமைதியாக இருங்கள்."

துருவன் கூறினான். "இளவரசி அவன் சொல்வது பச்சை பொய். நீ அவன் கூறுவதை நம்புவாய். ஆனால் நான் கூறுவதை நம்ப மாட்டாயா?"

"அவன் பொய் சொல்வதெல்லாம் இருக்கட்டும். நீங்கள் எனக்கு ஒரு உண்மையைச் சொல்லுங்கள். அந்த பரந்தீரனை நீங்கள் நேரில் சந்தித்தீர்களா?"

"இளவரசி அவன் பேச்சைக் கேட்டு என்னை கேள்வி கேட்காதே, எனக்கு கோபம் வருகிறது."

"அது வரட்டும். நீங்கள் முதலில் சொல்லுங்கள், பரந்தீரனை நேரில் சந்தித்தீர்களா?"

"ஆம் சந்தித்தேன்" என துருவன் கத்தினான்.

"அப்படியானால் அவனை கொல்ல வாய்ப்பு கிடைத்தும், நீங்கள் அவனைக் கொல்லாமல் விட்டீர்களா?" என கண்கலங்கியபடியே இளவரசி கேட்டார்கள்.

"ஆம்.... ஆம்.... ஆம்.... நான் சந்தித்தேன். வாய்ப்பு கிடைத்தும், அவனை நான் கொல்லவில்லை. ஆனால் இவன் சொல்வது எல்லாமே பொய்" என கூறுவதற்குள், துருவன் மார்பில் இளவரசியின் கத்தி பாய்ந்தது.

இளவரசியை தவிர மற்ற மூவரும் அதிர்ச்சி அடைந்தார்கள். இளவரசி இப்படி ஒரு காரியம் செய்வார் என யாரும் நினைக்கவில்லை. தளபதி வேகமாக ஓடி வந்தார். இளவரசியை தள்ளிவிட்டு துருவனை பிடித்தார். "அரசே... அரசே..." என கத்தினார்.

351

துருவன் சிறு புன்னகையோடு கூறினான். "இளவரசிக்கு என் இதயத்தின் மீது அதிக இஷ்டம் போலும். அதான் இரண்டாவது முறையாக இதயத்தில் குத்துகிறார்கள்" எனக் கூறிவிட்டு முட்டி போட்டபடி கீழே அமர்ந்தான்.

தளபதி இளம் பலிகனை பார்த்து கூறினார். "கப்பலை தீவை நோக்கி திருப்பு, இல்லையென்றால் உன் தலை தப்பாது"என்று.

இளம் பலிகன் முடியாது என்பது போல் சிரித்தான். பின் இளம் பலிகன் கழுத்தை பிடித்து, தளபதி மேலே தூக்கினார்.

அப்போது பின்னால் இருந்து, கட்டையால் தளபதியின் தலையில் இளவரசி அடித்தார்கள். தளபதி மயங்கி கீழே விழுந்தார்.

பின் தளபதியைப் பார்த்து, இளவரசி கூறினார்கள். "துரோகியை காப்பாற்ற இப்படி துடிக்கிறீர்களே? உங்களுக்கும் இந்த கொலையில் பங்கு இருக்குமோ?" என, சந்தேகமாக இருக்கிறது.

தளபதி கண்களைத் திறந்து, அருகில் கிடந்த கத்தியை எடுக்க முயற்சி செய்தார். அவர் கைகள் சற்று நடுங்கியவாறே கத்தியை எடுக்கச் சென்றது.

அதை பார்த்ததும் இளவரசிக்கு வலி அதிகமானது. "உங்களையும் நான் தந்தை போல் தான் பார்த்தேன். ஆனால் நீங்களுமா?" என்றார்.

சட்டென இளவரசியின் பின்னால் இருந்து, கயிறு அவர்களின் கழுத்தை நெறித்தது. இளவரசி மயங்கி கீழே விழுந்தார்கள்.

சிறிது நேரத்திற்கு பின், இளவரசியின் முகத்திலும் தளபதியின் முகத்திலும் தண்ணீர் துளி விழுந்தது. இருவரும் எழுந்தார்கள். இருவரின் கைகளும்,கால்களும் விலங்குகளால் கட்டப்பட்டு, கப்பலோடு சேர்த்து அவர்களும் கட்டப்பட்டிருந்தார்கள்.

இளம் பலிகன் கூறினான். "ஐயோ என்ன இது கொடுமை? எங்கள் இளவரசியின் கைகளை யாரடா கட்டியது? எவனாய் இருந்தாலும் என் எதிரே வா...."

இவ்வாறு சொல்லிக்கொண்டு சுற்றிலும் பார்த்தான். தளபதியும் இளவரசியுமே குழப்பத்தில் சுற்றிலும் பார்த்தார்கள். பின் இளம் பலிகன் கூறினான். "ஓ நீங்களா.....? இளவரசியின் கைகளை கட்டியது நீங்களா....? அப்படி என்றால் நீங்க தான் அடுத்த பரந்தீரர் போலைவே....?" என, அவனையே பார்த்து அவனே பேசினான்.

துருவன் முட்டி போட்டபடி அமர்ந்திருந்தான். அவன் நெத்தியிலும், உதட்டிலும் இரத்தம் வடிந்து கொண்டிருந்தது. துருவன் இரும்பினான்.

"ஐயோ அரசே ராயர்குலத்தின் மகுடமே, நீங்கள் இப்படி இரும்பலாமா?" என்று, இளம் பலிகன் கையில் இருந்த கத்தியால், துருவனின் வயிற்றில் குத்தினான்.

தளபதி "வேண்டாம்... வேண்டாம்..." என்று கத்தினார்.

இளவரசி தான் தவறு செய்ததை நினைத்து அழுதார்கள்.

இளம் பலிகன் வேகமாக அவர்கள் அருகே சென்று, "ஐயோ இளவரசி அவர்களே, நீங்கள் மட்டும் தயவு செய்து அழாதீர்கள். உங்கள் கண்ணீரை பார்த்தால், எனக்கே அழுகை வருகிறது. நான் வேண்டுமென்றால் நடந்த உண்மை அனைத்தையும் கூறுகிறேன்" என்று கூற ஆரம்பித்தான்.

"அன்று நம் புது அரசர் மகுடத்தை எடுத்துக்கொண்டு, வேகவேகமாக வந்து கொண்டிருந்தார். அப்போது நானும் என் தோழர்களும், இவரை ரகசிய அறையின் அருகே இருக்கும், அறையில் வைத்து பூட்டினோம். பின் மகுடத்தை எடுத்துக்கொண்டு நான் தான் உள்ளே வந்தேன்.

"ஆஹா, மகுடத்தை பார்த்ததும் நம் சக்கரவர்த்தியின் கண்கள் இருக்கிறதே, அத்தனை

ஆர்வமாக எனது அருகில் வந்தது. வருவது யார் என்று கூட அவர் பார்க்கவில்லை. அவர் கண்கள் அந்த மகுடத்தின் மீதுதான் இருந்தது. அதனால்தான் அந்த மகுடத்தை அவர் கைகளில் நான் ஒப்படைத்தேன். ஒப்படைத்த மறு நொடி அவர் வயிற்றில், நான்கு முறை நான்தான் குத்தினேன். ஆனால் சும்மா சொல்லக்கூடாது இளவரசி. நம் சக்கரவர்த்தியை நான் அத்தனை முறை குத்தியும், அவர் அந்த மகுடத்தை கீழே போடவே இல்லை.

அதே நேரத்தில் நம் அரசரின் கால்களை, நாதனும் கழட்டியப்பனும் பிடித்துக் கொண்டிருந்தார்கள். அதனால்தான் அரசர் அந்த நேரத்தில் நகரவே இல்லை.

இதை பார்த்து அதிர்ச்சியில் சூரியன் கூட, வேக வேகமாக அரண்மனைக்கு மேலே வந்து விட்டான். வேறு என்ன செய்வது, காலை பிடித்து இருந்த இருவரும், தனியாக விட்டுவிட்டு ஓடிவிட்டார்கள். அவர்கள் சக்கரவர்த்தியின் கால்களை விட்டதும், ஒரு காலினால் என் மார்பில் எட்டி உதைத்தார். அவர் உதித்த உதை எனக்கு இப்போது வரை வலிக்கிறது இளவரசியே.....வலிக்கிறது.....

ஆனால் நாங்கள் இந்த இளம் அரசரின் மேல் பழிபோட வேண்டும் என்று நினைக்க வில்லை. இவர் தான் பெரிய வீராதி வீரர், சூராதி சூரர் போல் கதவை உடைத்து கொண்டு வெளியே வந்தார். அதன்பின் நீங்கள் அனைவரும் இவரையே குற்றவாளி என்று கூறிவிட்டீர்கள்.

அன்று நாங்கள் செய்த இரண்டு தவறு, ஒன்று மகுடத்தை அரசரிடம் கொடுத்தது. இரண்டாவது அர்சரை கழுத்தில் குத்தாமல் விட்டது. இதை செய்யாமல் இருந்திருந்தால், மகுடம் நம் புதிய அரசின் தலைக்கு வந்திருக்காது. எங்கள் பரந்தீரர் தலைக்கு போயிருக்கும்."

அவன் சொல்லி முடித்ததும், துறவனின் பாதி உயிர் அவனை விட்டு பிரிந்திருத்தது. அவன் மனம் அவனிடம் பேசியது, “நாம் நமது வாழ்க்கைக்கான காரணத்தை அறியாமலேயே இறந்து போகிறோம். அதுவும் ஒரு துரோகியாக.... நாம் பிறந்ததற்கு ஒரு காரணமே இல்லாமல் போய்விட்டதே துருவா...” என அவனிடம் கூறியது. அவனை சுற்றி நடக்கும் எதுவும் அவனுக்கு கேட்கவில்லை.

இளம் பலிகன் கூறினான். “சரி உங்கள் தலையை கொடுங்கள். எனக்கு நேரம் ஆகிவிட்டது. நான் எங்கள் பரந்தீரரிடம் செல்ல வேண்டும்.”

அப்போது துருவனுக்கு மறுபடியும் இருமல் வந்தது. “ஐயோ ஐயோ அரசே... என்ன ஏன் இப்படி கொல்ல வைக்கிறீர்கள். சற்று நேரம் அமைதியாக இருந்தால், உங்கள் மூவரையும் கண்டந்துண்டமாக வெட்டி விடுவேன். ஆனால் நீங்கள் என்னை கோபப்படுத்துகிறீர்களே... என்று துருவனின் அருகே சென்றான்.

பின் இளவரசியை பார்த்து கேட்டான். “இளவரசி அவர்களே எனக்கு ஒரு சந்தேகம். நம் அரசருக்கு ஏன் இருமல் சரியாகவே மாட்டேங்கிறது? நான் வேண்டுமென்றால், அவர் வயிற்றில் இன்னொரு முறை குத்தவா? இல்லை...இல்லை வயிற்றிலும் மார்பிலும் அதிக குத்து வாங்கிவிட்டார். நான் அவர் கழுத்தில் குத்துகிறேன். அப்போதுதான் நிரந்தரமாக அவருக்கு இருமல் சரியாகும்.

இளம் பலிகனின் கத்தி துருவனின் கழுத்தை அறுக்க சென்றது. ஆனால் துருவனின் கையில் கட்டப்பட்டிருந்த கயிறையும், இளவரசியின் கையில் கட்டப்பட்டிருந்த கயிறையும், ஒரு நிமிடம் இளம் பலிகன் பார்த்தான்.

“ஐயோ இளவரசி அவர்களே, இருவர் கயிற்றையும் ஏன் அவிழ்த்து விட்டீர்கள். வேண்டுமென்றால் இப்போது நான் இவரோடு

கயிற்றை கட்டிக் கொள்ளவா? எனக் கூறிவிட்டு, துருவனின் கையில் இருந்த கயிற்றோடு அவனுடைய கையையும் கட்டினான்.

பின் துருவனின் அருகே படுத்துக்கொண்டு, "அரசே...எங்கள் அரசே.... நானும் கயிற்றை கட்டி விட்டேன். என்னையும் நீங்கள் பாதுகாப்பாய் பார்த்துக் கொள்ளுங்கள்" என, தளபதியையும் இளவரசியையும் பார்த்து பெரும் சிரிப்பு சிரித்தான்.

பின் எழுந்து கொண்டு கோபமாக கத்தினான். தளபதி தலையை குனிந்தவாறே நின்று கொண்டிருந்தார். "தளபதியாரே கவலைப்படாதீர்கள். உங்கள் அருகில் வைத்தே இவரை நான் கொல்கிறேன்" என்று துருவனை தரதரவென்று தளபதியின் அருகே இழுத்து வந்தான்.

அப்போது துருவனின் கண்கள் திறந்தது. கண்களைத் திறந்ததும், இளவரசியின் கண்களை தான் துருவன் பார்த்தான்.

இளவரசியின் கண்களை அவன் பார்த்ததும், துருவனுக்கு அத்தனை சந்தோஷம். ஏனென்றால் இப்போது இளவரசியின் கண்களில் வெறுப்பும், கோபமும் இல்லை. துறவனின் மீது காதல் மட்டும் தான் இருந்தது.

என்ன ஒரு அதிசயம்? இத்தனை நாட்களாக தன்னை வெறுத்த பெண், இன்று காதலோடு பார்க்கிறாளே? ஒருவேளை தான் இறந்து விட்டால், என்னை இளவரசி காதல் செய்வார்களோ? என்னை துரோகியாக பார்க்க மாட்டார்களோ? என நினைத்தான்.

பின் துருவனை இழுத்து வந்து தளபதி முன் போட்டுவிட்டு, தளபதியின் அருகே சென்றான். அவர் தலையை குனிந்த படி நின்றார். அவரின் முகத்தில் கைவைத்து, அவரை நிமிரச் செய்தான். "தளபதி அவர்களே உங்கள் உடம்பில் அதிக போர் காயங்கள் இருப்பதாக நான் கேள்விப்பட்டிருக்கிறேன். ஆனால்

நான் போட்ட காயம், உங்கள் உடம்பில் கண்டிப்பாக இருக்காது. ஆகையால் என் காயத்தையும் சுமந்து கொண்டே இறந்து போங்கள். இது என்னுடைய கடைசி ஆசை" என்றான்.

பின் கத்தியால் தளபதியின் முகத்தை இளம் பலிகன் கிழித்தான். தளபதியின் கண்கள் சிவந்த நிலையிலும், கண்ணீர் வடிந்த நிலையிலும், அவர் கொஞ்சம் கூட பயப்படவில்லை. பல்லை கடித்துக்கொண்டு இளம் பலிகனை முறைத்துக் கொண்டிருந்தார்.

"ஐயோ, தளபதியின் கண்களே என்னை எரித்து விடும் போலவே... சரி நான் பெண்கள் பக்கம் போகிறேன். அவர்கள் தான் பூ போல் இருப்பார்களாம்" என்று இளவரசியின் அருகே வந்தான்.

"தாயே உங்களிடம் நான் ஒன்று கேட்க வேண்டும். உங்களோடு சண்டை போட்டு வென்றால் தான், உங்களை திருமணம் செய்ய முடியுமாம். இப்போது நாம் சண்டை போடலாமா? நான் வென்றால், நீங்கள் என்னை திருமணம் செய்து கொள்வீர்களா?" எனக் கேட்டுவிட்டு வாயில் கைவைத்து கொண்டான் பின்,

"ஐயோ ஒரு இளவரசியிடம் பேசும் பேச்சா இது.... என்னை மன்னித்து விடுங்கள் இளவரசி. நீங்கள் என்னை திருமணம் எல்லாம் செய்து கொள்ள வேண்டாம். எனக்காக நீங்கள் ஒன்றே ஒன்று மட்டும் செய்ய வேண்டும். உங்கள் கைகளாலேயே இவர்கள் இருவரின் தலை வெட்டி, என் கையில் கொடுக்க வேண்டும். இதை மட்டும் செய்யுங்கள்."

பின் இளவரசி தலையை நிமிர்ந்து, "நீ சரியான ஆண்மகனாக இருந்தால், கயிற்றை மட்டும் அவிழ்த்து விடு. அதன் பின் பார்க்கலாம்" என்றார்கள்.

"ஆஹா பார்த்தீர்களா தளபதியாரே, பார்த்தீர்களா.... ஒரு கால் இல்லாதவனை சரிக்கு சமமாக சண்டைக்கு அழைக்கிறார்கள். அரசே உங்கள்

ராணி செய்வது நியாயமா? என்று பாருங்கள். அதற்கு சரியான தீர்ப்பு ஒன்றை கொடுங்கள்"

தளபதி கூறினார். "டேய் நாயே, இப்படி எங்களை நீ சித்திரவதை செய்வதற்கு, எங்களை நீ கொன்றுவிடு" என்று.

"அடடா எத்தனை வீரமான ஒரு வார்த்தை. எத்தனை அற்புதமான ஒரு வார்த்தை. தளபதியின் பேச்சுக்கு என்னிடம் மறுபேச்சு இல்லை. இதோ இப்போதே உங்கள் இளவரசியை கொல்கிறேன்" என்று, கீழே கிடந்த இளவரசியின் வாளை எடுத்தான்.

இளவரசி தன் மரணத்தை கண்டு அச்சப்படவில்லை. துருவனை பார்த்தபடியே அவர்கள் கண்களை மூடினார்கள். தளபதியும் கண்களை மூடிக்கொண்டு, தலையை குனிந்து கொண்டார்.

ஆனால் சிறிது நேரம் ஆகியும், இளம் பலிகன் இளவரசியை கொல்லவில்லை. தளபதியும் இளவரசியும் கண்களைத் திறந்த போது, இளம் பலிகன் கண்விழி பிதுங்கி இருந்தது. அவன் கழுத்தில் கயிறு இறுக்கமாக இறுக்கிக் கொண்டிருந்தது. துருவன் அவன் கழுத்தை பலமாக பிடித்துக் கொண்டிருந்தான்.

இளவரசியும் தளபதியும், கண்கலங்கியவரே துருவனை பார்த்தார்கள்.

இளம் பலிகன் அவர்கள் இருவரையும் பார்த்தான். அவர்கள் இருவரின் முகத்திலும் சந்தோசம் தெரிந்தது. அதை பார்த்ததும் இவனுக்கு வெறி வந்தது போல், அவன் கையில் இருந்த வாளால் துருவனின் காலில் குத்தினான். ஆனால் துருவன் அதை சிறிதளவு கூட கண்டு கொள்ளவில்லை. அவன் கழுத்தை இன்னும் அதிகமாக தான் நெரித்தான்.

பின் இளம் பலிகனை தரதரவென்று பின்னே இழுத்து, ஒரு அறையின் கதவில் மூன்று முறை மோதச்செய்தான். இளம் பலிகனுக்கு தலை சுற்ற ஆரம்பித்தது. பின் அவன் கையில் இருந்த வாளை கீழே

போட்டு விட்டு, துருவனின் கைகளை எடுக்க முயன்றான்.

ஆனால் இளம் பலிகனை மரணம் நெருங்கியது.

பின் துருவன், இளவரசியையும் தளபதியையும் பார்த்தபடியே, இளம் பலிகனின் தலையை அருகில் இருந்த கதவில் அடித்தான். கதவு உடைந்து கடல் தெரிய ஆரம்பித்தது.

பின் இளவரசியை பார்த்து, புன்னகை செய்துவிட்டு, இந்த ஜென்மத்தில் என்னுடைய உயிரை உங்களுக்காக தருகிறேன் என்பது போல், இளம்பலிகனை பிடித்துக் கொண்டே கடலில் குதித்தான்.

இதை இளவரசியால் ஏற்றுக்கொள்ள முடியவில்லை. அதிர்ச்சியோடு கடலை பார்த்தபடியே நின்றார்கள்.

கடலில் விழுந்த இருவரும் கடலின் ஆழயத்தை நோக்கி சென்றார்கள். இளம் பலிகன் கை கால்கள் நடுங்க ஆரம்பித்தது. எவ்வளவு போராடியும் துருவனின் கைகளை, அவனால் எடுக்க முடியவில்லை. கடைசியாக மூச்சு திணறி இறந்து போனான்.

இளவரசி "இல்லை...இல்லை" என கதறினார்கள். தளபதியும் அரசே என கத்திக்கொண்டே அழுதார்.

நீண்ட நேரத்திற்குப் பின், கடலின் அடிமட்டத்திற்கு இருவரின் உடலும் வந்து சேர்ந்தது.

சிறிது நேரம் கடலில் எந்த ஒரு சத்தமும் இல்லை. அதன் பின்,

கடலின் அடிமட்டத்தில், இருவரின் அருகே இருந்த ஒரு பாறையில், ஒருவர் காவி துணி அணிந்து, கண்களை மூடிக்கொண்டு தியானத்தில் அமர்ந்திருந்தார். அவரைச் சுற்றிலும் சங்குகள் குவிந்து கிடந்தன.

அதில் ஒரு சங்கு மண்ணில் உருண்டவாறு, இளம் பலிகன் அருகே சென்றது. அவன் உடலை முழுவதுமாக ஒரு சுற்று சுற்றி விட்டு, அவனை சட்டென மண்ணுக்குள் இழுத்துக் கொண்டது.

பின் சங்கு மணல் சித்தரை சுற்றி இருந்த அனைத்து சங்குகளும், துருவனை சுற்றிக்கொண்டது. சிறிது நேரத்தில் அவன் உடம்பில் இருந்த காயங்கள் அனைத்தும் மாயமாய் மறைந்தது. துருவன் கண்களை திறந்தான்.

அவன் எதிரே சங்கு மணல் சித்தர் அமர்ந்திருந்தார். இங்கே நடப்பதை எல்லாம் பார்க்கும்போது, அவனுக்கு மிகவும் ஆச்சரியமாக இருந்தது.

பின் சங்கு மணல் சித்தர் அணிந்திருந்த சங்கு, கடலில் மிதந்த வாறே துருவனின் அருகே வந்தது. அவன் அந்த சங்கை கண்ணெடுக்காமல் பார்த்துக் கொண்டிருந்தான். அதை பார்க்கும் போது, அவன் மனதில் தோன்றிய ஒன்றே ஒன்று, இதே சங்கு கயிறு அரண்மனை கோவிலில் இருந்த ராயர் சிலையிலும் போடப்பட்டிருந்தது. இந்த சங்கை ஏன் சங்கு மணல் சித்தர் அணிந்திருக்கிறார்? என, அவரின் முகத்தை சற்று உற்றுப் பார்த்தான். அவனுடைய கண் விழிகள் பெரிதாயின.

அதன்பின் அந்த சங்கு கயிறு துருவனின் கழுத்தில் விழுந்தது. அது அவன் கழுத்தில் விழுந்த அடுத்த நொடி, அவன் மனதில் தோன்றிய ஒன்றே ஒன்று. "சோழனை வென்று உடைவாளை எடுத்து வா....." என்பது மட்டும்தான்.

பின் கடலில் மண் சுழல்கள் பெரிதாக உருவானது. துருவன் சங்கு மணல் சித்திரை நோக்கி நீந்தி சென்றான். அவரிடம் கேட்பதற்கு ஆயிரம் கேள்விகள் இருந்தன. ஆனால் அந்த சுழல்கள் அவனை அருகில் விடவில்லை. அவனை கடலுக்கு மேலே தூக்கி வர ஆரம்பித்தது. ஆனால் அந்த சுழல் இவனை சூழ்ந்து

கொள்ளும் போது, ஒரு ஓலைச்சுவடியும் இவன் கைக்கு வந்தது.

பின் கடலில் ஏற்பட்ட சுழலால், கடல் அலைகள் பெரிதாக உருவாகியது. சுழலிலும், கடல் அலையிலும், துருவன் மிதந்து மேலே வருவதை பார்த்த இளவரசியும் தளபதியும், ஆச்சரியமடைந்தார்கள்.

ஒரு பக்கத்தில், துருவனை தேடி கிச்சான் படகில் வந்து கொண்டிருந்தான். இந்த அதிசயத்தை பார்த்ததும், கிச்சான் கண்களை அவனாலே நம்ப முடியவில்லை.

அனைவரும் அதிசயமாக அதை பார்த்துக் கொண்டிருந்தார்கள். அந்த சுழல் துருவனை தூக்கிக்கொண்டு. இமயத்தின் கடல் கரைக்கு சென்றது. கிச்சானும் வேக வேகமாக அந்த சுழலை நோக்கி படகை செலுத்தினான்.

இரண்டு நாட்களுக்குப் பின், துருவன் இமயமலை கரையில் ஒதுங்கி கிடந்தான். கிச்சான் ஒரு நாள் முழுவதும், துருவனை தேடி, ஒரு வழியாக கண்டுபிடித்தான்.

அவனை கண்டுபிடித்ததும், கடல் தண்ணீரை எடுத்து துருவனின் முகத்தில் தெளித்தான்.

துருவன் கண்விழித்ததும், அவனை மடியில் படுக்க வைத்தபடியே கேட்டான். "டேய் துருவா... உனக்கு என்னடா ஆனது? எப்படி கடலுக்குள் விழுந்தாய்? இளம் பலிகன் என்ன ஆனான்? நம் இளவரசிக்கும் தளபதிக்கும் என்ன ஆனது? எனக்கு ஒன்றுமே புரியவில்லை."

"டே கிச்சா..." என்று கண்களைத் திறந்து துருவன் கூறினான்.

நம் கிராமத்திலிருந்து கிளம்பிய நாளிலும் இதே மாதிரி தான் நீ மயங்கி கிடந்தாய். இப்போதும் அப்படியே கிடக்கிறாய்.

"இல்லையடா கிச்சா அப்போது நான் யார் என்று எனக்கே தெரியாது. ஆனால் இப்போது எல்லாமே புரிந்து விட்டது. என் பிறப்பிற்கான காரணமும் எனக்கு புரிந்து விட்டது" என்று, கையில் இருந்த ஓலையை பார்த்தான்.

"என்னடா உளறுகிறாய்? கடலுக்குள் விழும் வரை, நீ இப்படி பேசவில்லையே, இப்போது என்ன ஏதேதோ பேசுகிறாய்?"

"அனைத்திற்கும் ஒரு காரணம் இருக்கிறது கிச்சா... என் பிறப்புக்கும் ஒரு காரணம் இருக்கிறது. நான் யார் என்ற உண்மை, நான் சோழர் தேசத்திற்கு சென்றால், மட்டுமே எனக்குத் தெரியும். நம் நாட்டில் ஒரு கதையை சொல்லிக் கொண்டிருக்கிறார்களே, ராயர் சோழ தேசத்திலிருந்து தனியாக பிரிந்து வந்து, ஒரு ராஜ்ஜியத்தை உருவாக்கினார் என்று."

"ஆமாம் சொல்கிறார்கள்."

"அதில் பல உண்மைகள் மறைந்து கிடைக்கிறது. ஒருவருடைய வாளுக்காக ஒருவரின் உறை, இத்தனை வருடமாக ஏங்கி கொண்டிருக்கிறது. அந்த வாளை அதில் நான் கொண்டு சேர்க்க வேண்டும். நான் கிளம்புகிறேன்" என்று எழுந்து நடக்க ஆரம்பித்தான்.

"டேய் துருவா நாம் சோழ தேசம் சென்றால், நம்மை கொன்று விடுவார்களடா... நம்மால் எதுவும் செய்ய முடியாது."

"அனைத்தையும் என்னால் செய்ய முடியும். காலங்காலமாய் பெரும் படைகளைக் கொண்டு, பல நாடுகளை வென்ற சோழர்களால், மத்திய பிரதேசத்தை தாண்ட முடியவில்லை. நம் இமயத்தில் சோழர் கொடியை நட வேண்டும் என்பது, அவர்களுக்கு வெறும் கனவாக மட்டுமே இருக்கிறது."

"அதனால் என்ன?"

"இது சாதாரணமாக நடக்கவில்லை கிச்சா, இதற்கு பின்னால், ராயர் உடைய பெரும் சாபம் ஒன்று,

தஞ்சை அரண்மனைக்கு முன் குத்தப்பட்டிருக்கிறது. அவர்களால் இன்னும் எத்தனை முறை பிறந்து வந்தாலும், நம் இமயத்தை பிடிக்க முடியாது. இதோ இந்த ராயரின் சங்கு எனது கழுத்தில் இருக்கும் வரை, எவ்வளவு பெரிய போர் படையாக இருந்தாலும், நான் வெல்வேன். அது சோழர் படையாக இருந்தாலும் தான்...."

"துருவா நீ தவறான முடிவு எடுக்கிறாய். இத்தனை காலம் நம்மோடு அவர்கள் போர் செய்யாமல் இருந்தது, நம் பலிகங்க ராயருக்காக மட்டும்தான். இப்போது அவரும் இல்லை. நீ அரசனாக அங்கு சென்று நின்றால், ராஜேந்திர சோழர் உன்னை என்ன வேண்டும் என்றாலும் செய்யலாம்."

"அவர் என்னதான் செய்கிறார் என்பதை நானும் பார்க்க வேண்டும் கிச்சா..." என்று, துருவனுக்காகவே காத்துக்கொண்டிருந்த அவனுடைய குதிரையை எடுத்துக்கொண்டு, **சோழர் தேசத்தை நோக்கி பெரும் கோபத்துடன் துருவன் கிளம்பினான்....**

ராயரின் மகுடம்

க.மருது பாண்டியன்

பாகம் 2

இதை எல்லாம் மரத்திற்கு பின்னே ஒளிந்து கொண்டு, இருவர் பார்த்துக் கொண்டிருந்தார்கள். "நாதா என்ன இவன் இப்படி ஒரு முடிவை எடுத்து விட்டான்?"

"எனக்கும் கொஞ்சம் ஆச்சரியமாகவும், அதிர்ச்சியாகவும் தான் இருக்கிறது கழட்டியப்பா... எனக்கு தெரிஞ்சு இவன் சோழதேசம் சென்று, கண்டிப்பாக திரும்பி வரமாட்டான்."

"சரி இப்போது நாம் என்ன செய்யலாம்? பரந்தீரரிடம் சென்று, இங்கு நடந்த அனைத்தையும் சொல்லலாமா? அல்லது இந்த கிச்சானை பின்தொடர்ந்து இவனை கொல்லலாமா?

இது எதையும் நாம் செய்ய வேண்டாம் கழட்டியப்பா, ராயரின் மகுடம் அங்கே தன்னந்தனியாக தீவில் கிடைக்கிறது. அதை எப்படியாவது எடுத்துக் கொண்டு, பரந்தீரரிடம் சேர்த்து விடலாம்."

"நாதா இது மிகவும் அருமையான யோசனை... நானும் அந்த ராயர் மகுடத்தை கொஞ்ச நேரம் அணிந்து கொள்ளலாம் அல்லவா?"

"இனிமேல் யார் கேட்பார்கள்? கண்டிப்பாக அணிந்து கொள்ளலாம்." என இருவரும் சிரித்து கொண்டே படகில் தீவை நோக்கி கிளம்பினார்கள்....

சில நாட்களுக்குப் பின், தளபதி பல்லவரையர் படைகளை அழைத்துக் கொண்டு, தஞ்சை அரண்மனைக்கு சென்றார். சிற்றரசர்களும், அமைச்சர்களும், தலைமை ஒற்றர்களும், தலைமை தூதுவர்களும் தளபதியை எதிர்பார்த்து ஆர்வமாக காத்துக் கொண்டிருந்தார்கள்.

அவர்களின் முன்னாள் அரசர் ராஜேந்திர சோழர். கம்பீரமாக சோழ அரியணையில் அமர்ந்திருந்தார்.

தளபதி அரசருக்கு மரியாதை செலுத்தி விட்டு, தயங்கியபடியே நின்றார்.

தளபதிக்கு பின்னால் சிலர் வேகமாக ஓடி வந்தார்கள். பிறர் அனைவரும் தளபதியை பார்க்காமல், ஆர்வமாக அந்த சிலரை பார்த்தார்கள். அவர்கள் கையில் தங்க குடம் இருந்தது.

அதைப் பார்த்ததும் அரசர் ராஜேந்திர சோழர் சிரித்தார். பின் தன் கையின் அசைவால் என்னவென்று தளபதியிடம் கேட்டார்.

"அரசே கங்கை நீரை எங்களால் எடுத்து வர முடியவில்லை. மகிபாலன் என்ற பேரரசன், "இது எங்களுக்காக கிடைத்த புனித நீர். அதில் ஒரு சொட்டு கூட சோழர்களுக்கு தரமாட்டேன்" என்று கூறிவிட்டார்.

இதைக் கேட்டதும் சாதாரணமாக ராஜேந்திர சோழர் எழுந்து நின்று, தனது முடியை பின்னே கோதிவிட்டார். பின் தளபதியையும், பின்னால் நின்று கொண்டிருந்தவர்களையும் பார்த்து அரசர் புன்னகை செய்தார்.

அவர்கள் நல்ல வேளை அரசர் கோபப்படவில்லை என்று அவர்களும் சிரித்தார்கள். அப்போது,

அரசரின் முகம் திடீரென மாறியது. சட்டென தன் உடைவாளை கையில் எடுத்து, அவர்கள் மேல் வீசினார். ஒரு நிமிடம் தளபதியும், அங்கு கூடியிருந்த பொறுப்பாளர்களும் அதிர்ந்து போனார்கள். உடைவாள் நேராக தங்க குடத்தில் சொருகி தங்க குடம் கீழே விழுந்தது.

பின் அரசர் கூறினார். "அந்த மகிபாலன் ஒரு சொட்டு கங்கை நீரை தரமாட்டேன் என்றானே. அவனுக்கு ஒரு செய்தி அனுப்புங்கள்.

நான் கங்கை வருவேன். என் எதிரே எவன் வந்தாலும், அவன் படையை வெல்வேன். பின் அவன் தலையில் தங்க குடத்தை வைத்து, அதில் கங்கை நீரை ஊற்றி, சோழமண்டலத்துக்கு கொண்டு வருவேன். அந்த நீரால் இந்த சோழ தேசத்தில் ஒரு சோழகங்கம் உருவாக்குவேன். இது இந்த சோழ மண்ணின் மீது சத்தியம்" என்று, தன் மார்பில் அடித்து சத்தியம் செய்தார்...

தொடரும்....